રમણભાઈ મ. નીલકંઠ

અનુક્રમણિકા

પ્રસ્તાવના

રા. રા. અમ્બારામ કેવળરામ મોદકીઆ વિશે મુખપૃષ્ઠમાં જે હકીકત લખી છે તે કરતાં વધારે જાણવાની વાંચનારને જિજ્ઞાસા રહેશે અને તેમની ઉંમર તથા ઉંચાઇ જાણવા કરતાં તેમનું રહેઠાણ તથા ધંધો જાણવાથી વધારે ઉપયોગી માહિતી મળે એમ વાંચનારને લાગશે. પરંતુ, તેમની ખાયેશથી આટલી જ હકીકત લખી બાકીની મૂકી દેવામાં આવી છે.

આ ઇતિહાસનો લેખ પ્રસિદ્ધ કરવા સારુ રા. અમ્બારામે આપ્યાથી પ્રથમ કકડે કકડે માસિક પત્ર 'જ્ઞાનસુધા'માં તે છાપવામાં આવેલો. હાલ આખું પુસ્તક કરતાં તેમણે કૃપા કરી પ્રકરણો પાડી આપ્યાં છે તથા રચનામાં કેટલોક સુધારોવધારો કરી આપ્યો છે.

આ લેખ પુસ્તકના આકારમાં 'દેશભક્ત' પત્ર માટે બહાર પાડવાની યોજના રા. રા. દોલતરામ મગનલાલ શાહે સૂચવી અને પૂર્ણ કરી તે માટે તેમનો તથા 'દેશભક્ત' પત્રમાં તેમના સહભાગીદાર રા. રા. વસંતલાલ સુંદરલાલ દેસાઈનો આ સ્થળે આભાર માનવો ઘટે છે.

પુસ્તકમાં કેટલાંક ચિત્ર મૂકવાનો વિચાર હતો. પરંતુ ગ્રંથમાંની કલ્પના પ્રમાણે છબી ચીતરાવવાની મુશ્કેલી બહુ નડી. ફોટોગ્રાફ પડાવી એ ઉપરથી બીબાં કરાવી ચિત્ર છપાવવાની ધારણા કરી, એકબે ફોટોગ્રાફ લેવડાવ્યા, પણ તેમાંએ અડચણો આવી પડી અને બહુ વિલંબ થવાથી આખરે આ પ્રથમ આવૃત્તિ વગર ચિત્રે બહાર પાડવી પડી છે.

ર. મ. ની.

અમદાવાદ,

સપ્ટેમ્બર, ૧૯૦૦

૧. નામધારણ

સને ૧૮૮૯માં હું મારા મિત્ર દોલતશંકર સાથે મુંબાઇ ગયો હતો. આપણા દેશનો જૂનો ધર્મ ડુબાવનાર સુધારાવાળાની સામે દોલતશંકર ઠેરઠેર ભાષણ આપતા હતા. તેમની સાથે હું ઘણા દેશોમાં અને મુલકોમાં ફર્યો હતો. અમદાવાદથી નીકળી નરોડા, કોચરબ, સરખેજ, અસારવા, વટવા વગેરે વિવિધ ભૂમિઓમાં અમે મુસાફરી કરી હતી. તે સાલ તો અમે દક્ષિણમાં નવાપુરા સુધી જઈ પહોંચ્યા હતા. તે શહેરમાં અમે એક મહિનો રહ્યા તેટલામાં દોલતશંકરે સુધારા વિરુદ્ધ ૧૦૮ ભાષણો કર્યાં હતાં. વળી એથી અગાડી વધી સાબરમતી નદી ઓળંગી અમે ઠેઠ ધોળકા સુધી જવાના હતા. એવામાં ખબર આવી કે મુંબાઇમાં માધવબાગમાં સુધારા વિરુદ્ધ એક મોટી ગંજાવર સભા મળનાર છે. ખબર આવતાં તરત દોલતશંકરે એમની હંમેશની ચંચળતા મુજબ એક ક્ષણમાં – અડધી ક્ષણમાં વિચાર ફેરવ્યો અને નિશ્ચય કર્યો કે ગમે તેટલાં વિઘ્ન આવે, ગમે તેટલાં કષ્ટ નડે, ગમે તેટલી વિપત્તિઓ પડે, પણ તે સર્વ સામે બાથ ભીડી, તે સર્વ વિરુદ્ધ વિગ્રહ કરી, તે સર્વ પર જય મેળવી મુંબાઇ જવું. મને પણ સાથે લેવાનું ઠર્યું.

અમે રાતોરાત ઊપડ્યા અને સવારે અમદાવાદ પહોંચ્યા. રવિવારે મુંબાઇમાં સભા મળવાની હતી તેથી વચમાં બે જ દિવસ રહ્યા હતા. એટલા થોડા વખતમાં આવી દૂરની મુસાફરીની તૈયારી કરવી એ અશક્ય હતું. પણ દોલતશંકરની દૃઢતા અને ઉત્સાહ કશાથી હઠે એવાં નહોતાં. એક આખો દહાડો અને એક આખી રાત અખંડ ઉજાગરો કરી એમણે સામાન બાંધ્યો. આગગાડીમાં મ્લેચ્છ ચાંડાલાદિના સ્પર્શથી દૂષિત થયેલાં પાટિયાં પર ખાવું અને પાણી પીવું એના જેવું ઘોર પાપ એકે નથી એમ દોલતશંકરે એકેએક ભાષણમાં કહ્યું હતું. તેથી ઉત્તમ દૃષ્ટાંત આપવા માટે એ સિદ્ધાંત અમલમાં આણવાનો આ વખતે એમણે ઠરાવ કર્યો. એમનો વિચાર તો એટલે સુધી થયો કે શ્વાસ પણ સ્ટેશન આવે ત્યારે નીચે ઊતરીને લેવો અને ગાડી ચાલતી હોય તે વેળા પ્રાણાયામ કરી બેસી રહેવું. પણ મેં સૂચવ્યું કે, 'આ ભારત ભૂમિમાં યવનો આવ્યા ત્યારથી હવા તો એકેએક ઠેકાણે ભ્રષ્ટ થયેલી છે અને સ્ટેશન પર પણ ભ્રષ્ટ લોકો ફરતા હોય છે; વળી ગાડી દોડે એટલે હવા તો બદલાતી જાય અને બહારની હવા આવે, તેથી શ્વાસ લેવામાં હરકત નથી.'

આ ખુલાસો સાંભળી દોલતશંકર શંકાશીલ થઈ પ્રથમ તો મારી સામું સ્થિર દૃષ્ટિથી જોઇ રહ્યા. એમનું શરીર સ્તબ્ધ થયું. નાક ઊંચું થયું. રથચક્ર જેવી એમની ગોળ આંખો ચળક ચળક થવા લાગી. માટીના પોપડારૂપી એમના વિશાળ હૃદયમાં કીડીરૂપી હજારો તર્ક

ઊભરાઇ ગયા. અંતે સમાધિ પૂરી કરી શિવ મૌનભંગ કરતા હોય, રાત્રિ પૂરી થયે કૂકડા નિદ્રામાં અશાંતિ દાખલ કરતા હોય, પતરાળીઓ પીરસાઇ રહ્યે બ્રાહ્મણો 'ભો' ઉચ્ચાર કરી બુભુક્ષાનો પરાભવ આરંભતા હોય, તેવા શોભતા દોલતશંકર બોલ્યા, 'અંબારામ ! તને ધન્ય છે. મારા સંગથી તને ખરેખરો લાભ થયો છે. તેં ખરેખરો શાત્રાર્થ કર્યો છે. આગગાડીમાં શ્વાસ લેવામાં હરકત નથી.'

સાથે લેવામાં માત્ર લૂગડાં અને પાથરણાં રહ્યાં. કોટ, પાટલૂન, બૂટ એવા વિલાયતી ઘાટ પર દોલતશંકરને અંતઃકરણથી તિરસ્કાર હતો. તેમનું એ જ કહેવું હતું કે આપણા બાપદાદાનો પહેરવેશ શા માટે છોડી દેવો? કોઇ ચિબાવલા કોઇ વખત તેમ પૂછતા કે આપણા બાપદાદાનો પોશાક તો મુસલમાનના પોશાક પ્રમાણે બદલાયેલો છે. તે આપણા બાપદાદાએ એમના બાપદાદાનો પોશાક કેમ બદલ્યો અને તેમના બાપદાદાએ વલ્કલ પહેરવાં અને ચર્મ ઓઢવાં કેમ મૂકી દીધાં? આવા લોકોને તે એ જ ઉત્તર દેતા કે, 'વેદ વાંચો.' તેથી આવે મહાભારત પ્રસંગે તો એક ધોતિયું પહેરીને, એક ધોતિયું ઓઢીને અને માથે પાઘડી મૂકીને જ મુંબાઇ જવું એવો દોલતશંકરે નિશ્ચય કર્યો. મુંબાઇમાં ટાઢ-તડકો નડશે તો તો હઠયોગનું ફળ પ્રાપ્ત થશે, એમ બે-ત્રણ વાર બોલી ગયા. એટલે મેં એ વાંધો કહાડ્યો જ નહિ.

શનિવારે બપોરની ગાડીમાં ઊપડવાનું હતું તેથી શુક્રવારે રાત્રે હું દોલતશંકરને ઘેર જઈ સૂઇ રહ્યો, કેમ કે સવારે ત્યાં જ ખાવાનું ઠીક પડે તેમ હતું. બીજે દિવસે રાત્રે ઉજાગરો કરવાનો તેથી હું વહેલો સૂઇ ગયો. હું એકાદ કલાક ઊંઘ્યો હઈશ એટલામાં 'ઓ બાપ રે' એવી બૂમ સાંભળી હું જાગી ઊઠ્યો. જોઉં છું તો દોલતશંકર પથારીમાં બેસી ગાભરા ગાભરા ચારે તરફ જોતા હતા. મેં ગભરાઇને પૂછ્યું, 'શું છે ? શું થયું ?'

દોલતશંકર કહે, 'અંબારામ, તેં જતા જોયા ?'

'કોને?'

'મહાદેવને, શંભુને, દીનાનાથને, પાર્વતીપતિને, શંકરને, શિવને, જટાધારીને.'

'સ્વપ્નું આવ્યું હશે.'

'કોણ જાણે, પણ મેં તો સાક્ષાત્ જોયા. આપણને સ્વપ્ન આવે પણ કંઇ દેવ સ્વપ્નમય થઈ ગયા ? ઓ શિવ ! ઓ શંભુ ! ઓ ભોળાનાથ ! દયા કરો, ક્ષમા કરો, ઓહો ! મેં આવો મોટો અપરાધ કર્યો ત્યાં લગી ભાન જ નહિ ! અંબારામ, તને પણ ન સૂઝ્યું ?'

'પણ શું થયું તે તો કહો ? તમે સ્વપ્નથી કેમ આટલા બધા ગભરાયા છો ? દોલતશંકર, તમે સ્વસ્થ -'

'શાન્તં પાપમ્ ! અંબારામ, તું મને હવે એ અપવિત્ર નામે ન બોલાવીશ. મને શંકરે સાક્ષાત્ કહ્યું કે, 'ભક્ત ! તું તારા નામમાં 'દોલત' જેવા યાવની ભાષાના શબ્દને મારા દિવ્ય નામ સાથે જોડે છે ? એનું તને ભાન પણ નથી ! તું ધર્મિષ્ઠ છતાં આવું પાપાચરણ કરે છે ? મારા નામને આ લાંછન લાગ્યું છે ત્યારથી હું બળીબળીને અર્ધો થઈ ગયો છું. અંતે મને વિષ્ણુએ ઉપાય બતાવ્યો કે એ પાપીને-' હું ભયનો માર્યો બોલી ઊઠ્યો, 'મહારાજ પાપ તો મારી ફોઈનું છે. તેણે મારું નામ પાડ્યું છે. તેને સજા કરજો. હું તો નિરપરાધી છું મહારાજ, પગે પડું છું.' પગે પડતાં મેં શંકરને ત્રિશૂળ ફેરવતા દીઠા એટલે મારાથી 'ઓ બાપ રે' કરીને બૂમ પડાઇ ગઈ ને હું જાગી ઊઠ્યો. ગમે તેમ હોય પણ મારે હવે એ નામ બદલી નાખવું, પ્રાયશ્ચિત કરવું અને બીજું નામ ધારણ કરવું; એમ ન કરું તો મને બાળહત્યા ! ગૌહત્યા ! બ્રહ્મહત્યા ! ઓ શંકર ! ઓ શંકર ! શિવ ! શિવ ! શિવ !

આ ધાર્મિકતા જોઈને હું સાનન્દાશ્ચર્યથી ચકિત થઈ ગયો. મેં પણ એ નામ દઈ હજારો વાર શંકરનો અપરાધ કર્યો છે, એ વિચારથી હું ખિન્ન થઈ ગયો. મારા મિત્ર તો કહે કે, 'આપણે કાલે સવારે કાશી જઈ ત્યાં પ્રાયશ્ચિત કરીએ' પણ મેં સંભાર્યું કે 'કાલે તો મુંબાઇ જવું છે. ત્યાં પણ આપણા વેદધર્મના લાભનું પ્રયોજન છે. તમે તો ત્યાં ફત્તેહના ડંકા વગાડવાને તલપી રહ્યા છો અને ગમે તેવાં વિઘ્ન જીતીને જઈશ એમ સંકલ્પ કર્યો છે.'

આ ગૂંચવાડામાં અંતે ગોરને બોલાવ્યા. ગોર કહે કે 'પ્રાયશ્ચિત અહીં કરો તો ચાલે, પણ એક માસ સુધી નદીતીર્થે ક્રિયા કરવી પડશે અને હજાર ગોદાન આપવાં પડશે. આ પાપ ઘોરતર છે !' મેં ગોરના હાથમાં પાંચ રૂપિયા મૂક્યા અને કહ્યું, 'અમારે કાલે બપોરે ગયા વિના ચાલે તેમ નથી અને લાંબો વિધિ કરવા રહીએ તો ગાડી ચૂકીએ.' ગોર પાંના ઊથલાવી બોલ્યા કે, 'પોતાના કુટુંબના ગુરુને શંકરની પ્રતિમા સારુ સુવર્ણ આપો અને એક ગોદાન આપો તો હજાર ગોદાનનું ફળ પ્રાપ્ત થાય. સવારે આઠ વાગે પ્રાયશ્ચિતવિધિ પૂરો થશે.' ગોરને દક્ષિણા આપી વિદાય કીધા અને શંકરનું સ્મરણ કરતો હું ઊંઘી ગયો. મારા મિત્ર તો મોડા

ઊંઘ્યા હશે, કેમ કે શંકરની જોડે તાંડવ નૃત્ય કરતાં મેં તેમને જોયા એવું અર્ધસ્વપ્ન અને અર્ધજાગ્રત અવસ્થાનું મને ભાન છે.

સવારે આઠને બદલે સાડા સાતે વિધિ પૂરો થયો. ઉપવીત બદલી મારા મિત્રે પોતાનું નામ ભદ્રંભદ્ર પાડ્યું. લોકો અજાણપણે આગલે નામે બોલાવી દોષમાં ન પડે માટે કપાળ પર મોટા અક્ષરે 'ભદ્રંભદ્ર' નામ લોઢું તપાવી પાડવું એવો ભદ્રંભદ્રનો વિચાર થયો. પણ મેં શંકા કરી કે, 'આ નામ શિવને પસંદ પડે પણ વખતે બીજા કોઈ દેવને નાપસંદ પડે તો પછી ઊલટી પીડા થાય. છાપેલું નામ નીકળે નહીં અને તેત્રીસ કરોડ દેવમાંથી કોઇના મિજાજ કેવા હોય અને કોઇના કેવા નહિ, માટે સર્વ દેવોની મરજી જણાઇ જાય ત્યાં સુધી કાંઇ કાયમનું પગલું ભરવું નહિ. દરેક દેવ ખાતર એક એક દિવસ વાટ જોવી એટલે આખર બધાની પસંદગી જણાય જાય.' ભદ્રંભદ્રને આ વિચાર ગમ્યો. માત્ર એટલું કહ્યું કે, 'એ 'પસંદ' શબ્દ યવનોની ભાષાનો છે માટે દેવોના સંબંધમાં તેને સ્થાને 'પ્રસન્ન' શબ્દ વાપરજો.' ગોરે કહ્યું કે, 'દેવોને કોઇ ગરજ નથી પડી કે એક એક દહાડો એક જણ વહેંચી લે. માટે બ્રહ્મભોજન કરાવો તો ભૂદેવો પ્રસન્ન થતાં સ્વર્ગના દેવોને આજ્ઞા કરે.' આ માટે મુંબાઇથી પાછા આવી ગોઠવણ કરવાનું ભદ્રંભદ્રે વચન આપ્યું અને સંકલ્પ કર્યો કે 'આ ગોર સમક્ષ, ગંગાજી સમક્ષ, સૂર્યદેવ સમક્ષ, વાયુદેવ સમક્ષ, અગ્નિદેવ સમક્ષ, વરુણદેવ સમક્ષ પ્રતિજ્ઞા લઉં છું કે હવેથી યાવની ભાષાનો એકે શબ્દ નહિ વાપરું.' ગોરને રૂપિયો આપ્યો એટલે 'શુભં ભવતુ' કહીને ઘેર જવાની રજા આપી.

૨. પ્રયાણ

જમીને અમે સ્ટેશન પર ગયા. ઘરેથી નીકળતાં ભદ્રંભદ્રનો આનંદ અપાર હતો. કપાળે કંકુનો લેપ કરતાં મને કહે કે, 'અંબારામ, આજનો દિવસ મહોટો છે. આપણે આપણા વેદધર્મનું રક્ષણ કરવા, આર્યધર્મનો જય કરવા, સનાતન ધર્મનો પ્રચાર કરવા પ્રયાણ કરીએ છીએ. રાવણનો પરાજય કરવા નીકળતા શ્રીરામની વૃત્તિ કેવી હશે ! કંસના વધનું કાર્ય આરંભતાં શ્રીકૃષ્ણનો ઉત્સાહ કેવો હશે ! કીચકને મર્દન કરવાની યુક્તિ રચતાં ભીમસેનનો ઉમંગ કેવો હશે !'

ચકિત થઈ મેં કહ્યું, 'અકથ્ય, મહારાજ ! અકથ્ય.'

ભદ્રંભદ્ર બોલી ઊઠ્યા, 'તો મારી વૃત્તિ પણ આજ અકથ્ય છે. મારો ઉત્સાહ પણ આજ અકથ્ય છે. મારો ઉમંગ પણ આજ અકથ્ય છે અને અંબારામ ! એમ ન સમજીશ કે આગગાડીમાં જાઉં છું તેથી જ મારી ગતિ આટલી ત્વરિત છે. મારો વેગ – મારો પોતાનો વેગ તને વિદિત છે ?'

મેં કહ્યું, 'મહારાજ, તે દહાડે જમાલપુર દરવાજા બહાર એક શિયાળવાને વરુ ધારી આપણે પાછા ફર્યા હતા તે દહાડે તો તમે મારાથી બહુ અગાડી નીકળી ગયા હતા. તેવો વેગ કહો છો?

ભદ્રંભદ્રે ગંભીરતાથી કહ્યું, 'કંઈક તેવો, પણ તેથી સરસ.'

ઉત્સાહની વાતો કરતા કરતા અમે સ્ટેશન પર જઈ પહોંચ્યા. અમારી બંનેની ટિકિટ કરાવવા ભદ્રંભદ્ર ગયા. હું જોડે ઊભો રહ્યો. બારીમાં ખભા સુધી ડોકું ઘાલી ભદ્રંભદ્રે કહ્યું, 'શ્રી મોહમયીની બે મૂલ્યપત્રિકા આપો.'

ટિકિટ માસ્તર પારસી હતો. તેણે કહ્યું, 'સું બકેચ ? આય તો તીકીટ ઑફિસ છે.'

ભદ્રંભદ્રે ઉત્તર દીધો, 'યવન ! તેથી હું અજ્ઞ નથી. મારે મોહમયીની બે મૂલ્યપત્રિકાની આવશ્યકતા છે, તેનું વિતરણ કરવું એ તવ કર્તવ્ય છે.'

ટિકિટ ઑફિસમાં એક હિંદુ હતો, તેણે કહ્યું, 'સોરાબજી, એને ગ્રાંટરોડની બે ટિકિટ આપો.'

ટિકિટ આપતાં સોરાબજી બોલ્યા કે, 'સાલો કંઈ મેદ થયેલોચ. હું તો સમજતો જ નહિ, કે એ સું બકેચ.'

ભદ્રંભદ્ર હવે કોપ શમાવી શક્યા નહિ. તેમણે મહોટે નાદે કહ્યું, 'દુષ્ટ યવન ! તારી ભ્રષ્ટ વાસનાને લીધે તું અજ્ઞાન રહ્યો છે. મૂર્ખ –'

અગાડી બોલવાને બદલે ભદ્રંભદ્રે એકાએક ડોકું બહાર ખેંચી લીધું. ધબકારો થયો હતો અને બહાર આવી નાક પંપાળતા હતા તે પરથી મેં ધાર્યું કે પારસીએ મુક્કો માર્યો હશે, પણ મને તો એટલું જ કહ્યું કે, 'દુષ્ટ યવનનો સ્પર્શ થયો છે. માટે મારે સ્નાન કરી લેવું પડશે.'

સ્નાન કરી રહ્યા પછી અમે આગગાડીમાં જઈ બેઠા. ગાડી ઊપડવાને પંદર મિનિટની વાર હતી, તેથી નીચે ઊતરી પાણી છંટાવી, ચોકો કરી તે ઉપર ઊભા રહી પાણી પીધું. ગાડી ઊપડવાની તૈયારી થઈ તેવામાં બે આદમી દોડતા દોડતા રઘવાયા થયેલા આવી બારણું ખેંચી બૂમ પાડવા લાગ્યા કે, 'માસ્તર, આ તો બંધ છે, બારણું ઉઘાડો, બારણું ઉઘાડો.' એક પોર્ટરે આવી બારણું ઉઘાડી બંનેને જોસથી અંદર ધકેલી દીધા. તે ભદ્રંભદ્ર પાસે બેસી ગયા. ભદ્રંભદ્રે સંકોચાઈને પૂછયું, 'ક્યી નાત છો ?' 'બ્રાહ્મણ છીએ.' એવો જવાબ મળ્યો એટલે ભદ્રંભદ્રે સંતોષથી પૂછયું, 'ક્યાં જશો ?' 'મુંબાઈ' કહ્યું, એટલે જિજ્ઞાસાથી પૂછયું, 'નામ શું ?' પેલા બેમાંના એકે કચવાઈને જવાબ દીધો, 'મારું નામ રામશંકર અને આ મારા ભાઈનું નામ શિવશંકર, પણ અમારાં ઘરનાં નામ નખોદીઓ અને ઘોરખોદીઓ છે. છોકરાં ન જીવે તેથી મા-બાપે એવાં નામ પાડેલાં.'

એક ઉતારુ બોલ્યો કે, 'વહેમ, ઈમ કંઈ સોકરાં જીવે સે ?'

બીજો ઉતારુ બોલી ઊઠ્યો, 'અમારા ગામના શંભુ પુરાણીનો ભાણેજ વલભો મુંબાઈ જઈ અંગ્રેજી ભણી આવ્યો છે. તે તો કહે છે કે એ તો સુધારાવાળાએ અંગ્રેજ લોકોની દેખાદેખી શાસ્ત્ર જોયા વિના વહેમ વહેમ કરી કહાડ્યું છે. શાસ્ત્રમાં તો લખ્યું છે કે આપણા શરીરમાં નાસકમાં કઠોડાં મળે છે તેના જેવા-કોઠા છે. તેમાં વચ્ચે કમરખ જેવી દાબડી છે. તેમાં પ્રાણવાયુ ભરેલો છે. આવાં હલકાં નામ બોલીએ ત્યારે કમરખ આસપાસ કોઠામાંથી પિત્ત નીકળે, એટલે તેના જોરથી પેલા કમરખમાંથી પ્રાણવાયુની ધાર છૂટે, તે જીભને વળગી

બહાર ઝરે તેની જોડે પેલું પિત્ત છૂટતું જાય, તેનું જોર નરમ પડે એટલે આયુષ્ય વધે. તેથી એ કાંઈ વહેમ નથી. ખરી વાત છે. ઘણાએ અજમાવી જોયેલું છે.'

૩. આગગાડીના અનુભવ

વક્તૃત્વોત્તેજન-શાસ્ત્રાર્થ

આ વાતો ચાલતી હતી એટલામાં ગાડી ઊપડી. ઊપડી કે તરત ભદ્રંભદ્ર તથા હું ઊભા થઈ 'માધવબાગ કી જે !' પોકારવા લાગ્યા. અમે તો ધાર્યું હતું કે ગાડીમાંના બધા લોકો અમારી સાથે ઊભા થઈ 'જે' પોકારવા લાગશે અને બીજી ગાડીઓમાં તથા સ્ટેશન પર પણ માધવબાગની જે બધે ગાજી રહેશે અને એ જયનાદથી જ શત્રુદળ ધ્રૂજી જશે, પણ તેમ ન થતાં બધા નવાઈ પામી અમારી સામું જોવા લાગ્યા. અમે બેસી ગયા એટલે પેલા વહેમ કહી ટીકા કરનારે મને પૂછયું કે, 'માધવબાગની જાત્રાએ જાઓ સો? એ તીરથ ક્યાં આવ્યું ?'

આવું શરમ ભરેલું અજ્ઞાન જોઈ સ્તબ્ધ થઈ મેં ભદ્રંભદ્ર ભણી જોયું.

ભદ્રંભદ્ર આશ્ચર્ય પામી બોલ્યા, 'કેવી મૂર્ખતા ! માધવબાગની વાત જાણતા નથી ? જે સભાના સમાચાર દશ દિશામાં પ્રસરી રહ્યા છે, પૃથ્વીના ચતુરન્તમાં વ્યાપી રહ્યા છે, દિગન્તમાં રેલી રહ્યા છે; જે સભાના સમાચારના આઘાતથી મેરુ પર્વતની અચલતા સ્ખલિત થઈ છે, દિગ્ગજ લથડી પડ્યા છે, દધિસમુદ્ર શાકદ્વિપને ઉલ્લંઘી દુગ્ધસમુદ્ર સાથે એકાકાર થઈ ગયો છે; જે સભાના સમાચારથી સુધારાવાળા, યવનાદિ શત્રુગણ ભયત્રસ્ત થઈ પલાયન કરતાં પડી જઈ શેષનાગના શીર્ષને ધબકારાથી વ્યથા કરે છે, આશ્રયસ્થાન શોધતાં અરણ્યવાસી તપસ્વીઓની શાંતિ ભગ્ન કરે છે, આર્તસ્વરથી દેવોની નિંદ્રા હરી લે છે; જે સભાના દર્શન સારુ આવતાં કરોડો જનોના ટોળાંઓ માર્ગમાંના વ્યાઘ્ર-વરુને ભય પમાડી પોતે ઉજ્જડ કરી મૂકેલાં ગૃહોને નિવાસી કર્યાં છે, જે સભાનાં દર્શન સારુ આવતા દેવોનાં વિમાનોમાંથી સૂર્ય આચ્છાદિત થતાં બ્રહ્માંડમાં અંધકાર વ્યાપી રહ્યો છે, જે સભાનાં દર્શન સારુ સમુદ્ર ઘડીઘડી ઊંચો થઈ નિરાશ થઈ પાછો પડે છે, તે માધવબાગની સભાથી તમે અજ્ઞ છો? અપશોચ ! અપશોચ !'

મોટે નાદે કહેલાં આ વાક્ય સાંભળી કેટલાક ઉતારુ ઊભા થઈ ગયા હતા, કેટલાક પાસે આવ્યા હતા, કેટલાક સામું જોઈ રહ્યા હતા, તેથી ભદ્રંભદ્રે પાટલી ઉપર ઊભા થઈ ભાષણ કરવા માંડ્યું.

શંકરના પુત્ર ગણપતિનું સ્મરણ કરી ભદ્રંભદ્ર બોલ્યા કે, 'ભારતવાસી આર્યજનો ! શ્રવણ કરો ! આપણી આર્યભૂમિમાં કેટલો અધર્મ વ્યાપી રહ્યો છે, આપણી આર્યનીતિરીતિગીતિધીતિપીતિપ્રીતિભીતિ, અહા કેવી તે ઉત્તમ ! અહા શી તે ઉત્કૃષ્ટ ! અહા ! જય જય શ્રી રંગ રંગ ! ઉમંગ ! નંગ ! આવા દેશનું કેવું દુર્ભાગ્ય ! શિવ ! શિવ ! શિવ ! આપણો દેશ પૃથ્વીથી પણ શ્રેષ્ઠ હતો. દેવગણની કૃપા માત્ર આપણા દેશ પર જ હતી. બીજી ભૂમિઓના લોકોને ઈન્દ્રાદિ દેવોને તેમના વિશે માહિતી નહોતી; આજ લગી નહોતી, હાલ નથી અને હવે પછી નહિ થાય. એવી સર્વ કલા અને પ્રવીણતા, આ આપણા આર્યદેશમાં હતાં. આપણા મુનિઓ ત્રિકાળજ્ઞાની હતા એટલે કોઈ જાતની શોધ કરવાની તેમને જરૂર નહોતી. આપણા બાપદાદા આપણા જેવા જ સર્વ વાતે સંપૂર્ણ હતા. અહા ! હાલ કેવી ભ્રષ્ટતા થઈ ગઈ છે, લોકો ધર્મહીન થઈ ગયા છે. વેદધર્મ કોઈ પાળતા નથી. પણ નિરાશ થવાનું કારણ નથી. આપણો આર્યધર્મ તો સનાતન છે. આપણે હજી એવા ને એવા શ્રેષ્ઠ છીએ. વિપરીત દેખાય છે તે માયા છે. સંસાર સર્વમાયામય છે. માટે ઊઠો ! યત્ન કરો ! જય કરો ! અધર્મીનો નાશ કરો ! અહા ! આપણો ધર્મ કેવો નાશ પામ્યો છે ! શાસ્ત્રની આજ્ઞાને વહેમ કહેનાર આ મૂર્ખ આપણા ધર્મનું રક્ષણ કરવા મળનારી માધવબાગ સભા વિશે કેવળ અજ્ઞ છે. રે મૂર્ખ ! રે દુષ્ટ ! રે પાપી ! તારા જીવતરમાં ધૂળ પડી, તારાથી ગધેડા –'

હું ભદ્રંભદ્રના પ્રતાપી મુખ તરફ જોઈ રહ્યો હતો. તેથી તે એટલામાં એકાએક પડ્યા. શાથી તે ખબર પડી નહિ, પણ પેલો વહેમ વહેમ કરનાર રજપૂત કાં તો સ્નાનથી મોં પર બધે પસરી ગયેલા કંકુનો લેપ જોઈ ઉશ્કેરાયો હોય કે અધર્મ જોડે યુદ્ધ કરવાના આવેશમાં ભદ્રંભદ્ર જોડે યુદ્ધ કરવા મંડી પડ્યો હોય, પણ એકદમ તે નીચે પડ્યા કે તેમના પર ચડી બેસી તે મુક્કા પર મુક્કા લગાવવા લાગ્યો; ભદ્રંભદ્ર બૂમો પાડવા લાગ્યા; હું બારણું ઉઘાડું છું કે બંધ તે તપાસવા લાગ્યો; બે-ત્રણ જણ અમારો સામાન તપાસવા લાગ્યા; પણ યુદ્ધના નિ:સ્વાર્થ આવેશમાં હું દૂરથી જ કાંપવા લાગ્યો. કોઈ 'મારો લ્યા મારો' કોઈ 'જવા દો, લ્યા' એમ બૂમો પાડવા લાગ્યા.

કેટલાક ઉતારુ વચમાં પડ્યા તેથી પેલો રજપૂત ખસી ગયો. 'એ બામણો મને કુણ ગાળો ભાંડનાર ! એ લાંબુ લાંબુ બોલ્યો તે તો હું ના હમજ્યો પણ મારા ભણી આંગળી કરી 'હૌ માણહ દેખતાં મને મૂરખ ને ગધાડો કહે સે તે જીવતો ના મેલું.' એમ બોલતાં ઘડી ઘડી તે અમારી તરફ વળતો હતો, પણ બીજા લોકો તેને સમજાવવા ગાડીના બીજા ભાગમાં લઈ ગયા. ભદ્રંભદ્ર વાયુદેવને યુદ્ધમાં ઊતરવાનું કહેણ મોકલતા હોય તેમ મુખ અને નાસિકા

દ્વારા ધમણ માફક પ્રાણવાયુની પરંપરા કહાડવા લાગ્યા. મેં ભાષણ અગાડી ચલાવવા કહ્યું કે 'આવતે અગ્નિરથસ્થાપન સ્થલે બીજી ગાડીમાં જઈ ત્યાં બોધ કરીશું. એના એ જ માણસોને વક્તૃત્વશક્તિનો બધો લાભ આપી દેવો બીજા પર અન્યાય કહેવાય.'

ભદ્રંભદ્રના નિષ્પક્ષપાતી સ્વભાવ પર મને સાનંદાશ્ચર્ય પ્રેમ ઉત્પન્ન થયો. જાણે કંઈ બન્યું જ ન હોય તેમ રામશંકર અને શિવશંકર જોડે વાતો કરવા મંડી ગયા. શી મોટા માણસોની ઉદારતા ! પેલા રાજપૂત ભણી ક્રોધમય દૃષ્ટિ કરવાને બદલે તેની નજર ન પડે તેમ એક માણસને ઓથે બેઠા. હું પણ તે તરફ પીઠ કરીને બેઠો.

રામશંકરને પૂછયું કે, 'મોહમયીમાં ક્યાં જશો?' રામશંકર કહે કે, 'અમારું મુંબાઈમાં ઘર નથી, પણ આ ઘોરખોદીઆના ભાઈબંધ કુશલવપુશંકરના કાકા પ્રસન્નમનશંકરને ઘેર ઊતરવાના છીએ. તમે ક્યાં ઊતરશો ?'

ભદ્રંભદ્ર કહે, 'અમારા પાડોશીના દીકરાના મામાનો સસરો ભરૂચમાં મહેતાજી છે. તેના કુઆના સાવકા ભાઈનો સાળો શ્રી ભૂલેશ્વર સમીપ મોતી છગનના માળામાં રહે છે તેને ત્યાં ઊતરવાનો વિચાર છે.'

આ વાતો ચાલતી હતી તેવામાં અમારા સામાનનાં પોટલા પર મારી નજર પડી. બધું ફીંદાઈ ગયું હતું. તેથી મેં તપાસી જોયું તો માંહેથી એક ધોતિયું ને એક ચાદર ખોવાયેલા માલમ પડયાં. ભદ્રંભદ્ર કહે, 'લાભ અને અલાભ પર ધીર પુરુષે સમદૃષ્ટિ રાખવી જોઈએ. આપણા વેદધર્મનું રક્ષણ કરવામાં તન ગુમાવ્યું છે. મન ગુમાવ્યું છે અને ધન ગુમાવવાને તૈયાર છું, હજી તો મહાભારત પ્રસંગ આવવાના છે. માટે અંબારામ, શોક કરવો નહિ, પણ મિત્રના શોકમાં ભાગ લઈ તે ઓછો કરવો એ કર્તવ્ય છે. તારી ચાદર માટે શોક મૂકી દઉં છું અને મારા ધોતિયા માટે તું શોક મૂકી દે !'

મને આ વહેંચણીમાં પૂરી સમજણ પડી નહિ, પણ ભદ્રંભદ્રના મુખની ગંભીરતા જોઈ મેં વધારે પૂછયું નહિ.

પેલો શાસ્ત્રની વાતો કરનાર અમારી પાસે આવી બેઠો. તે ભદ્રંભદ્રને કહે કે, 'મહારાજ ! આપ શાસ્ત્ર ભણેલા છો તેથી એક ખુલાસો પૂછવાનો છે. શિંગોડાં ખવાય કે નહિ?'

ભદ્રંભદ્રે કહ્યું, 'કેમ ન ખવાય? ફરાળમાં શિંગોડાનો લોટ વપરાય છે ને ?'

તે ઉતારુએ કહ્યું, 'તે તો ખરું, પણ, અમારા ગામમાં એક શાસ્ત્રી આવ્યા હતા, તે કહેતા હતા કે શાસ્ત્રમાં શિંગોડાં ખાવાની ના લખી છે. કેમ કે તેનો આકાર શંકુ જેવો છે અને તેથી તેમાં બ્રહ્માજીનો વાસ છે, કારણ કે અસલ બ્રહ્માંડરૂપી ઈંડુ શિંગોડાં જેવું શંકુ આકારનું હતું.'

શાસ્ત્રનું આ મહોટું અને ઉપયોગી તત્ત્વ સાંભળી ભદ્રંભદ્રના મુખ પર ગંભીરતા પ્રસરી રહી. તેમની આંખોના ચળકાટથી તેમને કોઈ ચમત્કારી નવું જ્ઞાન પ્રાપ્ત થયાનું ભાન થતું હોય એમ જણાયું. તેમણે ઉત્સુકતાથી પૂછયું, 'પછી તે શાસ્ત્રીએ શું કર્યું ?' તે ઉતારુ કહે કે, 'શાસ્ત્રી મહારાજે આખા ગામને દેહશુદ્ધ પ્રાયશ્ચિત્ત કરાવી ગોદાનના સંકલ્પ કરાવી તેના નિષ્ક્રય દીઠ દરેક પાસેથી રૂપિયો રૂપિયો લઈ સર્વને પાપમાંથી મુક્ત કર્યાં.'

ભદ્રંભદ્રના મુખ પર સ્વદેશહિતેચ્છુ હર્ષ જણાઈ આવ્યો. તેમની પરોપકારવૃત્તિ તત્પર થઈ રહી. કપાળે આંગળી મૂકી એક સ્થિર દૃષ્ટિએ વિચાર કરી તેમણે પોટલીમાંથી એક નોટબુક કહાડી. તેમાં "શ" નામના મથાળાવાળા પાના પર લખી લીધું કે "શિંગોડાં - અભક્ષ્ય - આખા હિંદુસ્તાનને અને શિંગોડાં ખાનાર મૃત્યુ પામેલા પૂર્વજોને પ્રાયશ્ચિત્તની આવશ્યકતા - શંકા - પ્રશ્ન - સિદ્ધાંત - શાસ્ત્રાર્થ." પેલા ઉતારુને કહ્યું કે, 'આ વિશે વધારે વિચાર કરી પંડિતોના મત પુછાવી અને બનશે તો વિદ્વાનોની સભા ભરી નિર્ણય પ્રસિદ્ધ કરાવીશું એટલે તમારા ગામમાં ખબર પડશે.'

સ્ટેશન આવ્યું એટલે બીજી ગાડીમાં જઈને બેઠા. પછી મને ભદ્રંભદ્ર કહે, 'આ શિંગોડાનો પ્રશ્ન બહુ અગત્યનો છે; આખા દેશના કલ્યાણનો આધાર આ પ્રશ્નના નિર્ણય પર છે. જે માણસના મનમાં સ્વદેશાભિમાનનો અંશ પણ હોય તેનાથી આની અવગણના થાય તેમ નથી. જો આ વાત ખરી ઠરશે તો શિંગોડાનિષેધક સભાઓ સ્થાપવી પડશે. શ્રીકાશી સુધી એ વાત લઈ જવી પડશે. વારુ અંબારામ ! શિંગોડા શબ્દની વ્યુત્પત્તિ શી છે?'

'મને ખબર નથી.'

'એ પણ શોધી કહાડવું પડશે. કદાચ કાલની સભામાં આ વાત મૂકવી પડશે. મારે વિચાર કરી રાખવો જોઈએ. મારાથી હમણાં ભાષણ નહિ આપી શકાય.'

એમને ગંભીર વિચારમાં પડેલા જોઈ હું બારી બહાર જોવા લાગ્યો. તારના થાંભલા બહુ રસથી ગણતો હતો એવામાં ભદ્રંભદ્રની પાઘડી એકાએક મારા પગ પર પડી. જોઉં છું તો તેમની આંખો બંધ હતી, નાકમાંથી ધ્વનિ નીકળતો હતો અને ઘીના ઘાડવાવાળું ત્રાજવું સામે કાટલાં મૂકતાં ઊંચુંનીચું થાય તેમ તેમનું ડોકું હાલતું હતું. મને એમણે એક વખત કહ્યું હતું કે, ‘હું નેત્ર બંધ કરી ધૂણતો હોઉં ત્યારે મને ઊંઘતો ન સમજવો. એ તો એક જાતની સમાધિ છે, એક બાવા પાસેથી હું શીખ્યો છું.’ તેથી તેમાં ભંગાણ પાડવું મને ઠીક ન લાગ્યું. વખતે શિંગોડાના પ્રશ્ન માટે આ જરૂરનું હોય તેથી મેં પાઘડી મૂકી છાંડી.

૪. આગગાડીના અનુભવ (ચાલુ)

અમૂલ્ય ઓળખાણ

મારી સામે બેઠેલો એક જણ મારી સાથે વાત કરવાને બહુ ઇન્તેજાર હોય એમ જણાતો હતો; પણ વાત કેમ કહાડવી તે વિશે ગૂંચવાતો લાગતો હતો. તેથી મેં તેની મુશ્કેલી દૂર કરવા તેને પૂછ્યું, 'હવે કયું સ્ટેશન આવશે ?'

તેણે કહ્યું, 'મને બરાબર ખબર નથી. વડોદરાને તો વાર છે. તમારે ક્યાં ડાકોરજી જવું છે?'

મેં કહ્યું, 'ના, અમે તો મુંબઈ જઈએ છીએ. ત્યાં માધવબાગ સભા છે.'

'ક્યાં રહેવું?'

'અમદાવાદ'

'બ્રાહ્મણ હશો.'

મેં 'હા' કહી ભદ્રંભદ્ર ભણી જોયું કે તેમને વિશે કંઈ પુછે તો એમના ગુણ વર્ણવું; પણ તેણે ફરી નજર મળતાં પૂછ્યું, 'છોકરાં છે કે ?' મેં 'ના' કહી એ વાત બંધ કરાવવા આડું જોયું.

પણ તેણે ફરી પૂછ્યું, 'બાયડી તો હશે ?'

મેં ના કહેવા ડોકું ધુણાવી મારી પોટલી કાઢી, પણ તેણે તો પ્રશ્ન જારી જ રાખ્યા.

વળી પૂછ્યું, 'પરણેલા જ નહિ કે મરી ગઈ છે ?'

મેં બહુ જ નાખુશીથી જવાબ દીધો, 'મરી ગઈ છે.'

એની જોડે વાત કહાડી તે માટે હું પસ્તાવા લાગ્યો, ભદ્રંભદ્ર જાગે એમ ઇચ્છવા લાગ્યો, બીજો કોઈ એને વાતમાં વળગાડે તે માટે યુક્તિ શોધવા લાગ્યો પણ તે ડગે તેવો નહોતો.

'સુવાવડમાં મરી ગઈ ?' એમ પુછ્યું ત્યારે તો એમ થયું કે પૂછું કે તારે કંઈ કામ છે ? પણ એટલી હિંમત ચાલી નહિ તેથી ભદ્રંભદ્રની પાઘડી ભણી જોઈ કહ્યું કે 'તાવ આવતો હતો.' મેં ઠરાવ કર્યો કે હવે પૂછશે તો જવાબ નહિ દઉં. વળી મેં ધાર્યું કે હવે શું પૂછશે, પૂછવા જેવું રહ્યું છે શું ? માધવબાગની વાતમાં તેને નાંખવા શરૂ કરતો હતો તેટલામાં ફરી પૂછ્યું.

'કોઈ સારો વૈદ નહિ મળ્યો હોય, કે દાક્તરનું ઓસડ કરતા'તા ?' મેં ટૂંકમાં જ કહ્યું, 'વૈદનું.'

'કયા વૈદનું ?'

હું ગભરાઈ ગયો અને આ કંટાળાથી ક્યારે છુટાશે એમ નિરાશાથી વિચારવા લાગ્યો; વળી જરા હિંમત લાવી જવાબ દીધો:

'તમે નહિ ઓળખો.'

'પણ નામ તો કહો ?'

આનો પાર આવત જ નહિ, પણ એવામાં સ્ટેશન આવ્યું. ગાડી અટકી તેથી ભદ્રંભદ્રની આંખો ઊઘડી ગઈ. તેમને પાઘડી આપી મેં વાત કરાવવા કહ્યું, 'તાપ લાગે છે.'

ભદ્રંભદ્ર કહે કે 'હોય, ઋતુના ધર્મ ઋતુ કરે છે, આપણે આપણા કરીએ છીએ.'

ગાડી ચાલવાની તૈયારી થઈ એટલે પેલો માણસ નીચે ઊતર્યો હતો, તે પાછો આવી બેઠો. બીડી સળગાવી પીવા લાગ્યો. ધુમાડો નાપસંદ કરી મેં મોં પરથી તેને કંટાળો બતાવ્યો. ભદ્રંભદ્રને અને મને તેણે એકેકી બીડી આપવા માંડી. ભદ્રંભદ્રે તેનો સ્પર્શ ન થાય માટે સંકોચાઈ કહ્યું, 'અમે બ્રાહ્મણ છીએ. અમારાથી ન લેવાય.'

તે કહે, 'લેવાય નહિ પણ પીવાય ખરી. ઘણાએ બ્રાહ્મણ બીડી પીએ છે.'

ભદ્રંભદ્ર કહે કે 'તે તો ભ્રષ્ટ, પતિત, પાપી, સુધરેલા.'

'એમ કેમ કહેવાય ? શાસ્ત્રમાં તો બીડી પીવાનું બહુ પુણ્ય લખ્યું છે.'

ભદ્રંભદ્ર કહે, 'હોય નહિ, જૂઠી વાત.'

'નહિ કેમ ? જુઓ,'

ધૂમ્રપાનં મહાદાનં ગોટે ગોટે ગૌદાનમ્ |<br\> અગ્નિહોત્રી મહાયાગે પુનર્જન્મસ્ય નાશનમ્ ||<br\>

'એવું ધૂમ્રપુરાણમાં લખ્યું છે. મુખ પર અગ્નિ મૂકવાનું મહાપુણ્ય છે. તેથી મડદાંની અવગતિ થતી નથી.'

ભદ્રંભદ્ર જરા વિચારમાં પડ્યા. શંકાશીલ થઈ પૂછ્યું, 'તમે એ પુરાણ વાંચ્યું છે ?'

'જાતે જ. નહિ તો શ્લોક કહું ક્યાંથી ?'

ભદ્રંભદ્રે નોટબુક કહાડી પૂછ્યું, 'મને એ શ્લોક લખાવશો ? હું વિચાર કરી જોઈશ'

'બહુ ખુશીથી કહો તો લખી આપું.'

'ના લખાવો.'

તેણે ધીરે ધીરે શ્લોક લખાવ્યો તે ભદ્રંભદ્રે લખી લીધો. લખ્યા પછી ભદ્રંભદ્રે કહ્યું, 'મને આ શ્લોક પાછળથી ઉમેરેલો લાગે છે. શાસ્ત્રમાં આવી આજ્ઞા હોય જ નહિ. પણ શ્લોક છે તેથી વિચાર કરવો પડશે.'

એમના મુખ તરફ જોઈ એક-બે પળ પછી એ માણસ ફરી બોલ્યો,

'મહારાજ ! કંકુ બહુ સોંઘું છે.'

ભદ્રંભદ્ર કહે, 'અત્યંત. દેશમાં પાછો ધર્મ સજીવ થવાનું એ ચિહ્ન છે. તિલક વિના ધર્મ કેમ પળાય ?'

'એમ કહો કે ધર્મ વિના તિલક કેમ કરાય. ટીલું કરવું એ કંઈ સહેલ વાત નથી. હું રોજ બે કલાક મથું છું ત્યારે ટીલું કરવા પામું છું. ઊંધે માથે ઊભો રહી રસોઈ સામે જોઈ રહું છું ત્યારે મન ચોંટે છે અને પછી ટીલું ચોંટે છે. એમ ને એમ કરો તો ઊખડી જાય, તમે તો પૂર્વજન્મમાં બહુ પુણ્ય કર્યાં હશે, તેથી આમ કંકુના લપેડા ચોંટી રહ્યા છે.'

ભદ્રંભદ્ર ખુશી થયા પણ મોટા માણસની સાદાઈથી કહ્યું, 'શંકરની કૃપા.'

તે બોલ્યો, 'શંકરના ભગત છો કે ? આપણે તો ગણપતિની જ પૂજા કરવી.'

ભદ્રંભદ્ર કહે, 'તે પણ શંકરના જ પુત્ર છે.'

'પણ ફેર બહુ. હું એક વખત શિવના મંદિરમાં જઈ પોઠિયા પર બેઠો એટલે શિવ મારવા ઊઠ્યા ને હું નાઠો. મને મારી નાખત પણ ગણપતિએ મને બચાવ્યો. ગણપતિને એવું કાંઈ નહિ. એના ઉંદર આવીને રોજ મારું ટીલું ઊંઘમાં ચાટી જતા, પણ મેં બિલાડી પાળી તે દહાડાના ઉંદર મારે ત્યાં ફરકે નહિ, તેથી બિચારા ગણપતિ ચાલતા મારી પૂજામાં આવે. પણ કોઈ દહાડો બિલાડી બાબત બોલવું નહિ ! વાહ ! ગણપતિ મહારાજ, કલ્યાણ કરજો.'

ભદ્રંભદ્ર આ માણસની શ્રદ્ધાથી આશ્ચર્ય પામ્યા. કયા શિવ મંદિરમાં પોઠિયા પર બેઠેલા એ પૂછવા જતા હતા એટલામાં તે વળી બોલી ઊઠ્યો,

'મુંબઈ જવાના ખરું કે ?'

ભદ્રંભદ્ર કહે, 'હા.'

'પહેલાં કોઈ વખત ગયેલા કે પહેલી વાર જ જાઓ છો ?'

'ના, પહેલી વાર જ – ત્યાં કાલે માધવબાગમાં સભા ...'

તે બોલી ઊઠ્યો, 'હું તો બહુ વાર જઈ આવ્યો છું. મુંબાઈ જેવું શહેર દુનિયામાં નથી. ફરતો દરિયો છે અને ઊંટની ડોક જેવો બેટ છે. એટલું મોટું ગામ કે ભૂલા પડો તો પત્તો જ નહિ, તે માટે ઠેરઠેર ટપાલ સારુ લોઢાના થાંભલા દાટેલા છે. રસ્તો ના જડે તો કપાળે ટિકિટ ચોડીને

સરનામુ લખી ત્યાં ઊભા રહેવું એટલે ટપાલની ગાડી આવે તેમાં આપણને લઈ જઈ મૂકી આવે. મારે એમ એક વખત ટપાલવાળા જોડે તકરાર થઈ. તે કહે કે, 'તારા ભાર કરતાં ટિકિટ ઓછી છે.' મેં કહ્યું કે 'મેં લાડુ ખાધેલા છે તેનો ભાર કાપી લેવો જોઈએ, કેમ કે લાડુ ટપાલમાં મફત જાય છે.' પછી મને નોટપેડમાં લઈ ગયા. મેં અરજીઓ કરી તે બે મહિને પૈસા પાછા મળ્યા, રોકડા ન મળ્યા, પણ ટપાલ ઑફિસને ઓટલે ચાર દહાડા ભાડા વિના મફત પડી રહેવા દીધો. પાંચમે દહાડે પોલીસ જોડે તકરાર થઈને ત્યાંથી હું જતો રહ્યો. અરજી કરવાની હિંમત જોઈએ.'

ભદ્રંભદ્ર કહે, 'એ ખરું છે. માધવબાગ સભામાં પણ અરજી જ કરવાની –'

તે ઉતારુ વચમાં બોલી ઊઠ્યો, 'મારે માધવબાગ પાસે થઈ મારબાવડીએ બહુ વાર જવાનું થતું. ત્યાં બહુ મોટો મહેલ છે. સાત તો અગાસી છે. ત્યાંના લોક ડગલા કાળા જ પહેરવાના. હું ના મળું તેના શોકમાં મારા બેટા ચાલાક બહુ. મારવાડીનો, ફિરંગીનો, મોગલનો, ચીનાનો, ગમે તેનો વેશ પહેરું પણ મને પારખી કહાડે. હું તો દર વખતે એમ જ કહું કે, 'હું આબરૂદાર જેન્ટલમેન છું. ગાડી વિના હું આવતો નથી. જે લેશે તે આપીશ.' બે સિપાઈમાંથી એક ગાડી લેવા જાય એટલે આપણે કુટન્તી. એકના શા ભાર ? પણ હંમેશ એ યુક્તિ ના ચાલે. મારે ત્યાં બહુ ઓળખાણ છે. તમારે કોઈ પણ ભલામણ જોઈએ છે ?'

ભદ્રંભદ્રે ઉત્તર દીધો, 'ધર્મના કાર્ય પર અમારે જવાનું છે. ત્યાં ભલામણની શી જરૂર છે ? અમારે કંઈ ધનની આશા નથી, રાજ્યનો લોભ નથી. વૈભવની તૃષ્ણા નથી, જે સભામાં ભાગ લેવા હું જાઉં છું તેનું પ્રયોજન તો તમને વિદિત હશે. માધવબાગ સભાનું પ્રયોજન એવું છે, એ પ્રયોજન ધ્યાનમાં રાખવાની એવી સર્વોપરી આવશ્યકતા છે કે જે મોટા મહેલના ધનમત્ત નિવાસીઓ માત્ર તમારા વિરહદુ:ખે શ્યામવસ્ત્ર ધારણ કરે છે, તેમની માયાલિપ્ત દૃષ્ટિ તમને ગૂઢ રૂપે રહ્યા છતાં પણ ઓળખી કહાડે છે, તેમને એ પ્રયોજન વિશે સમજણ પડે તો એ પ્રયોજન –'

ભદ્રંભદ્રને અટકાવી તે ઉતારુ કહે, 'પ્રયોજન એટલે પ્ર અને યોજન. યોજન એટલે આઠ કોસ. આઠ કોસથી જેની પ્રકર્ષથી ચિંતા થાય તે પ્રયોજન. મુંબાઈ હજુ આઠ કોસથી વધારે દૂર છે. ત્યાંના પ્રયોજનની વાત હમણાં થાય નહિ. ન્યાયવિરુદ્ધ છે. હું ન્યાય શીખેલો છું. અમારા શાસ્ત્રી બહુ વિદ્વાન હતા. હું ત્રણ વર્ષ તેમની પાસે શીખ્યો. અંતે ધૂળ જેવી તકરારમાં અમારો સંબંધ તૂટ્યો. શાસ્ત્રી મહારાજના ઘરની પાંચ-દસ પાઘડીના તોરા એક પછી એક ગુમ થયા.

મેં કહ્યું કે "એ તોરા અનિત્ય હતા. જે વાસ્તવિક રીતે હોય નહિ તે જ નાશ પામી શકે." શાસ્ત્રી મહારાજ કહે કે, "જે ખરેખરું હોય તે જ નાશ પામી શકે; હોય નહિ તેનો નાશ શાનો ?" મેં કહ્યું કે "તે ન્યાયે પણ નાશકારી કારણ વિના નાશ શાનો ?" શાસ્ત્રી કહે, "તું જ કારણભૂત છે." જડમનુષ્ય ભાવરૂપ નાશનું કારણ થાય તે મારા મનમાં ન આવ્યું તેથી મેં શાસ્ત્રીનો સંગ મૂકી દીધો, ઊલટું મારા ગયા પછી શાસ્ત્રીનો ખેસ ખોવાયેલો માલમ પડ્યો. કારણને અભાવે જ વિનાશ !"

ભદ્રંભદ્ર કહે, 'આપ ન્યાય શીખેલા જણાઓ છો. આપના જેવા વિદ્વાનનો સંગ આમ સહજ થઈ જશે એમ મને આશા નહોતી.'

તે કહે, 'મને પણ આશા નહોતી, આપ જેવા કોઈક જ હોય. ધાર્મિક, વિદ્વાન, પુણ્યશાળી, અકલમંદ મનુષ્ય દુનિયામાં ક્યાંથી હોય ! આપના દર્શનનો લાભ એ તો મહાભાગ્ય.'

એવામાં ટિકિટ હાથમાં હતી તે મૂકી દેવા તેણે ગજવામાંથી વાટવો કહાડ્યો. તે ખાલી હતો તે જોઈ તે બોલી ઊઠ્યો, 'અરેરે ! આમાં પચાસ રૂપિયાની નોટ પડી ગઈ ! કોણ જાણે ક્યારે પડી ગઈ ! મારે વડોદરામાં ઊતરી ખર્ચ કરવાનો છે. આ તો ફજેતી. મેં મંદિરમાં બ્રહ્મભોજન કરાવવાનું કહ્યું છે. બિચારા બ્રાહ્મણો ભૂખ્યા રહેશે. નિસાસા મૂકશે તે તો નફામાં. એ તો ઓડકાર પછી હેડકી જેવું. મારી કેવી બેદરકારી !'

ભદ્રંભદ્ર કહે, 'આપને કેટલાક રૂપિયા જોઈએ ?'

'મારે તો હવે થોડેથી જ કામ ચલાવવું પડશે. પાંચ જોઈએ પણ પાછા લેવાનું વચન આપો તો લઉં. પ્રસિદ્ધ રીતે મેળવેલું ધન મારે શિવનિર્માલ્ય છે. મારી આંગળીએ દોરડો જોયો ? મેં વ્રત લીધેલું છે.'

ભદ્રંભદ્ર કહે, 'આપ જેવા વિદ્વાનને સહાયતા કરવી એ ધર્મ છે. પણ ધન એમ ને એમ લીધાથી આપના ધર્માચરણમાં ભંગ થતો હોય તો યોગ્ય લાગે ત્યારે પાછા મોકલજો, હાલ પાંચ રૂપિયા લ્યો.'

ઉતારુ લેતાં કચવાતો હોય તેમ જણાયો. તે કહે, 'સારા માણસને કોઈ વખત આમ શરમાવા જેવું થાય છે.'

ભદ્રંભદ્ર કહે, 'એમાં શરમાવાનું કંઈ નથી. આપ જેવા સદ્ગૃહસ્થને ઘણા ઓળખીતા મળે. લ્યો, અવશ્ય લ્યો.'

તેણે જરા વિચાર કરી કહ્યું, 'ત્યારે તો સાત આપો. સંખ્યા પણ પુણ્ય છે અને મારી ગણતરીમાં પણ ભૂલ ન પડે. લાવો મહારાજ કૃપા થઈ. માફ કરજો, મારું નામ હરજીવન છે. વડોદરાનું સ્ટેશન હમણાં આવશે. મને તેડવા આવનારને મારે ક્યાં ઊતરવાનું તે પૂછી લઈશ. પછી મારું ઠેકાણું આપને કહીશ – આપનું પણ લખી લઈશ. ભાઈ સાહેબ ! ઊતરવાનું કંઈ નિશ્ચિત નહિ. એકને ત્યાં ઊતરીએ તો બીજાને ખોટું લાગે. શું કરીએ ? વડોદરામાં મારે ઝાઝું ઓળખાણ છે.'

ભદ્રંભદ્ર કહે, 'હોય, કેમ ના હોય !'

હરજીવન કહે, 'પાછા આપવાની શરત તો ખરી. પણ તોય રૂપિયા લેતાં મને શરમ આવે છે. એટલો લાભ પણ લીધો કહેવાય. લ્યો, મહારાજ, પાછા લ્યો.'

ભદ્રંભદ્ર આ ટેક જોઈ ચકિત થઈ ગયા. તે બોલ્યો, 'એક મનુષ્યમાં વિદ્વત્તા, સુજનતા, પ્રમાણિકતા ઇત્યાદિ સર્વ મહાગુણો સાથે રહી શકે તે આજ લગી મારા માનવામાં નહોતું, હવે નિશ્ચય થયો. ના મહારાજ, રૂપિયા હાલ રાખો. એટલી મારા પર કૃપા કરો.'

હરજીવને આનાકાનીથી રૂપિયા રાખ્યા. તે કહે, 'મહારાજ, રૂપિયાને બદલે એક લાભ આપને આપવા દો. એથી મને સંતોષ થશે; મુંબાઈમાં મારે એક શ્રીમંત મિત્ર છે. તેના વાલકેશ્વરના બંગલામાં શિવનું ગુપ્ત મંદિર છે. લોકોને તે વિશે ખબરે નથી. તેનાં દર્શન કોઈને તે કરાવતો નથી. રોજ પૂજાસામગ્રીમાં રોકડા હજાર રૂપિયા થાય છે. સાક્ષાત્ શિવ ત્યાં પધારે છે. મારે તો પોઠિયા બાબત લડાઈ, નહિ તો નિત્ય દર્શન જરૂર થાય. પણ એ તો મારો જીવજાન દોસ્ત છે. મારો જામીન હંમેશ એ જ થાય છે, પણ ફક્ત નામ બદલવાં પડે.'

ભદ્રંભદ્રે પૂછ્યું, 'શેના જામીન ?'

હરજીવને હસીને કહ્યું, 'એ તો મારાથી કહેવાઈ જવાયું. ફિકર નહિ. આપ જેવાને કહેતાં હરકત નહિ. એ તો શિવ અને ગણપતિની તકરાર. જેવા આપણે ઘેર ટંટા તેવા દેવને ઘેર પણ હોય જ તો. કાર્તિકસ્વામીની બાબતમાં તકરારમાં અંતે સલાહ થાય ત્યારે ગણપતિનો

જામીન હું થાઉં અને મારો જામીન એ મારો મિત્ર થાય. એના પર આ ચિઠ્ઠી લખી આપું છું. એ તમને દર્શન કરાવશે. તમને આસ્થા છે.'

આમ વાત કરતાં વડોદરાનું સ્ટેશન આવ્યું. ગાડી ઊભી રહી એટલે હરજીવન એક પોટલું ભદ્રંભદ્રને સોંપી નીચે ઊતર્યો અને કહ્યું કે 'આ રાખો, હું આવું છું.' થોડી વારે પાછા આવી પોટલું લઈ કહ્યું કે, 'શું કરું મહારાજ ? ઊતરવાનું હજી નક્કી નથી. કોને ખોટું લગાડીએ ? લ્યો આ પેન્સિલ અને કાગળ. એ પર આપનું સરનામું લખી રાખજો. મારું નક્કી કરી જેને ઘેર ઊતરવાનું ઠરે તેના ચાકરને મારું સરનામું લખી આપી મોકલું છું. તેની જોડે પેલી કાળી પેટી મોકલજો. હાથે કેટલું ઉપાડું ! લ્યો મહારાજ ! રામ ! રામ ! કૃપા થઈ. વારુ એક બીજો રૂપિયો આપો તો.'

રૂપિયો લઈ ભદ્રંભદ્રને નમસ્કાર કરી અને મને આંખ મારી તે ચાલતો થયો અને ઉતારુઓના ટોળામાં ગુમ થઈ ગયો. ગાડી ઊપડવાનો ઘંટ થયો પણ કોઈ પેટી લેવા આવ્યું નહિ. ભદ્રંભદ્રે પોતાનું સરનામું તૈયાર કરી રાખ્યું. તેમને હરજીવનની પેટી રહી જશે એવી ફિકર થવા લાગી.

મને કહે, 'એ પેટી ઉપર કહાડી મૂક કે લેવા આવે કે તરત આપી દેવાય.'

હું પેટી લેવા ગયો કે એક બીજો ઉતારુ જે ગાડીમાં આવી નીચે ઊતરી ફરી આવીને તરત જ પાછો આવેલો હતો તે કહે, 'કેમ, પેટીને કેમ અડકે છે ?'

ભદ્રંભદ્ર કહે, 'તારે શી પંચાત ? ધણી અમને કહી ગયો છે.'

તે ઉતારુ કહે, 'ધણી વળી કોણ ? પેટી તો મારી છે.'

ભદ્રંભદ્ર કહે, 'અસત્ય ભાષણ કેમ કરે છે ? એ તો હરજીવનની છે.'

'વળી સાળો હરજીવન કોણ છે ? પેટી મારી પોતાની છે.'

હું ભદ્રંભદ્રના કહેવાથી પેટી લેવા જતો હતો, પણ પેલો ઉતારુ ઊભો થઈ કહે, 'દૂર રહે નહિ તો માર ખાઈશ. એ સિપાઈ ! આ જો !'

આ તકરાર થતાં ગાડી ઊપડી ને ચાલી. હરજીવનનું કોઈ માણસ જણાયું નહિ તેથી અમે વધારે તકરાર કરવી દુરસ્ત ધારી નહિ.

અમને પેલો ઉતારુ લુચ્ચા ધારે નહિ માટે અમે બે, તે સાંભળે એમ હરજીવનની વિદ્વત્તા, ધાર્મિકતા, ચપળતા, વાચાળતા, બ્રહ્મભોજન, ટેક વિશે માંહોમાંહે વાત કરવા લાગ્યા. તેનું માણસ કેમ ન આવ્યુ, તે રૂપિયા હવે શી રીતે પાછા મોકલાવશે, બિચારાનો ટેક કેમ રહેશે, એના વ્રતમાં ભંગ પડશે વગેરે ચિંતાઓ ભદ્રંભદ્ર દર્શાવવા લાગ્યા.

અમે ઠરાવ કર્યો કે મુંબઈના પેલા હરજીવનના મિત્રને ચિઠ્ઠી આપતી વખતે હરજીવનનું ઠેકાણું પૂછી લઈ તેના પર પત્ર લખવો કે બિચારો મૂંઝવણમાંથી છૂટે અને પૈસા મોકલાવી શકે.

આ વાતોથી પેલા ઉતારુના મનમાં કંઈ અસર થઈ જણાઈ નહિ, તેથી અમે વિવિધ વાતો કરી અંધારું થયે સૂઈ ગયા. રાતમાં કોઈ વખત લાત વાગે, કોઈ નવો ઉતારુ સામાન અથડાવી વગાડે તે સિવાય અમે જાગતા નહોતા. પણ ઘણો ભાગ ટૂંટિયાં વાળી સૂઈ રહેવામાં કહાડ્યો. જોતજોતામાં સવાર થયું અને મુંબાઈના ધુમ્મસ અને ધુમાડા જોતાં જોતાં ગ્રાંટરોડનું સ્ટેશન આવી પહોંચ્યું.

૫. મોહમયી મુંબાઈ

સ્ટેશન પર કોઈ તેડવા આવ્યું નહોતું. તેથી અમે વગર કહે જ નીચે ઊતર્યા. મજૂરો સામાન ઊંચકવાનું પૂછી જવાબ સાંભળવા થોભ્યા વિના એક પછી એક અગાડી ચાલ્યા જતા હતા. પીઠ કરી ઊભેલા માણસોને પાછું ફરીને જોવાની જિજ્ઞાસા રહી નહોતી. ઉતાવળે ચાલતા લોકો વચમા કોણ ઊભું છે તે જોવા અટક્યા વિના હડસેલા મારી ચાલ્યા જતા હતા. તેડવા આવનારા દરેક ગાડી આગળ આવી પરોણાને ખોળવા બૂમો પાડતા નહોતા.

આ બેદરકારી જોઈ ભદ્રંભદ્ર બોલ્યા, 'શો મોહમયીનો મોહ ! એ મોહ ઉતારવા માટે હું હજારો અને લાખો ગાઉ ઓળંગી અહીં આવ્યો છું.'

મેં કહ્યું, 'બરોબર એટલા ગાઉ નથી એમ હરજીવનના કહેવાથી જણાય છે.'

ભદ્રંભદ્ર કહે, 'એટલા ગાઉ નહિ તો ગજ કે તસુ તો હશે જ. એમાં ભિન્નતા દેખાય તે માયા છે. પરમાર્થ દૃષ્ટિએ તો સર્વ એક જ છે. આ મોહમયીનો મોહ દૂર કરવો, તેનો મદ ઉતારવો એ મેં માથે લીધું છે. યુદ્ધ દારુણ થનાર છે.'

એવામાં એક ઘૂંટણ લગી પહોંચતા, ખભા આગળથી લટકાવેલા દોરડા, નીચેથી ફાટેલાં બેવડી ખાદીના બદનવાળો અને માથે ઊંચી લાલ ટોપી પર કાળી કામળીના કકડાવાળો અને ઠીંગણો મજૂર મારા હાથમાંનું પોટલું ખેંચી બોલ્યો, "સેટ, ઘેઉ કાય?"

પોટલી જશે એ શંકાથી ભદ્રંભદ્ર મને ખેંચી પચાસ કદમ પાછા હઠી ગયા. પણ મજૂરને શાંત ઊભેલો જોઈ હિંમત લાવી કંઈક પાસે આવી ક્રોધમય મુખ કરી બોલ્યા, 'પિશાચ ! શ્રોત્રિય બ્રાહ્મણને વૈશ્ય વ્યાપારીનું ઉપનામ આપી પાપમાં પડતાં બીતો નથી? તે સાથે વળી પરદ્રવ્ય હરણ કરવા તત્પર થાય છે ? ચૌર્ય સત્પુરુષને નિષિદ્ધ છે, હેય વ્યસનસપ્તકમાં ગણેલું છે, તેની અવગણના કરે છે ? આર્યધર્મની આજ્ઞાઓ સાંભળવા માધવબાગ સભામાં આવજે.'

પેલો મજૂર ડોકું એક તરફ વાંકુ કરી કંઈ બબડી ચાલતો થયો. ભદ્રંભદ્રના બોધ કે માધવબાગ સભાના નામે તેના મન પર જાદુઈ અસર કરી હોય તેમ લાગતું હતું, કેમ કે તે ઘડી ઘડી પાછો ફરી અમારી તરફ મોં કરી જોતો હતો.

ઉતારુઓની ભીડમાં ભચડાતા અને હડસેલા ખાતા અમે ટિકીટ આપી દરવાજેથી બહાર નીકળ્યા. ત્યાં બેસનારા ગાડી ખોળતા હતા ને ગાડીવાળા બેસનારા ખોળતા હતા. એક ઘોડાગાડીવાળાએ પૂછ્યું, 'શેઠ લાવું કે ? કાં જશો ?' બીજો ભદ્રંભદ્ર પર ઘોડો લાવી બોલ્યો, 'શેઠ, આ ગાડી છે.' ત્રીજાએ મારી પાસે આવી મારો હાથ જોરથી ખેંચી કહ્યું, 'પેલી મોટી સગરામ છે, સામાન પણ બધો રહેશે. તમારે કાં જવું ?' આંચકાથી વેદના પામી ગૂંચવણમાં હું ભદ્રંભદ્ર સામું જોવા લાગ્યો. ભદ્રંભદ્ર મારી સામું જોવા લાગ્યા. અને બંને ગાડીઓ સામે જોવા લાગ્યા. અંતે ભદ્રંભદ્રે ઉત્તર દીધો કે –

'સર્વના પ્રશ્ન માટે અત્યંત ઉપકૃત છું. આમાંથી કોઈ વાહન માધવબાગ સભાના દર્શનાર્થી જનો સારુ વિશિષ્ટ છે?'

કોઈએ ઉત્તર દેવાની તસ્દી લીધી નહિ, સહુ ગાડીવાળા નવા ઘરાક શોધવા ચાલ્યા ગયા. અમને ગૂંચવણમાં જોઈ એક આદમીએ કહ્યું, 'પેલો રેંકડો કરો, પછી તે ય નહીં મળે.' તેથી અમે તે તરફ ગયા. જેમતેમ કરી તેમાં ચઢી ઉછળતા અને ખખડતા ભૂલેશ્વર ભણી ચાલ્યા.

રસ્તામાં ગાડીઓ દોડધામ કરતી જતી હતી. પગે જનારા લોકો ધસમસ્યા ચાલ્યા જતા હતા, કોઈ કોઈ માટે વાટ જોતું જણાતું નહોતું તે જોઈ ભદ્રંભદ્ર કહે કે, 'આ સર્વ માધવબાગમાં જતા હશે !'

રેંકડાવાળાને પૂછ્યું: 'માધવબાગમાં સભા કેટલા વાગે ભરાવાની છે ?'

રેંકડાવાળો કહે, 'કહીં ? માધવબાગમાં ?'

ભદ્રંભદ્ર કહે, 'હા, માધવબાગમાં આજે આપણા વેદધર્મનું રક્ષણ કરવા માટે મોટી સભા મળનારી છે. આ નગરીમાં તો સર્વને તે વિદિત હશે.'

રેંકડાવાળો કહે, 'કોમ જાણે, અમારે તો રેંકડાના લેશન માટે પોલીસમાં જઈ આવવાનું છે.'

ભદ્રંભદ્ર કહે, 'ત્યારે શું તમે લોક માધવબાગમાં નહિ આવો?'

'ઘરાક મળે તો માધવબાગે ય જઈએ ને 'સોનાપુરે' જઈએ.'

ભદ્રંભદ્ર આશ્ચર્ય પામી બોલ્યા, 'સોનાપુર ! સુવર્ણપુરીમાં પણ જે ન થઈ શકે તે આ અલૌકિક સભામાં થવાનું છે. સુવર્ણપુરીનો મોહ એ મોહમયીની માયા છે. સુવર્ણ એ પાર્થિવ સુખ છે, માયા છે. તેના કરતા સહસ્ત્રગણા સુખનું સાધન માધવબાગ સભામાં પ્રાપ્ત છે.' મારી તરફ જોઈ કહે કે, 'અંબારામ, જોઈ આ મોહમયીનિવાસીઓની ભ્રમણા ! સુવર્ણની લંકા લુપ્ત થઈ ગયા પછી પણ કલ્પિત ભૂગોળોમાં તથા ભૂમિરેખાચિત્રમાં હજી લંકા છે એવું અસત્ય વર્ણન કરી આપણા ધર્મ વિરુદ્ધ કેળવણી આપે છે. અને વળી, અહીં જ સુવર્ણપુરી નામે સ્થાન વસાવ્યું છે ? કેવું આપણા આર્યધર્મનું અપમાન !'

મેં રેકડાવાળાને પૂછ્યું, 'સોનાપુર જૂદું ગામ છે કે આ શહેરમાં જ છે?'

રેંકડાવાળો અમારા બેની સામું થોડીક વાર જોઈ રહ્યો, ભદ્રંભદ્રના મુખ ભણી તાકી રહ્યો. પગથી માથા સુધી આંખ ફેરવી ગયો, 'પૂંછડેથી જ જોતરેલા !' એમ વાંકુ મોં કરી બોલી પાછો ફરી ઉતાવળે ગાડી દોડાવવા લાગ્યો, તેની જવાબ દેવાની ઈચ્છા જણાઈ નહિ તેથી અમે તેની જોડે વધારે વાતચીત કરી નહિ.

ઘણા રસ્તા વળ્યા પછી ભૂલેશ્વર આવ્યું. મહામહેનતે પૂછતાં મોતી છગનનો માળો જડ્યો. રેંકડાવાળાને પૈસા આપી અમે નીચે ઊતર્યા. માળામાં જઈ પૂછ્યું કે, 'શંકરભાઈ ગોકળભાઈ ક્યાં રહે છે ?' કેટલાકે જવાબ દીધો નહિ, કેટલાકે કહ્યું, 'ખબર નથી.' કેટલાકે કહ્યું, 'ઉપર પૂછો.' ઉપલે માળ ગયા ત્યાં પણ એવા જ જવાબ મળ્યા. માળ ઉપર માળ ચઢ્યા ગયા, ત્યાં પણ પત્તો લાગે એમ જણાયું નહિ. આખરે પાંચ-છ દાદર ચડ્યા પછી છેક ઉપલે માળે કોઈએ કોટડી બતાવી ત્યાં ગયા. શંકરભાઇને ઓળખાણ આપી અમે મુકામ કર્યો.

જમીને શંકરભાઈ સામા માળામાં પત્તાં ખેલવા ગયાં. ભદ્રંભદ્ર સભામાં જવા સારું સજ્જ થયાં. પગે પાવડીઓ પહેરી, કમરે ધોતીયા પર મૃગચર્મ બાંધ્યું. ઓઢેલા ધોતીયાની કોર પર ચપરાસીના પટા માફક ભગવા રંગની પટી ટાંકી; ગળામાં રુદ્રાક્ષની માળા ઘાલી. હથેલીઓ પર શંખ, ચક્ર, ગદા, પદ્મ ઇત્યાદિ ચીતર્યાં, ગાલ પર કંકુની આડીઊભી લીટીઓ કહાડી ખાનાઓમાં એક ગાલે 'શિવ', 'શિવ' એ શબ્દો લખ્યા અને બીજે ગાલે 'રામ' 'રામ' એ શબ્દો લખ્યા. કપાળે સુખડની અર્ચા કરી અને એક છેડે ગણપતિનું ચિત્ર કહાડ્યું. બીજે છેડે સૂર્યનું ચિત્ર કહાડ્યું. એક હાથમાં ગૌમુખી લીધી. માળા ગળે પહેરી હતી તેથી ગૌમુખીમાં સોપારી તથા પૈસા મૂક્યા. બીજા હાથમાં (પરશુને ઠેકાણે) શંકરભાઈના ઘરની કુહાડી ઝાલી ખભા ઉપર ટેકવી. પાઘડીમાં તુળસીની ડાળીઓ ખોસી. શંકરભાઈની ઘાટી

ચાકરને કોઈ ઠેકાણેથી ઢોલ લાવવા કહ્યું. તે ઢોલ લઈ આવ્યો. માળામાંના કેટલાંક બૈરા છોકરાં પણ તેમની પછાડી આવ્યાં. ઢોલ મારા હાથમાં આલવાને બદલે ઘાટીઓએ જ વગાડવા માંડ્યુ. શૂરના આવેશમાં ભદ્રંભદ્ર સાક્ષાત્ જામદગ્ન્ય પ્રગટ થયા હોય તેવા જણાવા લાગ્યા. મને કહ્યું, 'મેં આભરણો સહિત પ્રથમ કદી ભાષણ આપ્યું નથી. તેથી આ મંડળ સમક્ષ ભાષણ આપું તો અભ્યાસથી લાભ થાય. તું સભાપતિ થા.'

હું મારી મેળે મને સભાપતિ બનાવવાની દરખાસ્ત કરી એક કોઠી પર સૂંપડું નાખી બેઠો અને તાળીઓ પાડી કહ્યું:

'શ્રોતાજનો ! શાંત થાઓ. આ મહાપુરુષનું ભાષણ સાંભળો.'

ભદ્રંભદ્ર બોલ્યા, "જિજ્ઞાસુ સભ્યજનો, મારું પધારવું અત્રે શા અર્થે થયું છે તે તમને વિદિત થઈ ગયું હશે. આપણા સનાતન આર્યધર્મની છિન્નભિન્ન અવસ્થાએ સકળ સ્વદેશાભિમાની આર્યોને ઉત્સાહયુક્ત કર્યા છે. સુધારાવાળાઓના ઉપાયોએ આર્યોને મુખરિત કર્યા છે. શત્રુદળની અલ્પ સંખ્યાએ આર્યોને શૂરવીર કર્યા છે. સ્વદેશની દોષગણનાએ આર્યોને દોષરહિત કર્યા છે. પરદેશની વિવૃદ્ધિએ આર્યોને પરદેશ ગુણ-આગ્રહી કર્યા છે. ધર્મનિષ્ઠ આર્યો, ધર્મસુધારણા વિરુદ્ધ થયા છે. અધમ દિશામાં આવેલા ભારતવર્ષનું સ્વદેશાભિમાની આર્યો સુધારકોના ઉપાયોથી રક્ષણ કરી રહ્યા છે. આપણા આર્યદેશમાં હાલ એકે સુધારો કરવાની, એક પણ રૂઢિ બદલવાની, એક પણ નવો અંશ આણવાની અગત્ય છે, એમ કહેવું એ ઘોરતમ પાપ છે. અહા ! પૂર્ણ કળાએ પહોંચેલા આપણા આર્યદેશની કેવી દુર્દશા થઈ છે ! આપણો આર્યદેશ કેવો શ્રેષ્ઠ, કેવો અચલ ! આર્યજનો ! આવાં મહાન કાર્યો સાધવા આજ માધવબાગમાં સભા મળનાર છે. ત્યાં ભાગ લેવો એ સર્વનું કર્તવ્ય છે."

એવામાં શ્રોતાજનોમાં પછાડી ગરબડ થવા લાગી. કેટલાક દાદર ઊતરી નાસવા લાગ્યા, કેટલાક રવેશમાં ભરાવા લાગ્યા. કેટલાક બારણા પાછળ સંતાવા લાગ્યા. શંકરભાઈ આવી પહોંચ્યા હોય એમ જણાયું.એમણે કેટલાકને લાત લગાવી, કેટલાકને ધક્કા માર્યા. કોલાહલ થઈ રહ્યો. ભદ્રંભદ્રને આવીને કહે કે 'તમે પણ પારકે ઘેર આવું ધાંધલ કરો છો ? આવા ભામટાઓને ઘરમાં એકઠાં કરો છો ?' ચાકરને કહે કે, 'તેં માળિયા પરથી કુહાડી કેમ ઉતારી ?' તે કહે કે, 'માગી તે હું શું કરું?' સ્વામી સેવકનો વિરોધ શમાવવા ભદ્રંભદ્રે ધીમે રહી કુહાડી નીચે મૂકી દીધી. તે બે જણા ખુલાસાથી વાત કરી શકે તે માટે હું તથા ભદ્રંભદ્ર નીચે ઊતરી ગયાં. નીચે ઊભેલ ટોળાની તાળીઓ, હર્ષના પોકાર, 'હુરિઓ', 'એઈ ચોર',

'લીજીયો' ઇત્યાદી જયધ્વનિ શ્રવણ કરતા અને મુદિત થતા અમે માધવબાગમાં જઈ પહોંચ્યા.

ત્યાં લોકોનાં ટોળાં આવેલાં હતાં તથા આવ્યે જતાં હતાં. શોરબકોર થઈ રહ્યો હતો. કાને પડ્યું સંભળાતું નહોતું. સભાનો ઉદ્દેશ પહેલેથી લોકોનાં મનમાં ઠસાવવા જાતજાતનાં ચોપાનિયાં તથા પાનિયાં વહેંચાતાં હતાં. કેટલાંકમાં ગોરક્ષાનો બોધ હતો. કેટલાંકમાં સુતરપાડા ગામમાં કેદારેશ્વર મંદિરના બાવાના નિર્વાહ સારુ ઉઘરાણીની રકમો માગેલી હતી. કેટલાકમાં 'સાડાત્રણ દોસ્તદારની વાર્તા'ના ગુણ તથા રસિકતા વર્ણવેલાં હતાં. કેટલાંકમાં બલવર્ધક ચૂર્ણની રામબાણ સફળતા વિસ્તાર તથા ઉદાહરણ સહિત પ્રસિદ્ધ કરેલી હતી. આવા મોટા પાયા પર તથા વિવિધ સામગ્રીથી ઊભી કરેલી સભાની અદ્ભુત યોજના ભદ્રંભદ્રે પણ કલ્પી નહોતી.

૬. માધવબાગમાં સભા

સભામંડપમાં લોકો ખુરશીઓ અફાળતા હતા અને પાટલીઓ પછાડતા હતા; તે દુંદુભિનાદ રણમાં ચઢવા તત્પર થયેલા આર્યભટોને પાનો ચઢાવતો હતો. પાછળથી આવ્યા જતા ટોળાના ધક્કાથી આગલી હારમાં ઊભેલા લોકો ખુરશીઓ પર બેઠેલા લોકો પર તૂટી પડી તેમને સ્થાનભ્રષ્ટ કરતા હતા; તે વ્યુહરચના આર્યસેનાની સંગ્રામ આરંભ કરવાની ઉત્સુકતા દર્શાવતી હતી. ભીડમાં કચરાઈ જવાની બીકથી અને સભાના સર્વ ભાગનું દર્શન કરવાની ઇચ્છાથી થાંભલા પર ચઢી ગયેલ લોકો એક હાથે પાઘડી ઝાલી રહેલા હતા; તે યુદ્ધમાં અદ્ભુત શૌર્ય દર્શાવી, પ્રાણવિસર્જન કરનારને વરવા વિમાન ઝાલી ઊભી રહેલી અપ્સરાઓની ઉપમા પામતા હતા.

આ ભીડમાં અને ઘોંઘાટમાં સભાના અગ્રેસરનું દર્શન કરવાની કે ભાષણમાંનો એક શબ્દ પણ સાંભળવાની આશા મૂકી ઓટલા નીચે અમે ઊભા હતા, એવામાં રામશંકર અને શિવશંકર આવી પહોંચ્યા. તે કહે કે 'અહીં કેમ ઊભા છો ? ચાલો, રસ્તો કરીશું.' તેમની સાથે અમે ભીડમાં ધૂસ્યા. કેટલાકને પછાડી હઠાવ્યા, કેટલાકની વચ્ચે પેઠા. હું આ ધમાધમથી કંટાળી પાછા ફરવાનું કરતો હતો. પણ તેમ કરવું યે મુશ્કેલ હતું. ભદ્રંભદ્ર કહે કે, 'આપણે ધૈર્ય રાખવું જોઈએ. જો, સભામાં ચારે તરફ આવો મહાભારત પ્રયત્ન લોકો કરી રહ્યા છે, તે સિદ્ધ કરે છે કે આ સંસારનો પંથ સરલ નથી.'

રામશંકર કહે, 'વાતો કરવા રહેશો તો કચડાઈ જશો, અગાડી વધો.'

જેમતેમ કરતા અમે એક પાટલી આગળ આવી પહોંચ્યા. પાટલી તો ખીચોખીચ ભરાઈ ગયેલી હતી. તેના અઢેલવાના કઠેરા પર પણ લોકો ઊભેલા હતા. તેમાંના કેટલાકને રામશંકરે ઝાલી નીચે પાડ્યા. તેમની જોડે સહેજ યુદ્ધ કરીને અમે પાટલીના કઠેરા પર ચઢીને ઊભા. ઊભા રહીને જોતાં સભામંડપની સર્વ રચના નજરે પડી. સભાપતિની બેઠક આસપાસની થોડીક જગા સિવાય બધે લોકો જગા મેળવવાના પ્રયાસમાં ગૂંથાયેલા હતા. સદાવ્રતમાં ખીચડી વહેંચાતી વખતની ગોસાંઈઓની ધમાચકડી પણ આની આગળ શાંત અને નિયમસર હોય છે. સર્વ સભાજનો અગાડી આવવાના પ્રયત્નમાં મચેલા હતા. ભાષણ સાંભળવા તેમને ઇચ્છા કે આશા હોય તેમ લાગતું નહોતું. સાંજ લગીમાં પણ અગાડી આવી પહોંચાય તો બસ. એ ધીરજથી છેક પાછળનું ટોળું પણ મહેનત જારી રાખી રહ્યું હતું. કેટલાક કહે કે સભાનું કામ શરૂ થઈ ચૂક્યું છે. કેટલાક કહે કે હજી શરૂ થવાનું છે.

જેમને અગાડી આવી પહોંચ્વા પછી પોતાની જગા મેળવવાનો જ પ્રયત્ન કરવાનો હતો, તેઓ ટોળાંનું જોર નરમ પડે ત્યારે વિશ્રામ લઈ ચિંતા દૂર કરવા વિવિધ વાતો કરતા હતા. કોઈ કહે કે 'આજની સભામાં એવો ઠરાવ કરવાનો છે કે બ્રાહ્મણને રૂપિયાથી ઓછી દક્ષિણા આપવી નહિ.' કોઈ કહે કે 'બધી રાંડીરાંડોને પરણાવી દેવી એવો સરકારે કાયદો કર્યો છે તે માટે અરજી કરવાની છે કે સહુ સહુની નાતમાં જ પરણે' કોઈ કહે કે 'એવી અરજી કરવાની છે કે ગાયનો વધ કરે તેને મનુષ્યવધ કરનાર જેટલી સજા કરવી, કેમ કે અમારા ધર્મ પ્રમાણે ગૌમાતા મનુષ્યથી પણ પવિત્ર છે.' કોઈ કહે કે 'નાતના મહાજન થવાના કોના હક્ક છે તેની તપાસ કરવા એક કમિશન નીમવાનું છે.'

આઘે ખુરશી ઉપર બેઠેલા બે જણને રામશંકરે સલામ કરી તેથી ભદ્રંભદ્રે પૂછ્યું, 'એ કોણ છે ?'

રામશંકર કહે, 'પેલા ઠીંગણા ને જાડા સરખા છે ને ચારે તરફ જુએ છે તે આ ઘોરખોદીઆના ભાઈબંધ કુશલવપુશંકર અને તેમની જોડે બેઠા છે તે એમના કાકા પ્રસન્નમનશંકર.'

પાસે ઊભેલો એક આદમી બોલી ઊઠ્યો, 'એ કુશલપુનું જ નામ લોકોએ ઘોરખોદીઓ પાડેલું છે અને એના કાકાનું નામ નખોદીઓ પાડેલું છે. નામ પડી ગયાં છે તે ભુલાવવા એ લોકોએ આ બે બ્રાહ્મણોને પૈસા આપી એ નામે પોતાને ઓળખાવવાને રાખ્યા છે. પૈસાની રચના કરનાર લોકો એવામાંયે પૈસાથી પોતાનું કામ સાધવા મથે છે.'

આ ખુલાસો શિવશંકરને બહુ ગમ્યો હોય એમ જણાયું નહિ. કેમ કે તેણે આડા ફરીને કહ્યું, 'સમાલીને બોલજે.'

પેલાએ કહ્યું કે 'જા, જા; સાળા હજામગોર, તું શું કરવાનો છે ?'

શિવશંકરે ઉત્તરમાં મુક્કી બતાવી. પેલાએ પ્રત્યુત્તરમાં મુક્કી લગાવી. આમ સભ્યતા આપ-લે કરતાં બંને નીચે ખસી પડ્યા. કેટલાક બંને પક્ષની મદદમાં શામિલ થઈ ગયા, કેટલાક તેમની ખાલી પડેલી જગ્યાએ ચઢી ગયા.

હો હો ચાલતી હતી તેવામાં સભામાં મધ્ય ભાગમાં તાળીઓ પડવા લાગી. અમે પણ તાળીઓ પાડતા તે તરફ ઊંચા થઈ જોવા લાગ્યા. કોઈ ચકરી પાઘડીવાળો લાંબા હાથ કરી

મરાઠીમાં બોલતો હતો. તે શું કહે છે તે પૂરું સંભળાયું નહિ. સંભળાયું તેટલું સમજાયું નહિ. તે બેસી ગયા પછી એક ગુજરાતી બોલવા ઊઠ્યો. બધે સંભળાય માટે તે ખુરશી પર ઊભો થઈ ગયો. તેણે પાઘડી જરા વધારે વાંકી મૂકેલી હતી. મૂછના આંકડા ચઢાવેલા હતા. કલપ લગાવવો રહી ગયો હશે ત્યાં મૂછના કોઈ વાળ સહેજ ધોળા જણાતા હતા. પાનથી હોઠ લાલ થયેલા હતા. બાંહ્યો ચઢાવી તેણે બોલવા માંડ્યું :

'ગૃહસ્થો ! આજની સભા શા માટે મળી છે તે આપણી ભાષામાં કહેવાનું માન મને મળ્યું છે. એ માનથી હું ઘણો મગરૂર થાઉં છું. એ માન કંઈ જેવું તેવું નથી. આજકાલ યુરોપની ભાષામાં બોલવું એ મ્હોટું માન ગણાય છે. પણ હું સમજું છું કે હું કેવો ગધેડો (હર્ષના પોકાર) કે મેં યુરોપનું નામ પણ સાંભળ્યું. હું સમજું છું કે હું કેવો અભાગિયો કે મેં યુરોપની ચોપડીઓનો અભ્યાસ કર્યો (તાળીઓ). હું સમજું છું કે હું કેવો મૂરખો કે મેં યુરોપની રીતભાતો જાણી (હસાહસ). માટે પ્રમુખસાહેબ, હું આપનો ઉપકાર માનું છું, કે આપણી ભાષામાં ભાષણ કરવાનું માનવંતુ કામ મને સોંપ્યું છે. તે માટે ગૃહસ્થો, હું તમને મગરૂરીથી કહું છું કે મારા જેવા સાદા આદમીને આવું માન વગરમાગ્યે મળ્યું નહિ હોત તો હું તે લેત નહિ. હવે આજની સભામાં શું કરવાનું છે તે મારે તમને કહેવું જોઈએ. તમે સહુ જાણો છો કે સુધારાવાળાઓ લોકોની ગાળો ખાય છે તોપણ સુધારો કરવા મથે છે. મારા જેવા આબરૂદાર માણસો સુધારાવાળાના સામા પક્ષમાં દાખલ થઈ બહુમાન પામે છે, તે પરથી સાફ જણાશે કે સુધારાવાળા થવું ફાયદાકારક નથી. સુધારાવાળાના અગેવાન મલબારી છે, તેને લોકો શું કહે છે તે પરથી સાફ જણાશે કે એ કામમાં લોકપ્રિય થવાનું નથી. તોપણ તે સરકારને અરજી કરવા માગે છે કે બાળલગ્ન અટકાવવાનો કાયદો કરવો. આપણા ધર્મશાસ્ત્રમાં બાળલગ્ન કરવાનું લખેલું છે. એટલે તે માટે હું વધારે બોલવાની જરૂર ધારતો નથી. શું આપણે ધર્મવિરુદ્ધ જવું ? શું આપણો ધર્મ ચૂકવો ? કદી નહિ (તાળીઓ). વળી, સરકારને વચ્ચે નાખવાની શી જરૂર છે ? બાળલગ્નનો રિવાજ શો ખોટો છે કે સુધારો કરવાની જરૂર પડે ? અને જરૂર પડે તો શું આપણે નહિ કરી શકીએ ? આપણે આટલી બધી કેળવણી પામ્યા ને સરકારની મદદ લેવી પડે ? આપણા બધા રિવાજ બહુ લાભકારક છે. તે બતાવી આપે છે કે આપણા જેવા વિદ્વાન, આપણા જેવા ડાહ્યા, આપણા જેવા હોશિયાર બીજા કોઈ નથી. તો પછી આપણા જેવા લોકોના રિવાજ ખોટા કેમ હોય ? તેમાં સુધારો કરવાની શી જરૂર હોય ? પ્રમુખસાહેબ છે, હું છું, એવા મોહોટા માણસો આપણા લોકોના આગેવાન છે, તો પછી સરકારને વચમાં નાખવાની શી જરૂર છે ? જુઓ, આપણે ખાઈ રહીને કોગળા કરી મહોં સાફ કરીએ છીએ; અંગ્રેજ લોક તેમ નથી કરતા. તે સાબિત કરે છે કે આપણા બધા રિવાજ અંગ્રેજ લોકના રિવાજ કરતાં ઘણા જ સારા છે. માટે સરકારને અરજી કરવી જોઈએ

કે આ બાબતમાં કાયદો ન કરે. બીજા બોલનારા છે, માટે હું વધારે વખત રોકાતો નથી.' (પાંચ મિનિટ લગી તાળીઓ ચાલી રહી.)

ટેકો આપવાને એક બીજા ગૃહસ્થ ઊઠ્યા. તેમણે કહ્યું, 'સરકારને અરજી શા માટે કરવી જોઈએ. એ બહુ છટાથી કહેવામાં આવ્યું છે અને ઘણી હુશિયારીથી સાબિત કરવામાં આવ્યું છે, માટે મારે વધારે કહેવાની જરૂર નથી. કેટલાક અંગ્રેજો પણ આપણા રિવાજ વખાણે છે તેથી સાબિત થાય છે કે આપણા રિવાજ ઘણા જ સારા છે. દુનિયામાં એવા કોઈના નથી, તો પછી સુધારો શું કામ કરવો જોઈએ ? આપણા રિવાજની સરકારને શી ખબર પડે ? પરદેશી લોકોને આપણા રિવાજમાં હાથ ઘાલવા દઈ શકાય નહિ. તેમના હેતુ ગમે તેટલા સારા હોય તોપણ આપણી રૂઢિઓ કેવી સારી છે તે તેઓ ન સમજે. માટે હું આ દરખાસ્તને ટેકો આપું છું.'

એમના બેસી ગયા પછી કુશલવપુશંકર બોલવા ઊભા થયા. તેમને ઊભા થયેલા જોઈને લોકોએ તાળીઓ પાડવા માંડી, 'ઘોરખોદીઓ', 'બાઘો', 'શાસ્ત્રી મહારાજ' એવાં વિવિધ નામે લોકો તેમને બોલાવવા લાગ્યા. પ્રમુખે તાળીઓ પાડી લોકોને શાંત થવા કહ્યું. ટેબલ પર લાકડી ઠોકી, ઊભા થઈ મૂંગા થવા હાથે નિશાની કરી. કેટલીક વારે આગલી હારવાળા શાંત થયા ત્યારે પાછલી હાર લગી તાળીઓ જઈ પહોંચી હતી. ત્યાંના લોકો શું ચાલે છે, તે જાણ્યા વિના તાળીઓ પાડવા લાગ્યા. કંઈક શમ્યા પછી પ્રમુખે કુશલવપુશંકરને ભાષણ શરૂ કરવાનું કહ્યું. લોકોના આવકારથી તે બહેબાકળા થઈ ગયા હતા. પણ કંઈ જાણતા જ ન હોય, એમ સ્વસ્થ રહેવા પ્રયત્ન કરતા હતા. ચારે તરફ નજર ફેરવી, મારો ગભરાટ કોઈ જોતું નથી, એમ મનથી માની લઈ તેમણે બોલવું શરૂ કર્યું.

'શ્રીવેત્રાસનાધિકારિન્ તથા શ્રી સભામિલિત શ્રોતૃજનાઃ આપણે વેદધર્મ શ્રેષ્ઠ છે, કારણ કે વેદ ઈશ્વરપ્રણીત છે. પૂછશો કે શા પ્રમાણથી ઈશ્વરપ્રણીત છે ? તો શું બાલક છો ? બાલકો જ એવાં પ્રમાણ માગે છે, વેદાધ્યયનને અભાવે. બ્રહ્મે પોતાનો પરિમાણ વેદમય કર્યો તેથી. કારણ કે વેદ અનાદિ છે. શબ્દ નિત્ય છે. ઈશ્વરપ્રણીત પ્રમાણ જન્યનિત્યત્વઇતરદેશશાસ્ત્રકારાસિદ્ધત્વથી. માટે સુધારો અનિષ્ટ છે. વેદવિરુદ્ધ તેથી, વેદવિરુદ્ધત્વ હોય ત્યાં ત્યાં અનિષ્ટત્વ વ્યાપક છે. તે માટે. જેમ ચાર્વાકાદિમાં ઇતિ સિદ્ધમ્.'

આમ અજબ શાસ્ત્રીય પ્રમાનથી આર્યપક્ષ સિદ્ધ કરી સર્વજનોને ન્યાયબલથી વિસ્મય પમાડી અને વિરોધીઓને સર્વકાલ માટે નિરુત્તર કરી નાખી કુશલવપુશંકર બેસી ગયા. આ

પરાક્રમથી એમના કાકાના ગંભીર મુખ પર પણ મગરૂરી તથા હર્ષ પ્રસરી રહ્યાં. સભામાં હર્ષનાદ ગાજી રહ્યો. સુધારાવાળાનાં મહોં ફીકાં પડી ગયાં. સર્વાનુમતે દરખાસ્ત મંજૂર થઈ. પછી સરકારમાં મોકલવાની અરજી વાંચવામાં આવી. તે અરજીને ટેકો આપવા શંભુ પુરાણીના ભાણેજ વલ્લભરામ ઊઠ્યા અને બોલ્યા :

'આજકાલ સુધારાને નામે પાષંડવાદ ચાલે છે. આપણા આર્યશાસ્ત્રમાં શું નથી કે પાશ્ચાત્ય સુધારો આણવાની અગત્ય હોય ! આપણાં શાસ્ત્રો જોયા વિના જ સુધારાવાળા એવા ખાલી બકબકાટ કરે છે. તેઓ પૂછે છે કે આગગાડી, તાર, સાંચાકામ, એવું ક્યાં આપણા શાસ્ત્રકારોને ખબર હતું ? આ કેવું મહોટું અજ્ઞાન છે ? યુરોપી ભાષાંતરકારો અને યુરોપી કોશલેખકોના અર્થ પ્રમાણે તો શાસ્ત્રોમાંથી એવી વાતો નહિ જડે. પણ તેમને શાસ્ત્રના રહસ્યની શી ખબર હોય ? એવું શું છે કે જે યોગ્ય અર્થ કરતાં શાસ્ત્રમાંથી ન જડે ? આપણા શાસ્ત્રકારોને ત્રિકાળનું જ્ઞાન હતું, માટે તેમના જાણવામાં કંઈ ન આવ્યું હોય, એમ હોય જ નહિ. શાસ્ત્રના ખરા અર્થ ન સમજતા સુધારાવાળા તેને વહેમ કહે છે. જુઓ. બ્રાહ્મણથી જનોઈ વિના બોલાય નહિ, એને એ લોકો વહેમ કહે છે. પણ શાસ્ત્ર કહે છે કે ગાયત્રીમંત્રના ધ્વનિથી જનોઈના તાંતણા ફૂલે છે અને તેમાં વિવિધ જાળાં બંધાય છે. તેથી તેમાં પ્રાણવાયુ રહી શકે છે. એ પ્રાણવાયુ શરીરની સ્વેદાદિ અશુદ્ધિને સૂકવી નાખી આવરણ બની આકાશમાં ભમતા ભૂતદેહોનો શરીરને સ્પર્શ થવા દેતો નથી. જનોઈ વિના શબ્દોચ્ચાર થાય તો તે ધ્વનિ પ્રાણવાયુનું આવરણ ખસેડી નાખે, ભૂતોને સ્પર્શ કરવાનો લાગ આપે અને તેઓ મનુષ્યનું ચિત્ત ભ્રમિત કરી નાખે. તો શું આ શાસ્ત્રાજ્ઞા વહેમ છે ? મોન્ટ ગુફર, સિક વગેરે યુરોપના જગતપ્રસિદ્ધ વિદ્વાનોએ આ વાત કબૂલ કરેલી છે. મેં હજારો વાર પ્રયોગ કરી એ અજમાયશથી સિદ્ધ કરેલું છે. સુધારાવાળા આપણા આર્યશાસ્ત્રોનાં આ રહસ્ય જાણતા નથી અને પાશ્ચાત્ય યાંત્રિક યુક્તિઓના મોહમાં ગૂંથાયા જાય છે. પાશ્ચાત્ય પદાર્થવિજ્ઞાન, યંત્રો, વીજળીના પ્રયોગ, એ સર્વ માયાની વિવૃદ્ધિ કરે છે, ભ્રાંતિને પુષ્ટિ આપે છે. બ્રહ્મજ્ઞાનથી વિમુખ કરે છે. આપણા શાસ્ત્રકારોએ આવું પદાર્થવિજ્ઞાન મેળવવા યોગ્ય ધાર્યું નહિ, એ જ સિદ્ધ કરે છે કે તેણે માયાની અવગણના કરી છે. ચૈતન્યને જ શ્રેષ્ઠ ગણ્યું છે. પાશ્ચાત્ય માયાવાદના મોહથી સુધારો થયો છે. પાશ્ચાત્ય અંશોથી આપણો આર્યદેશ આજ લગી અસ્પષ્ટ રહ્યો છે, તો હવે શું કામ તેથી આપણા દેશને દૂષિત કરવો ? પાશ્ચાત્ય સુધારાના અંશો શું કામ આપણા દેશમાં દાખલ કરવા ? હું રાજકીય સુધારા વિશે આ નથી કહેતો. પાશ્ચાત્ય રિવાજો આપણા શાસ્ત્રોને આધારે નથી. તે ઘણા જ અનિષ્ટ છે. આપણા દેશને એ રિવાજો અધમ કરશે, આપણા દેશમાંનું તો સર્વ શ્રેષ્ઠ જ. જે તેથી જુદું તે તો તેથી ઊતરતું જ, અધમ જ, એ દેખીતું છે, માટે સિદ્ધ થાય છે કે આપણે સુધારા કરવા ન જોઈએ. પાશ્ચાત્ય

રાજ્યકર્તાને આપણા ગૃહસંસારમાં પાડી તેમના એશ દાખલ કરવા દેવા ન જોઈએ. માટે આ અરજી મોકલવાની આવશ્યકતા સિદ્ધ થાય છે.'

આ ભાષણકર્તાના બેસી ગયા પછી, એક શાસ્ત્રી મહારાજે ઊભા થઈ કહ્યું :

'આ સભાની વ્યવસ્થા ઘણી જ અનિયમિત રીતે ચાલે છે. પ્રથમ વ્યાકરણના પ્રશ્નોનો વિવાદ થવો જોઈએ. હું એક પ્રયોગ આપું તે જેનામાં પાણી હોય તે સિદ્ધ કરે.'

એક બીજા શાસ્ત્રીએ ઊભા થઈને કહ્યું,

'એવો ગર્વ કરવો ન જોઈએ. આ સભામાં ઘણા વિદ્વાન શાસ્ત્રી છે.'

પ્રથમ બોલનાર શાસ્ત્રીએ ઉત્તર દીધો, 'એવા મૂર્ખોને શાસ્ત્રીની પદવી ઘટતી નથી.'

પ્રમુખે બંને શાસ્ત્રીઓને બેસાડી દીધા. તરત બીજા પાંચ-છ વક્તાઓ ઊભા થઈ સાથે બોલવા લાગ્યા, દરેકના પક્ષકાર સામાને બેસાડી દેવા તાળીઓ પાડવા લાગ્યા. 'બેસી જાઓ', 'ચલાઓ', 'એક પછી એક' એવી બૂમો પડી રહી. સભામાં ઘોંઘાટ થઈ રહ્યો. કંઈક શમ્યા પછી એક જણને બોલવા દીધો. તેણે હાથ લાંબા કરી કહ્યું.

'ગૃહસ્થો ! આવા સારા અને વખાણવા લાયક કામને મદદનીશ થવા એકઠા થયેલા તમો સહુની સામે મને ઊભેલો જોઈ હું પોતાને નસીબવાન ગણી અભિનંદન આપ્યા વિના મદદ કરી શકતો નથી. હું ન્યુઝપેપરનો અધિપતિ છું. તે હોદ્દાના રાખનાર તરીકે મેં ઘણી વાર સુધારાની હિલચાલ પર ટીકા કરેલી છે. તેમાં મેં બતાવી આપ્યું છે કે, જોકે સુધારાવાળાઓએ એક પથ્થર ફેરવવો બાકી રાખ્યો નથી, તોપણ હજુ લગી તેઓની ટીક્કી લાગી નથી. તે જ બતાવી આપે છે કે સુધારાની અગત્યતા સાબિત થયેલી બિના નથી. એ પણ એક સવાલ છે કે સુધારો ચહાવાલાયક છે ? આપણામાં લડવાનું ઐક્યત્વતાપણું હોય, આપણામાં સારાં સારાં બધાં કામની સામે થવાનો જુસ્સો હોય, આપણામાં અજ્ઞાન છતાં મહોટા લોકો તરફ તોછડાઈ હોય, આપણામાં લોકપ્રિયતા એકઠી કરવાની ખપતી હિકમત હોય, તો પછી ગાંભીર્ય વિચારની શી ખોટ છે ? વિદ્વાનતાની શી જરૂર છે ? સુધારાની શી માગવા લાયકાત છે ? કંઈક જ નહિ, અરે ! હું પગ ઠોકીને કહું છું કે કંઈ જ નહિ. વળી

આપણો અનુક્રમ કઈ લીટીઓ પર કરવો, તે બાબત પારસીઓને અને ઇંગ્રેજોને શું કામ નાક મૂકવા દેવાં ?' –

એવામાં એક ચકરી પઘડીવાળો ઊભો થઈ બોલ્યો, 'પણ લોકો અધરણીની નાતો નથી કરતા તેનું કેમ ?'

પ્રમુખે તેને બેસાડી દઈ, ભાષણકર્તાને અગાડી ચલાવવા કહ્યું, તે બોલ્યા કે,

'આ સ્વદેશાભિમાની બંધુએ ઇશારો કર્યો છે, તેવા આપણા દેશના કલ્યાણના મહાભારત અગત્યના ધર્મ સંબંધી સવાલોમાં પરદેશજનનિવાસીઓ શી રીતે આરપાર જઈ શકે ? આપણાં કામ સમજવાને આપણે અશક્ય થતા જનાઈએ અને પરકીય મુલકના દેશીઓ પોતાનું કહેણ ચલાવવામાં, પોતાના રિવાજોને મજબૂત પગલું ભરાવવામાં ફતેહ પામે એ કેવો દાર્શનિક નાટક છે ? આજકાલના સુધારાવાળાઓએ આર્ય લોકોને અણગમતી વાતો કહેવાનું હામમાં લીધું છે. તેઓ કહે છે કે પાશ્ચાત્ય રિવાજો દાખલ કરવા લાયક ન હોય, તે શાસ્ત્રમાં કયાં પાર્લામેન્ટની હા કહી છે ? આ મોટી ભૂલમાં પડવા બરાબર છે. લોકોના વિચારોને અને રાજ ચલાવવાની પદ્ધતિને કશો સંબંધ ગણવો એ મહા ભૂલ પર ચાલી જવાથી બને છે. દેશની વૃદ્ધિ અગાડી ચલાવવામાં વિચાર ફેરવવાની કશી જરૂર નથી. મારો જ દાખલો ધ્યાનમાં લેવાને ઘટતો છે. બે વરસ પર હું કંપોઝીટર હતો. તે પહેલાં છ મહિના પર હું અંગ્રેજી ત્રીજી ચોપડીમાં મોનિટર હતો. તે છતાં આજે હું એક ઍડિટર થઈ પડ્યો છું. ગ્રેજ્યુએટો મારી ખુશામત કરતા આવે છે, પૈસાદાર લોકો મને મદદમાં લે છે, મારે જ્ઞાન મેળવેલા હોવાની જરૂર પડી નથી. મારે નહિ સમજાય એવા વિષયોનો અભ્યાસ કરવાની ફરજ આવી પડી નથી. તે છતાં અર્થશાસ્ત્ર, રાજ્યનીતિ, સાહિત્ય, સંસારસ્થિતિ વગેરે બાબતો પર હું બેધડક ચર્ચા કર્યે જાઉં છું. ગમે તે બાબતની માહિતી મેળવ્યા વિના તે વિશે મત જાહેરમાં મૂકતાં મને આંચકો ખાવો પડતો નથી. પણ જુસ્સાની જરૂર છે. ઊંચુનીચું જોવાની જરૂર નથી. સારુંખોટું જોવાની જરૂર નથી, પણ તે પર હુમલો કરવાની જરૂર છે. ઍડિટરના હુન્નરથી અજાણ્યા લોકો આને ઉદ્ધતાઈ કહે છે, હું એને હિંમત કહું છું. એવી જુસ્સાવાળી હિંમત હોય, તો પછી રાજકીય હક્કો મેળવવામાં વિચારની વૃદ્ધિ રમતમાં લાવવાની શી જરૂર છે ? તો પછી સુધારાના અમલને કામનું ખેતર જ નથી. તે લાવવો જોઈતો છે નહિ.'

દરેક ભાષણકર્તા ભાષણ પૂરું કરી રહે એટલે ભદ્રંભદ્ર બોલવાનો આરંભ કરવા જતા હતા, પણ બીજો કોઈ ઊઠી બોલવા માંડે એટલે રહી જતા હતા. એક પછી એક ભાષણો થયાં

જતાં હતાં. વચમાં કોઈ વખત મત લેવાતા હતા, પણ તે વખતે એટલો ઘોંઘાટ થતો કે ઘણી વાર શા માટે મત લેવાય છે તે સંભળાતું નહિ. ભદ્રંભદ્રે નિશ્ચય કર્યો કે, ગમે તેમ કરી ભાષણ કરવું તો ખરું. એક વાર મત લેવાઈ રહ્યા પછી 'હર હર મહાદેવ' કરી ખૂબ જોરથી બૂમો પાડી, બધાનું ધ્યાન પોતાની તરફ ખેંચી બોલવા માંડ્યું,

'શ્રી પ્રમુખદેવ અને શ્રીયુત આર્યજનો ! આ મંગલ સમયે શ્રી ગણપતિ ગજાનનને નમસ્કાર કરો. શ્રીશંકરના પાદયુગ્મનું સ્મરણ કરો. શ્રીવિષ્ણુની કૃપાની યાચના કરો. શ્રી સરસ્વતીનું આવાહન કરો. શ્રી અંબિકાને ભજો. શ્રી લક્ષ્મીને પ્રસન્ન કરો. શ્રી સૂર્યદેવનું સાંનિધ્ય લક્ષમાં લ્યો. શ્રીવાયુદેવનો પ્રભાવ ઇચ્છો. શ્રીઅગ્નિદેવવી સહાયતા માંગો. શ્રી વરુણદેવને સંદેશો મોકલો. શ્રીરામકૃષ્ણાદિ અવતારોને, શ્રી વેદમૂર્તિને, શ્રીઇન્દ્રદેવોને, શ્રીગંધર્વોને, શ્રીકિન્નરોને, શ્રીગ્રહોને, શ્રીનક્ષત્રોને, શ્રીતરકોને, શ્રીપૃથ્વીમાતાને, શ્રીઆર્યભૂમિને, શ્રીસનાતનધર્મને, શ્રીકાશીને, શ્રીપ્રયાગને, શ્રીમથુરાને, શ્રીજગન્નાથને, શ્રીદ્વારિકાને, શ્રીરામેશ્વરને, શ્રીતીર્થસમૂહને, શ્રીગંગાને, શ્રીસમુદ્રને, પ્રીતિથી પૂજો. જય ! જય ! જય ! જય ! જય ! જય ! અહા ! ધન્ય તમને, ધન્ય મને, ધન્ય આકાશને ! ધન્ય પાતાલને ! કીર્તિમંત થઈ છે આજ આર્યસેના. રણમાં રગદોળ્યો છે શત્રુના ધ્વજદંડને. સંહાર કર્યો છે સકલ અરિકટકનો. સનાતન ધર્મ સિદ્ધ થયો છે. આર્યધર્મ આગળ થયો છે. વેદધર્મ પૃથ્વીમાં પ્રસર્યો છે. આપણી રૂઢિઓ વિશ્વમાં સર્વથી ઉત્તમ ઠરી છે. ઉત્તમતાનું આપણું અભિમાન આપણે ક્યાં સમાવવું, એ કઠિન પ્રશ્ન થઈ પડ્યો છે. બ્રહ્માંડ તે માટે પર્યાપ્ત નથી. આત્મા તે માટે સાધન નથી. કાલ તે માટે દીર્ઘ નથી. અહો ! જે દેશમાં આજની સમસ્ત મંડળી જેવા દેવાંશી પુરુષો છે ત્યાં 'સુધારો' એ શબ્દને અવકાશ શો છે ? ન્યૂન શું છે કે અંશમાત્ર પણ સુધારવો પડે ? જ્ઞાનની અવધિ આ દેશમાં આવી રહી તો પછી વધારે જ્ઞાન પ્રાપ્ત કરવાનું સંભવે શી રીતે ? મનુષ્યજાતિમાં ભૂત, ભવિષ્ય, વર્તમાનકાળમાં જેટલી જ્ઞાનની શક્તિ છે, તેટલું જ્ઞાન વેદકાળથી આપણા ત્રિકાળજ્ઞાની પૂર્વજો પામી ચૂક્યા છે. બીજા દેશમાં કાળક્રમે જ્ઞાન વધતું જાય છે; પણ આપણા આર્યદેશમાં તેમ નથી, કેમ કે યોગ દ્વારા આપણને કંઈ અજ્ઞાત છે જ નહિ. તો પછી પાશ્ચાત્ય રિવાજો આપણને શા કામના છે ? એ સત્ય છે રાજકીય રિવાજો સ્વીકારવામાં આ વાત ભૂલી જવાની છે. પણ તે વિના આપણને નવીન વિચાર જોઈતા નથી. સુધારાવાળા બાળલગ્ન અટકાવવા માગે છે. પણ, મહોટી વયનાં લગ્ન પાશ્ચાત્ય પ્રમાણોને આધારે ન હોય તો તે અનિષ્ટ છે, દુષ્ટ આપણે વર્જ્ય છે. પાશ્ચાત્ય પ્રમાણોને આધારે ન હોય, તો તે આપણાં શાસ્ત્રોમાં છે જ તે માટે તે ઇષ્ટ છે અને આપણાં શાસ્ત્રોની ઉત્તમતા સિદ્ધ કરે છે, એક રીતે શાસ્ત્ર બહાર જવાની જરૂર નથી, માટે સુધારો અનિષ્ટ છે, એ સિદ્ધ થાય છે. 'સુધારો' એ શબ્દથી હું ત્રાસ પામું છું. આખો દેશ ત્રાસ પામે છે. આખી પૃથ્વી ત્રાસ પામે છે, મનુષ્ય ત્રાસ પામે છે, દેવ ત્રાસ પામે છે, દાનવ ત્રાસ પામે છે, પશુઓ ત્રાસ

પામે છે, પક્ષીઓ ત્રાસ પામે છે, વનસ્પતિઓ ત્રાસ પામે છે, એ ત્રાસનો સંહાર કરવા આજ આર્યસેના સજ્જ થઈ છે. ભટોએ અદ્‌ભુત પરાક્રમ દર્શાવ્યાં છે. પ્રત્યેક વીર પોતાના કૌશલથી પ્રસન્ન થયો છે. પ્રત્યેક પોતાની પ્રશંસાના ઉપાય શોધે છે. તે પ્રશંસાને તે પ્રત્યેક પાત્ર છે. આપણા આર્ય લોકોની સ્તુતિથી કોને લાભ ન થાય ? કોને લોકપ્રિયતા ન મળે ? લોકો અજ્ઞાન છે તેથી સ્તુતિ કરી તેમને પ્રસન્ન કરવા જોઈએ, તેમાં જ આપણું હિત છે. લોકો સત્ય ધર્મ સમજતા નથી. તેઓ જે ધર્મ હાલ પાળે છે, તેની પ્રશંસા કરવી જોઈએ કે સત્ય ધર્મ પર તેમની પ્રીતિ થાય. સત્ય ધર્મ તે આપણો વેદધર્મ. આ સભામાં બિરાજમાન થયેલો અને નહિ થયેલો પ્રત્યેક આર્ય એક અખંડિત ધર્મ, ભેદરહિત એક જ વેદધર્મ, અક્ષરશઃ ચાર વેદમાંનો ધર્મ પાળે છે તે જ સિદ્ધ કરે છે કે, આપણો ધર્મ સનાતન છે, સત્ય છે. એ સનાતન ધર્મમાંથી જ આપણી સર્વ અનુપમ રૂઢિઓ ઉદ્‌ભવી છે. અહા ! કેવી ઉદાર છે એ રૂઢિઓ ! એ જ રૂઢિઓએ બ્રાહ્મણને શ્રેષ્ઠ કરી, બીજા સર્વને અધમ, અજ્ઞાન, અધિકારરહિત, પરવશ, અનક્ષર કરી નાખ્યા છે. બ્રાહ્મણને રૂઢિનો લાભ વિદિત છે, એટલું જ નહિ, પણ રૂઢિને બ્રાહ્મણનો લાભ વિદિત છે. એ જ રૂઢિઓએ માત્ર ક્ષત્રિયને યુદ્ધમાં જનાર કરી પૂર્વકાળના યવનોના ઉત્પાત સામે વિગ્રહ કરી દેશરક્ષણ કરવા જતાં અન્ય જાતિઓને અટકાવી, તે સર્વના પ્રાણનું રક્ષણ કર્યું : રૂઢિને ક્ષત્રિયનું હિત વિદિત હતું અને રૂઢિએ પક્ષપાતી થતાં યવનોનું અહિત થવા ન દીધું. એ રૂઢિઓ વૈશ્યને વ્યાપારત્રસ્ત કરી પછી તેને પરદેશમાં વ્યાપારને મિષે દ્રવ્ય નાખી દેવા જતાં અટકાવી, તેના વ્યાપારને ઉત્તેજિત કર્યો. રૂઢિએ વૈશ્યનું હિત સાચવ્યું. સમુદ્રગમન નિષિદ્ધ કર્યું અને દેશને પણ અનંતકાલ સુધીનો લાભ કર્યો. એ જ રૂઢિઓએ શૂદ્રને અમુક ધંધા વંશપરંપરા સોંપી. લાભાલાભ પ્રમાણે સમયે સમયે ધંધા બદલવાના મોહમાંથી મુક્ત કર્યા-શૂદ્રોને ધનસંચયમાં નિઃસ્પૃહી કર્યા અને અર્થશાસ્ત્રનો નિયમ સ્થાપિત કર્યો. રૂઢિના ગુણ ગાવા વાણી સમર્થ નથી, જગતની ભાષાઓમાં તે માટે જોઇતા શબ્દ નથી, મનુષ્યની બુદ્ધિમાં તે સમજવાની શક્તિ નથી, ત્યારે આપણી આર્યરીતિ કેવી ઉત્તમ ! ભીતિ કેવી ઉત્તમ ! પ્રીતિ કેવી ઉત્તમ ! નીતિ કેવી કેવી ઉત્તમ ! જેમણે આ રીતિ, આ ભીતિ, આ પ્રીતિ, આ નીતિની રૂઢિઓ સ્થાપી તેમણે કેવો દીર્ઘ વિચાર કરી તે સ્થાપી હશે ! અહીં તે મંગળ સમયે આખા ભરતખંડમાંની સમસ્ત પ્રજાની કાશીમાં રૂઢિ બાંધવા કેવી મ્હોટી સભા મળી હશે ? શું તે સભાનું વર્ણન ! દેવોએ સમુદ્રમંથનમાંથી નીકળેલાં રત્ન જડી, તે સભાની શોભા અનુપમ કરી હશે. અપ્સરાઓએ તે સભાનાં મન રંજિત કર્યા હશે. બ્રાહ્મણોના મંત્રોચ્ચારે બ્રહ્માંડને પૂર્યમાણ કરી વસ્તુમાત્રને રહેવાના સ્થાનરહિત કરી તે સભામાં એકઠી કરી હશે. આર્યપ્રજાના હર્ષના ઊભરાથી સમુદ્ર ભરાઈ જઈ ગગન લગી જઈ પહોંચ્યો હશે. વિચાર કરતા બ્રાહ્મણોની ગંભીરતા જોઈ હિમાચળ લજ્જાયમાન થઈ પાતાળમાં ઊતરી ગયો હશે, સભાજનોના અનંત્યમાં પહોંચતા તર્કવેગ

જોઈ કાળ નિરાશ થઈ ગતિ બંધ કરી પાછો ફર્યો હશે. બુદ્ધિબલનો પ્રભાવ જોઈ વાયુ ઈર્ષ્યાથી કોપાયમાન થઈ શક્તિ અજમાવવા તત્પર થયો હશે.-'

એવામાં એક સ્થળે શ્રોતાજનોમાં મારામારી થવાથી, બધા લોકો તે જોવા ઊઠ્યા. અમારી પાટલી પરના માણસો નીચે ઊતરી અગાડી વધ્યા. કઠેરા પર ઊભેલાના એક તરફના ભારથી પાટલી એકાએક ઊલળી પડી. ઊભેલા બધા ગબડી પડ્યા, ભદ્રંભદ્રની પાઘડી સૂર્યદેવનું દર્શન કરવા આકાશ ભણી ઊડી. પછી પૃથ્વીમાતા તરફ નીચે આવી. ભદ્રંભદ્ર પણ તે જ દિશામાં પ્રથમ પગ ઊંચા કરી, અધ્ધર ચક્કર ફરી જમીન ભણી દળી નીચે આવ્યા. તેમની ઉપર બીજા પડ્યા. ઊભેલા પડી જવા લાગ્યા. પડી ગયેલા ઊભા થવા લાગ્યા. મારી પણ એ જ વલે થઈ. કચરાયેલા બૂમો પાડવા લાગ્યા. નહિ કચરાયેલા તાળીઓ પાડવા લાગ્યા. પાસેના હસવા લાગ્યા, આઘેના ધસવા લાગ્યા. ભીડ વધી ને નીચે પડેલાને ઊભા થવું વધારે મુશ્કેલ થવા લાગ્યું. ભદ્રંભદ્રની ગતિ પરવશ થઈ. જીવનાશા ભંગોન્મુખ થઈ. પણ એવામાં શિવશંકરે આવી કેટલાકને લાત લગાવી, આઘા ખેંચી કહાડ્યા. રામશંકરે પડ્યા પડ્યા કેટલાકને બચકાં ભરી બૂમો પાડતાં અને મહામહેનતે છૂટવા મથતાં ઉઠાડ્યા.

મને સહેજ અને ભદ્રંભદ્રને વધારે વાગ્યું હતું તેથી અમને ઘેર લઈ ગયા. છૂંદાઈ જવાની બીક સમૂળગી ગયા પછી ભદ્રંભદ્રમાં હિંમત આવી. આશ્વાસનથી અને ઉપચારથી કંઈક તાજા થયા પછી તેમણે કહ્યું, 'હું લેશમાત્ર ગભરાયો નથી. રણમાં ઘવાયેલા યોદ્ધા વ્રણ માટે શોક કરતા નથી. પરાક્રમના ચિહ્ન ગણી તે માટે અભિમાન કરે છે. આર્યસેનાના નાયક થઈ સંગ્રામમાં અદ્‌ભુત શૌર્ય દર્શાવતાં હું દુષ્ટ શત્રુના છલથી અશ્વભ્રષ્ટ થયો છું, પણ તેથી પરાજય પામ્યો નથી. સેનાનો જય થયો છે. આર્યધર્મનો જય થયો છે, રૂઢિદેવીની કીર્તિ પ્રગટ થઈ છે.'

૭. જયયાત્રા

ભિક્ષામાહાત્મ્ય – ગોરક્ષા

બે-ત્રણ દિવસ આરામ લઈ, અમે પાછા નીકળ્યા. માધવબાગના દારુણ યુદ્ધમાં શત્રુદલનો સંહાર કરી નાખ્યા પછી કેટલેક ઠેકાણે છૂટક છૂટક છાવણીઓ અર હલ્લો કરવાની જરૂર હતી. અતુલ પ્રરાક્રમ કરી મેળવેલા મહોટા જય પછી લડાઈ જારી રાખ્યાથી અરિબલનો સમૂળ નાશ થશે એવી ભદ્રંભદ્રને ખાતરી હતી. જ્યાં જોઈએ ત્યાં માધવબાગ સભાની કીર્તિ ગવાઈ રહી હતી. વર્તમાનપત્રોમાં સભાના અદ્ભુત વર્ણનો છપાયાં જતાં હતાં. દસ હજાર આદમી સભાના પ્રયોજનને ખાસ લક્ષમાં લઈ કેવાં કામકાજ મૂકી એકઠા થયા હતા, સમસ્ત શ્રોતાજનો કેવા એકાગ્ર ચિત્તે અને રસપૂર્વક ધ્યાન દઈ રહ્યા હતા; વિદ્વાન વક્તાઓ કેવા અજય્ય પ્રમાણથી અને સુશોભિત શબ્દોથી આર્યમત સિદ્ધ કરી રહ્યાં હતા, સઘળા ઠરાવો આખી સભામાં કેવા એકમતે, એકસંપે એકબુદ્ધિએ મંજૂર થયા જતા હતાં; સભામાં ગંભીરતા, શાંતિ, ઉત્સાહ અને આગ્રહ કેવા પ્રસરી રહ્યાં હતાં; તેનાં નવાં નવાં વર્ણન વર્તમાનપત્રોના રિપોર્ટરો તરફથી આવ્યાં જતાં હતાં. બધાના હેવાલમાં એક અનુપમ બુદ્ધિશક્તિ, અદ્ભુતપ્રભાવ, તેજસ્વી મૂર્તિવાળા નવા નીકળી આવેલા વક્તાની અત્યંત સ્તુતિ થતી હતી. તેમના ભાષણના શબ્દેશબ્દનાં બેહદ વખાણ થતાં હતાં, પણ તેમના નામઠામ વિશે કંઈ ખબર કોઈને પડતી નહોતી. સર્વ કોઈ પૂછતા હતા કે એ કોણ છે અને એમનું નામ શું? ભદ્રંભદ્રનું અલૌકિક નામ મુંબઈમાં કોઈએ સાંભળ્યું હોય તેમ જણાતું નહોતું. તેમના પરાક્રમથી જ સર્વ ચકિત થઈ ગયા હતા. ભાષણ કરતાં કરતાં સભામાંથી તે એકાએક અદ્રશ્ય કેમ થઈ ગયા, તે બધાને નવાઈ જેવું લાગતું હતું. તે વિશે હજાર તર્કવિતર્ક બંધાતા હતા. કોઈ વર્તમાનપત્રવાળા કહે કે એમને જરૂરનો તાર આવ્યો તેથી એકદમ ચાલ્યા ગયા. કોઈ કહે કે એકાએક પ્રકૃતિ બગડી આવી તેથી ઊઠી ગયા. કોઈ કહે કે અમારા રિપોર્ટરને ખાસ ખબર મળી છે કે, એ મહપુરુષ એવા નિરાભિમાની છે કે સભા વેરાયા પછી કોઈ એમને મળવા આવે નહિ માટે જાણી જોઈને વચમાંથી જતા રહ્યા. કોઈ તો કહે કે એમણે અનેક દેવતાઓનું આવાહન કર્યાથી સર્વ એમના આમંત્રણને માન આપી, નીચે ઊતરી આવતા હતા, તેમાં પ્રથમ અગ્નિદેવ હતો. તેને જોઈ સામા તેડવા ગયા તેથી અદૃશ્ય થઈ ગયા. આ બધા હેવાલ વાંચી ભદ્રંભદ્રે કહ્યું, 'જગતની માયા એવી છે કે જ્ઞાન-અજ્ઞાન તર્કના ખાડામાં સાથે લીન થઈ જાય છે. તર્ક કરવા એ જ ભૂલ છે. શાસ્ત્રથી જ સત્ય જણાય છે.'

ઘર બહાર નીકળી અમે થોડે ગયા, એટલે એક ગલીમાંથી કોઈ માણસને નીકળતો દીઠો. તેનો ચહેરો પૂરેપૂરો દેખાયો નહિ પણ તે હરજીવન હોય એમ લાગ્યું. તેની નજર અમારા તરફ પડી, પણ તેનું ધ્યાન હોય તેમ જણાયું નહિ; કેમ કે તે એકાએક આગાડી જઈ, બીજી ગલીમાં વળી ગયો. અમે તેને બૂમો પાડતા તેની પછવાડે દોડ્યા, એને કંઈ ઉતાવળનું કામ હશે, તેથી તે પણ દોડતો હતો. ગલીને બીજે છેડે નીકળી તે ક્યાં વળી ગયો તે અમારાથી દેખાયું નહિ, અમે બૂમો પાડતા દોડ્યા જતા હતા. એવામાં એક પોલીસના સિપાઈએ અમને અટકાવ્યા અને પૂછ્યું કે કોની પછવાડી આટલા બધા દોડો છો? અમે ખુલાસો કર્યાથી જવા દીધા અને કહ્યું કે ધાંધલ ના કરો. થોડે ગયા પછી એક ઓટલા પર એક આદમી બેઠો હતો, તેણે અમને હાથ કરી પાસે બોલાવ્યા અને પૂછ્યું, 'કોને ખોળો છો?'

ભદ્રંભદ્રે હરજીવનનું નામ દીધું.

તે કહે, 'અહો! પેલો નૈયાયિક અને ગણેશભક્ત! તે તો સાંભળ્યામાં કંઈ વડોદરે ગયેલા છે. ત્યાં પૂજાનો બહુ મહોટો સમારંભ કરવાનો છે. હજી અહીં આવ્યા નહિ હોય. તમારે એવા મહોટા માણસ જોડે ક્યાંથી પ્રસંગ પડ્યો?'

ભદ્રંભદ્રે હકીકત કહી અને કહ્યું, રૂપિયા કેમ પાછા મોકલવા એ વિશે એ ગૂંચવણમાં પડ્યા હશે.'

પેલાએ પૂછ્યું, 'તમે પાછા ક્યારે જવાના છો?'

ભદ્રંભદ્ર કહે, 'માધવબાગમાં આર્યસેનાનો સંપૂર્ણ જય થયો છે. એક સભામાં આપણો આર્યધર્મ સિદ્ધ થયો છે. પણ હું ધારું છું કે આ નગરમાં હજી ધર્મભ્રષ્ટ લોકો છે. તેઓ આપણા શત્રુઓ છે. તેમને હરાવ્યા વિના હું પાછો જવાનો નથી. હારેલું સૈન્ય ક્યાં જઈને ભરાયું છે, તે શોધી કાઢવાની આવશ્યકતા છે. તેમને વિદિત ન થઈ જાય એમ અમે ભાળ કહાડીએ છીએ. એમની છાવણી ક્યાં છે તે તમે જાણો છો?'

તેણે ઉત્તર દીધો, ' તમારા પહેલા શત્રુઓ તો મુંબાઈના ભિખારીઓ છે. એ બિલકુલ ધર્મ પાળતા નથી અને ગમે તેનું ખાય છે. આ તરફ એક સદાવ્રત પાસે તેમનો મહોટો જથ્થો પડેલો છે. એ લોકો કોઈને ગાંઠતા નથી. તેમના પર હુમલો કરો. પણ જોજો, એ લોકો તમારી પાસે આવશે તો માગવાને બહાને, પણ તમને એવા પજવશે! બતાવશે કે અમે

તમારાથી બીતા નથી. પ્રથમ એમનો જય કરો. માધવબાગ સભામાં પત્તો ન ખાધો તેથી એ લોકો બહુ ગુસ્સે થયેલા છે. માટે સંભાળજો. ઊંચે જુઓ. આઘે એમનો વાવટો જણાય છે.'

ભદ્રંભદ્ર કહે, 'પેલા છાપરા પર છે તે?'

'ના, તેની અગાડી ઝાડ પર છે તે. તે તરફ જાઓ.'

એ લોકોને વાગ્યુદ્ધમાં હરાવવાનો નિશ્ચય કરી ભદ્રંભદ્ર તે તરફ ચાલ્યા. અમારા મનસૂબાની પહેલેથી કઈંક ખબર પડી ગઈ હોય એમ જણાયુ. કેમ કે કેટલાક ભિખારી અમને રસ્તામાં મળ્યા. ભદ્રંભદ્રે કહ્યું,' ચાલો જોડે આવો. રસ્તામાં શું ઊભા છો? રણમાં ચાલો.' એમ કહી જે ભિખારી મળ્યા, તેમને હાથ વડે અગાડી બોલાવ્યા. તેમાંના કેટલાક થોડે લગી અમારી જોડે આવી ચાલ્યા ગયા. કેટલાક તો અમારી જોડે ને જોડે જ પછાડી બૂમો પાડતા આવ્યા. કેટલક પોતાના ઘવાયેલા હાથપગ બહુ આગ્રહથી દેખાડવા લાગ્યા. કેટલાકે તો શરીર પર બાંધેલા પાટા છોડવા માંડ્યા, તેથી વાગ્યુદ્ધના વ્રણને અને આ વ્રણને કાંઈ સંબંધ હોય અને આવા વ્રણથી અમે જરા પણ ગભરાતા નથી એમ બતાવવાનો તેમનો હેતુ હોય એમ લાગ્યું. તેમનાથી પહેલા પહોંચવા અમે ઉતાવળા ચાલવા લાગ્યા. અમે પાછા ફરીને તેમની તરફ જોઈએ તેમ તેઓ વધારે ઉશ્કેરાય. તેઓ અમારી પછવાડે દોડવા લાગ્યા. કેટલાક અગાડી આવી અમને આંતરવા લગ્યા. કોઈ કહે, 'એ જ ભિખારી છે, તે આપણને શું આપવાના હતા?'

ભદ્રંભદ્રે ઊભા રહી સર્વ તરફ જોઈ કહ્યું, 'દુષ્ટો! એમ ન સમજશો કે હું તમારાથી છેતરાઈશ. તમારી સર્વ છલમય યુક્તિઓ હું જાણું છું. પૈસા આપવા હોય તો મારી પાસે નથી એમ નથી. જુઓ આ!' એમ કહી ઓઢેલા ધોતિયાને છેડે બાંધેલા પૈસા કહાડવા ગયા તો ત્યાં કંઈ હતું જ નહિ. મારી તરફ જોઈ કહ્યું, 'ઘેરથી લેવા ભૂલી ગયા હઈશું.'

મેં કહ્યું, 'ના, આપણને રસ્તો બતાવ્યો તે આદમી મળ્યો તે પહેલાં મેં તમારા ધોતિયાને છેડે ગાંઠ જોઇ હતી. છેડો તો કપાઈ ગયેલો છે.'

ભદ્રંભદ્ર કહે, 'વખતે માર્ગમાં કોઈ ઠેકાણે ધોતિયું ભરાઈને પૈસા બાંધેલો છેડો કપાઈ ગયો હશે.'

ભિખારીઓ કહે, 'ત્યારે અમને બોલાવો છો શું કામ?'

ભદ્રંભદ્ર કહે, 'દુષ્ટો! હું તમને સારી રીતે ઓળખું છું. તમે તમારી સેનાના ગુપ્ત સંદેશકો છો, અમારી વાત જાણવા છાનામાના આવ્યા છો. પણ હું છેતરાવાનો નથી, શૌર્ય હોય તો સ્પષ્ટ રીતે યુદ્ધ કરવા બહાર પડો. તમારું મથક છે ત્યાં ચાલો. પહેલો હું આરંભ કરીશ. તમે આર્યધર્મ, આર્યનીતિ, પુરાતન આચારવિચાર, એ સર્વથી વિમુખ કેમ થયા છો? તમારાં પ્રમાણ હોય તે લાવો. હું સર્વનું ખંડન કરી નાખવા સમર્થ છું.'

શત્રુની છાવણી પાસે આવતી ગઈ તેમ તેમનો જમાવ વધતો ગયો. તેઓ યુદ્ધ માટે સજ્જ થતા હતા એમ લાગતું હતું. કેટલાક આંધળા થઈ ચાલવાનો પ્રયોગ કરી જોતા હતા. કેટલાક વાગે નહિ તેમ જમીન પર માથું પટકતા હતા. કેટલાક આખાં લૂગડાં કમ્મરે બાંધી ફાટેલાં પહેરી લેતા હતા. કેટલાક શરીરના સાજા ભાગ પર પાટા વીંટાળતા હતા. કેટલાક પૈસા આપી, બીજા ભિખારી પાસેથી બરફી ને ભજિયાં વેચાતાં લેતા હતા. કેટલાક માગી એકઠાં કરેલાં લૂગડાં વેચતા હતા. કેટલાક અમુક અમુક મહોલ્લામાંની કમાણી વિષે ચર્ચા કરતા હતા. તેમની આ વિવિધ યુક્તિઓ જોઈ, ભદ્રંભદ્રને શક ગયો કે એ લોકો પોતાની ખરી યોજનાઓ છુપાવવા આ પ્રયોગ કરે છે. હાંલ્લામાં દાળ અને લૂગડામાં વિવિધ વાનીઓ લઈ એક ભિખારીકુટુંબ ખાવા બેઠું હતું. તેનો વડીલ, છોકરાને કહેતો હતો કે 'નવ વાગે ને રોજ પેલી પારસી શેઠાણીના ઘર આગળ જવું. એકાદ જણ લંગડો થઈ ચાલજો અને આપે તે થોડું ઝટપટ ખાઈ જજો એટલે બીજું બહુ આપશે. ગાડી આવતી-જતી ન હોય તો ભૂખે પડી જજો. બબરચી પણ બહુ સારો છે!'

ભદ્રંભદ્રે એકાએક બોલી ઊઠ્યા. 'પાપી લોકો! તમે યવનોનું અન્ન પ્રાશન કરો છો. ધર્મભ્રષ્ટ થાઓ છો. આર્ય રૂઢિઓનું ઉલ્લંઘન કરો છો. ભ્રષ્ટાચારમાં મગ્ન રહો છો. નાતજાતના પૂછ્યા વિના ભિક્ષા સ્વીકારો છો. પરનાતિયો સાથે વ્યવહાર કરો છો. વર્ણાશ્રમનો ધર્મ પાળતા નથી, તમારી પાસે કંઈ શાસ્ત્રાધાર છે? વેદવાક્ય બતાવી શકો છો? સ્મૃતિપુરાણમાંથી દૃષ્ટાંત આપી શકો છો? અને સ્મૃતિનો આધાર હોય તો કઈ સ્મૃતિ છે. તે પ્રથમ કહો. વેદ વિરુદ્ધ અર્થ કરશો ત્યાં હું આધુનિક કોશના અર્થ સ્વીકારવાનો નથી, શબ્દ પ્રમાણથી ઈતર પ્રમાણ હોય તો તે લાવતાં વિચાર કરજો. તર્કને મહત્ત્વ આપશો તો મૂઢ ગણાશો. તમારે કયો વાદ ઈષ્ટ છે, વિવર્ત, પરિણામ કે પ્રધાન તે વિદિત કરવો એ તમારું કર્તવ્ય છે. વિવાદ કરવો એ કંઈ સહજ નથી. મેં વાગ્યુદ્ધમાં દિગ્વિજય મેળવ્યો છે. ઇષ્ટ મત સર્વત્ર

સિદ્ધ કર્યાનો સંતોષ અનુભવું છું. કહી દો, દુષ્ટો! તમારે વિગ્રહ કરવો છે કે શરણે આવવું છે?'

આ ક્રોધાયુક્ત વચનોથી ભિખારીઓમાં ઝાઝો ક્ષોભ થયો હોય એમ લાગ્યું નહિ. મુંબઈના બીજા શ્રોતાજનોની પેઠે તેમનું ટોળું ભરાયું નહિ. રસ્તે જતાં-અવતાં પાઈ પૈસા ફેંકનારા લોકોની તરફ એમનો વધારે સમૂહ આકર્ષાતો હતો. ભદ્રંભદ્રના ભાષણથી તેઓ બહુ ચકિત થયા હોય એમ જણાયું નહિ. જેને ભદ્રંભદ્રે સખત ઠપકો આપ્યો, તે કંઈ કહેવા જતો હતો, પણ પાસે બેઠેલા ભિખારીએ તેને કહ્યું, 'એ તો સદાવ્રતનો નવો ભૈયો છે.' તેથી કંઈ બોલ્યા વિના તે અમારી તરફ પીઠ કરીને બેઠો. આ બેદરકારીથી ભદ્રંભદ્રનો ક્રોધ બમણો વધ્યો. એમણે તો ધાર્યું હતું કે આ ઉપાલમ્ભથી તે એકદમ વાગ્યુદ્ધમાં ઊતરી પડશે અને પ્રથમ વ્યાકરણના પ્રશ્ન પૂછી એકદમ એને માત કરી દઈશ. નિરાશાથી ખિન્ન ન થતાં અમે શત્રુદળમાં અગાડી વધ્યા. કેટલાકનું ધ્યાન ખેંચાયું. તેમણે. 'શેઠ, શેઠ,' કહી હાથ ધર્યા. કેટલાકે તો સૂતાંસૂતાં જ પૈસો નાખવા પાથરેલું લૂગડું બતાવ્યું. તેમની આ મન્દતા અમને ઠગવાનો ઢોંગ હતો એમ માલમ પડ્યું. સદાવ્રતના બારણાં જેવા ઊઘડ્યાં કે સર્વ ભિખારીઓ તે તરફ એકદમ ધસ્યા. કેટલાક ગુંસાઈ તો પહેલેથી બારણા આગળ ઊભેલા હતા. પછાડીથી ધસતા ભિખારીઓની ભીડમાં ભદ્રંભદ્ર અને હું પણ તે તરફ ઘસડાયા. ચારે તરફથી ઘેરી લઈ છળથી આ મુજબ ધસારો કરવાની શત્રુઓની યુક્તિ જોઈ ભદ્રંભદ્રે બૂમ પાડી કહ્યું, 'દુષ્ટો! છળથી મને ઘેરી લેશો, પણ વાગ્યુદ્ધમાં કેમ જય પામશો? મારી બુદ્ધિ કશાથી ડગે એમ નથી.' કોઈ સાંભળવા થોભે એમ નહોતું. સદાવ્રતના બારણાં આગળ બહુ પડાપડી થઈ. અમને અગાડી ધકેલાતા અટકાવવા સારુ કેટલાક અમારાં લૂગડાં ખેંચવા લાગ્યા. કેટલાક અમારા ખભા પરથી હાથ લાંબા કરવા લાગ્યા, કેટલાક દાણા લઈ પાછા વળતાં અમને હડસેલવા લાગ્યા. પ્રમાણની નિર્બળતાને લીધે આમ શત્રુઓએ કરેલી શારીરિક પીડથી ભદ્રંભદ્ર અકળાયા નહિ, પણ અથડાતા-કૂટાતા બારણા આગળ આવી પહોંચ્યા કે તરત ઉપર ચઢી ગયા. સદાવ્રતના મુખ્ય નોકરને ઘેર મોકલાતી સીધા-સામાનનએએ થાળી ખેંચવા કોઈ ધસ્યું છે, એમ જાણી બારણા ઉપર ઊભેલા આદમીએ ભદ્રંભદ્રને ધક્કો લગાવી નીચે પાડ્યા. પણ નીચે ઊભેલા ટોળાના સબળ આગ્રહથી ભદ્રંભદ્ર પાછા ઉપર આવ્યા. આ હઠ વધારે પહોંચત પણ મેં બૂમ પાડી કહ્યું ' આ સત્પુરુષ તો ગૃહસ્થ છે, ભિખારી નથી.' તેથી ભદ્રંભદ્રને બારણાં પર ટાકવા દીધા.

હાંફતા, કંઈક નરમ પડી લોભરહિત ચેષ્ટા કરી ભદ્રંભદ્રે પોતાની નિસ્પૃહા સિદ્ધ કરી અન્નાદિ વહેંચનારને સંશયમુક્ત કર્યો. મહોટા ટોળાને બોધ કરવાનો આ બહુ સારો લાગ છે, એમ

જાણી ભદ્રંભદ્રે ભાષણ કરવા માંડ્યું. મારા વચનથી ભીડમાં હડસેલાતા બચ્યા હતા. તે મહાપુરુષની માફક લોભરહિત સ્મરણ કરી મારા પર સહેજ અપ્રસન્ન દૃષ્ટિ કરી બોલ્યા:

'અંબારામ! તેં મને સત્પુરુષ જણાવી ભિખારીથી જુદો પાડી ગૃહસ્થ કહ્યો તે યથાયોગ્ય નથી કર્યું. ગૃહસ્થ પેઠે ભિખારીઓ પણ શ્રેષ્ઠ વર્ણના હોય તો સત્પુરુષ હોઈ શકે છે. બ્રાહ્મણને તો ભિખારી હોવું એમાં કૈ શોભા છે. ભીખ માગવી એ જ બ્રાહ્મણનો ધર્મ છે. એ લક્ષણથી આ કલિયુગમાં બ્રાહ્મણ ઓળખાય છે. તે જ માટે આ સર્વ મંડળને મારે ચેતવણી આપવાની છે કે ભીખ માગવી એ તો માત્ર બ્રાહ્મણનો જ અધિકાર છે બીજા વર્ણના માણસો ભીખ માગી બ્રાહ્મણ થવા પ્રયત્ન કરી જન્મથી આવેલો શાસ્ત્રોક્ત જાતિભેદ ઉલ્લંઘી પાપમાં પડે છે. હે દુષ્ટો! તમને કોણે ભીખ માગવાની રજા આપી? વર્ણાશ્રમના ધર્મનો અતિક્રમ તમને કોણે શીખવ્યો? તમે શું એમ સમજો છો કે ભીખ માગવી, એ બહુ હલકું કામ છે, માટે આપણને કોઈ પૂછશે નહિ? પાશ્ચાત્યવિદ્યામાં જડવાદીઓના મોહમય અર્થશાસ્ત્રમાં કદી એવી ભ્રમિત કલ્પના હશે કે ભીખ માગવી એ હલકું કામ છે. પણ આપણાં આર્યશાસ્ત્રોની વ્યવસ્થા જુદા જ દૃષ્ટિબિંદુ પર છે. આપણાં શાસ્ત્રોએ તો ભિખારીઓને જ ઉત્તમ કહ્યા છે. ભિખારીઓને જ ભુદેવ કર્યા છે. સકળ મનુષ્યજાતિમાં શ્રેષ્ઠ વર્ણને ભીખ માગવાનું સોંપ્યું છે. એ જ સિદ્ધ કરે છે કે આપણાં શાસ્ત્રો અનુપમ છે. તો મૂર્ખો! પાશ્ચાત્ય કેળવણીના મોહથી લોભાઈ તમે ભ્રમિત માર્ગે કેમ ચઢ્યાં અને ઉત્તમ વર્ણનો ધર્મ કેમ શાસ્ત્રાજ્ઞાવિરુદ્ધ લઈ બેઠા? ભીખ માગવાથી આલસ્ય વધે છે, બુદ્ધિમાનની વૃત્તિ ઉદ્યમ કરવામાં શિથિલ થાય છે, ઉદ્યમીના શ્રમનું ફળ નિરુદ્યમી ખાઈ જાય છે, વિદ્યાભ્યાસની ઇચ્છા ઓછી થાય છે, આવા આવા દુષ્ટ પાશ્ચાત્ય વિચારો શું તમે સત્ય માની બેઠા છો? શું હાલ ચાલે છે તે બધું બરાબર નથી કે બ્રાહ્મણોની હાલની વૃત્તિ શાસ્ત્ર-વિરુદ્ધ હોઈ શકે કે અયોગ્ય હોઈ શકે? પાશ્ચાત્ય લેખકોમાં પણ જેમને સત્યનું કંઈક જ્ઞાન આર્યદેશથી મળ્યું છે તેઓ તો ભિખારીના ધંધાથી ઉત્તમતા જડશાસ્ત્રનાં પ્રમાણોથી સિદ્ધ કરે છે. જુઓ જગતપ્રસિદ્ધ પંડિતશિરોમણિ ફ્રેડ્રીજેકીડર – જે નામ અબાલવૃદ્ધ મનુષ્યમાત્રને જાણીતું છતાં અજ્ઞાન સુધારાવાળાઓને આશ્ચર્યથી ચકિત કરે છે કે, તે લખે છે કે, "મનુષ્ય દેહમાંથી ઝરતો પ્રાણવાયુ સવેગ થઈ વાતાવરણને ઉષ્ણ કરી દે છે માટે ભિખારી દીન સ્વરથી તે વેગ મંદ પડતા કંઈક શીતતા થાય છે, નહિ તો પૃથ્વીમાં રહેવાય પણ નહિ. વળી બ્રાહ્મણથી ઈતર જાતિઓના દીનસ્વરની ગતિ વક્ર થાય છે, તેથી ભૂમધ્યરેખા સાથે કાટખૂણો થતો નથી અને તેથી પ્રાણવાયુનો વેગ મંદ પડતાં સમૂળગો અટકી જાય, તેથી હિંદુ શાસ્ત્રકારોએ બ્રાહ્મણને જ માગવાનો અધિકાર આપ્યો છે." આ સિદ્ધ કરે છે કે આપણા શાસ્ત્રકારોએ એમના સમયમાં ન જણાયેલા ગતિના નિયમો લક્ષમાં લઈ આજ્ઞાઓ કરી છે, માટે તેઓ ત્રિકાળજ્ઞાની હતા એમાં કંઈ શક રહેતો નથી. અજ્ઞાન સુધારવાળાઓ જ આ શાસ્ત્રાજ્ઞાને વહેમ કહે છે અને વહેમ હોય તોપણ ભીખ માગવાથી

લાભ થતો હોય તો તે શા કામ માટે મૂકી દેવું? તો શું પતિતજનો, તમે સુધારાના મોહમાં પડ્યા છો કે ભીખ માગવા માંડી છે? બ્રાહ્મણોને અપાતી ભીખમાંથી ઓછું કરો છો, એ પાપની તમને વિસ્મૃતિ થાય? ભીખ માગી જગતનું વાતાવરણ બગાડી નાખો છો તે તમને છતી આંખે સૂઝતું નથી? તમારે હાથે એ કામ કેવું હલકું થઈ ગયું છે, તેનું એક દ્રષ્ટાંત મેં હમણાં જ જોયું. તમારામાંનો એક ભિખારી-શાસ્ત્રાનુસાર ભિખારી નહિ પણ ભિખારીના વેષધારી યવનનું અન્ન ગ્રહણ કરે છે. જ્યાં લગી ભીખ માગવાનો ધંધો એકલા બ્રાહ્મણને હાથ હતો, ત્યાં લગી કદી આવી ભ્રષ્ટતા જોવામાં આવતી નહોતી. ભિખારીના ગુણકર્મમાં જાતિ પ્રમાણે ભેદ પડે એ આશ્ચર્યકારક લાગશે, પણ એમાં જ આર્યવ્યવસ્થાનું ડહાપણ છે. આર્યસંસ્કારમાં ઊછરેલો બ્રાહ્મણ માંસ-મદિરાના સ્વીકાર માટે પાશ્ચાત્ય રૂઢિનું નહિ પણ આર્યદેશમાં ઉત્પન્ન થયેલા શક્તિમાર્ગનું પ્રમાણ બતાવશે, હાલ શું નઠારું કહેવાય છે તેની અવગણના કરશે અને અસલી રૂઢિ પ્રમાણે ન્યાયાસને બેસી દ્રવ્યદાનના અસ્વીકાર વડે લોકોને ખોટું નહિ લગાડે; મૂઢ દ્વૈતવાદીના નીતિ-અનીતિના મિથ્યા ભેદમાં શ્રીકૃષ્ણથી ડાહ્યા થવાની ધૃષ્ટતા નહિ કરે; ખૂન કરનાર પર લોકોનો દ્વેષ, અમર આત્મા મરતો નથી એ બ્રહ્મજ્ઞાન વડે ભ્રમિત જાણી વ્યવહારદ્રષ્ટિએ ખૂની કહેવાતાનો નાતમાં અને પંક્તિમાં સ્વીકાર કરશે. પણ પરનાતિનું અને યવનનું અન્ન તો કદી પ્રાશન નહિ કરે અને પ્રાશન કરનારનો સંસર્ગ પણ નહિ કરે. આર્યસંસારનું એ મહત્ત્વ છે. તર્કગામી પાશ્ચાત્ય બુદ્ધિથી તેનું રહસ્ય સમજાય તેમ નથી. પણ હે ભ્રષ્ટજનો! તમે એ આર્યસંસ્કારરહિત હોવાથી તે અનુસાર ઉત્પન્ન થયેલી રૂઢિનું હાર્દ સમજતા નથી. ભોજનવ્યવહારમાં શાસ્ત્રનું પ્રમાણ માગવું એ જ અનાર્યત્વ છે. આડંબરમિશ્ર નામે એક આર્ય કહે છે કે જેમ લાંચ લેવી એવું શાસ્ત્રમાં પ્રમાણ નથી તેમ પરનાતિનું અન્ન ન ખાવું એવું શાસ્ત્રમાં પ્રમાણ નથી તે છતાં તે ખાવાનો અધિકાર નથી. આવાં શાસ્ત્રરહસ્ય તમે શૂદ્રો સમજી શકો નહિ. કર્તવ્ય-અકર્તવ્યનો ભેદ કરી શકો નહિ, પરમાર્થ દ્રષ્ટિએ કર્ત્વય-અકર્તવ્યનો અભેદ જાણી શકો નહિ, માટે શાસ્ત્રોએ ભીખ માગવાનું કામ તીક્ષ્ણ બુદ્ધિના બ્રાહ્મણોને સોંપ્યું છે. કેટલાક અર્ધદગ્ધ સુધારાવાળા કહે છે કે, "બીજાં કામ છોડી જ્ઞાન સંપ્રાપ્ત કરનાર અને લોકોને બોધ દેનાર વર્ગને આજીવિકાનાં સાધન બીજા વ્યવહારી જનો પૂરાં પાડે એ તો ઠીક છે. પણ હાલના કાળમાં બ્રાહ્મણો મૂર્ખ અનક્ષર છે તેમનું શા માટે બીજા લોકો પોષણ કરે?" આર્યવ્યવસ્થાનું રહસ્ય ન સમજવાથી આવી દુષ્ટ શંકાઓ થાય છે. બ્રાહ્મણોના ભીખ માગવાથી થતો એક લાભ તો ઉપર જડશસ્ત્રબુદ્ધિને આધારે બતાવ્યો છે. આધ્યાત્મશાસ્ત્રાદિએ લાભ એ છે કે લોકો પોતાનું દ્રવ્ય બ્રાહ્મણોને આપતા શીખે, એ અભ્યાસ તે 'આ મારું અને આ પોતાનું' એ માયાના નાશનું પહેલું પગથિયું છે. આ રીતે બ્રાહ્મણો લોકોને બ્રહ્મજ્ઞાન પ્રાપ્ત કરાવવા ભીખનો ધંધો કરે છે એટલે શાસ્ત્રનો ઉદ્દેશ સચવાય છે. સક્ષરતા – અનક્ષરત્વ એ સર્વ અપ્રસ્તુત પ્રલાપ છે. વળી સુધારાવાળાઓ કહે છે કે ભિખારી બ્રાહ્મણો તો પ્રેતાન્ન જમી પિશાચ સમ થાય છે. હવે આ

સુધારાવાળા જાણતા નથી કે આ શાસ્ત્રવચનનો અર્થ એવો છે કે બ્રાહ્મણો એટલા માટે હાથે કરી પિશાચ થાય છે કે પિશાચવર્ગમાં બીજા બધા પોતાનું કામ છોડી દે એટલે પછી જેમ વિલાયતમાં ભંગિયા પણ સાહેબલોક તેમ પિશાચ પણ બ્રાહ્મણ હોવાથી એ વર્ગમાં પણ ભક્ષ્યાભક્ષ્યનો ભેદ સચવાય માટે આવા સર્વકાર્યકુશળ ભિખારીઓને આર્યસંસારમાં શ્રેષ્ઠ ગણ્યા છે કે તેમના રાજ્યથી પ્રજામાં ઉદારતા, વિદ્વતા, ઉદ્યોગ, શૌર્ય આદિ મહાગુણો પ્રસરતા. નેશનલ કૉંગ્રેસ, બ્રાહ્મણ વિના બીજા કોઈને ભીખ માગવા ન દે એ સાધવાનું માથે લે તો બધા અનર્થ અટકે અને શાસ્ત્રાનુસાર ભિખારીઓ સર્વોપરી થાય તો પાર્લમેન્ટની પણ જરૂર ન પડે. માટે દુષ્ટો, શાસ્ત્રાજ્ઞા પાળો, વર્ણાશ્રમનો અતિક્રમ બંધ કરો, દેશનું હિત સમજો અને બ્રાહ્મણોના ભીખ માગવાના કામમાં વચ્ચે ન આવો.'

આ લાંબુ ભાષણ સર્વ શ્રોતાજનો સાંભળી રહ્યા. સ્વસ્થ રહી સાંભળવામાં મજા છે એમ જાણી કેટલાક તો આઘા જઈ પોતાની જગામાં પડ્યા. કેટલાકને તો એટલો રસ પડ્યો કે આસપાસ ભ્રમતા પોતાના બંધુઓને સાંભળવા બોલાવવા નીકળી પડ્યા અને કેટલાક એક જણ હાથમાં ભદ્રંભદ્રના માથા પર પછાડીથી મુઠ્ઠીમાં ચોખા ધરી રહ્યો હતો તેની લાલચ ભૂલી જઈ તેની સામું જોતા સ્તબ્ધ થઈ ઊભા. સદાવ્રતના માણસો પર ભાષણની અસર વધારે થઈ હોય તેમ જણાયું; કેમ કે તેમણે ભદ્રંભદ્રને બહુ આગ્રહ કરી સીધું આપ્યું. 'સુધારાવાળાની પેઠે કહેવું કંઈ અને કરવું કંઈ એ મારો માર્ગ નથી. મારા ભાષણને અનુસરી બ્રાહ્મણ છું માટે મારે ભિક્ષા લેવી જોઈએ.' એમ કહી ભદ્રંભદ્રે મને સીધું બાંધી લેવા કહ્યું. આ યુદ્ધનો જય તત્કાળ પ્રસિદ્ધ થયો. અમે સદાવ્રત છોડી અગાડી ચાલ્યા પણ કોઈ ભિખારી અમારી પછાડી ન આવ્યો. 'શેઠ, શેઠ' કહી પજવવાનું સર્વ કોઈએ મૂકી દીધું. ભીખ માગવાનો આપણો અધિકાર નથી એ વાત સર્વએ સ્વીકારેલી જણાઈ.

જયપ્રવૃત્તિ ચાલુ રાખવા અમે બીજું શત્રુદળ ખોળવા નીકળ્યા. થોડે ગયા એટલે એક મારવાડીને પોતાની દુકાન આગળથી એક ગાયને હાંકી કહાડતો જોયો. આ પાપાચાર જોઈ ભદ્રંભદ્રને બહુ ક્રોધ ચડ્યો મારવાડી તરફ તે જોરથી ધસ્યો અને દુકાને બીજા મારવાડીને બેઠેલા ન દીઠા હોત તો તે વખતે તેના પર પ્રહાર કરત; તોપણ હિંમત ન ખોતા ભદ્રંભદ્રે ક્રોધથી પૂછ્યું:

'પાપી ! પૂજનીય ગોમાતાને વ્યથા કરવા તું કેમ તત્પર થયો છે? પવિત્ર ગોનું રક્ષણ કરવાને બદલે તું તેને બાધા કયા શાસ્ત્રાધારે કરે છે? શા પ્રમાણબળે તું તેની અવમાનના કરે છે?'

મારવાડે પૂરેપૂરું સમજ્યો નહિ, પણ ગાયનું નામ સાંભળી અને તે તરફ ભદ્રંભદ્રની દૃષ્ટિ જોઈ બોલ્યો, 'ઝા, ઝા, દુકાનમાંથી સણા ખાઈ જાયસે ને સોકરાને સીંગડું મારેસે તેને હાંકે તે થારા સું લીયો?'

ભદ્રંભદ્રે ઉત્તર દીધો, 'દુષ્ટ, આપણા એવાં સદ્ભાગ્ય ક્યાંથી કે વણબોલાવ્યે આવીને ગાય આપણું ધાન્ય ખાય અને આપણી પુણ્ય ઈચ્છા થતાં પહેલાં જ આપણને શીર્ષથી સ્પર્શ કરી જાય? તું શું આર્ય નથી કે ગાયમાતાની શાસ્ત્રોક્ત પવિત્રતા તને કહી બતાવવી પડે? તને વિદિત નથી કે ગાયની હિંસા કરનાર ને મનુષ્યહિંસા કરનાર થી ભારે દંડ કરવો એવો આર્યોનો મત છે? શું તારા દુષ્ટ કર્ણ પર આ વાત આવી નથી કે ગાયોને પીડા થતી જોતાં છતાં ટકી રહેલી આ અધમ કાયા ગાયના મલ જેટલી પણ ગણનાને પાત્ર નથી. તેથી ગાયનું શીંગડું વાગ્યે મૃત્યુ પામવું એ પુરુષાર્થ કાશીમાંય પ્રાપ્ત નથી થતો? શું તને એટલું પણ ભાન નથી કે ગાયો તારી દુકાનેથી ધાન્યાદિ ખાઈ પુષ્ટ થશે તો ભરતખંડની સમૃદ્ધિ અમર્યાદ વધી જશે? એક ગાયના દૂધથી એક દિવસમાં બે મનુષ્યનું પેટ ભરાય તેથી એક વર્ષમાં ૭૩૦ આદમીનું પોષણ થાય એ હિસાબે આખી ૪૦ કરોડ માણસની વસ્તીનું ભરણપોષણ ચાર કે પાંચ લાખ ગાયોથી થઈ શકે. આટલી ગાયોનું રક્ષણ થાય તો માણસોને બીજા કશાની જરૂર ન પડે; કેમ કે સહુ પેટ માટે મહેનત કરે છે. ખેતીની જરૂરત ન રહે; ખેતરો, જંગલો સર્વ ભૂમિ ઘર બાંધવામાં કામ લાગે. વરસાદની તાણથી કદી દુકાળ ન પડે. દેશનું બધું દ્રવ્ય બ્રહ્મભોજન, વ્યાપારાદિ અનેક સુમાર્ગે વાપરી શકાય. સરકારને પણ એથી બહુ લાભ છે; કેમકે લોકો સરકારને જોઈને તેટલા કર આપી શકે. માટે પાર્લમેન્ટ અને નેશનલ કૉંગ્રેસની વાતો મૂકી દઈ ગોરક્ષામાં સર્વ હિત સમાયેલું છે તે સમજવું જોઈએ. કોઈ કહેશે કે અમે તો ભેંસનું દૂધ ખાઈ પુષ્ટિ પામીએ છીએ પણ આ વાત અનુભવથી વિરુદ્ધ છે; કેમકે ઘોડાઓ ગાયનું દૂધ પી ઘણા જાડા થાય છે એમ જોવામાં આવ્યું છે.'

છટાદાર ભાષણ સાંભળવાના લોભે માણસોનો કંઈક જમાવ થવા લાગ્યો અને સર્વની વૃત્તિ સ્વસ્થ જોઈ ભદ્રંભદ્ર વધારે ઉશ્કેરાતા ગયા. દુકાન આગળ ટોળું મળવાથી ઘરાક ચાલ્યા જશે એમ જાણી ભેગા થનાર લોકોને મારવાડી ગાળો દેતો હતો. ભદ્રંભદ્ર અને મારવાડી બંને સાથે બૂમો પાડી બોલતા હતા તેથી શાસ્ત્રીઓની સભામાં એક બાજુએ વાદવિવાદ મચી રહ્યો એમ લાગતું હતું. ગાય તો ભદ્રંભદ્રનું ભાષણ થતાં ચાલી ગઈ હતી. પ્રત્યક્ષ દર્શનથી દયા ઉપજાવી ભાષણની અસર સબળ કરવા ભદ્રંભદ્રે રસ્તે જતા એક ખટારાવાળાને ઊભો રાખ્યો અને તેના બળદ તરફ આંગળી કરી મારવાડીને કહ્યું:

'નરાધમ, પ્રમાણબળને અભાવે તું વિહ્વલ થયેલો છે, પણ હજી તારામાં દયાભાવ ઉત્પન્ન થતો નથી, માટે પવિત્ર ગોમાતાના આ ચિરંજીવી પવિત્ર પુત્ર બલિવર્દનું તારે સાંત્વન કરવું યોગ્ય છે. દિલીપે કામધેનુનો શાપ ઉતારવા તેની પુત્રીની આરાધના કરી હતી તેમ તારે પણ તારા વડે અપમાનિત ગોમાતાનો કોપ શમાવવા આ ચિરંજીવ ગોપુત્રની સેવા કરવી જોઈએ. તું એમ ન સમજીશ કે આ બળદ ભારવહનનું કામ કરે છે, માટે તેની ગણના હલકી છે. આ ગાડામાં માટી ભરેલી છે. તે કોઈ ઠેકાણે પાથરવામાં આવશે. તેથી તે સ્થળે ચાલનારા મનુષ્યોના પગને ભૂમિ પોચી લાગતાં તેઓ પ્રસન્ન થઈ વિચારમાં મગ્ન થશે. એમ વિચાર કરવાના પ્રસંગથી અનેક વાર વિચાર કરવાનો તેમને અભ્યાસ પડશે. તેમને વિચાર કરતા દેખી તેમની આસપાસના મનુષ્યોને વિચાર કરવાનું મન થશે અને એમ થોડાં સમયમાં આખા ભરતખંડની પ્રજાની વિચારશક્તિ વધી જશે. વળી આ ગાડામાંની માટી પથરાઈ હશે ત્યાં તે પરથી જનારા ઘોડા, બળદ આદિ પશુઓને પગે કાંકરા ન ખૂંચતા ઘા ઓછા પડશે. તેથી પશુઓના ધણીઓને તે પશુઓના સંબંધમાં ઓછા પૈસા વાપરવા પડશે, તેથી દેશમાં પશુઓ પાળનારની સંખ્યા વધશે અને ગાડી-ગાડાં વધારે વપરાશે. એથી લાકડાંની ખપત વધારે થશે અને વધારે ઝાડ ઉગાડવામાં આવશે. વધારે ઝાડ ઊગ્યાથી આખા દેશની હવા સુધરશે, આવા આવા અનેક લાભ આ બળદના આજના પરિશ્રમથી ફલિત થશે અને સર્વ માટે આ બળદની જનની ગોમાતાનો ભારત ભૂમિ ઉપર ઉપકાર થશે, આ પ્રમાણોથી સિદ્ધ થાય છે. અરે, જ્ઞાનીઓની દૃષ્ટિમાં તો અનાદિ-કાળથી સિદ્ધ થઈ ચૂક્યું છે – કે આ બળદ પૂજ્ય છે, સેવ્ય છે, ઉપાસ્ય છે. માટે, ચાલ, સત્વર પૂજાનો આરંભ કર.'

ક્રોધ અને આશ્ચર્યથી વ્યાકુળ થયેલા મારવાડીને ભદ્રંભદ્ર બળદ તરફ ખેંચવા જતા હતા. પણ અસ્પૃશ્ય રહેવાનો મારવાડીનો વિશેષ આગ્રહ હતો અને એ દુરાગ્રહના મોહે તે બળ વાપરવાને પણ તૈયાર હતો. તેથી વાગ્બાણથી વિશેષ જોર અજમાવવાનું ભદ્રંભદ્રને દુરસ્ત લાગ્યું નહિ. ગાડાવાળો વધારે થોભવાને રાજી નહોતો અને મારવાડી પોલીસને બોલાવવાની બીક બતાવતો હતો. તેથી અમે પણ વધારે રોકાવાને રાજી નહોતા. લોકો ભાષણ સાંભળવાને રાજી હતા. તેથી ગાડામાં ઊભા રહી ગાડું ચાલતું જાય તેમ પાછળ આવતા લોકોના સમૂહને ભાષણ આપ્યા જવું એમ ભદ્રંભદ્રની ઈચ્છા હતી અને તે માટે ગાડાવાળાને પૈસા આપવા માંડ્યા પણ ના કહી તે ચાલતો થયો.

મારવાડી જરા પણ ઉત્તર આપી શક્યો નહિ અને ગાયને પ્રહાર કરતો હતો તેને બદલે હવે બળદ તરફ ખેંચાઈને પણ તેને સ્પર્શ કરવા ચાહતો નહોતો તેથી અહીં પણ જય થયો માની લઈ, અમે કંઈક આરામ લેવા ઘર તરફ પાછા ફર્યા.

૮. હરજીવન અને શિવભક્ત

રસ્તામાં એક રેંકડાવાળો પોતાને બેસવાની જગાએ ઊભો રહી ‘બબ્બે દોડીઆં ભૂલેસર’ની જાહેરખબર પ્રસિદ્ધ કરતો હતો. રેંકડામાં એક આદમી બેઠેલો હતો. તપાસ કરતાં જણાયું કે બે પૈસામાં દરેક જણને ભૂલેસર સમીપ લઈ જવાને રેંકડાવાળો રાજી હતો અને ચાર આદમી થાય ત્યાં સુધી વાટ જોતો હતો. સોંઘું ભાડું જોઈ અમે પણ બેસવાનું નક્કી કર્યું. એક તરફ પૈડાં પાસેના વાંસ પર પગ મૂકી ભદ્રંભદ્ર ચઢવા જતા હતા, પણ એમના પવિત્ર શરીરનો સ્પર્શ કરવાની એકાએક ઈચ્છા થઈ આવ્યાથી બળદે પાછલો પગ ઊંચો કરી વેગ સહિત ભદ્રંભદ્રના ઢીંચણ પર પ્રહારો કર્યા અને ભદ્રંભદ્ર બળદના પગ અગાડી સાષ્ટાંગ દંડવત્ પ્રણામ કરી પડ્યા. રેંકડાવાળો ખીજી કહેવા લાગ્યો કે ‘બળદ મારે છે તે જાણતા નથી ? ઘડી ઘડી તે કેટલાકને કહીએ ?’ રેંકડામાં બેઠેલો આદમી ગાડીવાળાને કહે કે ‘આને બહુ વાગ્યું હોય તો બીજા બેસનારાને બોલાવ. ક્યાં લગી ખોટી કરીશ ?’ હું ભદ્રંભદ્રને હાથ પકડી ઉઠાડતો હતો, તે જોઈ મને તેણે કહ્યું કે ‘કાકાપુરી હોય તો બારોબાર જ લઈ જાઓને. વળી ઇસ્પિતાલમાં લઈ જઈને ચૂંથાશે.’ ઘાંટો કંઈક ઓળખીતો લાગ્યો. એણે મને ઓળખ્યો, મેં એને ઓળખ્યો, અને હું બોલી ઊઠ્યો કે ‘કોણ હરજીવન ?’ ભદ્રંભદ્ર પણ એકાએક ચમકી ઊભા થઈ ગયા અને બોલ્યા, ‘કોણ હરજીવન ?’ હરજીવને નીચે ઊતરી ભદ્રંભદ્રને રેંકડા પર ચઢવામાં મદદ કરી, રેંકડાવાળાને ધમકાવ્યો કે હવે ક્યાં લગી ખોટી કરીશ. ચાલ તને રસ્તામાં કોઈ મળી જશે.

ગાડી ચાલી એટલે હરજીવન કહે કે, ‘હું બહુ દિલગીર છું કે આપણે આમ અકસ્માત મળી ગયા.’

ભદ્રંભદ્ર કહે, ‘એમ કેમ ? મળ્યા એ તો સંતોષનું કારણ છે.’

હરજીવન કહે, ‘એ ભૂલ છે. આમ અકસ્માત થવાનો તેથી આપનું નસીબ આપને આ રેંકડા પાસે ખેંચી લાવ્યું. અકસ્માત થવાનો ન હોત તો નસીબ આપને ક્યાંયે ઘસડી જાત. જુઓ, આપની પાસેથી મારે રૂપિયા લેવાનું સર્જેલું તે આપણા બેનાં નસીબ આપણને તે દહાડે આગગાડીમાં ખેંચી લાવ્યાં અને મારે તત્કાળ રૂપિયા પાછા ન આપવાનું સર્જેલું તે મને નસીબ વડોદરે ઘસડી ગયું. માણસનું કર્યું કંઈ થતું નથી, નસીબ જ કરે છે. મારા એક મિત્ર બિચારાને ગઈ કાલે એનું નસીબ કેદમાં ઘસડી ગયું. તે પહેલાં જુગારીઓને ઘેર ઘસડી ગયું હતું, નસીબ આગળ સહુ કોઈ લાચાર છે. પાશ્ચાત્ય લોકો નસીબનું બળ સમજતા નથી. તેથી

અજ્ઞાનથી તેમણે સજાના કાયદા કર્યા છે. નસીબે આપને આ અકસ્માત કર્યો તેથી હું દિલગીર છું. વારુ મારી પેલી પેટી આપની પાસે છે કે ? એમાં મારાં કેટલાંક કીમતી લૂગડાં છે, તે બગડે નહિ એ સંભાળજો.'

ભદ્રંભદ્ર કહે છે, ' અરે એ પેટી તો આગગાડીમાં એક બેસનારે કહ્યું કે “મારી છે, હરજીવન કોણ થાય છે, ઝાઝું કરશો તો સિપાઈને બોલાવીશ.” તેથી અમે તેની પાસે રહેવા દીધી, અમારું કંઈ ચાલ્યું નહિ.'

હરજીવન ખિન્ન થઈ બોલ્યો, 'અરે ! ત્યારે મારે તો આઠ રૂપિયાના બદલામાં દોઢસો રૂપિયાનો માલ ગયો. એના કરતાં તો પેટી ત્યાં ને ત્યાં જ વેચી હોત તો ઠીક થાત. ફિકર નહિ. આઠ રૂપિયા તો હું આપને આપી દઈશ. હું રોકાઈ ગયો. તેથી પેટી લેવા આવી શક્યો નહિ. એ પણ નસીબની બલિહારી. ખેર.'

ભદ્રંભદ્ર ઝંખવાણા પડી જઈ બોલ્યા, 'હવે રૂપિયા પાછા આપવાની જરૂર નથી. ઊલટી મેં આપને દોઢસો રૂપિયાની હાનિ કરાવી માટે ખેદ થાય છે. મારે તે ઊલટા આપને ભરી આપવા જોઈએ. તેમ કરીશ પણ ખરો.'

'ના, એમ થાય નહિ. એમાં આપનો શો વાંક ? પણ વારુ આપ ક્યાં જાઓ છો ?'

'હવે અમારે ઉતારે જઈએ છીએ, ભોજનનો સમય થયો છે.'

'ચાલો, મારે ત્યાં પધારો ને. મારે તો એ મ્હોટો લાભ.'

એવામાં રેંકડામાં ચોથો બેસનાર આવી મળ્યો. અમને ભિખારીઓની છાવણી બતાવી તે જ આદમી એ હતો. હરજીવન કહે, 'આ સત્પુરુષ મારા પરમ મિત્ર છે, મેં આપને ચિઠ્ઠી આપી હતી તે એમના પર જ. અનાયાસે એ પણ મળી ગયા. એ તો શ્રીમંત છે. પણ આપણી ખાતર આ વાહનમાં આવ્યા છે.'

ભદ્રંભદ્ર કહે. 'અનૌદ્ધત્ય એ જ સમૃદ્ધિનું વિભૂષણ છે. એમનું નામ શું ?'

હરજીવને કંઈ કચવાઈ એમના મિત્ર તરફ જોયું. તેણે ઉત્તર દીધો, 'જ્ઞાનીએ નામ ધારણ કરવું ન જોઈએ. નામરૂપનો તો નાશ છે જ. હરજીવને આપને એમના શ્યામવસ્ત્રધારી મિત્રો વિશે વાત કરી હશે. એ લોકો મારું નામ સાંભળીને જ મારાં દર્શન સારું એટલા ઉત્સુક થાય છે કે મેં નામનો ત્યાગ કર્યો છે. શું કરીએ ? માયાલિપ્ત વ્યાવહારિક લોકોમાં રહેવું પડે છે. શિવનો ભક્ત છું માટે મને શિવભક્ત કહેશો તો ચાલશે.'

ભૂલેશ્વર આવતાં પહેલાં એક ગલીમાં વળી અમે એક લાંબી ચાલ આગળ ઉતરી પડ્યા. શિવભક્ત ઉપર જઈ કંઈક ગોઠવણ કરી આવ્યા પછી અમે ઉપર ગયા. ઉપલે માળે ગયા ત્યાં હરજીવનની ઓરડી હતી. પાસે એક ઓરડીમાં દસ-પંદર આદમીઓ જમવા બેઠા હતા. હરજીવન કહે, 'આ સર્વ મારા અતિથિ છે. શું કરીએ, આપણું નામ સાંભળી લોકો આવે તેમને ના કેમ કહેવાય ?'

હરજીવનની ઓરડીમાં લૂગડાં કે સરસામાન નહોતાં. બે ખાટલા કંઈકથી લાવી બેસવા માટે પથરાવ્યા. ભોજનને હજી વાર હતી. જમીને શિવભક્તને બંગલે મંદિર જોવા જવાનું હતું. પણ પ્રથમ કંઈ ભેટ મૂકવી જોઈએ એ સંપ્રદાયની ખબર પડ્યાથી ભદ્રંભદ્રે મને ઘેરથી પાંચ રૂપિયા લેવા મોકલ્યો. હરજીવનના આગ્રહથી અમારો બધો સામાન ત્યાં જ લઈ આવવાનું ઠર્યું. હું પાછો આવ્યો તે પછી મિષ્ટાન્ન જમ્યા. હરજીવને ભારે ખર્ચ કર્યો જણાતો હતો અને બધામાં જાયફળ વિશેષ હતું. જમતાં પહેલાં એક આદમી આવી કહેવા લાગ્યો કે, 'અમારા પૈસા પહેલાં ચૂકવો.'

હરજીવને ભદ્રંભદ્ર તરફ આંગળી કરી કહ્યું 'આમને ઓળખતો નથી ? એ તો મ્હોટા માણસ છે. કશી ફિકર રાખવી નહિ.'

બારણાં બંધ કરી જમતાં જમતાં હરજીવને ખુલાસો કર્યો, 'મુંબઈ આવું ત્યારે રોજ સો રૂપિયા દક્ષિણા આપવામાં ખરચું છું. આપને આવ્યા જોઈ અને આપના પર મારો સદ્ભાવ જોઈ મારા અતિથિઓને બીક લાગી કે આજના સો રૂપિયા બધા હું આપને જ આપી દઈશ, તેથી અધીરા થયા છે. પહેલાં હું રૂપિયાને બદલે વસ્તુઓ વહેંચતો હતો. એક દહાડો સો રૂપિયાના ઘાસલેટના ખાલી ડબ્બાનું દાન કર્યું, પણ હોરાઓ બૂમ પાડતા આવ્યા કે મફત વહેંચશો તો અમારી કમાઈ જશે. બીજે દિવસે સીસીના બૂચ વહેંચ્યા તે ઘણા બ્રાહ્મણો રાજી થઈ લઈ ગયા, પછી બજારમાં બૂચ મળતાં બંધ થઈ ગયા.'

ભદ્રંભદ્રે પૂછ્યું, 'બૂચનને શું કરે છે ?'

શિવભક્ત બોલ્યા, 'બેવડો નામે શિવનો ભૂત છે, તેને હાજર રાખ્યા વિના ખરેખરી શિવપૂજા થતી નથી. પણ તે એવો છે કે તેને મહોંયે દાટો ન દો તો ઊડી જાય. ભાંગ પીવા બાબત આપનો શો અભિપ્રાય છે ?'

ભદ્રંભદ્રને બેવડાનો ને આ ભાંગનો સંબંધ સમજાયો નહિ; પણ ભાંગનું નામ સાંભળી તે જરા ઉત્સાહથી બોલ્યા, 'ભાંગ જેવી દિવ્ય વસ્તુ બીજી કોઈ નથી. ભાંગ પીવી એ સર્વ આર્યનું કર્તવ્ય છે. મદ્યનિષેધક સુધારાવાળાઓ પાશ્ચાત્ય લોકોની દેખાદેખી કરી ભાંગ-ગાંજાનો પણ નિષેધ કરે છે. પણ મૂર્ખા સમજતા નથી કે એ રીતે તો સાહેબ લોકો આપણું આર્યત્વ ખૂંચવી લેવા ધારે છે. સર્વ કેફી પદાર્થનો નિષેધ નહિ પણ માત્ર યુરોપમાં બનતા કેફી પદાર્થોનો નિષેધ થવો જોઈએ, કેમ કે તેમાં ગમે તેનું પાણી આવે છે. નહિ તો આપણા ઋષિઓ સોમરસ કેમ પીતા, આપણા સાધુઓ ગાંજો કેમ ફૂંકે છે, આપણા શક્તિમાર્ગીઓ દેશી મદિરાથી કેમ ચકચૂર બને છે ? પાણી બ્રાહ્મણિયા હોય, પાશ્ચાત્ય દેશની બનાવટ ન હોય અને પાશ્ચાત્ય નામ ન હોય, તો પછી કેફમાં કાંઈ બાધ નથી. કયો આર્ય એમ કહેશે કે ભાંગ આપણી પ્રજામાં સર્વ કોઈને ગ્રાહ્ય નથી ? પાશ્ચાત્ય લોક પાસે આપણે એ શીખ્યા નથી એ આપણને ગર્વનું અને સંતોષનું કારણ છે. શક્તિમાર્ગીઓનું પણ એ જ કહેવું છે કે 'અમે તો પાશ્ચાત્ય લોકોના આવ્યા પહેલાં મદિરાપાન કરતા હતા. અમારાં શ્લોકબદ્ધ પ્રમાણ છે. તો પછી અમને અનાર્યત્વનું કે સુધારાનું લાંછન કેમ લાગી શકે ? અમારામાંથી ફૂટ્યા તેમણે જ પાશ્ચાત્ય અસરને નામે દારૂ પીવા માંડ્યો, પણ અમે તો આપણી જૂની રૂઢિ જાળવનારા છીએ.'

શિવભક્ત કહે, 'આપ કહો છો તે સર્વ સત્ય છે, એ જ માટે મેં ભાંગ કઢાવી રાખી છે, ચાખી જુઓ. ઘૂંટી પણ ઠીક છે.'

બધાએ એક વાડકો પીધા પછી શિવભક્ત કહે, 'નાસ્તિક સુધારાવાળાઓને ક્યાંથી શિવનાં સાક્ષાત્ દર્શન થયાં હોય ? તેમને ક્યાંથી ખબર હોય કે શિવને પોતાને જ ભાંગ ઘણી પ્રિય છે ! મને મહાદેવે પોતે જ કહ્યું હતું કે,

'ભંગ ગંગ દો બ્હેન હે, રહેતી શિવ કે સંગઃ લડુખાની ભંગ હૈ, તરન તારિની ગંગ.'

એક બીજો વાડકો ખાલી કરી, મારો ખભો ઝાલી એક ખાટલા પરથી બીજા ખાટલા પર કૂદી ભદ્રંભદ્ર બોલ્યા,

'ભંગા એસી પીજીએ, જૈસી રંગન રંગ; ઘરકે જાને મર ગયે અપને મન આનંદ !'

હરજીવન બોલી ઊઠ્યા, 'વાહ આનંદ આનંદ !'

અમે સર્વે 'આનંદ આનંદ' બોલતા બીજા બબ્બે વાડકા ઉડાવી ગયા, ભાંગના તપેલામાં ઊંધો વાડકો બોળી તે બહાર કાઢતાં ખાલી જોઈ ભદ્રંભદ્ર મને એક આંગળી દેખાડી બોલ્યા :

'એમ ન સમજીશ કે તને એકલાને જ જાદુ આવડે છે, હું ધારું તો તને આ છાપરાના ભારવટીયા પર અધ્ધર ચહોંટાડું.'

હરજીવને મારી તરફથી ઉત્તર દીધો, 'ઝાડુ જ, સુધારાવાળાને તો ઝાડુ જ. કહેશે કે પ્રતિજ્ઞા લ્યો, કોણ બાપ પ્રતિજ્ઞા લેવાનો હતો ? રવિવારે તો દેવીના નામની પ્યાલી લેતા હઈએ. પણ ભાંગનું નામ દઈ પ્રતિજ્ઞાની ના કહીએ તો ચાલે.'

મને કંઈક ઊંઘ આવવા માંડી, એટલામાં હરજીવને આવી લપડાક મારી અને કંઈક સૂઘાડ્યું, સુગંધથી ખુશ થઈ હું ઊંઘી ગયો, પછી શું થયું તે મને યાદ નથી. ઊંઘમાં મને એવું સ્વપ્ન આવ્યું કે મારા શરીરે લાંબો સાપ વીંટળાયો, પણ બરાબર સ્મૃતિ રહી નથી.

કેટલાક કલાક પછી હું જાગી ઊઠ્યો અને બેઠો થવા ગયો પણ તેમ થઈ શક્યું નહિ. ખાટલા પર સૂતાં સૂતાં આંખ ફેરવી જોયું તો મારા હાથ-પગ અને આખું શરીર ખાટલા સાથે દોરડી વતી સજ્જડ બાંધી લીધેલાં હતાં અને મારાથી ચસાય તેમ નહોતું. પાસેના ખાટલા પર ભદ્રંભદ્ર પણ એ જ દશામાં ઘોરતા હતા. ઓરડીનું બારણું બંધ કરેલું હતું. હરજીવન અને શિવભક્ત જતા રહેલા હતા. મેં તેમને બૂમો પાડી પણ બહાર કોઈ સાંભળતું હોય તેમ જણાયું નહિ. ભદ્રંભદ્રને બોલાવ્યા પણ તે જાગ્યા નહિ.

આ લાચાર દશામાંથી કેમ છુટાશે એ વિચારથી હું ગભરાવા લાગ્યો. મારા કરતાં ભદ્રંભદ્રની દશા વધારે સુખી લાગી, કે એ તો કશું જાણ્યા વિના નિરાંતે ઊંઘતા હતા. સંભારતાં મને યાદ આવ્યું કે ભાંગના ઘેનથી અને હરજીવને કંઈ સૂંઘાડવાથી હું ઊંઘી ગયો હતો. મારે

શરીરે સાપ જેવું વીંટળાતું સ્વપ્નમાં લાગ્યું હતું તે દોરડીઓ બાંધતી વખતની લાગણીનું પ્રતિરૂપ હશે. ભદ્રંભદ્રને પણ મારી પેઠે થયું હશે. અમારા સામાનની પોટલીઓ જણાતી નહોતી. તે લઈને અમને ખાટલા સાથે બાંધીને હરજીવન અને શિવભક્ત નાસી ગયા હશે.

આવા વિચાર હું કરતો હતો, એવામાં કોઇએ બહારથી સાંકળ ઉઘાડી બારણું ઉઘાડ્યું. બે આદમી અંદર આવ્યા. અમારી દશા જોઈ પ્રથમ તે આશ્ચર્યથી અટક્યા અને એકબીજાની સામું જોઈ હસ્યા. પછી મને ક્રોધથી એક જણે પૂછ્યું, 'લુચ્ચાઓ ! તમારી સાથે મગન અને મોતી હતા તે ક્યાં ગયા ?'

મેં કહ્યું, 'અમે મગન ને મોતીને ઓળખતા નથી. અમે તો પરગામના છીએ. પહેલાં અમને છોડો.'

'હવે છોડે કેમ ? કંઈક બેત હશે. મગન ને મોતીને ઓળખતા નથી તે કેમ માનું ? એમની જોડે ખાવા બેઠા હતા ને વીસીના પૈસા આપવા નહિ તેની આ તદબીર છે તે સમજું છું.'

નરમ થઈ મેં કહ્યું, 'અમે કાંઈ લુચ્ચાઈમાં નથી, અમને કોઈ બાંધી ગયું છે. અમારી સાથે હતા તે તો હરજીવન ને શિવભક્ત.'

'લુચ્ચાઓએ નામ બદલ્યાં હશે. મને નીચે આવીને કહી ગયા કે અમારો કીમતી સામાન ઓસડીમાં છે. તે અમે પાછા આવીએ ત્યાં સુધી તાળું દઈ રાખજો.'

મેં ઘણા કાલાવાલા કર્યાથી મને છોડ્યો. ભદ્રંભદ્રના બંધ છોડતા હતા તેટલામાં તે પણ જાગ્યા. એમને હજી ભાંગનું ઘેન ઊતર્યું નહોતું. આંખો લાલચોળ હતી. બેઠા થઈ શક્યા એટલે કંઈ ઊછળીને બોલ્યા,

'ચાંડાલો, મને સ્પર્શ કરશો તો શિરચ્છેદ કરીશ. હું શિવ છું, બ્રહ્મ છું, વિષ્ણુપદ પામ્યો છું.'

હું એમની આગળ બેસી બંધ છોડતો હતો. તે જોઈ કહે, 'આ કોણ ? મારી નાભિમાંથી ઊગેલા કમળમાં ઉત્પન્ન થયેલા બ્રહ્મા ? શું પ્રલયકાળ થઈ ગયો ? મારે તો ઊંઘમાં જ ગયું, પણ આ દૈત્યો શું પાતાળમાંથી આવ્યા ? ક્યાં ગયું મારું ચક્ર ? અરે સાંભર્યું, તે તો હું ઘૂંટીને પી ગયો.'

એમ કહીને વીસીવાળાને પ્રહાર કરવા જતા હતા, પણ મેં અટકાવ્યા, કેમકે, સામો પ્રહાર પડત એ નક્કી હતું. મેં વીસીવાળાઓને ભાંગ વિશે ઇશારો કરી સ્વસ્થ કર્યા. અમને છોડ્યા તો ખરા, પણ કહ્યું, 'આજના અને મગન-મોતીના આગળના પૈસા ચૂકવ્યા વિના જવા નહિ દઈએ. હમણાં આને ભાનમાં આવવા દો.' એમ કહી તેઓ ચાલ્યા ગયા.

ભદ્રંભદ્ર પાછા તરત સૂઈ ગયા. તે પાછા શુદ્ધિમાં આવી ઊઠ્યા ત્યારે મેં એમને હરજીવન અને શિવભક્તના છળ વિશે વાત કરી. ભદ્રંભદ્ર કહે, ' એ લોક એવા માણસ નથી. પછી કોણ જાણે, પણ મને શક છે કે કોઈએ ઇંદ્રજાળ ફેલાવવા મંત્રબળ વાપર્યું છે. જાદુ કોઈએ કરવા માંડ્યો એમ પણ મને યાદ છે. આપણે કાંઈ સુધારાવાળા નથી કે જાદુથી બધો ખુલાસો મળતો હોય તોપણ વધારે ચોકસી કરવા જઈએ.'

અમારી પાસે એક પાઈ રહી નહોતી. ચેથી વીસીવાળાના પૈસા કેમ ચૂકવવા એ ચિંતા થઈ. અમે તેની પાસે ગયા. ભદ્રંભદ્રે તેને કહ્યું, 'અમે તો હરજીવનના પરોણા હતા. જોડેના ઓરડામાં એમના બધા પરોણા હતા તોય અમને એકલાને કેમ પકડો છો ?'

વીસીવાળો કહે, 'એ જુગારીના વળી પરોણા કોણ ? એ તો મારી વીસીના ઘરાક હતા, જમતી વખત તમારી પાસે પૈસા કબૂલાવ્યા છે તે હવે ચાલવાનું નથી. તમે પણ એવા કે તમને બાંધીને જતા રહ્યા ત્યાં લગી ભાન જ નહિ ? પણ હું કેમ જાણું ? તમે બધાં બેતમાં હશો. પૈસા ન આપવા હોય તો પોલીસમાં ચાલો.'

તકરારથી રસ્તે જનારાં માણસ એકઠાં થયાં. પોલીસનો સિપાઈ આવ્યો પણ હતો. એવામાં એક ગાડીમાં બેસી પ્રસન્નમનશંકર અને રામશંકર જતા હતા. અમને ઓળખી રામશંકરે ગાડી ઊભી રખાવી. હકીકત જાણી રામશંકરે પ્રસન્નમનશંકરના કાનમાં કંઈક કહ્યું, તેથી તેમણે વાટવો કહાડી વીસીવાળા અને પોલીસના સિપાઈને સંતુષ્ટ કર્યા અને અમને ગાડીમાં બેસાડી તેમને ઘેર લઈ ગયા.

૯. પ્રસન્નમનશંકર

ભદ્રંભદ્ર વિશે પ્રસન્નમનશંકરે પહેલેથી સાંભળ્યું હોય તેમ લાગતું હતું. ઘેર જઈ આજના બનાવની વાતો પૂરી થઈ, એટલે તેમણે ભદ્રંભદ્રને કહ્યું,

'મેં આપના આતિથ્યકારને ગૃહે શિવશંકર દ્વારા આપનું અન્વેષણ કરાવ્યું હતું. આપ સારુ મેં અશ્વદ્વયાકૃષ્ટચતુશ્ચક્રકાચગવાક્ષસપાટાચ્છાદાનસમેતરથ પ્રેષિત કર્યો હતો; પણ આપ સંમિલિત થયા નહિ. આપનું ચરિત્ર શ્રવણ કરી હું સાનંદાશ્ચર્ય પ્રાપ્તિ છું. આપ મોહમયીમાં નિવાસ કરો, ત્યાં મમ આતિથ્યગ્રહણ ક્રિયતામ્, એ રીતે મને આપનો સમાગમલાભ અધિગત થશે. મારે આપની સહાયતાની આવશ્યકતા છે. સુધારાવાળા મારા શત્રુ છે. તેઓ પંડિત બની મને દુર્વિદગ્ધ ઠરાવવા મથે છે. પણ હું સૌરાષ્ટ્રવાસી પડ્યો એટલે મારે જાતે તો શત્રુને પણ પ્રિય વચન કહેવાં પડે. તેમની પ્રકટિત પ્રશંસા કરવી પડે, પણ આપ જેવાની દ્વારા તેમના પર નિન્દવર્ષણ થઈ શકશે. વળી વાદવિવાદમાં કે લેખનશક્તિમાં હું કોઈ સમય પરાજિત ન ગણાઉં એ પણ આવશ્યક છે, માટે હું જાતે તેમાં પ્રગટ થઈ ઊતરતો નથી. આપને હું સર્વ રીત્યા સંતુષ્ટ કરીશ. મેં પોતે પુસ્તક તો લખી રાખ્યાં છે. પણ મારા સદૃશ પવિત્ર પુરુષની પવિત્ર કૃતિને દુષ્ટ સુધારાવાળાઓની અપવિત્ર ટીકાનો સ્પર્શ ન થાય માટે આપ સદૃશ કોઈ વિદ્વાનના નામથી તે પ્રસિદ્ધ કરવાનો વિચાર છે. નહિ તો પછી મારાં બીજાં પુસ્તકપ્રસિદ્ધસાદૃશ્યેન એ પણ કલ્પિત નામ્ના પ્રસિદ્ધ કરત. આપે "વિદ્યાઢગ" નામે ગ્રંથકારનાં પુસ્તક વાંચ્યા હશે. "પ્રૌઢબોધ", "સુલભ કીર્તિ માર્ગ", એ સર્વે મારી કૃતિઓ છે.'

ભદ્રંભદ્ર આશ્ચર્ય પામી બોલ્યા, 'ઓહો! ત્યારે તો આપને હું પુસ્તક દ્વારા સારી રીતે ઓળખું છું. મેં આપનાં પુસ્તકોનો અભ્યાસ કર્યો છે, હું મારા ભાષણમાં આપનાં વચનોનાં પ્રમાણ પણ આપું છું. પણ મને તો સાંભરે છે કે એ પુસ્તકોમાં 'વિદ્યાઢગ' ને બદલે 'વિદ્યાઠગ' નામ હતું અને તે આપ જ એમ વિદિત નહોતું. કદાચ વિનય માટે એવું નિરભિમાન નામ ધારણ કર્યું હશે એમ હું ધારતો હતો. પણ હવે આપનું ખરું ઉપનાઅ સમજાયું.'

પ્રસન્નમનશંકર કહે, 'એ તો મુદ્રાલયે અક્ષરસમસનવ્યાપૃત પુરુષો દુષ્ટ સુધારાવાળાના મળતિયા હશે કે હું ઢકારને સ્થાને ઠકાર મૂકી દીધો. ઠગ શબ્દની વ્યુત્પતિ યાવન નહિ પણ સંસ્કૃત છે. એટલે મને વિશેષ ખેદ થયો નહિ. પ્રથમ તો એક કવિતાનું પુસ્તક રચ્યું છે તે આપને દર્શાવું. આપ, સદૃશને નામે તે પ્રગટ કરી મારી પ્રૌઢતા સચવાય તેવી વિખ્યાતિ

પામતું જણાશે તો પછી દ્વિતીય આવૃત્તિમાં મારું વાસ્તવિક કર્તૃત્વ પ્રકાશિત કરીશ. નહિ તો પછી કીર્તિનો લાભ નથી. હું કેવો નિઃસ્પૃહી છું તે આપને રામશંકર કહેશે. વર્તમાનપત્રવાળાને મારે ધન આપી મારી પ્રશંસા કરતા અટકાવવા પડે છે. પણ તે એવો લોભી છે કે કોઈ પ્રસંગે સુધારાવાળાની નિંદા કરાવવી હોય ત્યારે પુનઃ પુનઃ ધનપ્રાર્થના કરે છે. સંસારમાં નિર્લોભીને લોભી સાથે વ્યવહાર કરવો પડે છે, તે અપશોચ કરવા જેવું છે. મારા કાવ્યનો પણ એ જ અંતર્ગત વિષય છે. એમાં સુધારાવાળ પર ઘણા ગુપ્ત આક્ષેપ કર્યાં છે. ભય એ છે કે એ આક્ષેપ તેઓ સમજશે નહિ. અર્થભાવ લેશ માત્ર ન સમજાય, એમાં જ કાવ્યનું સૌંદર્ય છે. કેમકે સમજાય તેવી કવિતા તો બધા રચી શકે. પણ આ આક્ષેપ સમજાય એ તો ઉદ્દેશ છે, માટે આપ તે જોઈ જુઓ. જુઓ આ એક દેડકા પર અન્યોક્તિ છેઃ

ભુજંગી

અહો દેડકા! સત્વરં ઉત્પતંત,
કર અશ્મવૃષ્ટિ યુવા પારસીક;
ન સ્પર્શે પ્રહારો તને લેશ માત્ર,
સુધારાથી નૈપુણ્ય નૈપુણ્ય સાર.

અહીં પ્રસંગ એવો છે કે, એક વેળા હું વર્ષાઋતુ સમયે અમારા અશ્વપાલની વ્યાધિગ્રસ્તતાને લીધે ચાલતો જ કોર્ટમાં જતો હતો. ત્યાં વિસ્તીર્ણ ભૂમિમાં પાણી ભરાઈ રહ્યું હતું અને તેમાં એક દેડકો હતો. તેને પારસીના છોકરા પથરા મારતા હતા. તોપણ તે એવો ત્વરાથી કૂદતો હતો, કે તેને પથરા વાગતા નહોતા. આ ભાવયુક્ત દર્શનથી મારા કવિત્વપૂર્ણ હૃદયમાં ઉદ્દીપન થયું અને સાયંકાળે મારા વીરસસહિત ગૃહ પ્રતિ સત્વર આગમન કરતાં ગૃહે પહોંચતાં પહેલાં જ આ શ્લોક જોડી કહાડ્યો. પછી 'દુર્દરશતક' રચ્યું. છેલ્લી લીટીમાં સર્વ રહસ્ય છે. તેનો અભિહિત અર્થ એ છે કે દેડકા, તારું નૈપુણ્ય સુધારા અર્થાત્ સુધારાવાળાથી સારું છે. તાત્પર્યાર્થ કે સુધારાવાઆને તારા જેટલું નૈપુણ્ય પણ નથી આવડતું કે લોકનિંદાપ્રહારમાંથી બચી શકતા નથી. આ તો અન્યોક્તિ છે. એક સુધારાવાળો યુવક પારસીક દેડકા જેવો બધે ફરતો ફરે છે અને લોકો પર નિંદા રૂપી અશ્મ ફેંકે છે, પણ તેને પ્રકર્ષ નામ મહોટા હારો અર્થાત્ સુવર્ણ મોતીના હારો અર્થાત્ ધન લેશમાત્ર મળતું નથી, તેનો આક્ષેપ છે કે સુધાર કરવા કરતાં નૈપુણ્યથી ધનસંચય કરી હું વિશેષ લાભ પામું છું. બીજો આક્ષેપ સુધારાવાળા સ્પર્શાસ્પર્શનો ભેદ રાખતા નથી, વળી પારસીઓ સાથે ભોજન કરે છે તેમના પર છે. પારસીઓ ખીચડીના ગોળા કરી મહોંમાં અધ્ધર નાખે છે, તેને અશ્મવૃષ્ટિની ઉપમા આપી છે. કવિતા બહુ મનોહર છે, એમ આપ કહી શકશો. બધા મળી

આવા પચાસ આક્ષેપ આ એક જ શ્લોકમાં છે. એટલે આખા શતકમાં ૫૦૦ આક્ષેપ સુધારાવાળા પર છે, એ મહા આનંદની વાત છે. કવિતાનો આનંદ અનુપમ કહેવાય છે. તે આપને અનુભવથી ગમ્ય થશે.'

ભદ્રંભદ્ર કહે, 'આવી ,મનોહર કવિતા મેં કદાપિ જોઈ નથી. વાહ! આપની રસિકતા અલૌકિક છે. આપણા પક્ષમાં મહાકવિ કોઈ થયો નથી. તે ખોટ આપ પૂરી પાડશો. હું તો આપ તત્ત્વચિંતક છો એટલું જ જાણતો હતો.આપનું કવિત્વ મને વિદિત નહોતું. આ દેશમાં સુધારાવાળાની સંખ્યા પાચ હજાર પણ નથી. એકેક આક્ષેપ એકેક જણ લે તો નિરુત્તર અને ખિન્ન થઈ વાગ્બાણથી શત્રુ વર્ગ નાશ પામે અને આ 'દર્દુરશતક'થી જ દેશનો ઉદ્ધાર થાય તો પછી મારે વ્યાકરણના પ્રશ્ન પૂછી સુધારકોને નિરુત્તર કરવાની આવશ્યકતા રહે નહિ.'

પ્રસન્નમનશંકર કહે, ' આપ વ્યાકરણમાં કુશળ છો એ આનંદની વાત છે. મારા પુસ્તકમાં સુધારાવાળાના એ વિષયના અજ્ઞાન પર મેં બહુ આક્ષેપ કર્યા છે. ઉદાહરણનાં ખરાં રૂપ ન આવડવાથી સ્થળે સ્થળે વાક્ય મારે અપૂર્ણ સ્થિતિમાં રાખવાં પડ્યાં છે, તે આપથી જાણી લઈ પૂર્ણ કરી દઈશ. વિદ્વત્તાનો ઢગ મેં આપ જેવાની પાસેથી જ સંગ્રહ કર્યો છે. એથી સુધારાવાળાઓ મને 'વિદ્યાઠગ' કહે છે. પણ હું સુધારાવાળા કરતાં વિદ્વાન છું, એવું આપ આ કાવ્યની પ્રસ્તાવનામાં લખી શકો, તો અસત્ય નહિ કહેવાય; એ આપે ઉપરની કૃતિથી જાણ્યું હશે.'

આવી વિદ્વદ્ગોષ્ઠિમાં એક પછી એક દિવસ જવા લાગ્યા. કોઈ કોઈ વખત કુશલવપુશંકર આવીને બેસતા. તે વખતે એમના કાકા પુસ્તક પ્રસિદ્ધ કરવાની યુક્તિની, સુધારાવાળા પર બીજા મારફત નિંદાવર્ષણ કરાવવાના ઉપાયની વાત નહોતા કરતા. એ હોય ત્યારે તો ઈ.સ. ૧૫૮૦માં ઈંગ્લાંડમાં જોન ટેલર નામે થયેલા કવિ વિશે પ્રસન્નમનશંકર બહુ વાતો કરતા. એ કવિનાં 'જલ-કવિ' અને 'હલ્લેસાં-પ્રેરક' નામે ઉપનામ એમને બહુ પ્રિય હતાં. વાક્યે વાક્યે તેનાં 'પાવલાનો પ્રવાસ', 'ભિક્ષા અને ભિક્ષાવૃત્તિની પ્રશંસા', પૃથ્વી પૈડા પર ચાલે છે, એક કેદખાનાની પ્રશંસા અને સર્વ જાતની ફાંસીનું ઉત્તમ રહસ્ય તથા આવશ્યક ઉપયોગ. નામે ગ્રંથોનાં વચનપ્રમાણ આપવાનો અભ્યાસ તેઓ રાખતા. કુશલવપુશંકર વિદ્વત્તાથી છલકાઈ જતા આ સંભાષણથી ચકિત થઈ કહેતા કે અમે આટલું બધું અંગ્રેજી ભણ્યા પણ આ 'જલ-કવિ'નું નામ સાંભળ્યું નથી, તો પછી વચન તો ક્યાંથી પાઠે હોય? એક વખત તો કુશલવપુશંકર એટલે સુધી બોલી ગયા કે તમે મને તમને 'પંડિત કાકાજી' કહેવાનું કહ્યું છે તે યથાયોગ્ય છે.

પ્રસન્નમનશંકર કહે, 'મૂર્ખ, મેં તને ક્યારે કહેવાનું કહ્યું હતું? તું તારી મેળે એમ કહી બોલાવે છે.'

રામશંકર કહે, 'સત્ય છે. ગઈ કાલે જ કોઈ મળવા આવ્યું હતું. તેને આપ કહેતા હતા કે કોણ જાણે શાથી મારો ભત્રીજો કુશલવપુ મને પંડિત કાકાજી કહી બોલાવે છે. તે મળવા આવનારે પણ કહ્યું કે બાળકો અને યુવાનો નિરીક્ષણ બહુ ચતુરાઈથી કરે છે, મ્હોટી ઉંમરના અદેખાઈથી ઝટ ગુણગ્રાહી થતા નથી. પણ કુશલવપુભાઈ જરા વ્યવહારમાં કાચા છે.'

કુશલવપુશંકર બોલ્યા, 'વ્યવહાર વેદમાં વિહિત નથી. પણ સુધારાવાળાનું ખંડન કરવા તેનું જ્ઞાન આવશ્યક છે અને આવશ્યક પ્રતિ પ્રવૃત્તિમાં શ્લોકબંધ પ્રમાણ છે એટલે છૂટકો નથી. સુધારાવાળા પ્રમાણ વિના શી રીતે ચલાવી શકે છે તે બહુ આશ્ચર્યની વાત છે. મૂર્ખોને વિદિત નથી કે આપણા પૂર્વજો એવા વિચારવંત હતા કે ખાવા, પીવા અને ઊંઘવાનાં પણ પ્રમાણ આપી ગયા છે કે પ્રમાણભાથે આપણે કોઈ સમય સંશયગ્રસ્ત ન થઈ જઈએ અને કિંકર્તવ્યમૂઢ ન થઈ જઈએ.'

પ્રસન્નમનશંકર કહે, 'સંશયગ્રસ્તતા એટલું મ્હોટું સંકટ છે કે ધનની સહાયતા વિના તેમાંથી છુટાતું નથી. મારા શ્રેષ્ઠત્વ વિશેના ઘણાના સંશયનો છેદ એમ જ થયો છે. પણ અમારા ડચીમામાના સંશય સમક્ષ તો સર્વ નિરુપાય. રામશંકર, એમનો ઈતિહાસ કહો.'

રામશંકર કહે, ડચીમામા ભાઈસાહેબના મામા થાય. એમનું રહેવું ઘણા વર્ષથી અહીં જ થાય છે. પણ વહેમી બહુ, એક વેળા આખી ગાડીમાં બેસીને જતાં સંશયમાં પડી ગયા કે વખતે પૈડાં સાથે આખી ગાડી પણ ચક્કર ફરે તો આપણું શું થાય? નીકળાય નહિ અને ગાડી ઉપરતળે થાય તો આપણે તો ફજેતીમાં આવીએ! તે દહાડાના શક ખાઈ ગયા, તે ગાડીમાં જ નથી બેસતા. બહુએ સમજાવીએ છીએ પણ વહેમની કંઈક કચાશ રહી જાય છે. એક વખત જમતાં જમતાં શકમાં પડી ગયા કે વખતે ખાધેલું વાંસા તરફ ઊતરી જાય, તો પેટમાં કંઈ ન આવે. ખાતે ખાતે ભૂખ્યા ને ભૂખ્યા! ગમે તેટલું ખાઓ પણ પેટમાં કોયલી જ! તે દહાડાના એવા વહેમમાં પડી ગયા છે, કે ખાતી વખતે ડાબે હાથે બોચી પછાડીથી સજ્જડ ઝાલી રાખે છે, કે વાંસા તરફ કંઈ ઊતરે જ નહિ. વૈદ્યરાજે એમની સમક્ષ બહુ ખુલાસા કર્યા પણ શક પૂરો થયો નથી. પણ એ વહેમ ખાઈ જવાની વૃત્તિ આખરે સદ્ગુણ છે. સુધારામાં ન ભળ્યા તો પણ એ જ કારણથી. એક વખત એમને ગામ એવી સંગતમાં હતા અને સ્ત્રીઓને ભણાવવાની સભામાં દાખલ થવાના હતા. પણ એવામાં શક લાગી ગયો કે

બાયડીઓને ભણાવીએ ને વખતે તે તો કહેશે, કે અમે જંગલી લાકડાંથી ચૂલો નહિ સળગાવીએ, પણ વિલાયતી દીવાસળીઓ બાળી રાંધીશું, તો અધધધ ! એટલી બધી દીવાસળી ક્યાંથી લાવીએ! વિલાયત લેવા જઈએ તો તો નાતબહાર મૂકે. એવા વહેમમાં પડી ગયા કે પોતાની છોકરીને નિશાળે મોકલે નહિ, એટલું જ નહિ પણ પાસેના ગામમાં નિશાળ હતી, તે તરફની સીમમાં ઘરની ગાયને ચરવા જવા પણ દે નહિ, કે વખતે ભણેલું ઘાસ ચરી આવે. ભાઈસાહેબે એમના વહેમની ખાતરી કરી આપી કે સ્ત્રીઓને ભણાવી પંડિત બનાવીએ તો પછી આપને પંડિત કોણ કહેશે? બ્રહ્માને ત્યાં પંડિતની સંખ્યા તો બાંધેલી છે.'

સ્ત્રીકેળવણીનો પ્રસંગ નીકળ્યાથી ભદ્રંભદ્ર બોલી ઊઠ્યા, 'સ્ત્રીકેળવણી વિષે તો સંશય રહે, એ જ સંશયની વાત છે. અનાદિકાળથી સિદ્ધ થઈ ચૂક્યું છે કે સ્ત્રીઓને કેળવણી ન આપવી જોઈએ. સ્ત્રીઓને કેળવણી આપવાની હોત તો ઈશ્વર વેદમાં ન લખત કે સ્ત્રીઓને કેળવણી આપજો? ઉપનિષદોમાં કોઈ કોઈ ઠેકાણે ભણેલી સ્ત્રીઓ વિશે લખ્યું છે પણ તે તો વાસ્તવિક રીતે ભણેલા પુરુષો માટે છે, એમ વ્યાકરણાદિની સહાયતાથી સિદ્ધ કરી શકાય છે, તો પછી શું આપણે એવા મૂર્ખ છીએ કે અણગમતા અર્થનો આગ્રહ કરીએ? સ્મૃતિપુરાણો તો વેદવિરુદ્ધ હોઈ શકે નહિ એટલે તેમના પ્રમાણ વિશે ચિંતા નથી. તર્ક વાપરીએ તો પણ એ જ અનુમાન નીકળે છે. આપણે આર્યો શ્રેષ્ઠ છીએ. તેથી આપણામાં કાંઈ ખોટું હોઈ શકે નહિ, તે માટે આપણા દેશમાં હાલ ચાલે છે, તે બધું બરોબર છે. તો આ દેશમાં હાલ સ્ત્રીઓ ભણતી નથી તે પણ બરોબર છે. વળી એક વિદ્વાન કહે છે કે ફીજી બેટમાં એગુટી નામે એક પ્રાણીની જાત છે, તેની માદાને મગજ નથી હોતું તેથી સિદ્ધ થાય છે કે કુદરતમાં સ્ત્રીજાતિને ભણવાની ગોઠવણ નથી, કેમ કે તેમને મગજ નથી.'

પ્રસન્નમનશંકરે પૂછ્યું, ' એ ઉદાહરણ આપે કોની પાસેથી અધિગત કર્યું?'

ભદ્રંભદ્ર કહે, 'અત્યંત આહારથી પ્રખ્યાત થયેલા શંભુપુરાણીના ભાણેજ વલ્લભરામ ગામડાના છતાં આ મોહમયીમાં નિવાસ કરી આંગ્લ ભાષા શીખ્યા છે. તે આર્યપક્ષના છે અને આ દેશનું સર્વ સારું જ અને પરદેશનું સર્વ ખોટું જ એમ સબળ આગ્રહ કરે છે, તોપણ પ્રસંગે પાશ્ચાત્ય લેખકોના મત આપણા પક્ષને અનુકૂળ હોય ત્યારે તેનાં પ્રમાણ લેવાં ચૂકતા નથી. માત્ર પ્રતિકૂળ હોય ત્યારે જ તેને વિદેશીય અનુકરણ કહી હસી કહાડે છે. તેમના પુસ્તકમાં આ ઉદાહરણ વાંચવામાં આવ્યું. આપ એમને ઓળખતા હશો.'

પ્રસન્નમનશંકર કહે, ' સારી રીત્યા ઓળખું છું. મારા આશ્રિત છે. પણ ગર્વને લીધે આશ્રિતપદથી પોતાને ઓળખાવતા નથી, તેથી કંઈક અંતર રહે છે. એક ઠેકાણે એમને સારા વેતનની કારાગૃહપાલની પદવી અપાવવાનો વિચાર છે કે પછી મારા સદ્ગુણ સત્વર એમના ધ્યાનમાં આવે અને તે પુસ્તકોમાં પ્રગટ કરે. પાશ્ચાત્ય પ્રમાણ ઉતારવાની વલ્લભરામની પદ્ધતિને હું સંમત નથી. આપણા ઋષિઓના ગ્રંથોમાં શું એવાં પ્રમાણ નથી? અને એ રીતિનાં પ્રમાણ ન હોય તો પારમાર્થિક જ્ઞાનથી ક્યાં બે ભિન્ન પ્રમાણોનો અભેદ થઈ શકતો નથી? જલકવિ વિના બીજા કોઈ પાશ્ચાત્ય લેખકનાં વચન હું ઉતારતો નથી અને મારી વિદ્વતાની તુલના કરવા માટે તેમ કરું છું. જલકવિ, હું અને કાલિદાસ એ ત્રિપુટીનો તેજોરાશિ સમુચિત થાય એથી જગતને બહુ લાભ છે. સ્ત્રીકેળવણીની અયોગ્યતા તો ઉપલા પ્રમાણ વિના પણ સિદ્ધ છે. સ્ત્રીઓ મૂર્ખ છે તેથી તેમને ભણાવવી ઘટે નહિ. ભણ્યા પછી બુદ્ધિનું બળ વધે છે પણ સ્ત્રીનું ભૂષણ તો નિર્બળતામાં છે. અબલા બુદ્ધિબળ પ્રાપ્ત કરે એ પ્રકૃતિના શાશ્વત નિયમોથી ઊલટું છે. સ્ત્રીઓના કામકાજમાં કેળવણીની આવશ્યકતા પડતી નથી. કેળવાયેલાથી પ્રત્યેક કામકાજ વધારે સારું થાય છે, એ પાશ્ચાત્ય મત આપણને માન્ય નથી. સ્ત્રીઓને માત્ર ધર્મજ્ઞાનની આવશ્યકતા છે. ધર્મજ્ઞાન માટે વિદ્વત્તાની આવશ્યકતા નથી. પુરુષો વિદ્વાન થયા પછી ધર્મજ્ઞાન સારું સમજી શકે છે એ ક્રમ સ્ત્રીઓને લાગુ પડતો નથી, કેમ કે સ્ત્રીઓ તે પુરુષ નથી. વળી સ્ત્રીઓ કેળવણીનો ખોટો ઉપયોગ કરે છે માટે તેમને મૂર્ખ રાખવી જોઈએ. પુરુષો કેળવણીનો ખોટો ઉપયોગ કરે છે, ત્યારે કેળવણીનો દોષ નથી હોતો પણ વ્યક્તિ પરત્વે સ્વભાવનો દોષ હોય છે. કારણ ઉપર કહ્યું તે જ. એ રીતે અનેકાનેક કારણોથી સુધારવાળાનો પક્ષ પરાભૂત છે.'

એવામાં ડચીમામા બહારથી આવ્યા. તેમને જોઈ પ્રસન્નમનશંકર કહે,'અમારા ડચીમામા સાથે આપને વધારે પ્રસંગ થશે તો એટલા સંશય કહાડતાં શીખશો કે સ્ત્રીઓને ભણાવવાના લાભના એક એક કારણનું આપ ખંડન કરી શકશો.'

ડચીમામા કહી, 'પ્રસન્નમનશંકરભાઈ જગતમાં સહુથી મહોટા છે, એ વિના એક એક વાત વિશે શક છે. સ્ત્રીકેળવણી વિરિદ્ધ તો ઝટ શક કહાડાય છે. સ્ત્રીકેળવણીથી આપણા પુરુષોને શો લાભ છે તે સિદ્ધ થયા વિના આપણાથી તેનો આરંભ કેમ થાય? અને આરંભ કર્યા વિના સિદ્ધ કેમ થાય? તો પછી સ્ત્રીકેળવણી કેમ અપાય? હું એક સમે સમુદ્રતટે બેઠો હતો ત્યારે પાઘડી સમુદ્રમાં પડી અને શક ગયો કે સમુદ્રદેવ છે તેણે પોતે પાઘડી ખેંચી લીધી હશે તો પાછી નહિ આપે. લેવા માંડીએ ને ન મળે ત્યાં સુધી જણાય પણ કેમ કે તેણે હાથે કરી

લીધી? અને તે જાણ્યા વિના લેવા જવાય પણ કેમ ? એ શંકામાં હું ઉઘાડે માથે ઘેર આવ્યો. તેના જેવી આ વાત છે.'

ડચીમામાની વિચારશક્તિથી અને દેવ પરની શ્રદ્ધાથી ભદ્રંભદ્ર ચકિત થયા. તેમની સાથે વધારે પરિચય થતો ગયો તેમ તેમ ભદ્રંભદ્ર પોતાના શક તેમને પૂછતા ગયા. તે શકમાં ડચીમામા ઉમેરો કરતા ગયા.

રામશંકરના કહેવાથી ખબર પડી કે ભદ્રંભદ્રને વધારે વાર પરોણા રાખવાનું કારણ એ હતું કે સુધારાવાળા વિરુદ્ધ પુસ્તક લખાવવા એક માણસ પગાર આપી રાખવાનો કોઈ શ્રીમંત પાસે પ્રસન્નમનશંકરે વિચાર મૂક્યો હતો. પગારમાંથી અરધો ભાગ પ્રસન્નમનશંકરે તેમની વિદ્વતા માટે ભેટ આપવાની મરજી જણાવી ભદ્રંભદ્રે થોડા વખત માટે એ જગા કબૂલ કરી. પ્રસન્નમનશંકર જે વિષય બતાવે તે લેવો એવી આજ્ઞા હોવાથી "રૂઢિ પ્રશંસા"નો વિષય પ્રથમ લીધો. ભદ્રંભદ્રે સૂચવ્યું કે 'જે રૂઢિઓને શાસ્ત્રનો આધાર ન હોય તેમને માટે આધાર શોધી કહાડી બતાવવો એ આ ગ્રંથનો હેતુ રાખવો, કેમકે તર્કથી રૂઢિની ઈષ્ટાનિષ્ટતા સિદ્ધ કરવી કે નિરર્થક વ્યવહારમાં લાભાલાભ જોવો એ નિરુપયોગી છે, કારણ કે શાસ્ત્રાનુસરણ એ જ લાભ છે. વ્યવહારમાં જ્યાં લાભ ન જણાય ત્યાં માયા ભ્રાંતિ કરાવે છે તે જ્ઞાનથી દૂર થશે. શાસ્ત્રાધાર બતાવવો એ જ રૂઢિની ખરી પ્રશંસા છે.'

પ્રસન્નમનશંકર કહે, 'એ સત્ય છે. રૂઢિનું ધાતુ "રુહ" છે "રુહ" એટલે વધવું. માટે પ્રથમ પ્રકરણમાં કોઈ વય અને જ્ઞાનથી રૂઢ પુરુષની પ્રશંસા આવવી જોઈએ.'

ભદ્રંભદ્ર કહે, 'આપ જેવા યોગ્ય પ્રશંસાપાત્ર બીજા કોણ હોય? માટે આપની જ પ્રશંસા ઘટે.'

પ્રથમ પ્રકરણમાં વાંચનારનો પ્રશંસાના વિષયમાં પ્રવેશ થાય માટે મહાપુરુષ પ્રસન્નમનશંકરનું જીવનચરિત્ર પ્રશંસા સાથે લખવામાં આવ્યું. એમની જન્મની તારીખ અને મુંબાઈ આવ્યાની તારીખ સિવાય બીજી કોઈ તારીખે એમના જીવનમાં જાણવાજોગ બનાવ બનેલા નહોતા, તેથી એ રાજવંશમાં જન્મ્યા હોત તો કેવા પ્રતાપી થાત, ઋષિઓના સમયમાં જન્મ્યા હોત તો એમની રચેલી કેટલી સ્મૃતિઓ પ્રમાણભૂત ગણાતી હોત, એ મુંબાઈમાં ન આવ્યા હોત તો જગતમાં કેવી રીતે કેવા કેવા અનર્થ થઈ જાત, ઇતિહાસના મહોટા બનાવ વખતે એઓ હોત તો અનેક દેશોના ઇતિહાસનું સ્વરૂપ કેવું કેવું બદલાયેલું

માલમ પડત, એવી એવી રચનાથી સર્વ ધાતુઓના સંકેત ભૂતકાળ એમના ચરિત્રમાં આપવામાં આવ્યા.

બીજું પ્રકરણ "રૂઢિસ્વરૂપ" વિશે હતું. રૂઢિનું લક્ષણ શું આપવું એ બહુ કઠણ પ્રશ્ન લાગ્યો. લક્ષણમાં નિષિદ્ધ દોષ એકે ન આવે અને સ્વરૂપથી રૂઢિનું પ્રમાણ અને ઇષ્ટતા સિદ્ધ થઈ જાય એવી વ્યાખ્યા ભદ્રંભદ્ર ખોળતા હતા. પ્રસન્નમનશંકરની ઇચ્છા એવી હતી કે લક્ષણ એવું સંપૂર્ણ આપવું કે તેથી રચનારની વિદ્વતા સિદ્ધ થાય. લક્ષણ જડે તો 'શ્રીયુત પ્રસન્નમનશંકરે કૃપા કરી આ લક્ષણ બતાવી આપ્યું છે', એવું પુસ્તકની ટીકામાં રચનારે પ્રસિદ્ધ કરવું. એવી તેમની ઇચ્છા હતી. કુશલવપુશંકર અને ડચીમામા પણ આ ચિંતનમાં સહાયક થયા. કુશલવપુશંકર કહે કે 'દુઃસાધ્યતા એ છે કે જ્ઞાતા, જ્ઞેય અને જ્ઞાનનું શાસ્ત્રરૂપ ઐક્ય છતાં રૂઢિ તેથી સ્વતંત્ર પ્રવર્તે છે, છતાં માયા પ્રમાણે રૂઢિ ભ્રાંતિ કરાવનાર નથી પણ માન્ય અને પ્રમાણભૂત છે એમ દર્શાવવાનું છે. ઉત્તમ માર્ગ એ છે કે અદ્વૈતવાદનું પ્રમાણ લેવું અને શાસ્ત્ર અને રૂઢિ એ બેનો પરમાર્થ દૃષ્ટિએ અભેદ છે તેથી રૂઢિ શાસ્ત્રનું જ રૂપ છે એમ વ્યાખ્યામાં કહેવું.'

ડચીમામા કહે, 'મને લાગે છે કે આપણા ઘયડીઆઓએ જ્યારે બહુ વિચાર કર્યો હશે ત્યારે તે વિશે કંઈ લેખ કર્યો હશે. માટે ટાંકા, તળાવ, હવેલીઓ, મંદિરો ખોદાવી નાખી ઊંડી તપાસ કરવી જોઈએ તો ધરતીમાંથી રૂઢિ વિશે જડે ખરું. ત્યાં સુધી આપણાથી રૂઢિ વિશે કંઈ નવું કેમ પ્રસિદ્ધ થાય? વખતે એમનો મત એથી જુદો જ માલમ પડે તેથી, આખો ભરતખંડ ખોદાવી તપાસ કર્યા વિના આ ઉતાવળ થાય છે એમ મારું માનવું છે.'

ભદ્રંભદ્ર કહે, 'કાળને સીમા નથી ને કોઈ દિવસ પણ એ ખોદાવવાનું કામ પૂરું થઈ રહે એમાં સંશય નથી; તથાપિ ગ્રંથ કરવામાં ધન પ્રવૃત્તિહેતુ છે એવી વિસ્મૃતિ થવી ન જોઈએ, કેમકે તેવી વિસ્મૃતિ માટે પ્રમાણ નથી. તો પછી પૂર્વજોનો રૂઢિઓ બાંધવામાં શો આશય હશે એ જાણવાની આવશ્યકતા રહેતી નથી, જે આપણને, ઠીક લાગતો હોય અને જેથી આપણો પક્ષ સબળ થતો હોય, તે તેમનો આશય ઠેરવવો એ આપણી પ્રવર્તમાન યુક્તિ છે. વળી બહુ શ્રમ કરવો પડે નથી, કેમકે આપણા પૂર્વજોના જે આશય તેઓને અજ્ઞાત હતા તથા આપણને પણ અજ્ઞાત છે, તે અમિરિકામાં થિયોસોફિસ્ટ લોકોને જડ્યા છે અને અપૂર્વ છે, તે છતાં તે ગ્રહણ કરતાં વાધો નથી. આપણા દેશમાં બનતા વાસણ હવે વિલાયતથી બનીને આવે છે. તે લેવાની સુધારાવાળા ના નથી પાડતા તો પછી આપણી રૂઢિઓનાં કારણ અમેરિકાથી થિયોસોફિસ્ટ લોકો બનાવી કહાડીને મોકલે તે લેવાની આપણે શું કામ ના

પાડીએ? અને કંઈ નહિ તો પછી પ્રાણવાયુથી ક્યાં બધાનાં કારણ જોડી કહાડતાં નથી? મારો તો મત એ છે કે એ કારણો શોધવા કરતાં શાસ્ત્રનાં પ્રમાણ શોધી કહાડવાં. જેટલાં શ્લોક એટલાં શાસ્ત્ર છે એટલે એમાં કદી કઠિનતા નહિ પડે. કારણો, આશય, લાભાલાભ એ સહુ જોવાથી શાસ્ત્ર પર વિશ્વાસ કંઈક ઓછો થાય છે અને અંતે કંઈક કર્તવ્યની વિસ્મૃતિ થાય છે. અન્નદેવનો અનાદર ન કરવો એ શાસ્ત્રાજ્ઞા અનુસરવા માટે જ આપણે દ્વિજવર્ગ નિત્ય ભોજન કરીએ છીએ. માત્ર કારણ જોનારા, ખાવાથી લાભ છે કે નહિ એમ વિચારનારા શૂદ્ર ભિખારીઓ શાસ્ત્રાજ્ઞા નથી જાણતા, તેથી જ ઘણી વાર ભૂખ્યા પડી રહે છે. લાભાલાભની પરિક્ષા કરવાની અગત્ય જ નથી. તેથી રૂઢિદેવીને અનુસરવામાં આંખો મીંચી ઘસડાયા જવું એમ આપણા પૂર્વજો કહી ગયા છે.'

પ્રસન્નમનશંકર કહે, 'ધનથી ઇતર લાભાલાભસ્ય ઉપરિ દૃષ્ટિ કરવાનું શાસ્ત્રેષુ વિહિત નથી અને ધનવ્યવહારમાં આપ વદો છો તેમ આંખો બંધિત રાખવાનું આવશ્યકતાનું છે. એવ. તસ્માત્ હમણાં રૂઢિની વ્યાખ્યા પ્રસિદ્ધ કરવામાં બાધ નથી પણ કોઈ ભૂલ શોધી કહાડી અસ્માકં દોષ ન દર્શાવે માટે એવે યુક્તિ ક્રિયતામ્ કે એક વ્યાખ્યા વર્તમાનપત્રેષુ મુદ્રિત કરવો કે 'કશ્ચિત્ એકદા અજ્ઞાન, પણ અધુના સુબુદ્ધિ સુધારાવાળો આર્યપક્ષમાં ભળી રૂઢિની આવી વ્યાખ્યા આપે છે. તેમાંની સકળ અપૂર્ણતા લખી મોકલનારને આટલું પારિતોષિક આપવામાં આવશે. જે ભાગ જેને સત્ય જણાય તેણે તેટલું પણ જણાવવું' એથી સર્વેષાં મત આવી મળવાથી તેની સહાયતા વડે આપને નિશ્ચિંતપણે અસ્માકં વ્યાખ્યા રચીશું'

આ યુક્તિથી સર્વ પ્રસન્ન થયા. વ્યાખ્યા સુધારાવાળાના નહિ પણ આર્યપક્ષના દ્રષ્ટિબિંદુ, ઘડવાની હતી તેથી ઝાઝી હરકત પડી નહિ, મંત્રણા કરતાં અંતે નીચેની વ્યાખ્યા પત્રોમાં છપાવવાનું ઠર્યું:

"રૂઢિ તે આર્ય સમય સમય અને સ્થાન સ્થાનની ભિન્નતાને અનુસરી અને સનાતન શાસ્ત્રોનું વેદધર્માનુયાયી ઐક્ય જાળવી સર્વ દેશકાળને અનુકૂળ થયેલી, પણ એક અચળ ધ્રુવ રહેલી, લોકોને આચારવિચાર, ભોજન, પાન, ઇંગિત ચેષ્ટા, ગાયન, નૃત્ય, વાચન, લેખન, જ્રાંભણ, છિક્કાકરણ, પર્યટન, જનન, મરણ, વિવાહસ્ય, કરણ, નિરાકરણ, ભજન, પૂજન, દાયસ્ય, પ્રાપન, અપહરણ, સ્નાન, મુંડન, પરિધાન, આચ્છાદન, વચન, દર્શન, વેપન, ઘર્ઘરાયણ, શયન, જાગરણ, લંઘન, ભૂતગ્રસન, ધ્યાન, માર્જન, વ્યવહાર, વૈરાગ્ય એ સર્વમાં બિદ્ધિના ઉપયોગ વિના, ચક્ષુના ઉદ્ઘાટન વિના, શાસ્ત્ર નિરીક્ષણ વિના, વિવાદના પ્રયત્ન વિના, ગૌરવની ગણના વિના, અવમાનના ખેદ વિના, સુખની અપેક્ષા વિના, ઉન્નતિની ચિંતા

વિના, વિરોધિતાના ભાન વિના, લાભના દર્શન વિના, સારાસારના વિવેક વિના, મૂઢ ભાવથી પૂજ્ય બુદ્ધિથી અને અકારણ ગર્વથી આર્યોને પ્રવર્તાવનાર, દિવ્ય, માનનીય શાસ્ત્રવિમુખ છતાં શાસ્ત્રરહસ્ય, ભૂત, ભક્તજનોના હસ્તપદ માટે લોહશૃંખલા અને કંટ માટે વધસ્તંભ ધારણ કરનાર દેવીરૂપ પ્રસિદ્ધ સંપ્રદાય, તે લતાપ્રહારથી પ્રવૃત્તિ કરાવે, મુખરોધનથી નિવૃત્ત કરાવે, મૂર્ખ દ્વારા સુવિચારનું હાસ્ય કરાવે, અંધ દ્વારા સુમાર્ગનો પ્રતિબંધ કરાવે, અનક્ષર વર્ગને મુખરિત કરે, વિદ્વદવર્ગને મૂક કરે, એવા એવા અનેક ચમત્કારથી આર્ય દેશના અપૂર્વ અંધકારમય દીપ થઈ રૂઢિ જગતને વિસ્મયથી ચકિત કરે છે. એનો પ્રભાવે એવો છે કે તેના સેવકો દુઃખ કરતાં તેના કોપથી વધારે ડરે છે; સુખ કરતાં તેના પ્રસાદ વધારે ઈચ્છે છે, ડહાપણ કરતાં તેનું અનુસરણ વધારે શ્રેયસ્કર ગણે છે, તેના સેવકો તેની ભક્તિમાં લીન થઈ રૂઢિશત્રુઓનાં સુખ સાધવાનો યત્ન વ્યર્થ કરી તેમની નિંદા, ઉપદ્રવ અને બહિષ્કારથી પીડે છે. અધોગતિને કલ્યાણ કહેવડાવનાર, પાપને પુણ્ય ગણાવનાર, મલિનને શુદ્ધ મનાવનારા, વિચ્છિન્નને અખંડ સ્વીકારાવનાર, અયુક્તને વૈદગ્ધ્વક્ત અંગીકાર કરાવનાર તેનો મહિમા અધરોત્તર છે."

આ જાળ પાથરી તેમાં સંખ્યાબંધ પક્ષીઓને આવી પડતાં વાર લાગે તેમ હતું. કેટલાંક તો પકડયા વિના ઊંચેથી આવી જાળ પાથરનારને માથે ચાંચ મારી જશે એવી ભીતિ હતી. તેથી ધૈર્ય ધરી અને સાવધાન થઈ વાટ જોવાની જરૂર હતી. એ યુક્તિથી વિધિ પૂરો થાય તે દરમિયાન ભદ્રંભદ્રે રૂઢિ માટે શાસ્ત્રનાં પ્રમાણ એકઠાં કરવા માંડ્યા. ઘણાંખરાં પ્રમાણમાં રૂઢિને પુષ્ટિ આપવા સારુ ફેરફાર કરવાના હતા અને કેટલાક તો નવાં જોડી કહાડવાનાં હતાં. ભદ્રંભદ્રે વ્યાકરણના વાદ વિશે ઘણે ઠેકાણે ઘોષ કર્યા હતા, પણ તેમનો એ વિષયમાં ઝાઝો પ્રવેશ ન હતો. કોઈ સામો વ્યાકરણના વાદમાં ઊતરવા આવશે તો મ્લેચ્છ, યવન, શૂદ્ર, ચાંડાલાદિના સાંનિધ્યમાં મુહૂર્ત વિના કે મિષ્ટાન્નની આશા વિના ભૂખ્યે પેટે શાસ્ત્રનું વચન ન બોલાય એવું બહારનું કહાડી જોઈ લેવાશે એમ તે હિંમત રાખતા હતા. અને હજી લગી જટાધારી શંકરે એમની લાજ રાખી હતી. પણ પ્રમાણોની હાથચાલાકીમાં તો વ્યાકરણનું જ્ઞાન જોઈએ. કુશલવપુશંકર આ સહાયતા આપવાને રાજી હતા તેથી ભદ્રંભદ્ર અડધો પગાર પહેલેથી મળે તેનું વ્યાજ તેમને આપવાનો ઠરાવ કરી, એમ સહાય થવાથી પ્રસન્નમનશંકરે રજા આપી. પ્રમાણના ફેરફારમાં બહુ અગત્યના વિષયો આવ્યા. ભદ્રંભદ્રને હંમેશ એક વાદનો વિષય એ હતો કે કેટલાક આર્યપક્ષવાદીઓ પણ સુધારાવાળાથી અંજાઈ જઈ બાળલગ્નની વિરુદ્ધનાં પ્રમાણ કબૂલ કરે છે. અને તેથી કરીને આર્યદેશની હાલની વ્યવસ્થાની સંપૂર્ણતામાંથી ઓછું કરે છે, તે સારું એમ ઠરાવ્યું કે પ્રમાણગ્રંથોમાં લગની વયમાં જ્યાં "ષોડશ" હોય ત્યાં સર્વ ઠેકાણે "દ્વાદશ" કરવું; અને "વર્ષ"ને ઠેકાણે સર્વ સ્થાને "માસ" કરવું; અને એ રીતે "અષ્ટમાસા ભવેદ્ગૌરી" ઈત્યાદિરૂપે એ પ્રસિદ્ધ શ્લોક ટાંકી કન્યાનું

લગ્ન અવશ્ય દસ માસની ઉંમર પહેલાં કરી નાખવું જોઈએ એમ પ્રમાણથી સિદ્ધ કરવું. કુશલવપુશંકરની સલાહથી એટલું ઉમેરવું ઠર્યું કે 'માસ' ને સ્થાને 'વર્ષ' એ પાઠાંતરનો આગ્રહ કરવામાં આવે તો પણ 'વર્ષ' તે 'વર્ષાંગ'. અર્થાત્ માસના અર્થમાં લેવાનું છે અથવા વર્ષ એટલે જલનું પ્રોક્ષણ અથવા સેચન લેવું અને તે સેચન નવા જન્મેલા બાળક પર પ્રતિમાસે કરવાનું વિહિત હોવાથી 'અષ્ટવર્ષા' એટલે આઠ સેચનવાળી અર્થાત્ આઠ માસની કન્યા એમ સમજવું. આ પ્રમાણે ઘણાં પ્રમાણોના પાઠ પર ક્રિયા થઈ. બ્રાહ્મણોની જ્ઞાતિઓમાં પરસ્પર ભોજનવ્યવહારના નિષેધ માટે પ્રમાણ નથી તેથી આર્યપક્ષને ઘણું વૈષમ્ય નડે છે અને સુધારાવાળા બહિષ્કારથી પીડાતા છતાં શાસ્ત્રાર્થમાં જીતે છે, માટે ઠર્યું કે એમ પ્રસિદ્ધ કરવું કે નરનારાયણ સ્મૃતિમાં આવો શ્લોક આપ્યો છેઃ-

ब्राह्मणो ब्राह्मण द्रष्टवा श्वानवत् धुर्घुरायते।
न कर्षति मुखात् स्वाद्यं तस्माच्छुनो द्विजो वरः॥

"બ્રાહ્મણ બ્રાહ્મણને જોઈ કૂતરાની પેઠે ઘૂરકે છે (ભોજન દક્ષિણાદિની સ્પર્ધાથી): (પણ કૂતરા પેઠે સામાના) મુખમાંથી ખાવાનું ખેંચી લેતો નથી, તેથી કૂતરાથી બ્રાહ્મણ સારો તાત્પર્યાર્થ એ કે બ્રાહ્મણની ભિન્ન ભિન્ન જાતિઓમાં ગમે તેટલી સ્પર્ધા, છતાં તેઓ એકબીજાનું ખાતા નથી, એમાં જ બ્રાહ્મણનું શ્રેષ્ઠત્વ છે; જુદી જુદી નાતોવાળા એકબીજાનું ખાય તે કૂતરા જેવા છે."

આ રીતે જોડી કાઢેલા બધા નવા શ્લોક નરનારાયણ સ્મૃતિને નામે પ્રવર્તાવવા અને નારાયણે (શ્રી કૃષ્ણે) શ્રીમદ્ ભાગવદ્ગીતાના અગિયારમા અધ્યાયમાં નરને (અર્જુનને) બહુમુખ અને નેત્રવાળું અને ઘની દાઢોથી એવું ભયંકર પોતાનું વિશ્વરૂપ દેખાડ્યું ત્યારે બગાસું ખાતાં ખાતાં શ્રી કૃષ્ણના મુખમાંથી આ સ્મૃતિ નીકળી ગઈ તે ઉચ્છવાસથી ઊડી ગયેલી પાછી હાથ લાગેલી છે એમ તેનું પ્રમાણ કરવું એમ નક્કી કર્યું.

૧૦. વંદાવધ

આ દેશસેવાના મહાકાર્યમાં ભદ્રંભદ્ર ગૂંથાયા હતા. એવામાં અમદાવાદથી ચોંકાવનારી ખબર આવી. અમે મુંબાઈમાં ધર્મચર્ચા અને શાસ્ત્રવિવાદમાં આનંદથી તલ્લીન થઇ દિવસ કહાડતા હતા. ત્યારે અમારા સ્વપ્નમાંએ નહોતું કે ઘેર આવો ખળભળાટ થઇ રહ્યો હશે. આ સૃષ્ટિની રચના જ એવી છે કે ભારે વિષમ ઊથલપાથલો આપણા અજાણમાં પરિણામ લગી આવી પહોંચે છે,એથી જ વિવર્તવાદમાં જ્ઞાન-અજ્ઞાનનો પારમાર્થિક અભેદ કહ્યો છે. હજી એક વર્ષ મુંબાઇ રહેવાનો ભદ્રંભદ્ર વિચાર કરતા હતા અને પ્રસન્નમનશંકરના દિવસે દિવસે મંદ થતા જતા આગ્રહ છતાં જુદું ઘર શોધવાની તજવીજ કરતા હતા કે જ્યાં તે પાછા પોતાના જ તેજથી પ્રકાશી શકે, અને ભક્તવૃંદના એકમાત્ર પૂજ્ય થઇ રહે. પણ એ તેજ ક્ષીણ થવાનું હશે, એ ભક્તિ શિથિલ થવાની હશે, એ સર્વે યોજના ધૂળમાં મળવાની હશે, તેથી એકાએક વિચાર બદલી નાખવો પડ્યો. ઘેરથી આવી ત્રાસદાયક ખબર આવ્યા પછી પણ વિદેશ રહેવું એનું શાસ્ત્રમાં પ્રમાણ નહોતું. ઘરવાળાં પણ એવાં કે છેક હાથથી બાજી ગઇ ત્યાં લગી કંઇ સમાચાર જ ન મોકલ્યા. પરગામ શું કામ ચિંતા કરાવવી એમ તેમણે ધાર્યું હશે, પણ એમ કરી ચિંતા હજારગણી વધારી. પ્રસન્નમનશંકરના જન્મદિવસે મિષ્ટાન્ન બનાવ્યાં હતાં.

ભોજન તૈયાર હતું. સર્વ સ્નાન કરી રહ્યા હતા. કુશલવપુશંકરની બે કલાકની સંધ્યાને મારા પેટમાંના કૉળ ખાઇ જવા કૂદતા હતા. મોદકનો પુંજ તેમના સંકલ્પને પણ ત્વરા કરાવતો હતો. એવામાં એકાએક ટપાલવાળો પત્ર લાવ્યો. ભદ્રંભદ્ર પર પચીસ પત્ર અમદાવાદના હતા. એકે પર 'શુભ છે' એવું લખ્યું નહોતું. એકેએક પર 'જલ્દી હાથોહાથ પહોંચે', 'ઉતાવળનો છે','જરૂરી' એવી અમંગલ સૂચનાઓ હતી. મ્લેચ્છાદિના સ્પર્શથી દૂષિત થયેલા પત્રોને એ માટે ખાસ જુદા કરી મૂકેલા ઠીકરાના કૂંડામાં પાણીમાં પા કલાક પલાળી રાખી, પા કલાક અગ્નિ પર ધરી પાવન કરી ભદ્રંભદ્રે હાથમાં લઇ તે ઊઘાડ્યા. વાંચવા માંડ્યું. પ્રથમ આતુર જણાયા. પછી ચમક્યા, પછી ગાલે શેરડા પડ્યા, મ્હોં લેવાઇ ગયું, આંખમાં ઝળઝળિયાં આવ્યાં. પત્ર નાખી દીધો. ફરી લીધો. ફરી નાખી દીધો. બીજો પત્ર વાંચવા માંડ્યો. તેની પણ એ જ અસર, ત્રીજો લઇ દીર્ઘ નિઃશ્વાસ મૂક્યો. અમે સર્વ ગભરાયા. મિષ્ટાન્ન બગડવાની ચિંતા કરવા લાગ્યા. કંઇ નહાવાનું હશે તો ફરી નહાવાનું પાણી ઊનું કરાવતાં કેટલી વાર લાગશે તેનો વિચાર થવા માંડ્યો. એવામાં ભદ્રંભદ્રે ઊભા થઇ , પગ ઠોકી, દાંત પીસી ઉદ્ગાર કર્યો; 'એનો ઉપાય હું કરીશ. પક્ષપાતી નહિં થાઉં. મારો સગો બાપ કેમ ન હોય. મેં કંઇ આર્યપક્ષ નકામો લીધો નથી. હું અત્યંત ક્રોધાવિષ્ટ છું. મારાથી વધારે નહિ બોલાય. અંબારામ, લે આ વાંચીને બધાને ખબર કર.'

પ્રસન્નમનશંકરની ગંભીરતા પણ દૃષ્ટિને લઇ મોદક પરથી મારા તરફ વળી. દૂધપાકમાં કોયલા પ્રમાણે વિસ્મયમાં જિજ્ઞાસા તરતી જણાવા લાગી. કાગળો વાંચી રહી મેં સર્વને ખબર કરી કે, “ભદ્રંભદ્રનો ભાણેજ મગન અગિયારસને દિવસે રાત્રે દીવો લઇ પાઠ કરવા બેઠો હતો. કંઇક ભેજથી આકર્ષાયેલો એક વંદો (ઝલ) ઓરડામાં આવી દીવાની અને મગનની આસપાસ કૂદડી ફરવા લાગ્યો. મગનની ચોપડી પર, માથા પર, નાક પર, અનેક સ્થળે તે સ્પર્શ કરવા લાગ્યો. તેની પાંખોનો ફડફડાટ ઠેરઠેર થવા લાગ્યો. તેની લાંબી મૂછોના ઓળાની ભીંત પર લીટીઓ પડવા લાગી. મગન એકલો હતો. જગતમાં સર્વ કોઇ એકલું જ છે તે ભૂલી ગયો. બીવા લાગ્યો. ‘શિવોડહં’ એ જ્ઞાનનો આનંદ જાણનાર કદી બીતો નથી. એ તેના ધ્યાનમાં જ ન આવ્યું. ગભરાયો ને અકળાયો. તત્વજ્ઞાનની ઇચ્છા રાખનારે સર્વત્ર સમચિત થવું જોઇએ એ ઉપદેશની ખોટ તેને નડી. અમંગળ ઘડીએ, દુર્ભાગ્ય રાત્રે, નાશકર સંયોગે, નહિ રૂઢિ-આજ્ઞા વિચારી, નહિ જ્ઞાતિકોપ ગણ્યો, નહિ વેદવાક્ય સ્મર્યા. કુલનો નાશ કરવા તે દુર્બુદ્ધિએ લૂગડામાં વંદાને પોલે હાથે પકડી બારીએથી નીચે નાખી દીધો. નીચે એક બિલાડી ભૂખી ડાંસ જેવી ઊભી હતી. વંદો પડ્યો સાંભળી તે ઊઠી અને તેને પકડી ઝપાટામાં ખાઇ ગઇ. અબ્રહ્મણ્યમ્ ! અબ્રહ્મણ્યમ્ ! કમનસીબ મગન તો કંઇ જાણ્યા વિના પાછો પાઠ કરવા બેઠો. પણ સોમેશ્વર પંડ્યા પોતાના પાડોશીને ઓટલે છાનામાના સાપ નાખી જવા આવ્યા હતા, તેમના જોવામાં સરકારી ફાનસને યોગે આ અનર્થ આવ્યો. તે મગનના ઘરમાં ધસી આવ્યા. મગનની ડોસીને બૂમ પાડી. મગનને નીચે ઉતાર્યો.બન્નેને ધધડાવ્યાં, ધમકાવ્યાં. ડોસી માગતા રૂપિયાની ઉઘરાણી કરતી હતી. તે વાત સંભારી, મગનના મ્હોટા ભાઇએ ગંદકીની વાત કોઠાના ઇન્સ્પેકટરને કરી હતી, તે બોલી ગયા. મહોલ્લો ભરાઇ ગયો. મગનને સાત વાર નહવડાવ્યો. જનોઇ બદલાવવા ગોર આવ્યો પણ મગનનો ભાઇ અંગ્રેજી ભણેલો હતો તે સામો થયો. સોમેશ્વર પંડ્યા પર ગૃહપ્રવેશની ને નાલેશીની ફરિયાદ કરવાની તે બીક બતાવવા લાગ્યો. તેણે સિપાઇને બોલાવી સોમેશ્વર પંડ્યાને બહાર કહડાવ્યા. મગનને જનોઇ નહિ બદલવાની આજ્ઞા કરી. સવારે આખી ન્યાતમાં વાત ફેલાઇ ગઇ. બજારમાં એ જ ચર્ચા થવા લાગી. કોઇ વર્તમાનપત્રમાં આવ્યું કે મગને ઉંદર બાફીને ખાધો. કોઇ માં છપાયું કે મગને બિલાડી દોડાવી ભોંયરામાંના નાગનું ખૂન કરાવ્યું. કોઇમાં પ્રસિધ્ધ થયું કે મગને બંદૂકની ગોળી મારી સાપ માર્યો. અમદાવાદમાં હાહાકાર થઇ રહ્યો. ન્યાતવાળાને મન જગતમાં હાહાકાર થઇ રહ્યો. હિંન્દુસ્તાનના શુભ કર્મનું ફળ પૂરું થઇ રહ્યું. અમદાવાદમાં ચોરાશીઓ બંધ થઇ, નાતો જમતી અટકી.નદીકિનારે સવારે ભૂખ્યા બ્રાહ્મણોની ભીડ વધવા લાગી. રાતે શહેરમાં ચોરીઓ થવા લાગી. કોળીઓને ખાતર પાડવામાં રોજગાર રહ્યો નહિ. ભદ્રંભદ્રની ન્યાત ઉપરાઉપરી મળવા લાગી. શું કરવું તેના વિચારમાં રાત નીકળી જાય, પણ કાંઇ નિશ્ચય

સૂઝે નહિ. મગનને નાતબહાર મૂકવાનું સર્વ કોઇ કહેવા લાગ્યા. ભદ્રંભદ્રને હવે અમદાવાદ ગયા વિના ચાલે તેમ નથી.

આ ખબર સાંભળી પ્રસન્નમનશંકરે પણ અમને એ જ સલાહ આપી કે હવે તો ઝટ અમદાવાદ જવું. રાતની ગાડીમાં નીકળવાનું ઠર્યું. અમને હવે પેટમાં ભૂખ નહોતી, પણ પ્રસન્નમનશંકરને ખોટું ન લાગે માટે જેમ તેમ કરી દશ દશ લાડુ ખાઇ ઊઠી ગયા. મુંબાઇમાં ધારેલા બીજાં કામ પડતાં મૂકવાં પડ્યાં. શિંગોડાં અને ધૂમ્રપુરાણના નિર્ણય કરવાની યોજના એમ ને એમ રહી ગઇ. હજી મુંબાઇમાં સ્થળે સ્થળે ભાષણ આપવા અને દુષ્ટ સુધારાવાળાને સંપૂર્ણ રીતે પરાભૂત કરવાની ભદ્રંભદ્રની ઇચ્છા હતી, પણ માણસનું ધાર્યું કંઇ થતું નથી. રૂઢિપ્રશંસાની કૃતિ અધૂરી રાખવી પડી. એ કામમાં ભદ્રંભદ્ર એવા ગૂંથાઇ ગયા હતા, તેની ચર્ચા કરવામાં રાત-દિવસ એવા વ્યાપૃત રહેતા હતા કે વર્તમાનપત્રો પણ વાંચ્યાં નહોતાં. વાંચ્યા હોત તો અમદાવાદની ખબર કંઇ પડી હોત. ઘરથી બહાર પણ નીકળ્યા નહોતા. પણ હવે બીજા જ ઉધમમાં ગૂંથાવાને ચાલ્યા. એક વાર હરજીવનની ભાળ કહાડવાની અને તે ખરેખર લુચ્ચો જ હોય તો તેનું તરકટ બહાર પાડવાની ભદ્રંભદ્રને બહુ ઇચ્છા હતી. પણ હવે કશાનો વખત નહોતો. જેટલો વખત રહ્યો હતો તેટલામાં એક-બે શાસ્ત્રીઓને મળી તકરારી વિષય પરનાં શાસ્ત્રવચનો પૂછી લીધાં અને લખી લીધાં.

રાત્રે અમદાવાદ તરફ આગગાડીમાં બેસી ઊપડ્યા. ગાડી ઊપડી એટલે ભદ્રંભદ્ર બોલ્યા કે, ‘અંબારામ, શી આ સંસારની વિચિત્રતા છે ! કેવી જયવંત આશાથી હું મોહમયીમાં આવ્યો હતો ! કેવી ખિન્ન વૃત્તિથી હું મોહમયીથી પાછો જાઉં છું ! મહાપુરુષો તો સંપત્તિમાં અને વિપત્તિમાં એકરૂપ રહે છે તથા હાલ હું પણ તે સમયની પેઠે હરું છું, ફરું છું અને માણસ જેવો દેખાઉ છું. સાધારણ મનુષ્યો તો વિપત્તિમાં કોણ જાણે કેવા થઇ જાય. પણ નિશ્ચય માનજે કે હું કર્તવ્ય ચૂકવાનો નથી. હું અચળ રહીશ. વિપત્તિથી ગભરાઇશ નહિ. યજમાન મરણ પામ્યા છતાં બ્રાહ્મણ મોદકની કે દક્ષિણાની આશા મૂકતો નથી. બિલાડીએ ઝાલ્યા છતાં ઉંદર જીવનની આશા મૂકતો નથી. સૂર્ય અસ્ત થયા છતાં ઘુવડ આનંદની આશા મૂકતો નથી. હું પણ દઢ રહીશ. હું આર્ય ધર્મનો પક્ષ નહિ છોડું. સનાતન ધર્મ હું સિદ્ધ કરીશ, વેદધર્મ હું પ્રતિપાદન કરીશ અને તે જોડે હું મારું હિત સાચવીશ મારો પ્રભાવ જોઇ લેજે.’

ગાડીના ગડગડાટમાં ભદ્રંભદ્રના આ શબ્દ બ્રાહ્મણના લોભમાં અદૃશ્ય થતા જ્ઞાન પ્રમાણે લીન થવા લાગ્યા. ચિંતાતુર દશામાં ઊંઘ આવે તેમ નહોતું તેથી સૂઇ જવાને બદલે બેઠાં બેઠાં ઝોકાં ખાવામાં અમે રાત કહાડી.

ભોજન કરતાં ક્ષુધા જાય તેમ ગાડી ચાલતાં રાત જણાયા વિના જતી રહી. પાશ્ચાત્ય જડવાદની ભ્રષ્ટ રીત પ્રમાણે કૂકડા બોલતા સંભળાયા વિના વહાણું વાયું અને દાતણ કર્યા વિના દહાડો ચઢયો. દિવસ તપવા માંડ્યો તેથી અમદાવાદ આવ્યું, કે અમદાવાદ આવ્યું તેથી દિવસ તપવા માંડ્યો તે સમજણ ન પડી. પણ એટલી તો ખબર રહી કે અમારાં હ્રદય તો તે કારણોથી સ્વતંત્ર જ તપતાં હતાં, અમારાં એકલાનાં જ હ્રદય તપ્ત નહોતાં, ઇંજનનું હ્રદય પણ તપ્ત હતું. પૈડાંનું હ્રદય પણ તપ્ત હતું, આર્ય ધર્મનો ચમત્કાર જ એવો છે કે એકની ભ્રષ્ટતા સર્વ કોઇને તપ્ત કરે છે. માટે જ શાસ્ત્રમાં આવે વખતે સ્નાન કરવાનું લખ્યું છે.સ્ટેશન પર સર્વ જનો શૂન્યચિત્ત ફરતા જણાતા હતા. અમારા તરફ કોઇએ દૃષ્ટિ પણ ન કરી. દૃષ્ટિસુખની તો હવે આશા જ મૂકી હતી. દેખતાં છતાં ન દેખતાં અમે ઊતરી સ્ટેશન બહાર આવ્યા.

ભદ્રંભદ્રે ધાર્યું હતું કે વખતે સ્ટેશન પર કોઇ પાણી લઇ નહવડાવવા આવ્યું હશે, પણ કોઇ નહોતું આવ્યું તેથી સાંભર્યું કે, મૃત્યુ સરખે બીજે અમંગળ પ્રસંગે આપણે જીવતા રહેલા અશુચિ થઇએ તેથી સ્નાન આપણે કરવાનું હોય. પણ સુધારાના મોહથી થયેલે આવે વિપરીત પ્રસંગે તો ભ્રષ્ટાચારથી મૂવેલા હોય તે અશુચિ થાય તેમને સ્નાન કરવાનું હોય. આમ શાસ્ત્રાર્થ બરાબર બેઠા તેથી અમે ઘર તરફ ચાલ્યા, રસ્તામાં ભદ્રંભદ્રના મનમાં વંદો જ રમી રહ્યો હતો, રસ્તે દોડતી ઘોડાગાડીઓ વિષે ઘડી ઘડી વંદાગાડીને નામે તે વાત કરતા હતા. મને દસ વાર અંબારામને બદલે વંદારામ કહી બોલાવ્યો. મુંબઇથી નીકળ્યા ત્યારથી અમદાવાદને વંદાવાદ કહેવાઇ જવાતું હતું. રસ્તામાં પથરો કે કાંઇ પણ કાળી વસ્તુ દેખે તો રખેને વંદો હશે ને છૂંદાઇ જશે તો હત્યા લાગશે એ બીકથી પાઘડીએ હાથ મૂકી બે પગે તે પરથી અધ્ધર કૂદકો મારી અગાડી જતા હતા. મચ્છરથી કાગડા સુધીના કોઇ પણ ઊડતા પ્રાણીને બહુ સાવચેતીથી પોતાથી દૂર કહાડતા હતા.

શહેરને દરવાજે મ્યુનિસિપાલિટીના વેરા માટે હું પોટલાં છોડી બતાવતો હતો તે દરમિયાન ભદ્રંભદ્રે નાકેદારને પ્રશ્ન કર્યો કે શહેરમાં કેટલા વંદાની વસ્તી છે, કેટલા હરરોજ જન્મે છે, કેટલા હરરોજ મરે છે અને કેટલાનાં શબ દરવાજેથી જાય છે, નાકેદાર એકે પ્રશ્નનો ઉત્તર આપી શક્યો નહિ, તેથી ભદ્રંભદ્ર કોપાયમાન થયા. નાકેદારને મફતનો પગાર ખાનારો કહ્યો, સહુ કોઠાવાળાને નાલાયક ઠેરવ્યા અને અનુમાન કર્યું કે સુધારાવાળાના દબાણને લીધે આર્ય ધર્મને યથાયોગ્ય સહાયતા થતી નથી. દરવાજે ઊભેલા અને અટકાવેલા લોકો વંદાની હત્યા વિશે વાતચીત નહોતા કરતા, તેથી ભદ્રંભદ્રને બહુ નવાઇ લાગી. ક્રોધથી ઉત્તેજિત, ખેદથી મંદ, કૌતુકથી અધીર અને આશ્ચર્યથી ચકિત થઇ તે કંઇક શિથિલતા તજવા

લાગ્યા. અપમાન કરવાની તૈયારીમાં આવેલા નાકેદારનો અને મૂઢ થઇ સામું જોઇ રહેલા લોકોનો પરાભવ કરવા વાગ્બાણ વાપરવા તેમણે નિશ્ચય કર્યો. દરવાજેથી જનારાને પણ શહેરમાં પેસતાં પહેલાં વંદાના વિગ્રહની બાબતમાં ખરી વાત સમજાવવાની જરૂર હતી કે તેઓ પક્ષપાતી ન થાય. સર્વનું ધ્યાન ખેંચાય એવે ઠેકાણેથી બોલવાનું હતું. એક ગાડાવાળો ચિઠ્ઠી કરાવવા ગયો હતો. તેથી તેના ગાડા પર ચઢતાં હરકત પડે તેમ નહોતું. શ્રીરામચંદ્રના હનુમાનવાળા અનુયાયીની ચંચળતાનું અનુકરણ કરી એકદમ કૂદકો મારી ગાડા પર ચઢી ગયા. ગાડામાં ભરેલા અનાજ પર ઊભા રહી બોલવા લાગ્યા કે, 'આર્યો ! સાંપ્રતકાળમાં અનાર્ય થયેલા આર્યો ! દુર્દશામાં મગ્ન રહેવાનો જ શું તમારો સંકલ્પ છે ? આર્યભૂમિની પવિત્રતા શું તમારે નિર્મૂળ કરવી છે ? વેદધર્મનું શ્રેષ્ઠત્વ વિચ્છિન્ન કરવાની શું તમારી ઇચ્છા છે ? પાશ્ચાત્ય જડવાદના મોહમાં આર્યો ચૈતન્યવાદની શું અવજ્ઞા જ કરશો ? નગરમાં રસ્તા કેટલા છે તે મ્યુનિસિપાલિટી ગણે છે. નગરમાં મસીદ કેટલી છે તે સરકાર ગણે છે. નગરમાં રૂપિયા કેટલા છે વેપારી ગણે છે. અરે ! આ તો મિથ્યાભાસી જડપદાર્થો છે તે કેમ કોઇ ને સૂઝતું નથી ? અને એ જડપદાર્થો ગણો છો પણ વંદા જેવા ચેતનની કોઇને ગણતરી નથી ? શું એ પર કોઇની દૃષ્ટિ જ થતી નથી ? તેની હત્યાઓ થઇ જાય પણ કોઇને અસર જ થતી નથી ? જડવાદના મોહથી સુધારાવાળા લોભાય છે. પણ શું આખું જગત તેથી લોભાશે ? ચૈતન્યવાદની આમ અવગણના થાય તો પછી મ્યુનિસિપાલિટીઓમાં સ્વરાજ્ય શા કામનું? આર્યપક્ષવાદીઓને તો આશા હતી કે સ્વરાજ્ય થયા પછી મ્યુનિસિપાલિટીઓ મંદિર બંધાવશે, ચોરાશીઓ જમાડશે અને મહોટા યજ્ઞ કરશે. અરે ! 'મ્યુનિસિપાલિટી' એ મ્લેચ્છ ભાષાનું નામ તજી કંઇ અઘટિત આર્ય નામ જો ધારણ કર્યું હોત તો ધર્મશીલ આર્યોને એ મ્લેચ્છ નામના ઉચ્ચારણથી પતિત થઇ નિત્ય પ્રાયશ્ચિત કરવાં ન પડત ! સ્વરાજ્ય થયા પછી સર્વ મ્લેચ્છ શૂદ્ર ચાંડાલ સેવકોને કાઢી મૂકી, બધે સ્થાને બ્રાહ્મણોને રાખ્યા હોત તો કેવું સ્વદેશાભિમાન કહેવાત ! આર્યધર્મનો કેવો જય થાત ! સ્વરાજ્ય માટે કેવા આપણે યોગ્ય જણાત ! પરંતુ અહીં પણ સુધારાવાળા ફાવ્યા જણાય છે. જુઓ, મ્યુનિસિપાલિટીનો આ પતિત સેવક ચૈતન્યવાદની કેવી અવગણના કરે છે. આર્ય પક્ષવાદીઓનો કેવો અનાદર કરે છે, મ્લેચ્છ યવનોના સામાનને અડકી પાછો કેવો ધાર્મિક જનોના સામાનને ભ્રષ્ટ કરે છે ! એ એકેએકના સામાનને અડકીને સ્નાન કરતો હોય તો શું મરી જવાનો હતો ! પણ એ નરકે જાય કે તમે બધા નરકે જાઓ તેની મારે અપેક્ષા નથી. તમે સહુ મનુષ્ય છો. પણ બિચારા અસહાય વંદાનું શું થશે? તેની હત્યાના ઉપાય તમારી મ્યુનિસિપાલિટી નહિ લે, પણ તમે પણ નિર્દય થઇ બેસી રહેશો ? તેના રક્ષણની તમને કંઇ ઇચ્છા જ નથી ?'

આ ભાષણ સાંભળવાને લોકોનો, ગાડાની આસપાસ કંઇ જમાવ થયો હતો. મ્યુનિસિપાલિટીનો નોકર કંઇ અજ્ઞાનથી, કંઇક આશ્ચર્યથી અને કંઇક ક્રોધથી ભદ્રંભદ્રને ત્રાસ કરવાની ચેષ્ટા કરતો હતો. પોલીસનો સિપાઇ તેમને નીચે ઊતરવાનું નિમંત્રણ કરતો હતો, ગાડાવાળો ગાડે ચિઠ્ઠી ચોડી ઉપર આવવાની બીક બતાવતો હતો, આ સર્વથી વિના કારણ ભડકી બળદ ગાડું લઇ નાઠા ભદ્રંભદ્ર ધર્મભ્રષ્ટની ચિંતા મૂકી દઇ સ્થાનભ્રષ્ટ થતા અટકવાની તજવીજ કરવા લાગ્યા. ગાડાવાળો પછાડી દોડ્યો. પોલીસના સિપાઇએ દોડવાની ઉત્સુકતા બતાવી ધીમે ધીમે ચાલી, 'ખડા રખો'ની બૂમો ગાડા પાછળ દોડાવી. લોકોએ તાળીઓ પાડતાં અને હો હો કરતાં ગાડા પછાડી દોડી બળદને ઊભા રાખવાનું વધારે મુશ્કેલ કર્યું. મેં સામાન સાથે દોડવાની મુશ્કેલી બતાવી, ભદ્રંભદ્રને નીચે ઉતરી પડવાની વિનંતી કરી. ભદ્રંભદ્ર લાંબા હાથ કરી ભાષણ કર્યે જતા હતા, પણ વંદાના, બળદના કે પોતાના, એમાંથી કોના રક્ષણ વિશે ઉપદેશ કરતા હતા તે ઘોંઘાટમાં સંભાળાતું નહોતું. ગાડા પછાડી રસ્તે જનારા લોકોના તર્ક પણ દોડવા લાગ્યા. કોઈ કહે કે દાણ ચૂકવીને નાઠો છે, કોઇ કહે કે વેઠે પકડેલો નાઠો છે. કોઇ કહે કે કોઇને વગાડી ને નાઠો છે. કોઇ કહે કે નાટકવાળો છે. આમ સર્વના તર્ક, શંકા, રમૂજ, આશ્ચર્યને પાત્ર થતી ભદ્રંભદ્રની ગતિ ક્યારે અટકશે, એ સૂર્યચંદ્રની ગતિની ગણતરી કરનારથી પણ કહેવાય તેમ નહોતું, પણ ગાડું એક પથરા પર ચઢી ગયું અને ભદ્રંભદ્ર ઊતરવાનો શ્રમ લીધા વગર ઝપાટામાં નીચે આવ્યા. ધરતીના કાનમાં કંઇક વાત કહી તે ઊભા થયા. દરદ થયા છતાં બિલકુલ વાગ્યું નથી એમ કહી પૂછનારની જિજ્ઞાસા ભંગ કરી. અનેક વિશેષણો ઉચ્ચારતા ગાડાવાળાને મેં આવીને સંતોષ્યો. સમાધાન કરીને અમે ઘેર ગયા.

૧૧. નાત મળી

અહિંસા-શાસ્ત્રાર્થ

રાત્રે મગનના સંબંધમાં પાકો અને છેવટનો વિચાર કરવાને નાત મળવાની છે, એ ખબર સાંભળી ભદ્રંભદ્રે ઉપલા બનાવના ખેદની વિસ્મૃતિ કરી. તેમનો ઉત્સાહ પાછો જાગ્રત થયો. શાહુડી સિસોળિયાં ફુલાવી નીકળે તેમ તે શાસ્ત્રવચનોથી સંનદ્ધ થઈ નીકળ્યા. મગનને આખરે પ્રાયશ્ચિત્ત કરાવી શુદ્ધ કરવો એવો તેમનો વિચાર હતો, પણ નાતવાળા વિરોધીઓને ભારે દંડ લેવામાં ફાવવા ન દેવા એવો તેમનો નિશ્ચય હતો. નાતની દેવીના મંદિરમાં નવ વાગતે નાત મળવાનો ઠરાવ હતો. દશ વાગતાં સુધી કોઈ આવ્યું નહિ. તે પછી અગિયાર સુધી છૂટક છૂટક આવી લોકો કોઈ નથી આવ્યું એમ કહી પાછા આવ્યા. છોકરાઓ બહુ જોરથી ઘંટ વગાડતા હતા અને કોઈ કોઈ વખત 'હે' બોલાવતા હતા, તેથી જ આજની વિશેષતા માલમ પડતી હતી. આખરે જમાવ થવા લાગ્યો. લોકો આવી ઓટલા પર ખૂણામાં જોડા ગોઠવવા લાગ્યા, કોઈક અંદર બેસીને પ્રસ્તુત વિષય સિવાય બીજી અનેક બાબતોની વાતો કરવા લાગ્યા. કોઈ બહાર ઊભા રહીને ભદ્રંભદ્ર તરફ આંગળી કરી છાનામાના વાતો કરવા લાગ્યા. કોઈક મોડું થવા માટે પોતા વિના બીજા બધાનો દોષ કહાડવા લાગ્યા. કોળાના ભાવની વાત પરથી કાછીઆના, ધંધામાં કમાવાનું કે નહિ એ વાત ચાલી; તે પરથી કાછીઓ ચતુર કે કુંભાર ચતુર, તે પર વાત ચાલી, તે પરથી કોડિયામાં દાળ સારી લાગે કે વાડકામાં તે વાત ચાલી; તે પરથી ચીનાઈ માટીનાં ચલાણાં કેટલા જલદી ફૂટી જાય છે તે વાત ચાલી; તે પરથી કોઈએ પ્રશ્ન કર્યો કે ચીનાઈ માટીનાં ચલાણામાં ચાહ પીવાની શાસ્ત્રમાં આજ્ઞા છે કે નહિ. ચર્ચા વધતાં સુધારો કેટલો વધી ગયો છે અને કેટલી ભ્રષ્ટતા થઈ છે એવી કોઈએ ટીકા કરી. તે પરથી કોઈ એ કહ્યું કે નાતમાં માટી પીરસાય એટલું જ બાકી છે. કોઈ બોલ્યું કે 'હત્યા કરવાનો તો આરંભ થયો છે. બિલાડી ઉંદરનો શિકાર કરે તો બ્રાહ્મણ વળી બીજા કોઈનો શિકાર કરે.' વંદાનું નામ જ બાકી હતું, ત્યાંથી બધા અટક્યા. અગાડી વિષય લંબાવવો કે નહિ તે વિચારી સર્વ એકબીજાની સામું જોવા લાગ્યા. અકસ્માત પ્રસ્તુત વાત આવી ગઈ કાંખ જાણી સર્વ ખેંચાયા. એવામાં સોમેશ્વર પંડ્યા ચકચૂર થયેલા મંડળને લઈને આવ્યા. તેમણે કેટલાકના પગ છૂંદ્યા, કેટલાકની પાઘડીઓ પાડી, કેટલાકને જગા કરવા દૂર ખેંચ્યા. હોહા થઈ, બોલાચાલી થઈ, સહેજ ટપાટપી થઈ.

આ સર્વ બનાવ ભદ્રંભદ્ર ક્યારના શાંતપણે જોઈ રહ્યા હતા તે હવે ઊકળી ઊઠ્યા. ઊભા થઈ સિંહવત્ ગર્જના કરી તેમણે કહ્યું કે 'અરે દુરાચારી દુષ્ટ, પતિત જનો ! તમે આ દેવીનું અપમાન કરો છો તેની તો ચિંતા નહિ પણ બ્રાહ્મણના નામને કલંકિત કરો છો ? કોણે તમને બ્રાહ્મણ કહ્યા ? કોણે તમને બીજાના બ્રાહ્મણત્વની પરીક્ષા કરવાને યોગ્ય કહ્યા ? પોતાની પરીક્ષા તો કરો.'

આ વચન કોઈ અમુક વ્યક્તિનું નામ દઈને કહ્યું નહોતું પણ તે બોલનાર તરફ સર્વનું ધ્યાન ખેંચાયું જોઈ સોમેશ્વરે જવાબ દીધો કે, 'બ્રાહ્મણ તો આજના નહિ પણ તારો બાપ ઢેઢવાડામાં ઠેસ ખાઈને મૂઓ ને તેના તેરમાની નાત ધૂળ થઈ તે પહેલાંના છીએ. પરીક્ષા કરવી છે તો શું કામ નાતની ખુશામત કરવા આજ આવ્યો છે ?'

ભદ્રંભદ્ર તરફના એક આદમીએ ઊઠી કહ્યું, 'અમે ખુશામત કરવા નથી આવ્યા પણ શાસ્ત્રાર્થ કરવા આવ્યા છીએ. એક આદમી તે કાંઈ નાત નથી કે તેનો કોઈ પર પાડ થવાનો હોય. ને કોઈનું મોત અકસ્માત ક્યાં થયું, ને નાતમાં કોઈ અદેખાને શું ટંટો કર્યો તે મ્હોટી વાત નથી. એમ તો કોઈનો કાકો છાકટો થઈને ગટરમાં પડીને મરી ગયો હોય તેનું કેમ ? દેવીને નામે દારૂ પીધો માટે શુદ્ધ થયો ?'

સોમેશ્વરના એક ભાઈબંધે કચ્છો મારી ખંભા ઠોકી ઉત્તર દીધો, 'કુસ્તી કરવી હોય તો આવી જા.'

એક વૃદ્ધ પુરુષે કહ્યું, 'કોઈને કંઈ છિદ્ર હશે ને કોઈને કંઈ હશે તે બધા માટે તકરાર કરશો તો પછી તો કોઈનો નાતમાં રહેવા વારો નહિ આવે, માટે મારામારીની વાત જવા દો. આ નાત શા માટે મળી છે તે કાંઈ છાનું નથી. તુળશીરામના દીકરા મગને હત્યા કરાવી માટે તેને નાતમહાર મૂકવાનો છે. એમાં વળી શાસ્ત્રાર્થ શાનો ? એમ કોઈ કહે છે કે હત્યા નથી થઈ ?'

એક બીજા બ્રાહ્મણે બેઠાં બેઠાં જ કહ્યું, 'શાસ્ત્ર હોય તો પછી નાતને શું પૂછવાનું હતું ? અમને બ્રાહ્મણીઆ વાંચતાં નથી આવડતું માટે શું નાતમાં અમારો એકડો નહિ ને શાસ્ત્ર જાણે તે જ નાતના મહોટા ? મગનને તો બહાર મૂકેલો જ છે. હું જોઉં છું એ કોને ત્યાં નાતમાં જમવા આવે છે.'

ભદ્રંભદ્રે ક્રોધાવિષ્ટ થઈ કહ્યું, 'આ તે કલિયુગ છે કે કલિયુગનો બાપ છે ? બ્રાહ્મણને મુખે શાસ્ત્રનો અનાદર થાય ત્યારે જનોઈ પહેર્યામાંયે શું સાર્થક્ય છે અને મોદક ખાવામાંયે શી તૃપ્તિ છે ? એમ ન સમજશો કે વેદધર્મ બધો નષ્ટ થઈ ગયો છે કે શાસ્ત્રને સ્થાને તર્કનું બળ ફાવશે. શાસ્ત્રાર્થનું કામ ન હોત તો વેદ ઇંગ્રેજીમાં કે ઉર્દૂમાં જ ન લખાત ? શાસ્ત્રાર્થનું કામ ન હોત તો મનુ, વ્યાસ આદિ ઋષિઓ સ્મૃતિઓને બદલે આંકની ચોપડીઓ ન લખત ? શાસ્ત્રાર્થનું કામ ન હોત તો સ્વર્ગમાં વૈતરણીમાં ગાયને પૂંછડે તરવાને બદલે પુલ ઉપર થઈ આગગાડીમાં બેસી જવાનું ન હોત કે બધા સડસડાટ ચાલ્યા જાત ! હું તો કહું છું કે શાસ્ત્ર જોવાની ના કહેનારને પહેલું પ્રાયશ્ચિત્ત આપો. શાસ્ત્રાર્થ કરવો સહેલો નથી તેનાં આ બધાં ફાંફાં છે. શાસ્ત્રમાં હું બાવળના વૃક્ષ જેવો છું. પાસે આવો કે કાંટા વાગે ને દૂર નાસો; સળગાવો તો એવો તાપ કોઈનો નહિ અને બારે માસ ઘરમાં ભરી મૂકો. આવો, કોઈ ઉત્તર દો કે મગને શું પાતક કર્યું ? હિંસા કરી, તો શ્રીમદ્ ભગવદ્ગીતામાં શ્રીકૃષ્ણ પરમાત્માએ કહ્યું છે કે આત્મા કોઈને મારતો નથી, ને કોઈથી મરાતો પણ નથી. તે તો અલિપ્ત છે અને અવધ્ય છે. તો પછી કોણે કોની હિંસા કરી ? આ પ્રમાણથી જ્ઞાની તો કદી ખૂનમાં પાપ ગણતા જ નથી. મનુસ્મૃતિમાં કહ્યું છે કે યજ્ઞ માટે સ્વયંભૂએ પોતે પશુઓ સર્જ્યા છે અને તેમાં યજમાન પશુ ન મારે તો પાપ છે. કયાં કયાં પ્રાણી ખાવાં અને કયાં કયાં ન ખાવાં તે નવમા અધ્યાયમાં ગણાવ્યાં છે, તો હિંસા તેથી સિદ્ધ છે. વેદમાં પશુઓની હિંસા લખી છે, તેમના શરીરના ભાગ કાપતાં નીકળે તે ગણાવ્યા છે, તેમના ઉપયોગનો વિધિ વર્ણવ્યો છે. તો શું તમે વેદને નહિ માનો ? બુદ્ધે અહિંસાનો બોધ કર્યો તે હિંસા થતી હશે તે વિના અમસ્થો જ ઘોંઘાટ કર્યો હશે ? રૂઢિ તેથી વિરુદ્ધ છે અને તે મારે માન્ય છે અને સુધારાવાળા કે પાશ્ચાત્ય લોકો સાથે વાદવિવાદ કરવો હોય તો ગમે તેમ સિદ્ધ કરી આપું કે વેદ અને શાસ્ત્રમાં હિંસાનું નામ નથી. પણ ખરી વાત પર આવે ત્યારે કહેવું પડે. બ્રાહ્મણ બ્રાહ્મણનું માથું વાઢે એમ તે હોય ? બાળક છે, સહેજસાજ દોષ થયો હોય તો જનોઈ બદલે, પણ આ ધાંધલ શું ?'

સોમેશ્વર પંડ્યા બોલી ઊઠ્યા, 'એમ જનોઈ બદલેથી પતી જાય એવું સહેલું કામ નથી. જનોઈ બદલે ને ગોર દક્ષણા લઈ જાય એમાં નાતનો શો ફાયદો ? વરસમાં બે વાર આખી નાતનું ભોજન થાય અને સહુ ભૂદેવોને સારી દક્ષણા મળે એટલી ગોઠવણ ન થાય તો પછી આ બધી મહેનતનું ફળ શું ? હોણ લગનગાળો મંદ હતો તેની ખોટ કંઈક પૂરી પાડવાનો લાગ આવ્યો છે. એવી આશા ન હોત તો વગર લેવાદેવાના ઉજાગરા કરત ? અમારે શી ગરજ પડી છે તે મગનને નાતમાં લઈએ ? નાતવાળાને ઘેર ફેરા ખાઈ ખાઈને જોડા ફાટે ત્યારે નાત તોડ કહાડવા મળે. તેને બદલે આમ સહેજ મળી મોચીનો ખરચ બચાવ્યો છે; તો શું તેના બદલામાં અમારા પેટરૂપી મોચીને મોદકરૂપી જોડા દાંતરૂપી ટાંકણા વડે સીવવા

જેટલો રોજગાર પણ નહિ મળે ? કહે છે કે મગનને પાપ કર્યું નથી. પણ કોઈએ પાપ કર્યું છે કે નહિ તેની અમારે પંચાત જ નથી. લોકોને પાપ કરતાં અટકાવવાં એ કોઈ નાતને કામ નથી. ચોરી કરી કેદમાં ગયેલા બ્રાહ્મણને નાતબહાર મૂક્યો એવું કદી સાંભળ્યું છે ? પણ બ્રાહ્મણ થઈ વાણિયાનું પાણી પીએ તો તરત નાતબહાર મૂકીએ. ધર્મ તો એમાં છે અને ધર્મ પળાવવો એ નાતનું કામ છે. એટલે એમાં શાસ્ત્ર જોવાનું કંઈ છે જ નહિ. શાસ્ત્ર કહે છે, તે એનો બાપ ભરૂચથી ઘોઘે નાવમાં બેસીને ગયો ત્યારે શાસ્ત્ર ક્યાં ઊંઘી ગયું હતું ? મહોટા શાસ્ત્રી કહેવાતા હતા પણ દક્ષણા જતી ન રહે માટે સમુદ્રગમન કર્યું. કેમ કોઈ બોલ્યું નહિ ? તે વખત એના કાકાનો જથ્થો હતો. જે તરફ જથ્થો તે તરફ શાસ્ત્ર તે રૂઢિ, તેથી મગનને પ્રાયશ્ચિત્ત અપાવી નાતમાં લઈએ તો વળી પા'ડ સત્તર વખત. પૈસા આપતો હોય તો એ નાતમાં લેવો એવું કયા શાસ્ત્રમાં લખ્યું છે ?'

મગનનો ભાઈ આ બે પક્ષમાંથી એકે તરફ ન હતો. ભદ્રંભદ્રની સમાધાનની યુક્તિ પણ તેને પસંદ નહોતી. તે ઊઠીને બોલ્યો, 'મડદું ફોલી ખાવાને શિયાળવાં ભેગાં થયાં છે. પણ એમ તો કોઈ જુઓ કે મડદું છે કે કોઈ જીવતું છે ? આંખ ઉઘાડીએ તો વખતે મન પાછું હઠે માટે આંધળા થઈને જ ભક્ષ કરી જશો ? એક કહે છે કે નાતબહાર મૂકો, એક કહે છે કે પ્રાયશ્ચિત્ત કરાવો, એક કહે છે કે જનોઈ બદલાવો, પણ કોઈ એ તો કહે કે શું વિશેષ થયું છે ? મગને જાતે તો જીવડું માર્યું નથી અને માર્યું હોય તોયે પૂછું છું કે, આ બધા બેઠા છે તેમના જન્મારામાં કદી હત્યા કરનાર માટે નાત મળી સાંભરે છે ? બકરા અને પાડા મારનારા દેવીના ભગતો શુદ્ધ થઈ બેઠા છે એમને જ પૂછો ને કેમ તમે શા ધર્માચરણથી નાતમાં રહ્યા છો ? અરે ! જાનવરની હત્યા તો શું પણ બાળહત્યા અને ભ્રૂણહત્યા કરાવનારાનાં નામ કોઈથી છાનાં નથી. એમને કોઈ પૂછતું નથી અને મગનને કેમ પૂછવા આવ્યા છો ? મગને શો અપરાધ કર્યો તે તો કહો. એ શાસ્ત્રથી અપરાધ છે કે રૂઢિથી અપરાધ છે ? નથી કોઈ શાસ્ત્ર જાણનારા ને નથી કોઈ રૂઢિ પાળનારા. ભટ્ટાઓને મિષ્ટાન્નની લાલચ લાગી છે. મફતનું ખાવાનું મન થયું છે, તો હું પણ ખરો કે ખરેખરા મફતના રોટલા ખવડાવું. જાઓ મગન પ્રાયશ્ચિત્ત નહિ કરે, એ કંઈ નાતબહાર નથી.'

થોડું ભણી થોડો વેપાર કરી, થોડી ખુશામત કરી અને ઘણા નાતવરા ખાઈ પેટ ભરનાર એક સામા પક્ષનો બ્રાહ્મણ તરત ઉત્તર દેવા ઊઠ્યો. તેણે કહ્યું, 'નાતબહાર છે કે નહિ તે વખત આવે માલમ પડશે. નાતે તો નાતબહાર મૂક્યો છે. પશુહત્યા અને બાળહત્યા કરનારા કોઈ જાણવામાં નથી. એવાં કોઈ હોત તો તેને નાતબહાર મૂક્યા જ હોત. એવાં કૃત્યો માટે કોઈને નાતબહાર નથી મૂક્યા તેથી સિદ્ધ થાય છે કે એવું કરનારા કોઈ છે જ નહિ. હિંસા

શાસ્ત્રમાં લખી છે. એમ કહેનારા તો વટલેલા છે. હિંસા જેવું દુષ્ટ કામ વેદમાં લખ્યું હોય તો પછી વેદ ઈશ્વરપ્રણીત શાના ? અને તે ઈશ્વરપ્રણીત નથી એમ કંઈ તે માટે કહેવાય ? આ દેશનો બધો ધર્મ ઊંધો વળાય ? સનાતન ધર્મનું રક્ષણ તો કોરે રહી જાય અને ઊલટી લોકની અપ્રીતિ થાય. એવી સત્યશોધક બુદ્ધિ તો સુધારાવાળાને ઇષ્ટ હજો. માટે આપણે તો સારું એ કે હિંસા વેદમાં લખી જ નથી. લખી છે એમ બતાવે તેને કહેવું કે વેદમાં હિંસા છે એમ કહે તે વેદ સમજે જ નહિ. એમ તો વળી સુધારાવાળા કહે છે કે વેદમાં ઘીનાં ટાંકાં કરવાનું નથી લખ્યું માટે શું ટાંકાં ન કરવા ? વેદમાં ઈશ્વરપ્રણીત નથી. જે ટાંકાની ના કહે તે વેદ સમજતા નથી એમ કહેવું. વેદાદિ શાસ્ત્ર તો કામદુઘા ગાય છે. જે જોઈએ તે મળે એમ છે, તો પછી ઘીના ટાંકાં ન મળે ? શું બ્રાહ્મણની કોઈને દયા જ નહિ હોય ? જુઓ, બ્રાહ્મણ પણ દયા ખાતર જ વેદમાં લખ્યું છે કે વિલાયતી સાંચાકામમાં ચરબી વાપરવી પડે તો તે વખત હિંસા અટકાવવી નહિ; કેમ કે ચરબીને બદલે એટલું બધું ઘી વપરાય તો ઘી બહુ મોંઘું થઈ જાય અને લોકો બ્રાહ્મણને મિષ્ટાન્ન બહુ ઓછાં જમાડે. ભક્ષ યજ્ઞા, વગેરે માટે પશુ મારવામાં ધન-લાભ નથી તો તે હિંસા અટકાવવી જોઈએ.'

શાસ્ત્રનો એક અક્ષર વાંચ્યા વિના શાસ્ત્રજ્ઞ હોવાનો ડોળ રાખનાર એક મહારાજ બોલ્યા, 'કેટલાક સમજ્યા વિના કહે છે કે યજ્ઞમાં પશુ મારવાનું લખ્યું છે. પણ વેદમાં તો જ્યાં પશુ, અજ, છાગ, અશ્વ, ગૌ, વત્સ, નર, માંસ, મેદસ્, વપા, એ શબ્દ આવે ત્યાં તેનો અર્થ ચોખા જ કરવાનો છે; બહુ બહુ તો નારિયેળ કે કોપરાની ધારી એવો અર્થ થાય. માખી ઉરાડી હોય તેને વાઘ માર્યો કહીએ છીએ એવી એ બધી લક્ષણા હશે. તે માટે પ્રમાણ આપણી ઇચ્છા છે અને વળી કોઈ કદી ખરાં પશુ મારતા હશે તો તે એવા તપસ્વી હતા કે પશુને મારીને ખાઈ ગયા પછી પાછું જીવતું કરે. શરીરના રજકણ શી રીતે પાછા એકઠા થતા હશે તે હાલ કલિયુગમાં નવાઈ લાગે, પણ, આગલા યુગની વાત જુદી હતી. એવા ચમત્કાર તો ઈશ્વર પણ કરી નથી દેખાડતા. ઈશ્વરને તો એવું કે જે એક વાર મરી ગયો તે મરી ગયો. મરી ગયેલો ફરીથી બેઠો થાય તે તો પશુ ખાનારા આગલા યુગના પુણ્યશાળી ઋષિઓ જ કરી શકતા. પણ આ યુગમાં હવે તેમ થાય નહિ. આ યુગમાં તો મ્હોંયે કહેવાનાં પ્રમાણ માટે શાસ્ત્ર જોવાય પણ આચરણ કરવાનું પ્રમાણ જોઈએ ત્યારે તો રૂઢિ જ. નહિ તો પછી અસલનો જ ચાલતો આવેલો સનાતન ધર્મ શાનો ? સનાતન તો રૂઢિ જ. રૂઢિ તોડનારને પ્રાયશ્ચિત્ત આપવું જ જોઈએ.'

એક પીનપુષ્ટ ભૂદેવે બેઠાં બેઠાં કહ્યું, 'નાત મળી છે, ત્યારે ઠરાવ કરોને કે દૂધપાકનું જમણ હોય ત્યારે પડિયા મ્હોટા જ આપવા. ન્હાના પડિયાથી કાંઈ દૂધપાક ઓછો વરતો નથી, પણ જમનારાને હરકત પડે છે અને ઘડી ઘડી માગવું પડે છે એટલું જ.'

એક મહારાજ છાપાંતિલક કરી, કચ્છો મારી અને ચોટલી છૂટી રાખી ઉઘાડા જ આવ્યા હતા. તે બોલ્યા, 'અરે દૂધપાકના ન્હાના પડિયા આપવા એ છેક શાસ્ત્રવિરુદ્ધ નથી, પણ છોકરાઓ સાહેબલોકશાહી બાબરાં રાખે છે અને શિખાબંધન નથી કરતા એ અધર્મ અટકાવો ને. વૈતરણીમાં ડૂબ્યા તે વખતે શિખા નહિ હોય તો તેને ખેંચી શી રીતે કહાડશે ? શિખાબંધન વિના કશો ધર્મ પળાય કે એકે પુણ્યકર્મ થાય એમ કલ્પનામાં પણ આવી શકે છે ? આપણા ઘરડાઓએ બહુ વિચાર કરી શિખાબંધનનો વિધિ કહ્યો છે. જુઓ, જેવી શિખાની ગાંઠ વાળે કે તેવી આંતરડામાં ગાંઠ પડે છે અને તેથી પ્રાણવાયુ ખેંચાય છે અને આગગાડીના ઇંજિન જેવી સિસોટી વાગે છે, તે ધર્મરાજની કચેરીમાં સંભળાય છે અને ત્યાં વિમાનનો એક ટાંકો સિવાય છે. બધા ટાંકા સિવાઈ રહે એટલાં શિખાબંધન કર્યાં હોય તેને જ મરતી વખત વિમાન આવે છે. બીજા બધા રહી જાય છે. શિખાબંધન નહિ કરનારો કોઈ સ્વર્ગમાં ગયો સાંભળ્યો છે ? માટે બંદોબસ્ત કરો કે જે બાબરા રાખે તે સવા રૂપિયો દંડ આપે ને મૂછ મૂંડાવે. સુધારો તે ક્યાં લગી ! આપણા ઋષિઓ દાઢી રાખતા તે તો જાણે હવે મુસલમાન, પારસી અને અંગ્રેજ રાખે છે, માટે પારકા દેશનો ચાલ ગણી છોડી દેવો પડ્યો, પણ લાંબા વાળ રાખવામાં એ ઋષિઓની રીતે છોડી દેવી અને પારકા દેશના ભ્રષ્ટ રિવાજ દાખલ કરવા ? આપણામાં ઘણા ઘાંયજાના ગોર છે તો ઘાંયજાને જ દબાવો ને કે જે બ્રાહ્મણની ચોતલી કાતરે તેને ત્યાં ગોર નહિ આવે.'

ભદ્રંભદ્ર લાગ જોઈ બોલી ઊઠ્યા, 'શું તે માટે અમારી જન્મારાની વૃત્તિ જવા દઈએ અને દક્ષિણા છોડી દઈએ ? ખરો ઉપાય તો એ છે કે શિખા ન હોય તેને નાતમાં જમવા ન આવવા દેવા. આ બધા બાબરી રાખનાર છોકરાને નાતમાં જમવા આવવા દો ને મગનને અટકાવો એ કેમ, શાસ્ત્ર કે રૂઢિ પ્રમાણે છે તે આવો કોઈ બતાવો. પશુવધ કરતાં શિખાકર્તનમાં વધારે પાપ છે કેમ કે શિખામાં બ્રહ્મતેજ રહે છે અને શિખા કપાવે તો બ્રહ્મહત્યા થાય છે. શાસ્ત્ર કોરે રાખશો તોયે આમાં રૂઢિ પણ છે. પહેલી શિખાબંધન ન કરનારને કરવાની શિક્ષા નક્કી કરો. તે શિક્ષા મગનને કરજો, અમારે કબૂલ છે, પણ પહેલું એ કર્યા વિના મગનનું નહિ થાય.'

બધાના મનમાં આથી ગૂંચવણ થઈ. ઘણાનાં સગાંમાં બાબરીની સજામાં આવી જાય એવા છોકરા હતા. મગનને હેરાન કરવાની સર્વ કોઈને ઇચ્છા હતી, પણ પોતાનું સાચવીને શી રીતે બીજાને સતાવવો એ મુશ્કેલી થઈ પડી. કોઈ કહે કે 'નાત જે માટે મળી હોય તે વાતનો જ વિચાર થઈ શકે, બીજો પ્રશ્ન હોય તો ફરી નાત મેળવે,' કોઈ કહે કે 'મગન દંડ આપે તે રકમમાંથી બાબરાં રાખનાર પ્રાયશ્ચિત્ત કરે.' કોઈ કહે કે 'નાતમાંથી મગન પ્રાયશ્ચિત્ત કરશે એટલે આખી નાત પાવન થશે ને બીજાને પ્રાયશ્ચિત્ત કરવાની જરૂર નહિ પડે.'

ભદ્રંભદ્રે આ સર્વ સામે વાંધો લીધો કે 'મગન એકલો પ્રાયશ્ચિત્ત કરી શકે નહિ. એણે વંદાનો વધ કર્યો તેથી આખી નાત પતિત થઈ છે માટે આખી નાતે પ્રાયશ્ચિત્ત કરવું જોઈએ. મગન શુદ્ધ થયા પછી બીજા લોકો મગનની સાથે પ્રાયશ્ચિત્ત કરી શુદ્ધ થયેલા ન હોય તો મગન પાછો તેમના સંસર્ગથી ભ્રષ્ટ થાય, તે પછી બીજા પ્રાયશ્ચિત્ત કરે તેઓ ભ્રષ્ટ થયેલા મગન સાથે સંસર્ગ કર્યાથી પાછા ભ્રષ્ટ થાય, પછી પાછા મગનને પ્રાયશ્ચિત્ત કરવું પડે. પછી એ લોક કરે, એમ અનંતકાળ સુધી ચાલ્યું જાય; ચોર્યાસી લક્ષ ભવ વહી જાય પણ પ્રાયશ્ચિત્તનો પાર ન આવે, માટે બધાએ સાથે જ કરી નાખવું એ વધારે સારું છે. વળી શિખાકર્તનમાં મોટું પાપ છે અને વંદાવધ પાપ છે. તેમાંથી નાના પાપનું પ્રાયશ્ચિત્ત પહેલું કરાવી નાનામોટાની પદવીનો વ્યક્તિક્રમ કરાવીએ તો સુધારાવાળામાં અને આપણામાં ફેર શો ? પાપમાંયે નાનામોટાનું માન સાચવવું જોઈએ. વળી પ્રાયશ્ચિત્ત કેવી જાતનું કરવાનું તે હજી નક્કી થયું નથી; એ માટે શાસ્ત્ર જોવું જ પડશે. નાતમાં મારા સમાન કોઈ શાસ્ત્રી નથી તેથી મને પૂછવું પડશે ને મગનને જેટલો દંડ થશે એથીયે મારી દક્ષણા વધારે થશે. એટલે મગનના દંડમાંથી બીજાના પ્રાયશ્ચિત્તનો ખરચ નીકળે એ આશા ખોટી છે.'

નાતમાં પોતાને સહુથી વિદ્વાન શાસ્ત્રી માનનાર એક ભૂદેવને આ છેલ્લા વાક્યથી ખોટું લાગ્યું. તે બોલી ઊઠ્યા, 'કોના સમાન કોણ છે અને કોણ નથી એ કંઇ અભિમાન કર્યાથી સિદ્ધ થતું નથી. નાત તરફથી શાસ્ત્રાર્થ અમને જ પુછાશે. અમારી પરીક્ષા કરવાનો કોઈને અધિકાર નથી ને વિદ્વાન કહેવડાવવાનો બીજા કોઈને હક નથી. ઘાંયજાના ગોરને શાસ્ત્રીની દક્ષણા મળશે ત્યારે તો ગરોડા પણ બ્રાહ્મણ ભેગા જમી જશે.' એ જ પક્ષના એક બીજા બ્રાહ્મણે કહ્યું : 'એ યે ગરોડા જેવો જ છે તો. ઠેર ઠેર લાંબી જીભ કરીને ભાષણો કર્યા માટે કંઈ જાત બદલાઈ ? એનો બાપ કોઈ આઘેના ગામડામાંથી બાયડી પરણી લાવ્યો હતો અને કહેતો હતો કે આપણી નાતની છે. કોણ જોવા ગયું હતું કે બ્રાહ્મણ છે કે ઢેડ છે !'

ભદ્રંભદ્રનો પિત્તો ઊછળ્યો, મિજાજ હાથમાં ન રહ્યો. દક્ષના યજ્ઞમાં જાણે શિવ કૂદતા હોય તેમ આ નિંદાવાક્ય બોલનાર તરફ તેઓ વેગથી ધસ્યા, તેને જોરથી તમાચો માર્યો. તેણે ભદ્રંભદ્રને પેટ પર મુક્કી લગાવી. ભદ્રંભદ્ર કળ ખાઈ બેસી ગયા. એટલે સામાવાળાએ માથા પર લાત મારી. બંને પક્ષના માણસો ધસી આવ્યા, બાઝાબાઝી ને મારામારી થઈ; શોરબકોર થઈ રહ્યો; સોમેશ્વર પંડ્યાના મંડળને જોઈતો હતો તેવો લાગ મળ્યો. કયા પક્ષનો માણસ છે તે જોયા વિના તેમણે યથેચ્છ પ્રહાર ચલાવવા માંડ્યો, હાથ લાગ્યાં તેટલાં ખાસડાં ફેંક્યાં, લાકડીઓ અને દંડા ચલાવ્યા, મંદિરોમાંનો સામાન અફાળ્યો, કોઈનાં માથાં ફૂટ્યાં કે કોઈના પગ ભાંગ્યા, કોઈની કમ્મર તૂટી, કોઈ બેશુદ્ધ થઈને પડ્યા. રસ્તે જનારા પણ તાળીઓ પાડતા હતા અને પથરા ફેંકી રમૂજ મેળવતા હતા. મારામારીનો અંત આવતાં જરા વાર લાગત પણ પોલીસનો સિપાઈ આવે છે એમ સાંભળ્યું એટલે નાસાનાસી શરૂ થઈ. સોમેશ્વર પંડ્યા પહેલા નાઠા. જેમનાથી દોડાયું તે દોડી ગયા, ન દોડાયું તે સંતાયા, ન સંતાઈ શક્યા તે માર વાગ્યાની બૂમો પાડવા લાગ્યા.

ભદ્રંભદ્ર પીડાતા પડ્યા હતા. તેમને સિપાઈ આવ્યાની ખબરે પુનર્જન્મ રૂપ થઈ વાગેલા મારની વિસ્મૃતિ કરાવી. ઊભા થઈ પડખાની બારીએ થઈ તે નાઠા. પછાડી માણસો આવતા જોઈને દોટ મૂકી ગલીકૂંચીએ થઈ તે અદૃશ્ય થઈ ગયા. સવાર થયું પણ ઘેર આવ્યા નહિ. આખો દહાડો એમને સારુ અનેક હેતુથી શોધાશોધ થઈ પણ કાંઈ પત્તો લાગ્યો નહિ. અંધારું થયે ઘેર આવતાં એમને પોલીસે પકડ્યા.

૧૨. પોલીસચોકીમાં

મારામારીમાં કેટલાકને ભયંકર ઈજાઓ થઈ હતી અને ઘણાએ ભદ્રંભદ્રનું નામ બતાવ્યું હતું. પકડતી વખતે સામા થવાનો ભદ્રંભદ્રે પ્રયત્ન કર્યો. મેં આવી પહોંચી તેમને છોડાવવાનો પ્રયત્ન કર્યો, તેથી અમને બંનેને પકડી જાપતામાં રાખી પોલીસચોકીમાં લઈ ગયા. રસ્તે ચાલતાં કંઈ સ્વસ્થતા પામ્યા પછી ભદ્રંભદ્ર બોલ્યા,

'અંબારામ, આજનો દિવસ હું સંતાઈ રહ્યો હઈશ એમ બધા ધારતા હશે. પણ, હું તો અનેક ચમત્કારોના દર્શનમાં ગુંથાઈ રહ્યો હતો; તેનું વર્ણન –'

પોલીસના એક સિપાઈએ ડંડો ઊંચકી ભદ્રંભદ્રના બે હોઠને ઇચ્છા ઉપરાંત મેળાપ કરાવ્યો. ચોકીને પગથિયે ચઢતાં વળી તે બોલ્યા,

'સોનારૂપાના વાળવાળી રાણીના મહેલને ઓટલે તેના ભવિષ્યનો ધણી થનાર રાજા ચઢ્યો; તેમ હું આજ રક્ષાભવનમાં પ્રવેશ કરું છું. એથી ઘણા ઉત્પાત થશે એમ અંબારામ, નક્કી માનજે, સુધારારૂપી ત્રિયારાજ હવે ટકવાનું નથી. મારા વિજયઘોષ માટે આ રણશિંગું તૈયાર રાખેલું છે.'

ભદ્રંભદ્ર કોઈ ઠેકાણે ભાંગ કે એવું કંઈ પી આવ્યા હોય તેમ લાગતું હતું. સિપાઈના ફટકાનો સ્પર્શ તેમના મનમાં લાંબા વખત સુધીની લાગણી ઉત્પન્ન કરતો. મારા કરતાં તેમનું ચિત્ત વધારે પ્રસન્ન હતું. આ ઠેકાણે રાત કેમ જશે તેની મને ચિંતા થતી હતી. પણ ભદ્રંભદ્ર બોલ્યા :

'ઉતારો ઠીક છે. પણ છાપરું સહેજ નીચું છે અને જાળી એક જ છે. પરંતુ સારી ગોઠવણ થઈ શકશે. આ હુક્કો અહીંથી લઈ લેવો પડશે. ગોળી પણ બ્રાહ્મણિયા નહિ હોય. ખાટલો તો છો રહ્યો, પથારી કરતી વખતે ઢાળજો. ઓહો ! બીજા ગૃહસ્થો પણ અહીં બિરાજેલા છે. જરા સંકડાશે પડશે, પણ વાતો કરવાનું અનુકૂળ પડશે.'

પોલીસના સિપાઈ ભણી ફરીને કહ્યું, 'આ બધા માટે અત્યારે દશમી જ થવાની હોય તો મારે પણ તે જ ચાલશે. દૂધની હશે એટલે નહાવા કરવાની હરકત નહિ પડે. પણ રાંધનારને અને જમનારને પાણીનો જરા પણ સ્પર્શ થવો ન જોઈએ. એમાં તો ગંગાનું પાણી પણ

અપવિત્રતા કરાવે. દશમી બાંધવાના દૂધને પન પાણીનો સ્પર્શ થવો ન જોઈએ. દૂધમાં પણ ઘણો અંશ પાણીનો સ્વાભાવિક રીતે હોય છે એમ સુધારાવાળા કહે છે તે હું નથી માનતો. એ તો માત્ર આર્યધર્મ ડુબાવવાને રસાયણશાસ્ત્રીઓની જોડે મસલત કરી વંચના ઊભી કરેલી છે. જલથી શરીર અને આત્મા શુદ્ધ થાય છે, પણ અન્ન અશુદ્ધ થાય છે, કેમકે વનસ્પતિના દેવ સોમનું ગ્રહણ થાય છે.'

ચોકીમાં કોઈ દહાડો ન બનેલી અપૂર્વ વર્તણૂક જોઈ સિપાઈ વિસ્મય પામી ભદ્રંભદ્રના સામું જોઈ રહ્યો હતો. બીજાએ કહ્યું, 'હાસમ ફટકાવ ને, અબી ચૂપ હો જાયગા.'

'દીવાના હે કે ક્યા ?' એમ શંકા બતાવ્યા છતાં હાસમે ફટકાવી ભદ્રંભદ્રને જાગૃતિ આપી. તેને નિષ્ફળ કરવા ભદ્રંભદ્ર માત્ર મનને જાગ્રત કરી જીભ બંધ કરી બેઠા. પોલીસના એક-બે અમલદારો આવી ગયા. તેમણે અમને કેટલાક પ્રશ્ન પૂછ્યા. ભદ્રંભદ્રના ઉત્તર સાંભળી 'તોફાન કરે તો ફટકા લગાવવા'ની ભલામણ કરી તેઓ ચાલ્યા ગયા. થોડી વારે ભદ્રંભદ્રે પાછી ભોજનની માગણી કરી. એક બીજા સિપાઈએ આવી થોડા ચણા આપ્યા અને પછી લાત લગાવી. સંપ્રદાયનો ક્રમ શાસ્ત્રાનુસાર ફેરવી ભદ્રંભદ્રે પહેલી લાત ખાઈ લીધી એ પછી ચણા ખાવા માંડ્યા. ચણા ખાઈ રહી થોડી થોડી વારે પાસેના ઓરડાના સિપાઈઓને શાંત જોઈ ભદ્રંભદ્ર બોલ્યા :

'ચણા ખાવાનું શાસ્ત્રમાં પુણ્ય લખ્યું છે તેથી મેં તે સ્વીકાર્યા. ચણાના ગર્ભમાં જે વાયુ છે તેના સેવનથી પ્રાણાયામ કરવાની શક્તિ વધે છે, તેથી જ લડાઈ વખતે સિપાઈઓ ચણા ખાય છે. પ્રાણાયામ કરવામાં આટલું મહોટું અંગબળ અજમાવાય છે કે લડાઈમાં બંને લશ્કર સામસામાં પ્રાણાયામ કરીને ઊભાં રહે છે. જેનો પ્રાણાયામ વધારે વાર ટકે તે જીત્યા કહેવાય છે. લડાઈમાં દારૂગોળા કે સંગીનથી મારામારી થાય છે એવી બધી વાતો સુધારાવાળાઓએ ચણાને બદલે સેવો ખાવા સારુ જોડી કહાડેલી છે.'

વધારે વાત ચલાવવાની મારી વૃત્તિ નહોતી. હાથના બંધનને લીધે અમને ઊંઘ આવતી નહોતી. જે બીજા બે માણસોને અમારી પહેલાંના ચોકીમાં આણી બેસાડેલા હતા તે હજી લગી કેવળ શાંત થઈ બેસી રહ્યા હતા. કેટલીક વારે બધું ચૂપ જોઈ તેમાંના એકે કહ્યું, 'રમાલ પાના, રરાક પાના રીક પાના રણાય પાના રે પાના.'

બીજાએ ઉત્તર દીધો, 'રાં પાના.'

થોડી વાર મૂંગા રહી પહેલાએ ફરી કહ્યું, 'રજવું પાના રોઉં પાના ? રંઈ પાના રશે પાના ?'

બીજાએ ઉત્તર દીધો, 'રીછે પાના.'

આ પ્રશ્ન શા હતા અને તેના ઉત્તરમાં બીજાએ શી આજ્ઞા આપી તે કશું સમજાયું નહિ. અર્થ જાણવાની જિજ્ઞાસાથી ભદ્રંભદ્ર બોલ્યા, 'સદ્ગૃહસ્થો, આપ પાના પાના કહી ખાવાનાં પાન કરતા હો તો મારે માટે પણ એક બીડી કરજો. ચણા પચવા જરા કઠણ છે અને પાન પાચક છે, શાસ્ત્રમાં હરકોઇના હાથનાં પાન ખાવાની ના નથી લખી.'

કોઈએ ઉત્તર દીધો નહિ તેથી વળી પાછું સર્વ નિઃશબ્દ થયું.

ચિત્તના ઉદ્વેગની તીવ્રતા કંઈક ઓછી કરવા અને ભદ્રંભદ્રને બોલતા બંધ કરવા મેં ભીંતને અઢેલી આંખો મીંચીને પડી રહેવાનો પ્રયત્ન કર્યો. ભદ્રંભદ્રના અનુસરણમાં કીર્તિ કરતાં અપકીર્તિ વધારે થાય છે. સુખ ઓછું છે અને પીડા ઘણી છે. આશા ઉત્પન્ન કરનાર માત્ર ભદ્રંભદ્ર છે અને નિરાશા કરનાર આખું જગત છે; એવા વિચાર મને આવવા લાગ્યા. કદાપિ કેદમાં જવાનો વખત આવશે તો કષ્ટ અને અપમાન કેમ સહન થશે એ કલ્પનાથી હું ભયભીત થવા લાગ્યો. વળી, ભદ્રંભદ્રના આર્યધર્માભિમાનનો વિચાર આવ્યો અને મારામાં એ અભિમાન ઓછું છે તેથી જ હું કેદમાં જવાને ઓછો રાજી છું એમ લાગ્યું. ભદ્રંભદ્ર માટે પૂજ્યબુદ્ધિ જાગ્રત થઈ અને મને કંઈક હિંમત આવી. ભદ્રંભદ્રની સંગતિમાં શરીરપીડા ખમવામાં પણ ઉત્સાહ કેટલો આનંદ આપે છે. માર ખાવામાં પણ તપશ્ચર્યાનું પુણ્ય પ્રાપ્ત થાય છે એ ભદ્રંભદ્રનું કહેવું કેટલું સત્ય છે, એ વિચાર આવ્યો. આવા વિચારક્રમમાં સ્મૃતિ ઝાંખી થતી જતી હતી અને આંખો સહેજ મળવા આવી હતી એવામાં, ભદ્રંભદ્રે બૂમ પાડી કે, 'મને કંઈ કરડ્યું' તેથી હું ચમકી સાવધ થયો. ભદ્રંભદ્રને પગને અંગૂઠે કંઈ કરડ્યું હતું પણ અંધારાને લીધે શું કરડ્યું હશે તે જણાતું નહોતું. આથી અમારો ગભરાટ વધ્યો. હું ને ભદ્રંભદ્ર સિપાઈને બોલાવવા લાગ્યા. એક સિપાઈએ આવી પ્રથમ બધાને સારી પેઠે ફટકા લગાવ્યા. 'એ બમન કબસે સોને નહિ દેતા હે' એ કારણ બતાવી ભદ્રંભદ્રને બીજા કરતાં વિશેષ વાર કાષ્ઠ તથા ચર્મનો સ્પર્શ કરાવ્યો. એ પ્રમાણે અભિનંદન આપ્યા પછી સિપાઈએ ગરબડનું કારણ પૂછ્યું. કારણ જાણી દયા આણી દીવો લેવા ગયો. તે ગયો એટલે ભદ્રંભદ્ર બોલ્યા :

'દુઃખ માટે આર્તરવ કરવો એ શું શાસ્ત્રાનુસાર નથી ? કદાપિ આ સર્પદંશ હશે અને હું વિદેહ થઈશ તો જગતનું શું થશે ? આર્યમંડળનું શું થશે ? આનો ઉપાય ત્વરાથી થવો જોઈએ.'

મેં કહ્યું, 'જિજ્ઞાસાને તાડનમાં લીન કરી અપૃચ્છાને આગળ થવા દેવી એ કેવળ મૂર્ખતા છે. દંશ કરનાર પ્રાણી ગમે તે હશે પણ તેના દોષે રક્ષકની અને સર્વની નિદ્રાનો ભંગ કરાવ્યો તો તાડન તેને એકલાને જ ઉચિત હતું.'

ભદ્રંભદ્ર બોલ્યા, 'ઉચિત અનુચિતની હમણાં વાત નથી. મારા દંશનો પ્રતિકાર કરો. હું મરી જઈશ તો ઔચિત્યનો નિર્ણય કરનાર પણ કોણ રહેવાનું છે ?'

સિપાઈએ દીવો લાવી બધે ઠેકાણે તપાસ કરી પણ કરડી જાય એવું કશું જણાયું નહિ. અંગૂઠે દાંત પડેલા હતા પણ તે બહુ તીણા નહોતા. લોહી નીકળતું નહોતું. ભદ્રંભદ્રની બૂમો છતાં તેમની મુખરેખા પરથી જણાતું હતું કે વેદના બહુ થતી નહોતી. પાણીનો પાટો બાંધવાનો આપી સિપાઈ પાછો સ્વસ્થ થવા લાગ્યો.

ભદ્રંભદ્ર કહે, 'સુધારાના પ્રબળમાં મંત્ર જાણનાર પણ ઓછા થઈ ગયા છે. સર્પ જેમ મંત્રશ્રવણથી મોહ પામે છે, તેમ તેનું વિષ પણ મનુષ્યના શરીરમાં પેઠા પછી મંત્રોચ્ચાર સુણી સ્તબ્ધ થઈ ઊભું રહે છે. મંત્ર ભણનારના હસ્તના ચલન સાથે તેમાંથી પ્રાણવાયુ ઝરતાં વિષને તે વાટવાકર્ષણથી નીચે ઉતારે છે અને દંશને સ્થાનેથી તે પાછું બહાર નીકળી જાય છે. લોહીમાં વિષ કદી ભળતું જ નથી. પણ સુધારાવાળા વહેમ કહી આ માનતા નથી અને જગતના ઉત્તમ પુરુષોનો સર્પદંશથી નાશ થવા દે છે.

જે બીજા બે માણસોને ચોકીમાં પુરેલા હતા તેમાંનો એક બોલ્યો, 'અરે ઉલ્લુ, સાપ તો કંઈ નથી પણ તારો બાપ તને કરડ્યો છું. તારાં ગજવાં તપાસ્યાં પણ પણ કંઈ જડ્યું નહિ તેથી ચીડ ચડ્યાથી તારો અંગૂઠો કરડી ખાધો. માર ખાવો હોય તો સિપાઈને કહેજે. મારા હાથ બાંધેલા છે તેથી કોઈ માનવાનું નથી.'

મેં પૂછ્યું, 'ત્યારે ગજવાં તપાસ્યાં શી રીતે ?'

તેણે કહ્યું, 'પેલી સોટી મ્હોમાં લઈને. અરે જાને, ગમે તે રીતે; એ સોટી તો ગુમ થઈ ગઈ.'

સિપાઈની ઊંઘમાં ફરીથી ખલેલ પાડવાનું અમને દુરસ્થ જણાયું નહિ, તેથી જાગતા રહી સવાર થવાની વાટ જોવા લાગ્યા. સવાર થયા પછી એક-બે પોલીસ અમલદારોએ આવી અમારી પાસેથી જવાબ લીધો અને બદલામાં ગાલિપ્રદાન આપી ચાલતા થયા.

થોડી વાર પછી અમને બેને એક મૅજિસ્ટ્રેટને મુકામે લઈ ગયા. પણ તે શિકાર કરવા ગયેલા હોવાથી બીજાને ત્યાં લઈ ગયા. તેમને બિલકુલ ફુરસદ ન હોવાથી ત્રીજાને ત્યાં લઈ ગયા. થોડી વારમાં સોમેશ્વર પંડ્યાને અને તે રાત્રે મળેલી નાતમાંના બીજા કેટલાકને પણ પોલીસવાળા ત્યાં લઈ આવ્યા. ભદ્રંભદ્ર તેમને આવકાર દેવા જતા હતા પણ દંડપ્રહારનો ભય ઉત્પન્ન થતાં મૌન ધારણ કરવું યોગ્ય ધાર્યું. જાતતપાસ સારુ અમને સર્વને કેદમાં રાખવાની પોલીસે પરવાનગી માગી. તે પરથી ભદ્રંભદ્ર બોલ્યા :

'ન્યાયાધ્યક્ષ, નરકમાં સાથે રહેવાનું હોય તોપણ હું આ બ્રાહ્મણચાંડાળોથી ભિન્ન ગ્રામમાં વાસ કરું. એમના સંસર્ગથી હું તાડનનો ભય રાખું છું તેમ નથી, પણ એમનો સ્પર્શ દૂષિત કરે છે, એમનો સહવાસ ભ્રષ્ટતા કરાવે છે.'

'ચૂપ રહેવા'નો હુકમ થવાથી ક્ષણ વાર શાંત થઈ ભદ્રંભદ્રે કહ્યું, 'મારું કહ્યું સાંભળવું જોઈએ. ગઈ રાત્રિમાં મને અસહ્ય દુ:ખ પડ્યું છે.'

મૅજિસ્ટ્રેટે કહેવાની રજા આપવાથી ભદ્રંભદ્રે રાતનો કંઈ વૃત્તાંત આપ્યો. પણ પોલીસ અમલદારે કહ્યું કે, 'આ આદમી બહુ જ તોફાન કરતો હતો માટે તેને સખત જાપ્તામાં રાખવો પડ્યો છે તે સિવાયની બધી વાત જૂઠી છે.' તેથી એ વિના બીજું કહેવું હોય તે કહેવાની રજા મળી. ભદ્રંભદ્રે કહ્યું, 'જે અસત્યવાદીએ મારું નામ અપરાધીમાં ગણાવ્યું હોય તે મારા બ્રહ્મતેજથી અજ્ઞાત હોવો જોઈએ. બ્રાહ્મણને દેવ, દાનવ ને ગંધર્વ નમે છે, તો મનુષ્યની શી ગણતરી છે ? મારા તેજને બળે હું અદૃશ્ય થઈ જતો રહી શકું છું. પણ, તેમ કરું તો આ રક્ષકો શિક્ષાપાત્ર થાય માટે દયા આણીને જ હું તેમને વશ રહું છું. મારા તેજના બળે આ સર્વ અધિકારીવર્ગને બાળીને ભસ્મસાત્ કરી શકું છું. પણ તેમ હું કરું તો આ દુષ્ટો પણ શિક્ષા પામ્યા વિના છુટી જાય માટે જ તેમને યોગ્ય દશાએ પહોંચાડવા હું મારો કોપ શમાવું છું. તો મારા જેવા તેજસ્વીને પૂરી રાખવાથી શો લાભ છે ? મારા જેવા મહાપુરુષને જગતનું કલ્યાણ કરતાં અટકાવી નિયંત્રણમાં રાખશો અને રક્ષકોને મારો સંસર્ગ કરાવશો તો તમને હાનિ એ થશે કે સર્વે રક્ષકોને હું ઉપદેશ કરી સુધારાના પક્ષમાંથી આર્યપક્ષમાં લઈ લઈશ અને તમારી સેવા મૂકી દઈ તેઓ સંન્યાસી થઈ જશે. શ્યામ વસ્ત્ર તજી દઈ ભગવાં ધારણ કરશે અને રાત-દિવસ મારી કથા શ્રવણ કરતાં મ્હોં પહોળાં કરી દિગ્મૂઢ જેવા મારી સમક્ષ બેસી રહેશે. માટે મુક્ત કરવામાં તમને જ લાભ છે. એ ધ્યાનમાં લો.'

ભદ્રંભદ્રના આ પ્રમાણબળથી મૅજિસ્ટ્રેટ અને રક્ષકવર્ગ નિરુત્તર થઈ લજ્જા પામી નીચું જોઈ રહેશે અને એમને છોડી દેવાની આજ્ઞા એકદમ કરશે, પણ તે મહોટે સ્વરે કહેવાની તેમનામાં હિંમત નહિ રહે, એમ ધારી મંદ શબ્દ સાંભળવા મેં કર્ણને તત્પર કર્યા. પણ મૅજિસ્ટ્રેટે ભદ્રંભદ્રને એટલું જ કહ્યું કે ‘વધારે બકબકાટ કરીશ તો કોર્ટના અપમાન માટે સજા કરવામાં આવશે.’

પોલીસને બીજે દિવસે સર્વેને ફરી હાજર કરવાનો હુકમ કર્યો. ફરી હાજર કર્યા ત્યારે ભદ્રંભદ્રના મિત્રોએ અમને જામીન પર છોડવાની અરજ કરી. ભદ્રંભદ્રની વર્તણૂક શાંત થઈ હતી તેથી વાંધો ઓછો હોવાથી અમને છોડ્યા.

૧૩. જામીન પર- વિધવાવિવાહ

કોર્ટ બહાર આવી કેટલેક દૂર જઈ ભદ્રંભદ્રે પોતાના મિત્રને ભાષણ કરવા એકઠા કર્યા. જોવા આવેલા લોકો પણ એકઠા થયા. સર્વ પર દૃષ્ટિ ફેરવી જઈ ભદ્રંભદ્ર બોલ્યા:

'આર્યો, હું તમને સર્વને ઓળખતો નથી પણ તમે સર્વ મને ઓળખો છો એમાં સંશય નથી. કેમકે, હું ધર્મવીર થયો છું એ વાત જગત્ પ્રસિદ્ધ છે. પ્રલયકાળે જેમ માછીઓ ઠેર ઠેર દેખાય તેમ સુધારાના ઉત્પાત સમયે, મારા ગુણ સ્થળે સ્થળે પ્રગટ થયા છે. મારા ધર્મવીરત્વનો પ્રકાશ થતો જોઈ સુધારાવાળા પોતાના યત્નને જ નિંદવા લાગ્યા છે. સુધારાવાળાઓએ જ મને આપત્તિમાં આણવાનો આ પ્રયત્ન કર્યો છે.'

વાઘરી, ભંગિયા અને મુસલમાન લોકોનો વિશેષ જમાવ થવા લાગ્યો અને તે જોઈ ભદ્રંભદ્રની વક્તૃત્વશક્તિનો ઉલ્લાસ થવા લાગ્યો. ખભા ઊંચા કરતા અને ખોંખારા કરતા તે મ્હોટે ઘાંટે બોલ્યા :

'મારી આ આપત્તિને ઉત્પન્ન કરનારું સુધારાવાળાનું કાવતરું શોધી કાઢવું કઠણ નથી. સર્વને વિદિત છે કે સુધારાવાળાઓ આ દેશની જીવતી અને મરી ગયેલી સર્વ વિધવાઓનું પુનર્લગ્ન કરાવવા ભારે પ્રયત્ન કરે છે. એકેએક વિધવાને જોરજુલમથી પરણાવી દેવાનો કાયદો કરવાનું તેઓ સરકારને કહે છે અને તે માટે જ વસ્તીપત્રકો થાય છે અને મરણની નોંધ લેવાય છે કે કેટલી જીવતી અને મરી ગયેલી વિધવાઓ માટે વર જોઈશે તે નક્કી કરી શકાય. આ દેશને સુભાગ્યે હજી લોકોમાં એટલું આર્યત્વ રહેલું છે કે વરની સંખ્યા આ સર્વ માટે જોઈએ તેટલી મળી નથી. પાશ્ચાત્ય પ્રજાઓની અનાર્ય વિપરીત વૃત્તિ ગમે તેવી હોય, પણ આર્યપ્રજામાં તો મૃત વિધવાઓ સાથે લગ્ન કરવાને કોઈ તૈયાર થતું નથી. તેથી જ દીર્ઘદૃષ્ટિ વાપરીને આપણા ડાહ્યા પૂર્વજોએ આજ્ઞા કરી છે કે વિધવાઓના કેશનું મુંડન કરવું, વિધવાઓને અપશુકનવાળી ગણવી, શાપિત ગણવી, તેમને તિરસ્કારપાત્ર માનવી, આહાર ઓછો કરી તેમને કૃશાંગ કરવી, વિરક્ત વૃત્તિનું સર્વ કામ તેમની પાસે કરાવવું, એટલે રિબાઈને અને ક્ષીણ થઈને તેઓ વહેલી મરણ પામે કે તે સુધારાવાળાના અનાર્ય વિચારની પ્રવૃત્તિ થઈ ન શકે. સદૈવ હું વિધવા પુનર્લગ્નના દુષ્ટ પ્રયત્નોની સામો થાઉં છું તેથી મારી જિહ્વાના પ્રભાવે એ પ્રયત્નનો હવે થોડા સમયમાં અંત આવશે; આથી સુધારાવાળાને ભીતિ લાગે છે, તેથી લોકો મને ઘડી ઘડી પીડા કરવાના પ્રયત્ન કરે છે. પણ જેમ યજ્ઞ કરનાર ઋષિઓને ક્ષત્રિયો રાક્ષસોની બાધામાંથી મુક્ત કરે છે તેમ આર્યધર્માર્થ

મહાપ્રયાસ કરનાર મારા શરીરને મારા ઉત્સાહી વિચારો, મારાં બંધન ઇત્યાદિની પીડાને સમયે શાંતિ આપે છે. એ પીડા મારા પર દ્વેષ રાખી મૂળમાં સુધારાવાળાઓ ઉત્પન્ન કરે છે એમાં લેશમાત્ર સંશય નથી. જુઓ વિધવાઓના દેહકષ્ટની સાધના સારુ હું ઉપદેશ કરું છું કે, વિધવાઓએ પ્રતિદિન વ્રત પાળવામાં અને ઉપવાસ તથા ફરાળ કરવામાં આયુષ કાઢવું. આથી વ્રતના પુણ્યની હાનિ કરવાના ઉદ્દેશથી સુધારાવાળાઓએ બિલાડબારસના દિવસે બિલાડીઓને પાવાના દૂધમાં પરીક્ષા કરવાને બહાને વિલાયતી કાચની ભૂંગળીઓ બોળી આખા ગામનું દૂધ અપવિત્ર કર્યું. તે દહાડાથી સુધારાનો ચેપ લાગ્યાથી બિલાડીઓએ પ્રાણીઓની હિંસા કરવા માંડી અને તેથી એક બિલાડીએ સુધારાની વૃત્તિથી પ્રેરાઈને વંદાનો ભક્ષ કર્યો. તે પરથી થયેલા ઝઘડા અને તેના આ પરિણામનું મૂળ કારણ આ રીતે સુધારાવાળાઓ છે એ સિદ્ધ થાય છે. પણ, એના પરિણામમાં જ્યારે મારું ક્રોધાવિષ્ટ ધર્મવીરત્વ પ્રગટિત થયેલું પૂર્ણ રીતે વિદિત થશે અને સુધારાનો નાશ થશે ત્યારે સુધારાવાળાઓ પશ્ચાતાપ કરી, સુધારાને પોતાથી છૂટો પડેલો જોઈ પોતાના જ પ્રયત્નને નિંદશે એ હું નિશ્ચયપૂર્વક કહું છું. વિધવાવિવાહનો નાશ કરવો એ મારા જેવા શાસ્ત્રજ્ઞને જરા પણ કઠણ પડવાનું નથી. સુધારાવાળા ગમે તેટલાં શાસ્ત્રનાં પ્રમાણ બતાવે, પણ જ્યાં સુધી મારા જેવા આર્ય તે સ્વીકારે નહિ ત્યાં સુધી સર્વ નિરર્થક છે, કેમકે શાસ્ત્રોમાં શબ્દ એ જ પ્રમાણ છે અને શબ્દ એ શ્રોત્રનો વિષય છે. તો જેમ ચક્ષુ બંધ કરનાર આગળ રૂપ નિરર્થક છે તેમ શ્રોત્ર બંધ કરનાર આગળ શબ્દ નિરર્થક છે અને અમે આર્યો શું એટલી સમજણ વિનાના છીએ કે, અમને અણગમતા શબ્દપ્રમાણ માટે શ્રોત્ર ઉઘાડા રાખીએ ? એ રીતે સુધારાવાળાને પ્રિય તર્કશાસ્ત્ર દ્વારા જ સિદ્ધ થાય છે કે સુધારાવાળાનાં શાસ્ત્રીય પ્રમાણ નિરર્થક છે.'

'વળી આર્યરીતિથી પરીક્ષા કરતાં પણ એ જ પરિણામ આવે છે. સુધારાવાળા કલિયુગમાં પરાશરનું પ્રમાણ ચાલે એમ બતાવે છે, પણ કલિ તે તો આર્યનો કલિ તેમ સમજવાનું છે. પાશ્ચાત્ય માયાયુક્ત સુધારાને દેખીને તો આર્યકલિ દૂર જતો રહે અને તેની જોડે તેના સમયનાં પ્રમાણ પણ જતાં રહે. વળી પારાશરસ્મૃતિનો શ્લોક બતાવવામાં આવે છે, તેનો પદવિગ્રહ તો આ પ્રમાણે છે:

नष्टे अमृते अप्रवजिते अक्लीबे च पतिते अपतौ ।
पंचसु आपत्सु नारीणां पतिः अन्य अविधीयते ॥

સુધારાવાળાઓ કહે છે કે, આ શ્લોકને આધારે જે સ્ત્રીનો પતિ મૃત થયો હોય તે બીજા પતિ સાથે લગ્ન કરી શકે છે પણ આ શ્લોકમાં તો मृत નહિ પણ अमृत છે એટલે વિધવાની તો વાત જ નથી. नष्ट પહેલા अकार નથી તેથી કદાચ કહેવામાં આવશે કે પતિ नष्ट થઈ ગયો હોય તો બીજો પતિ કરી શકાય છે; પણ સુધારાવાળાઓએ સ્વીકારેલા પાશ્ચાત્ય પદાર્થવિજ્ઞાન પ્રમાણે તો કશાનો પણ નાશ થતો જ નથી તેથી તેમને नष्ट પતિ અસંભવિત જ છે, એટલે બીજો પતિ કરવાની વાત રહી જ નહિ, વળી पतित આગળ અકાર નથી, તે છતાં પણ પતિ पतित થાય ત્યારે બીજો પતિ થઈ શકતો નથી, કેમકે ક્રિયાપદ अविधीयते છે. કોઈ શંકા કરશે કે પતિ अमृत ઇત્યાદિ થાય તેમાં સ્ત્રીને आपत्ति શું છે ? પણ પ્રથમાર્ધનો છેલ્લો શબ્દ તો अपतौ છે. अपतिनो અર્થ "વાચાવદત્તા"નો પતિ થાય છે એવું ગપાષ્ટક કોશમાં લખેલું છે. હવે દાનથી થયેલો પતિ અમૃત થાય તો સ્ત્રીને કેવી મોટી આપત્તિ થાય ? વિધાત્રીએ કલ્પેલું આયુષ્ય વાગ્દાનથી નિ:સીમ વધે અને મર્ત્યત્વ દૂર થાઅ અને તેમાં વાગ્દત્ત સ્ત્રી નિમિત્તભૂત થાય તો પછી વિધાત્રી તે સ્ત્રી પર કોપે અને પોતાના લેખ એ ન ફેરવતી હોય તોયે ફેરવે અને સ્ત્રીને વિધવા કરે.

નારદસ્મૃતિમાં अष्टो वर्षाण्युपेक्षेत ઇત્યાદિ શ્લોક છે તે પણ પતિ નષ્ટ થઈ ગયો હોય તે માટે છે અને નષ્ટ પતિનો અસંભવ તો સિદ્ધ કરેલો છે. उदीर्यनार्य ઇત્યાદિ શ્રુતિવચનોનાં પ્રમાણ સુધારાવાળા આપે છે અને કહે છે કે શ્રુતિ અને સ્મૃતિનો વિરોધ હોય ત્યાં શ્રુતિનું પ્રમાણ વધારે બળવાન છે. પણ એ અનાદિ કાળથી સિદ્ધ થઈ ચૂકેલું છે. સ્મૃતિઓ થઈ તે પહેલાંનું સિદ્ધ થઈ ચૂકેલું છે કે શ્રુતિના અર્થને સ્મૃતિ અનુસરે છે. શ્રુતિમાં હોય તે જ સ્મૃતિમાં આવી શકે. માટે વિરોધ હોય ત્યાં શ્રુતિ ખોટી ગણવી અને સ્મૃતિ ખરી માનવી.'

'વળી સુધારાવાળાઓ યુક્તિપ્રમાણ લાવે છે અને સુખદુ:ખ, લાભાલાભની તુલના કરી બતાવે છે કે વિધવાવિવાહનો બલાત્કારે નિષેધ કર્યાથી ઘણા અનર્થ થાય છે. હવે પ્રથમ તો જ્યાં શાસ્ત્રનું કે રૂઢિનું અનુસરણ કરવાનું છે ત્યાં સુખદુ:ખ કે લાભાલાભ જોવાનાં છે જ નહિ; સુખ અને લાભની નિરર્થકતા તો આપણા પૂર્વજોએ પ્રથમથી જોઈ મૂકેલી છે. માટે અલાભ થાય કે દુ:ખ પડે તોપણ ચાલતું હોય તે ચાલવા દઈએ તો આપણે કર્તવ્યપરાયણ થઈએ. તેથી, યુક્તિ કે તર્કનું મહત્વ આપણે ગણતા જ નથી. શાસ્ત્રમાં કહ્યું છે તેમ કરવાનું તો અવશ્ય છે તો પછી તેવા આચરણનાં વિષમ પરિણામ દેખાડ્યાનું શું પ્રયોજન છે ? દુરાચાર થાય છે, હત્યાઓ થાય છે, અપકીર્તિ થાય છે, સંતાપ થાય છે, એટલા માટે શું આર્યો શાસ્ત્રનું ઉલ્લંઘન કરશે, રૂઢિ ફેરવશે અને વિધવાઓને પુનર્લગ્ન કરવા દેશે ? સુધારાવાળા જાણતા નથી કે આર્યોની દઢતા તો અનન્ય છે. સુખના સાધનને તો સર્વ પ્રજાઓ આગ્રહથી

વળગી રહે છે; પણ મોટાઈ તો આર્યોની જ કે તેઓ દુ:ખના સાધનને આગ્રહથી વળગી રહે છે; વળી પરમાર્થ દષ્ટિથી વિચાર કરીએ તો અનર્થ શો છે ? બાળહત્યા થાય છે તે તો બાળકોના આયુષ્યના ક્ષયનું પરિણામ છે. વિધવાઓનાં પુનર્લગ્નથી શું એવાં બાળકોનાં નિર્મિત આયુષ્ય વધશે ? શું તેમનાં પ્રારબ્ધ બદલાશે ? દુરાચારાદિ માટે પણ એ જ સમજી લેવું. વળી સુધારાવાળા કહે છે કે વિધુર પુરુષો ફરી લગ્ન કરી શકે છે તો વિધવા સ્ત્રીઓ ફરી લગ્ન કેમ ન કરી શકે ? સ્વાભાવિક વિશ્વનિયમનું કેવું અજ્ઞાન ? સ્વાભાવિક વિશ્વનિયમ એવો છે કે એક ગુરુને બે શિષ્ય હોઈ શકે પણ એક શિષ્યને બે ગુરુ હોઈ શકે નહિ. સ્વાભાવિક વિશ્વનિયમ એવો છે કે એક દાતાને બે યાચક હોઈ શકે પણ એક યાચકના બે દાતા હોઈ શકે નહિ. સ્વાભાવિક વિશ્વનિયમ એવો છે કે એક મોચી બે કાલબુટનો ધણી હોઈ શકે પણ એક કાલબુટના બે મોચીઓ ધણી હોઈ શકે નહિ, તે જ પ્રમાણે એક પુરુષને બે સ્ત્રીઓ હોઈ શકે પણ એક સ્ત્રીને બે પુરુષ હોઈ શકે નહિ. તે માટે સ્ત્રી મરી ગયા પછી પુરુષ લગ્ન કરી શકે, પણ પુરુષ મરી ગયા પછી સ્ત્રી ફરી લગ્ન કરી શકે નહિ, કેમકે તે સ્વાભાવિક વિશ્વનિયમની વિરુદ્ધ છે. સ્વાભાવિક વિશ્વનિયમાનુસરણની ઇષ્ટતા તો સિદ્ધ જ છે, કેમકે પાશ્ચાત્યોમાં પણ મનુષ્યેચ્છાનુસાર પ્રયત્ન કે મનુષ્યના અભિપ્રાયને અનિષ્ટ ગણી કેવળ સ્વભાવથી પ્રવર્તતી. વ્યવસ્થાને યોગ્ય ગણનાર કેટલાક માર્ગ છે તે આધારથી આપણો મત સિદ્ધ થાય છે કે વિશ્વસ્વભાવના જે સદૃશ છે તેનું અનુકરણ કરવું એ જ સ્વાભાવિક વિશ્વનિયમાનુસરણ છે. હવે વિશ્વસ્વભાવની સદૃશ ક્રિયા એનો નિર્ણય કરવો એ આપણા હાથમાં છે. માટે આપણને અનુકૂલ હોય તે સર્વ સદૃશ છે એમ સિદ્ધ કરી શકાય છે. વિધવાવિવાહ આપણા મતને અનુકૂલ નથી માટે તે સ્વાભાવિક વિશ્વનિયમથી વિરુદ્ધ છે. ઇતિ સિદ્ધમ્.

'વળી, સ્ત્રી અને પુરુષમાં પ્રકૃતિથી ભિન્નતા છે, તે છતાં પુરુષની પેઠે સ્ત્રી પણ ફરીથી લગ્ન કરે તો પછી સ્ત્રી ને પુરુષમાં ફેર શો ? સ્ત્રીનું સ્ત્રીત્વ ટળી પુરુષત્વ નહિ થાય ? શું પુરુષની સમાન થવાની ધૃષ્ટતા કરવા પ્રકૃતિએ સ્ત્રીને સૃજી છે ? શું પુરુષો કૃપા કરીને સ્ત્રીઓને એક વાર લગ્ન કરવા દે છે માટે સ્ત્રીઓએ પુરુષો પેઠે બીજી વાર લગ્ન કરવાથી માંગણી કરવી ? પુરુષો બળવાન છે અને પુરુષોની કૃપા થકી સંસારનું સુખ મળ્યું છે. પુરુષોની કૃપા ન હોત તો સાધ્વી થવું પડત, એ શું સ્ત્રીઓ ભૂલી જાય છે ? માટે વિધવા થયે સંસારસુખ અટકે ત્યારે ફરી તેવા સુખની ઇચ્છા સ્ત્રીએ કરવી જ ન જોઈએ. સંસાર મિથ્યા છે અને દુ:ખથી ભરેલો છે એવો ધાર્મિક ઉપદેશ આવે સમયે સાંત્વન માટે પુરુષોએ કરી રાખેલો છે, તે વિધવાઓએ ગ્રહણ કરવો અને પુરુષોનો ઉપકાર માનવો એ જ કર્તવ્ય છે. વિધવા થયા પછી ધર્મલાભ મળે એથી વધારે મહોટું સુખ શું હોય ? સંસારમાં રહેતાં એવી ધર્મપ્રાપ્તિ થાય નહિ. વૈરાગ્યના સર્વ પુણ્યનો વિધવાઓને અધિકાર આપ્યો છે. વળી પ્રેમની ઉચ્ચ

ભાવના તે એ જ છે કે બુદ્ધિમાન પ્રાણીએ એક વાર જ લગ્ન કરવું. પુરુષો પોતે અનેક વાર લગ્ન કરી ઊતરતી ભાવના સ્વીકારવાનું માથે લઈ સ્ત્રીઓ પાસે માત્ર ઊંચી ભાવના જ પળાવે છે એ શું પુરુષોની ઓછી ઉદારતા છે ? એવો સ્વાર્થત્યાગ બીજા કોઈ દેશમાં જોવામાં આવ્યો છે ? સુધારાવાળા સમજ્યા વિના જ આપણને સ્વાર્થપરાયણ કહે છે. વળી, એ પણ ધ્યાનમાં લેવાનું છે કે સ્ત્રીઓને પુનર્લગ્ન કરવાની છૂટ મળશે તો તેઓ પુનર્લગ્નની આશાથી પ્રથમ પતિઓને મારી નાખશે અને દેશમાં સર્વ પુરુષો પોતાના આયુષના રક્ષણ માટે વિધવાઓ સાથે લગ્ન કરવા ઇચ્છા કરશે અને કુમારિકાનાં લગ્નમાત્ર બંધ પડશે. આ સુધારાવાળાઓની યુક્તિ આપણે નથી સમજતા એમ નથી. એવા અનાચાર અટકાવવાને અમે આર્યો સજ્જ થઈ બેઠેલા છીએ. પુરુષોને ફરીથી લગ્નની છૂટ છતાં તેઓ સ્ત્રીને પ્રથમ મારી નાખતા નથી એ વાતથી અમે ભૂલમાં પડતા નથી, કેમકે પ્રકૃતિએ સ્ત્રી અને પુરુષના સ્વભાવમાં ભિન્નતા રાખી છે. આ દેશની આર્યાઓને અમે ઉચ્ચ ભાવનાવાળી કહીએ છીએ. તેમને સુશીલ, નમ્ર, પતિભક્ત ગણીએ છીએ, પણ અમે એવા મૂર્ખ નથી કે તેઓ પતિના મૃત્યુની ઇચ્છા ન કરે એમ માનીએ. આ દેશમાં સ્ત્રીઓ ફરી લગ્ન કરી શકતી નથી માટે જ તેમની ઉચ્ચ ભાવના કહેલી છે. સ્ત્રી જીવતી છતાં અને મરી ગયા પછી ફરી લગ્ન કરવા છતાં પ્રેમની ઉચ્ચ ભાવના પુરુષો જાળવી રાખી શક્યા છે, એ ચમત્કાર આ દેશના પુરુષોથી જ થઈ શકે એવો છે. તે માટે જ અમારા પૂર્વજોએ વિધવાનાં પુનર્લગ્ન કદી થવા દીધાં નથી. ચારે વેદમાંથી ગમે તે મંત્ર લાવો; તેમાંથી એવો અર્થ હું કહાડી આપીશ કે વિધવાએ પુનર્લગ્ન ન કરવું જોઈએ. અર્થ કરવાનું અમારું ચાતુર્ય છતાં કદી કોઈ વચન દુરાગ્રહી જણાય તો એટલું જ સમજવું કે કોઈ અપ્રસિદ્ધ અનિષ્ટ આચાર નિષિદ્ધ છતાં કોઈ કાલે પ્રવર્તતો હશે. તે આચાર અપ્રસિદ્ધ અને નિષિદ્ધ હતો એ સિદ્ધ જ છે, કેમ કે તેની પ્રસિદ્ધિનાં કે વિધિનાં પ્રમાણ અમે સ્વીકારતા નથી.'

આ રીતે, એકએક પ્રમાણથી વિધવાવિવાહનું ખંડન થાય છે. સુધારાવાળા પોતે જ વિધવા સાથે લગ્ન કરતા નથી એ શું બતાવી આપે છે ? એ જ કે તેઓ અંતરમાં આપણાં પ્રમાણ ખરાં માને છે. પોતાને પ્રતીતિ ન છતાં અને લોકોની અપ્રતીતિ થયા છતાં શા માટે તેઓ વિધવાવિવાહનો પક્ષ લે છે તે હેતુ શોધવાનું કામ આપણું નથી. તેમ કદી કોઈ સુધારાવાળા વિધવા સાથે લગ્ન કરે ત્યારે તેને દોષમાંથી મુક્ત કરવાનું અને તેના કૃત્યને યોગ્ય કહેવાનું કામ આપણું નથી. જે વિધવા સાથે લગ્ન કરે તેને નિંદાપાત્ર ગણવો એ જ કર્તવ્ય છે. સુધારાવાળા કહે છે કે 'વિધવાઓ ઉપર જે જુલમ થાય છે તે દૂર કરવા અમે પ્રયત્ન કરીએ છે માટે અમારા પર બલાત્કાર થવો જોઈએ ?' ઉત્તર કે 'હા, સ્વાભાવિક વિશ્વનિયમ જ એવો છે. અગ્નિનો પ્રતિકાર અગ્નિથી જ છે. સુધારાવાળા કહે છે કે, અમે અમારી નિર્બળતાનો અંગીકાર કરીએ છીએ. પરંતુ અન્યાય પ્રગટ કરવા જેટલી નિર્ભયતા પણ તમે નહિ ગ્રહણ

કરો, બીજાનાં દુ:ખ નિવારણ કરવાના અમારા પ્રયત્નને સહાયતા નહિ કરો અને ઊલટા તેમાં વિઘ્ન કરશો ? ઉત્તર કે 'હા, અનાદિ સિદ્ધાંત જ એવો છે. વિધવા થવામાં દુ:ખ છે એમ અમારા પૂર્વજોએ માન્યું જ નથી. અમને પોતાને નવો વિચાર કરવાનો અધિકાર નથી.' સુધારાવાળા કહે છે કે, 'દુરાચાર અને હત્યા થાય છે એ અટકાવવા પ્રયત્ન કરવાની જરૂર નથી એમ તમે કહો છો ?' ઉત્તર કે, 'હા, એમાં જ અમારું આર્યત્વ છે, શાસ્ત્રના અનુસરણથી અનાચાર કે હત્યા થાય એમ આર્યો માનતા જ નથી. 'જરૂર' એ યાવની શબ્દ તમે વાપર્યો માટે હવે વધારે ઉત્તર અમે નહિ આપીએ.'

'આમ નિરુત્તર થઈ જવાથી સુધારાવાળા મારા પર બહુ કોપાયમાન થયેલા છે. મારા વાગ્બાણની વૃષ્ટિથી તેમનો પરાજય થયો છે. તથા હવે એમના પક્ષના નાશને મોદકભોજન અને તૃપ્તિ વચ્ચે હોય એટલી જ વાર છે. તેથી તેઓ મારા પર વેર રાખે છે. કોઈ બુદ્ધિમાન પ્રાણી સહાયતા નહિ કરે એમ ધારી તેમણે બિલાડવર્ગને સુધારાના પક્ષમાં લઈ જંતુઓની હિંસામાં પ્રેરિત કર્યો અને તેના પરિણામે મેં બે રાત્રિ કારાગૃહમાં કાઢી પણ સંસારરૂપી માયામાં જેમ મનુષ્યની બુદ્ધિ વિકાસ પામે છે, માયાથી મુક્ત થવાનો પ્રયત્ન કરી શકે છે, અંધારામાં જેમ કેટલાંક પ્રાણીઓની દૃષ્ટિ વધારે દૂરગામી થાય છે, દંડપ્રહારથી જેમ અશ્વાદિની ગતિ વધારે વધારે ત્વરાયમાન થાય છે તેમ કારાગૃહ નિવાસમાં મારું ધર્મવીરત્વ વધારે પ્રગટિત થયું છે. કારાગૃહથી છૂટતાં વધારે સમર્થ થયો છું. આર્યપક્ષને વિશેષ સબલ કરવા હું શક્તિમાન થયો છું. માટે કારાગૃહમાં વધારે નિવાસ કરવો પડે તો તેથી પણ આ પ્રમાણે અંતે આર્યપક્ષને લાભ જ છે. સુધારાવાળાના પ્રયત્ન સર્વ રીતે નિષ્ફળ જ જશે.

એકઠા થયેલા લોકો સુધારાવાળાના જાસૂસ હતા એમ અમને લાગ્યું, કેમકે કોઈ પણ તાળીઓ પાડતા નહોતા અને કેટલાક તો ઘડી ઘડી ટોળામાંથી અગાડી નીકળી આવી અમારા મુખ સામે જોઈ રહી પાછા ટોળા બહાર નીકળી જઈ સુધારાવાળાને ખબર આપવા સારુ ચાલ્યા જતા હતા. એ માટે અમને લેશમાત્ર ચિંતા નહોતી પણ ભદ્રંભદ્રને ભીતિ એ લાગવા માંડી કે ટોળું વધારે પાસે ધસી આવશે. મને પાસે બોલાવી કહ્યું, 'મને આ લોકોની મારની બીક નથી, પણ, એ અસ્પૃશ્ય લોકો વધારે પાસે આવશે અને એમનો સ્પર્શ થશે તો એટલી અશુદ્ધિ આપણને પ્રાપ્ત થશે કે સ્નાનથી શું પણ મત્સ્યરૂપે પુનર્જન્મથી પણ તે દૂર નહિ થાય. અસ્પૃશ્ય ચાંડાલોના સ્પર્શની બીક હોય તેવે સ્થળે જવાનો કે રહેવાનો શાસ્ત્રમાં સ્પષ્ટ નિષેધ છે. દેશનું સત્યાનાશ જતું હોય તોપણ સ્પર્શાસ્પર્શના નિયમોનો ભંગ કરવો નહિ. તે માટે તો દેશ પર ચઢાઈ કરનારા યવનો અને મ્લેચ્છો સામે લડાઈ કરવાનો આપણા પૂર્વજોએ ઝાઝો આગ્રહ કર્યો નહિ. કેમકે દેશના રક્ષણના હેતુથી પણ યુદ્ધમાં

અસ્પૃષ્ય જનોના સ્પર્શથી આર્યધર્મ ભ્રષ્ટ થાય છે. આ ધર્મહાનિની ભીતિથી જ આપણા પૂર્વજો બીજા દેશ પર ચઢાઈ કરવા ગયા નથી.'

આ કારણસર ભદ્રંભદ્રે ભાષણ સમાપ્ત કરી ટોળું વિખેરી નાખ્યું.

૧૪. ભૂતલીલા

હવાફેરથી કે કોણ જાણે શાથી કારાગૃહમાં બે દિવસ ગાળ્યાથી ક્ષુધા પ્રદીપ્ત થઈ હતી, તેથી સત્વર ઘર તરફ જવાની મેં સૂચના કરી પણ ભદ્રંભદ્ર કહે "परान्नं दुर्लभं लोके" શાસ્ત્રાનુસારી બ્રાહ્મણે તો પારકાનું અન્ન ખાવાની જ બનતાં સુધી ગોઠવણ કરવી, માટે ભોજન કરાવનાર આતિથ્યકારની પ્રથમ શોધ કરીએ. કોઈ નહિ મળે, તો પછી ઘેર જઈને ઉદર ભરવાનું તો છે જ.'

કેટલેક અંતર ગયા પછી સુભાગ્યે એક મહોટા ઘરમાં માળ પર બ્રાહ્મણો જમતા હોય એવી હોહા અને ગરબડ સંભળાઈ. ઉપર જવાનો દાદર ઓટલા પર પડતો હતો પણ એક ચાકરે અમને અટકાવ્યા અને કહ્યું, "અત્યારે કોઈને ઉપર જવા દેવાનો હુકમ નથી, કેમ કે શેઠ શાહુકારો ને અમલદારો ભરાયા છે."

ઘોંઘાટ પરથી એ વાત માનવા જેવી લાગી નહિ. વાટ જોઈશું એમ કહી અમે ચાકર જોડે વાત કરવા બેઠા. ભદ્રંભદ્રે તેને ભોજનસામગ્રી વિષે કેટલીક વાતો પૂછી પણ તેણે સંતોષકારક ઉત્તર આપ્યા નહિ. 'મારે ને રસોઈયાને અણબનાવ છે, તેથી મારે ભાગે બહુ થોડું આવે છે.' એ જ ઉત્તર તેણે મુખ્યત્વે કરીને આપ્યો. ચલમનો દેવતા ફૂંકવામાં તેનું ધ્યાન વધારે હતું. આખરે તેણે ચલમ ઠાલવી દઈ તમાકુની શોધ કરવા માંડી. ભદ્રંભદ્રે તેને તમાકુ લેવા સારુ પૈસો આપ્યો. તે લઈ તે બજાર તરફ ગયો. આ લાગ જોઈ અમે માળ ઉપર ચઢી ગયા.

દાદર ચઢતાં સામે "सिर्फ सनातन आर्यधर्मीओ कु प्रवेश की अनुज्ञा है" એ વાક્યવાળું પાટિયું જોઈ ભદ્રંભદ્ર સંતુષ્ટ થયા, પણ ભાણા પર બેઠેલા બ્રાહ્મણો જોવાની આશા સફળ ન થઈ. વખતે સહુ જમી રહ્યા હશે અને ખાધું પચાવવાનો પ્રયત્ન કરતા હશે, કે કદાચ મહાભારતની કથા સાંભળી કૌરવ-પાંડવોનો વિગ્રહ ભજવી જોવાને ઉશ્કેરાયા હશે, પણ સર્વ દારુણ યુદ્ધમાં મચેલા હતા, કેટલાક હાથમાં તકિયા લઈ જાણે દંડ વડે પ્રહાર કરતા હતા, કેટલાક શાલના કે ખેસના કોથળામાં ખાસડાં ભરી જાણે ગદા ફેરવતા હતા. કેટલાક બે હાથે જોડા પહેરી જાણે પંજાથી ડરાવતા હતા. કેટલાક ખુરશીઓ ઊંચકી જાણે ઢાલ ધરી ધસતા હતા. કેટલાક લાકડી પર પાઘડી ઊંચી કરી જાણે ધજા ફરકાવતા હતા. ઘણાખરા તો બિનહથિયારે મુક્કીઓથી અને લાતથી યુદ્ધ ચલાવતા હતા. માત્ર થોડા જ દૂર ઊભા હતા. તેઓ બહુ જ બીભત્સ ગાલિપ્રદાનથી જાણે ભાટ થઈ યોદ્ધાઓને પાનો ચઢાવતા હતા. જોવાની મઝા હતી,

પણ ક્ષુધાના પ્રબળથી મેં ભદ્રંભદ્રને સૂચવ્યું કે, 'આપણે અહીંથી ઊતરી જવું એ જ ઉચિત છે.' પણ, ભદ્રંભદ્ર કહે કે 'સર્વજનો આર્યપક્ષવાદી છે તો એમનો સમાગમ કર્યા વિના જવાય નહિ, શંકરની કૃપા હશે તો અહીં જ ભોજનની ગોઠવણ થઈ જશે.'

એવામાં પાસેના ઓરડામાંથી એક આદમી શેતરંજી ઓઢીને દોડતો આવ્યો. એ બૂમ પાડી બોલ્યો, 'ભૂતગણો! શાંત થાઓ, શિવ આવ્યા છે. પ્રણામ કરો," સર્વ શિયાળ જેવા દીર્ઘ રુતનો શબ્દ કર્યો, પોતાનાં શસ્ત્ર ફેંકી દીધાં અને એક પછી એક આવી શિવને સાષ્ટાંગ દંડવત્ પ્રણામ કરવા લાગ્યા. પ્રણામ કરવામાં વચમાં એક જણ પૂરેપૂરો જમીન પર સૂઈ જતાં સંકોચાયો અને અધૂરા પ્રણામ કરી ઊઠી ગયો. શેતરંજીમાંના કાણામાંથી શિવે આ અવજ્ઞા જોઈ અને એકદમ આજ્ઞા કરી, 'દ્રોહી છે, સુધારાવાળો છે, સર્વ અકેક ટપલો મારો.' તે બિચારાએ ઘણું કહ્યું, 'હું સુધારાવાળો નથી, આર્ય છું, કથાભક્ત છું, ભૂત છું.' પણ, તે સર્વ વ્યર્થ ગયું. બધાં ભૂતો આવી એક પછી એક તેને ટપલો મારી ગયાં; કેટલાંક તો તેના ખભા ઝાલીને કૂદ્યાં, તો પણ તે નિશ્ચલ બેસી રહ્યો. પાછું દંડવત્ પ્રણામનું કામ ચાલ્યું. દ્રોહી ગણાઈ શિક્ષા પામવાની બીકથી અમે પણ મૂંગા મૂંગા સર્વ પ્રમાણે પ્રણામ કરી આવ્યા.

સહુ પ્રણામ કરી રહ્યું એટલે શિવરૂપ શેતરંજીમાંથી ઘાંટો કહાડી બોલ્યા, 'નંદી પોઠિયો હોય તે આગળ આવે.' તરત સર્વે ભૂતો પશુ પેઠે ચાર પગે ચાલી શિવ તરફ દોડવા લાગ્યાં, એ શિવની સમીપ જતાં એકબીજાને હડસેલવા લાગ્યાં, પોતાના વાહન થવાની આ સ્પર્ધા જોઈ શિવ ફરી બોલ્યા, 'આજ જેનો નંદી થવાનો વારો હોય તે જ અગાડી આવે.' એકદમ સર્વ ભૂતગણો પાછા હઠી દૂર જઈ બેસી ગયાં અને એક ભાગ્યશાળી ભૂત ખુશી થતું અને ડોલતું શિવ પાસે આવ્યું. શિવ તે પર બેઠા અને પોઠિયાને ચારે તરફ ફેરવવા લાગ્યા. જે ભૂત તરફ પોઠિયો જાય તે સામું માથું ધરે અને પોઠિયો તેની સાથે માથાની ટક્કર લઢાવે એ પછી તેનું માથું સૂંઘે, આમ કેટલીક વાર કર્યા પછી શિવ અને પોઠિયો પાછા સ્વસ્થાને આવ્યા. સર્વ ભૂત સામાં હાથ જોડીને ઊભાં રહ્યાં.

ક્ષણ વાર રહી શિવ બોલ્યા, 'ભૂતગણો, તમારા કોઈના માથામાં સુધારાની કઠણતા રહી નથી એ જાણી મને સંતોષ થયો છે; પણ પોઠિયાના કહેવાથી જણાય છે કે હજી કેટલાકના તાળવામાંથી સુધારાની સહેજ સહેજ વાસ આવે છે એથી ખેદ થાય છે. વખતે અજાણ્યે એટલો પાસ બેસી ગયો હશે, કે પહેલાંના સંસ્કાર ધોઈ નાંખ્યા છતાં સહેજ ડાઘા રહી ગયા હશે.'

એક ભૂત અગાડી આવી બોલ્યું, 'ભૂતેશ્વર, એટલી તો ખાતરી રાખશો કે અમારા કોઈની સુધારા તરફ ઈચ્છાપૂર્વક વૃત્તિ નથી. સુધારાના નામથી અમે ત્રાસ પામીએ છીએ. સુધારો હોય ત્યાંથી અમે દૂર નાસીએ છીએ, જે આચાર કે વિચાર સુધારાવાળાએ પસંદ કરેલા કે દાખલ કરેલા કહેવાય છે તે સર્વ અમે છોડી દીધા છે અને તે ખરા છે કે ખોટા છે અથવા લાભકારી છે કે હાનિકારક છે એટલુંય જોવા અમે ઊભા રહ્યા નથી. તે છતાં સુધારાના સંસ્કાર રહી ગયા હશે તો તે પહેલાંના, સુધારાના વખોડવાથી લોકપ્રીતિ મળે છે એ અનુભવ થવા માંડ્યા. અગાઉના હશે અને સુધારાનો પાસ બેઠેલો જણાતો હશે તો તે ફક્ત યુરોપીઅન લોકોના હાથ નીચે નોકરી કરવાની તેથી તેમની નજરમાં સુપ્રકાશિત બુદ્ધિવાળા ગણાવા માટે ધારણ કરેલી વૃત્તિ છે. લોકમાં કહેવાના અમારા વિચાર આ મંડળથી છાના નથી.'

ભૂતેશ્વર બોલ્યા, 'ધન્ય છે, તરવાર તો બેધારી જ રાખવી. કયા વિચાર જાતે ખરા અને કયા આચારનાં પરિણામ સારાં એ ચિંતામાં જીવ બાળી જિંદગીની મજા ખોવી એ મૂર્ખાઈ છે.'

એક બીજું ભૂત અગાડી આવી બોલ્યું, 'મહાદેવ, મઝા નથી સમજતા તે જ સુધારાની મૂર્ખાઈમાં પડે છે. શિવજીનો ઉપદેશ તો સાચો છે. પણ, આ પોઠિયાના વચન પર વિશ્વાસ ન કરવો જોઈએ, એને અમારા તાળવામાંથી સુધારાની વાસ આવે છે, પણ એના મોંમાં અમને બીજા કશાની વાસ આવે છે. માટે એની ઝડતી લેવી જોઈએ અને એની પાસેથી જે નીકળે તે બધાંને વહેંચી આપવું જોઈએ.'

આ સાંભળી સર્વ તુચ્છકારનો શબ્દ કરતા ધસી આવ્યા અને 'ભ્રષ્ટ', 'પાપી', 'સુધારાવાળો' એમ બોલી શિક્ષા કરવાનું કહેવા લાગ્યા. પોઠિયો બે પગે ઊભો થઈ ગયો અને એ ભૂત પર ક્રોધથી ધસ્યો. બેમાંથી કોને ભ્રષ્ટ ગણી શિક્ષા કરવાનો સર્વ પ્રયત્ન કરતા હતા તે સમજાતું નહોતું, પણ પોઠિયાને અને તેના પર આરોપ મૂકનાર ભૂતને બંનેને પગ પકડીને બીજા ઓરડામાં ઘસડી લઈ જતા હતા. પોઠિયો ઊભો થઈ જવાથી શિવ નીચે પડી ગયા, એ કોઈના ધ્યાનમાં આવ્યું નહિ. શિવ પણ શેતરંજી ફેંકી દઈ પેલા બેને ઘસડવામાં સામીલ થઈ ગયા. શિવનું મ્હોં દેખાતાં અમે તેમને ઓળખ્યા અને આશ્ચર્ય પામી મેં ભદ્રંભદ્રના સામું જોયું. ભદ્રંભદ્ર કહે, 'મહોટા માણસો પણ રમતગમત ન કરે તો શરીરશક્તિ મંદ થઈ જાય. પોઠિયો થનાર પાછો આવે ત્યારે તેને પણ ધારીને જોજે. આ તો એ મહોટા માણસની સાદાઈ કહેવાય.'

થોડી વારે સર્વ પાછા આવ્યા. ભૂતત્વ મૂકી દઈ સર્વ મનુષ્ય થઈ ગયેલા હતા. બધાએ પાઘડીઓ પહેરી લીધી હતી. મ્હોં પર જેમણે બુકાનીઓ બાંધી હતી તેમણે તે છોડી નાંખેલી હતી. તેથી અમે ઘણાખરાને ઓળખ્યા. આગલા વેશના શિવજી, પોઠિયો અને બીજા કેટલાક ગાદી પર બેઠા અને બીજા આસપાસ કૂંડાળું વળીને બેઠા. અમે પણ તેમાં દાખલ થઈ ગયા. કોઈ 'ત્રવાડી' હજી આવ્યા કેમ નથી એ વિશે વાત ચાલી. કોઈએ કહ્યું કે 'એમની તો સુધારાવાળાને ત્યાંયે થોડી બેઠક ખરી એટલે તે વખતે ત્યાં રોકાયા હશે.'

પૂર્વના નંદીરૂપ બોલ્યા, 'બેઠક શાની ત્યાં તે કંઈ આવી સભા ભરાય છે અને ગમ્મત થાય છે? ત્રવાડીને તો હમણાં ગરજ છે તેથી જાય છે, સુધારા તરફ એનું વલણ જરાયે નથી. અક્કલ ન હોય તે સુધારામાં મળે. હું કૉલેજમાં ભણતો ત્યારે સ્ત્રીકેળવણીની હિમાયત કરતો અને તેના લાભ વિષે ભાષણો આપતો. પણ તે તરંગ બદલાઈ ગયા. જ્યારથી માલમ પડ્યું કે એ પ્રયત્ન તો સુધારાવાળાનો ખાસ છે અને તેની બધી કીર્તિ સુધારાવાળાને મળી ચૂકી છે ત્યારથી હું સ્ત્રીકેળવણી વિષે હાસ્ય અને તિરસ્કારની વૃત્તિથી વાત કરું છું. નોકરીના સંબંધમાં બોલવું લખવું પડે તે જુદી વાત છે. પણ અંદરથી હું સ્ત્રીકેળવણીની વિરુદ્ધ છું, કોઈ વખત હાલની સ્ત્રીકેળવણીની પદ્ધતિ ખોટી છે એમ કહી તેમાંથી ખસી જાઉં છું અને કોઈ વખત વધારે સારી પદ્ધતિ કઈ તે બતાવવાનું આવે ત્યારે એકે પદ્ધતિ સમૂળગી બતાવવાનું માંડી વાળું છું. કોઈ વખત એમ કહી પતવી દઉં છું કે 'સ્ત્રીઓને તો ખાસ ધર્મશિક્ષણ જોઈએ, કેમ કે પુરુષોને ધર્મની એટલી બધી જરૂર નથી.' સ્ત્રીઓ ભણે કે ન ભણે તેમાં આપણે કંઈ પંચાત નથી. પણ સુધારાવાળાનો પ્રયત્ન છે માટે જેમ બને તેમ પથરા નાંખવા. એટલે લોકોને કહેવાય કે અમે તમારી બધી જૂની રીત જ પસંદ કરીએ છીએ અને ભણેલાને કહેવાય કે લોકો હજી અજ્ઞાન છે અને સારી સ્થિતિને લાયક નથી.'

૧૫. ભૂતમંડળમાં પ્રવેશ

એકદમ ઊભા થઈ ભદ્રંભદ્ર બોલ્યા, 'આ સમયે મને જે હર્ષ થાય છે તેની આગળ સર્વ અપાર વસ્તુઓ સપાર છે. આપ સર્વ સુધારાના શત્રુ છો અને તેથી પણ વધારે સુધારાવાળાના શત્રુ છો એ જાણી મને જે આનંદ થાય છે તે પારાવારમાં માઈ શકે તેમ નથી. આપ સૌનું આર્યત્વ, આર્યપક્ષત્વ, આર્યપક્ષવાદત્વ, આર્યપક્ષવાદલીનત્વ, આર્યપક્ષવાદલીનાભિમાનત્વ, આર્યપક્ષવાદલીનાભિમાનૈકવૃત્તિત્વ, આર્ય પક્ષવાદલીનાભિમાનૈકવૃત્તિનિર્ભયત્વ જોઇ મારા હૃદયમાં જે ઉલ્લાસનો પ્રવાહ વહે છે તે જોઇ કોડિયાના દીવાથી માંડીને દાવાનલ સુધી હરકોઇ અગ્નિને સમાવી નાખવા સમર્થ છે. માત્ર જઠરાગ્નિને શાંત કરવા તે અશક્ત છે. તેનું કારણ હું ટૂંકામાં જ કહી દઈશ, કેમકે મારો અને આપનો કાળ અમૂલ્ય છે અને હજી બીજાં કાર્યનું સાધન મારે કરવાનું છે. વળી દરેક વાત ટૂંકામાં કહી દેવાના અનેક લાભ છે અને તે વિષે મારે પ્રથમ વિસ્તારથી વિવેચન કરવું આવશ્યક છે. એ લાભ બધા મળીને સત્યાશી છે. તેમાં પહેલો જ શીઘ્રસિદ્ધિ નામે છે તેના એકસો તેર ભાગ પડે છે. તેમાં પ્રથમ ભાગ કાળ અને આયુષના સંબંધ વિશે છે અને તેનું પૃથ્થકરણ કરતાં તેનાં ત્રણસેં તેપન પેટા વિભાગ પડી શકે તેમ છે. સર્વની વ્યાખ્યા એક પછી એક તપાસીએ-'

નંદીરૂપ પર પ્રથમ આરોપ કરનાર વચમાં ઊભો થઈ બોલ્યો, 'મહારાજ, ક્ષમા કરજો. આપ કોઇ પૂજ્ય પુરુષ જણાઓ છો. પણ જ્યારે ટૂંકમાં જ કહી દેવાનું આપ જ યોગ્ય ધારો છો તો પછી તેમ કરવાનું કારણ લંબાણથી કહેતા વિરોધ અને અયુક્તિ ભાસે છે.'

ભદ્રંભદ્ર અપ્રસન્ન થઈ બોલ્યા, 'વિરોધ અને અયુક્તિ સમજનાર મારા સમાન જગતમાં કોઇ નથી, તો પછી તે વિષે મને શિખામણ દેવાની અગત્ય નથી. ભલભલા સુધારાવાળાઓને મેં અણધાર્યે સ્થાનેથી સંવાદ અને યુક્તિનો અભાવ દેખાડી આપી વાગ્યુદ્ધમાં પરાજિત કર્યા છે. 'કીડી અને કબૂતર'ના પાઠમાં કેટલો બધો વિરોધ છે, આર્યદૃષ્ટિથી તેમાં કેટલી બધી અયુક્તિ છે, તે વિષે બસેં પાનાનું પુસ્તક લખી મેં સુધારાવાળાઓ પાસે તેમના પોતાના લજ્જાપદત્વનો અંગીકાર કરાવ્યો છે. માટે મારા જેવા પૂજ્ય પુરુષના ભાષણમાં અવરોધ થવો ન જોઇએ. હું તમારા સૌ કોઇથી અધિક જ્ઞાની છું એ વિષે મારી પોતાની તો પૂર્ણ પ્રતીતિ છે અને આ મારો અનુયાયી જે, લાકડા ચીરનાર કઠિયારા જેમ સતૃષ્ણ નયને લાકડાનાં ગાડાં પછાડી ફરે છે, તેમ રાત્રિ-દિવસ મારી પછાડી ફરે છે. તે તમને મારું જગત્પ્રસિદ્ધ નામ કહેશે ત્યારે તમને પણ તેની પ્રતીતિ સહજ થઈ જશે. કોઇ આને

આત્મપ્રશંસા કહશે પણ તે ભ્રાંતિ છે. સત્યકથનમાં પ્રશંસાનો દોષ નથી અને હું સત્ય કહું છું એમાં મને સંદેહ નથી. મારા જેવા વિદ્વાન બ્રાહ્મણને સત્કારપાત્ર કરવાને બદલે -'

ભૂતેશ્વરરૂપ એકદમ ઊઠીને બોલ્યા, 'ભૂદેવ, આપના સત્કારમાં અમે પાછા હઠીએ એવા છીએ જ નહિ. અમે સુધારાવાળા નહિ પણ આર્ય છીએ. આપ સુધારાવાળાના શત્રુ છો, એટલાથી જ આપ સન્માનને યોગ્ય છો. પણ આપે જઠરાગ્નિ વિષે કહ્યું તેથી અમને શંકા થાય છે કે આપે હજી ભોજન કર્યું નથી, એમ હોય તો આપના ભાષણના લંબાણથી આપની ભોજનસામગ્રીમાં વિલંબ થાય છે. માટે હાલ ટૂંકામાં કહી દેવાની આપને વિનંતી છે.'

ભદ્રંભદ્ર સ્મિત કરી બોલ્યા, 'ભોજનસામગ્રી થતી હોય તો વિશેષ કહેવાની અગત્ય રહી નથી. મારા ભાષણનો ઉદ્દેશ એ હતો. મારું નામ આપને કહેવાની સૂચના આ મારો અનુયાયી સમજ્યો નથી અને આપે કોઇયે પણ તે હજી પુછ્યું નથી, માટે મારે કહેવું જોઇએ કે મારું નામ ભદ્રંભદ્ર છે.'

પૂર્વના ભૂતેશ્વર અને નંદીરૂપે આવીને ભદ્રંભદ્રને પ્રણામ કર્યાં. નંદીરૂપ કહે, 'આપને નામથી ઓળખતા છતાં દીઠે ન ઓળખ્યા માટે ક્ષમા કરશો.' ભૂતેશ્વરે શી રીતે અમે આવી ચઢ્યા તે પૂછ્યું. ભદ્રંભદ્રે કહ્યું 'દુષ્ટ સુધારાવાળાઓના પ્રપંચને લીધે થયેલા જ્ઞાતિના વિગ્રહમાં સહેજ ખોટી સમજૂતને લીધે કારાગૃહમાં બે રાત્રિ કહાડવાની મને જરુર જણાઇ. તેથી ક્ષુધાર્ત થઈ ગૃહ ભણી જતાં અહીં ભોજનસામગ્રી થતી હશે તો સહેજ કોઇ યજમાનને પાવન કરી શકાશે એમ અનુમાન કરી હું આવ્યો. આપ અન્ય વ્યાપારમાં ગૂંથાયા હતા તેથી હજી બોલ્યો નહોતો.' ભૂતેશ્વરે ભોજનની આજ્ઞા આપવા એકદમ ચાકરને બોલાવ્યો.

મેં હિમત કરી એકદમ ઊભા થઈ ભદ્રંભદ્રને કહ્યું, 'મહારાજ', આપના વચનની સૂચના હું સમજ્યો નહિ માટે ક્ષમા માંગુ છું, પણ, આપતો મારા ઉદરની ખરી હકિકત પૂરેપૂરી જાણતા છતાં, આપ તે વિષે એક શબ્દ પણ બોલ્યા નથી. આપ પેઠે હું પણ ક્ષુધાર્ત છું એ કોઇના જાણવામાં નહિ હોય, એ વાત ક્ષુધાએ આપના ચિત્તમાંથી ખસેડી નાખી છે. તો મારી વિસ્મૃતિ માટે પણ ક્ષુધા જવાબદાર છે.'

ભૂતેશ્વર કહે, 'હું બંને માટે ભોજનની વ્યવસ્થા કરું છું' તેથી તકરારનું કારણ રહ્યું નહિ. મેં દર્શાવેલી હિમંત માટે ભદ્રંભદ્રે બે શબ્દ કહી પ્રસન્નતા જણાવી નહિ તેમ આકારથી તે અપ્રસન્ન થયા પણ જણાયા નહિ; તેથી, ઊંચાઇને લીધે દેખાઇ આવતા અને પાતળાઇને

લીધે દેખાવમાં ન આવતા તાડ જેવા તે શોભવા લાગ્યા. આ ઉપમા મારા મનમાં ઘોળાતી હતી એવામાં મંડળમાંના એકે ગૂંચવાઇને પૂછ્યું,

'ભદ્રંભદ્ર ક્યા ? ખટપટાબાદ ગયા હતા અને તાડ પાડવા સારુ તે પરનો કાગડો ઉરાડતાં તાડ ઉપર ચડતાં અડધેથી પડી ગયા હતા તે ?'

તાડનું નામ સાંભળી મેં ઉતાવળમાં ભૂલથી 'હા' કહી દીધી. વિચાર કરતાં આશ્ચર્યથી ચમકી હું પ્રશ્ન વિષે ખુલાસો પૂછવા જતો હતો, પણ કોપસ્ફુરણ કરી ભદ્રંભદ્ર બોલ્યા,

'શું લોકોના અજ્ઞાનથી બ્રાહ્મણને માન મળે એમ શાસ્ત્રમાં કહ્યા છતાં આ પુરુષના અજ્ઞાનથી મારું અપમાન થાય અને મારો નષ્ટમતિ અનુયાયી તેનો સ્વીકાર કરે ? શું સુધારાવાળાના પ્રયોગ નિષ્ફળ કરવા સારુ મલિન, દુર્ગંધી, અજ્ઞાની બ્રાહ્મણને પણ ભૂદેવ કહી પૂજવાનો આર્ય પક્ષનો આગ્રહ હવે પૂરો થયો અને દેવથી શ્રેષ્ઠ દ્વિજોનો ઊલટો તિરસ્કાર થવા લાગ્યો !'

ભૂતેશ્વરે અપમાન કરનારને ઠપકો આપી ભદ્રંભદ્રને કહ્યું, 'પ્રખ્યાત કારભારી તંદ્રાચંદ્રના નામમાં આ માણસ ભૂલ કરે છે. તંદ્રાચંદ્ર વિષે આવી લોકની કહેણી છે તેથી આણે આપને નહિ ઓળખવાથી આ પ્રમાણે અજ્ઞાનથી કહ્યું. બાકી આપે એટલું તો જોયું હશે કે આ મંડળમાં કોઇની મગદૂર નથી કે મારી ઇચ્છા વિરુદ્ધ બગાસું પણ ખાય અને સર્વેને એ પ્રમાણે વશ કરું તો જગતમાં સુધારાનું નામ પણ લેવા ન દઉં. તંદ્રાચંદ્રના બાપ શંભુ પુરાણી મથુરા જઈ આહારમાં ચોબાને હરાવી આવેલા તેમનું નામ તો આપે સાંભળ્યું હશે. તેમના ભાણેજ વલ્લભરામ સુધારાવાળાના શત્રુ તરીકે પ્રગટ થવાથી હમણાં આ મંડળમાં ઘણુંખરું આવે છે. તેથી તંદ્રાચંદ્ર વિષે હમણાં આ મંડળમાં ઘણી વાતો થાય છે. જુઓ આ ત્રવાડિ અને વલ્લભરામ આવી પહોચ્યા.

સહેજસાજ ગાલિપ્રદાનથી બંનેનો આવકાર થયા પછી વલ્લભરામ અને ભદ્રંભદ્ર ભૂતેશ્વર સાથે ગાદી પર બેઠા અને ત્રવાડિ અમારા બધા સાથે બેઠા.

અમે વલ્લભરામને ઓળખતા હતા. તેથી મેં તેમને પ્રણામ કર્યા તેના ઉત્તરમાં તેમણે મને મુક્કી બતાવી અને પોતાના નાકે આંગળી મૂકી ચૂપ રહેવાની મને રોફમાં ઇશારત કરી. એક વખત વલ્લભરામ જુગાર રમતાં પકડાયેલા અને સિપાઇને લાંચ આપી છૂટી ગયેલા તે

વખત હું ત્યા આવી પડ્યો હતો અને તે પછી બે-ત્રણ વખત શા વતી જુગાર રમતા હતા તે મેં તેમને પુછ્યું હતું; એક વાર તો બજારમાં મળ્યા ત્યાં કોરે બોલાવી પૂછ્યું હતું; તેથી એ જિજ્ઞાસા હાલ વશ રાખવાની આ ઇશારત છે એમ સમજી મેં નયનના પલકારાથી તે કબૂલ રાખી. મેં ધાર્યું કે મને કોઇ જોતું નથી. પણ ચારે તરફ આંખ ફેરવતાં માલમ પડ્યું કે સર્વની નજર મારા પર હતી. સર્વત્ર હાસ્ય પ્રસર્યું અને તે હાસ્ય પરથી તંદ્રાચંદ્રના દુરાચારના વર્તમાન વિષે કેટલાક સ્પષ્ટાર્થ પ્રશ્નો પુછાયા. તેના વિગતવાર ઉત્તર સંકોચ વિના આપી રહ્યા પછી વલ્લભરામે પૂછ્યું.

'તંદ્રાચંદ્રની મશ્કરી કરો છો પણ, પણ આ બધામાંથી સાધુ થવાનો કોનો વિચાર છે તે કૃપા કરી જણાવશો કે -'

નંદીરુપ વાક્ય પૂરુ કરવા વચમા બોલ્યા, 'સાધ્વી ખોળી કહાડવાની તજવીજ થાય.'

ભૂતેશ્વરે તાળી આપી, પણ બોલ્યા,

'ખરેખર શબ્દ તો 'સાધુડી' છે. બાવા લોક 'સાધ્વી'માં ના સમજે. વલ્લભરામ, તમે તો ભાષાશાસ્ત્રમાં વિદ્વાન છો. ત્યારે નિર્ણય કરો કે આ બાબતમાં બરાબર શબ્દ કયો. તમે તો પાછા એમાંય સુધારાને એકાદ મેણું મારશો.'

વલ્લભરામ કહે, 'બંને શબ્દ યોગ્ય છે અને બંને આર્યદેશની ઉત્તમતા સિદ્ધ કરે છે. 'સાધ્વી' શબ્દ આર્યદેશની સદ્ગુણભાવના સિદ્ધ કરે છે. પણ પાશ્ચાત વિચારના મોહથી સુધારાવાળા એમ તકરાર કરે છે કે સ્ત્રીઓને પણ પુરુષ જેટલા બધી બાબતમાં હક છે તો બતાવી શકાય કે પુરુષ સાધુ થઈ ગમે તેવું વર્તન કરે પણ તેને માટે તો 'સાધુ' શબ્દ જ વપરાય છે. પરંતુ સ્ત્રી સાધુ થવાની ધૃષ્ટતા કરી પુરુષના સમાન હક મેળવા જાય તો તે 'સાધુડી' શબ્દથી તિરસ્કારપાત્ર થાય છે. તેથી સિદ્ધ થાય છે કે આપણા પૂર્વજોએ ભાષા બાંધવામાં આવી ઝીણી બાબતમાં પણ બહુ ચતુરાઇ વાપરી છે. માટે, તેમણે તારની અને બલુનની શોધ કરી ન હોય એ સંભવે જ નહિ એમ સિદ્ધ થાય છે.'

૧૬. રસોઈ, રસોડું અને ભદ્રંભદ્ર

ભોજન તૈયાર થયાના સમાચાર આવ્યાથી હું ને ભદ્રંભદ્ર યજમાનને કૃતાર્થ કરવા ભોજનગૃહમાં ગયા. ભદ્રંભદ્ર કહે, 'આનાકાની કરવાનો મારો કંઈક વિચાર થાય છે, પણ સૂર્ય આગળ જેમ ચંદ્ર અદશ્ય થઈ જાય છે તેમ ક્ષુધા આગળ વિવેક અદૃશ્ય થઈ જાય છે. ભોજન-દક્ષિણા સંબંધમાં શાસ્ત્રે બ્રાહ્મણવર્ગને પ્રશ્રયના કર્તવ્યમાંથી મુક્ત કર્યો છે.'

ભૂતેશ્વર વગેરે કોઈ અમારી સાથે આવ્યા નહોતા, તેથી ભોજન કરતી વખતે અમારે ચાકરોનો સમાગમ તથા પરિચય થયો. નવડાવતાં ભદ્રંભદ્રની દૂંદ પર ઊંચેથી પાણી રેડતાં એક ચાકરે રસોઇયા ભણી જોઈ કહ્યું,

'મહારાજ, તમારી રસોઈ પહોંચવાની નથી. તમારાં તપેલાં આખાં ઠાલવી દેશો તોયે પુરાય તેમ નથી.'

ચાકરની એક આંખ દૂંદ પર હતી ને ભદ્રંભદ્રની દૃષ્ટિ નીચી હોવાથી તેમના લક્ષમાં ન આવી, તેમણે ઊંચું જોઈ પૂછ્યું, 'તપેલાં ઠાલવી દેશો ત્યારે અમને શું જમાડશો ? અમે જમી રહ્યા પછી ઠાલવવાનાં હશે. ક્યાં ઠાલવો છો ?'

ચાકરે જવાબ દીધો, 'એ તો એક પહોળી ને ઠીંગણી કોઠી છે તેમાં કેટલું માય તેની વાત કરું છું. કોઈ ગામથી આવેલી છે.'

ભદ્રંભદ્ર કહે, 'ત્યારે તો જોવા જેવી હશે, નહિ તો પરગામથી શું કામ મંગાવવી પડે ? અહીંયાંયે કોઠીઓ તો મળે છે.'

ચાકર કોણ જાણે શાથી એકદમ હસ્યો અને પછી હસવું બંધ રાખવાનો પ્રયત્ન કરવા લાગ્યો. બીજા ચાકરો પણ તેની પેઠે હસવા લાગ્યા.

રસોઇયાએ એક આંખવાળું, શીળીનાં ચાઠાંથી ભરેલું અને જાડી ચામડીથી મઢેલું, ચોરસ મુખ રોષિત કરી કહ્યું, 'અલ્યા મૂર્ખાઓ, એમાં હસો છો શું ? બધા કંઈ શ્રીમંત હશે કે અહીંની કોઠીઓ વાપરે જ નહિ ને પરગામથી મંગાવે ?' ભદ્રંભદ્ર ભણી જોઈ તે બોલ્યો, 'મહારાજ'

કોઠી જોવાલાયક છે, જમીને ઉપર જાઓ ત્યારે દાદર આગળ મોટો આરસો છે, તેની સામા જશો એટલે એ કોઠી દેખાશે.'

તેનું ઠાવકું રહેલું મોં પહોળું થયું પણ તે નીચો વળી ચૂલો ફૂંકવા મંડી ગયો તેથી હસ્યો કે નહિ તે દેખાયું નહિ.

સ્નાનસંધ્યા સમાપ્ત થયા પછી અમે અન્નનો સત્કાર કરવા ગયા. નાના પાટલા પર મને બેસવાનું કહી ભદ્રંભદ્ર મહોટા પાટલા પર બેઠા. બેઠા તેવો પાટલો ખસ્યો અને તેની નીચેથી પથ્થરની લખોટીઓ બહાર ગગડી આવી. મેં ભદ્રંભદ્રને ઝાલી લીધા ન હોત તો મુખનો સ્પર્શ થતાં પહેલાં અન્ન તેમનાં ઉદરાદિ ભાગને સ્પર્શ કરત. ભદ્રંભદ્ર જરા સ્વસ્થ થયા એટલે રસોઇયો બોલ્યો, 'આ ઘરમાં એવો રિવાજ છે કે કોઈ મહોટા માણસ જમવા આવે ત્યારે તેને પથ્થરના પાટલા પર બેસાડવા. પથ્થરનો પાટલો હાલ તૂટી ગયેલો છે, તેથી તેને બદલે લાકડાના પાટલા નીચે પથ્થરના કકડા મૂકીએ છીએ.'

ભદ્રંભદ્ર કહે, 'મારા જેવા મહાપુરુષોનું સન્માન કરવું એ યોગ્ય છે; પથ્થર એ બુદ્ધિ અને જ્ઞાનની સંજ્ઞારૂપે આર્યપ્રજામાં પ્રસિદ્ધ છે અને તે માટે જ તે દેવોની પ્રતિષ્ઠા માટે વપરાય છે. તેથી મહાપુરુષો અને પથ્થરનો સંસર્ગ કરાવવો એ ઉચિત સંયોગસન્માનનું અનુકૂલ સાધન છે. પણ પથ્થરની ગોળીઓને બદલે ચોરસ કકડા રાખવા જોઈએ કે સ્થિરતા સચવાય.'

રસોઇયાએ ચાકરો ભણી જોઈ પોતાની આંખ થોડી બંધ કરી અને પછી ભદ્રંભદ્ર તરફ જોઈ બોલ્યો, 'મહારાજ, ગોળ આકાર વિના તો ચાલે નહિ. બ્રહ્માંડ ગોળ છે, સૂર્યગોળ છે, ચંદ્ર ગોળ છે અને મહાપુરુષો પણ ગોળ હોય છે.'

ભદ્રંભદ્ર કંઈ ઉત્તર ઘડી કહાડતા હોય એમ જણાયા, પણ આખરે એટલું જ બોલ્યા, 'એ પણ વિચાર કરતાં યોગ્ય લાગે છે. મોદક પણ ગોળ હોય છે.'

ભોજન કરતાં અમારો કાળ વિનોદમાં જાય માટે ચાકરો આસપાસ આવીને બેઠા. એક ચાકર કહે, 'આ લાડુ જોઈને મ્હોંમાં પાણી આવે તેમ છે.' બીજો કહે, 'પાણી શું કામ આવે, લાડુ જ ના આવે ?' ત્રીજો કહે, 'એ તો રસોઇયા મહારાજની મહેરબાની હોય તો, તે દહાડાના જેવું કરે કે વધેલા લાડુ બધા ભોંય પર ગોઠવીને તે પર ગોદડું પાથરીને સૂઈ જાય અને જોવા

આવે તેને કહે કે “લાડું તો કંઈ વધ્યા નથી અને મને તો તાવ આવ્યો છે ને મારે કંઈ ખાવું નથી.” તે વગર ચાકરોને ભાગે લાડુ કરચ આવે તેમ નથી.'

રસોઇયો કહે, 'તારી તો જીભ જ કબજે ના રહે. આ મહારાજ જઈને શેઠને વાત કરે તો શેઠ ખરું માને. અમે શું એવા લુચ્ચા હઈશું ?'

ચાકર કહે, 'અરે એમાં તો મીઠું જ નથી, -શેમાં ? લાડુમાં. આ મહારાજ તો જાણે છે કે અમે બધા મળીને આ રસોઇયાની મશ્કરી કરીએ છીએ. એવા મ્હોટા માણસ તે ખરું માને ?'

ભદ્રંભદ્ર ભણી જોઈ હાથ જોડી તે બોલ્યો, 'આમાંની કંઈ વાત ઉપર જઈને કહો તો મહારાજ, તમને આ રસોઇયા મહારાજની એકની એક આંખના સમ છે.'

રસોઇયો કડછીમાં દાળ ભરી તે ચાકર ઉપર રેડવા ઊઠ્યો. પણ, તે ચાકર બીજા ચાકરોની પૂંઠે ભરાયો અને પછી હાથ બે તરફ લાંબા કરીને અને ડોકું નીચું નમાવીને નાચ્યો. રસોઇયો પાછો બેઠો, પછી ભદ્રંભદ્ર બોલ્યા, 'મોદક પર મનુષ્ય શયન કરે એ અસંભવિત છે અને હું માની શકતો નથી. પ્રથમ તો અન્નદેવતાનું એવું અપમાન કોઈ બ્રાહ્મણ કરે નહિ.'

અડધો લાડુ મ્હોમાં મૂકી વળી ભદ્રંભદ્ર બોલ્યા, 'મોદકાદિ અન્નને ગળી જવાથી તેનું દેવત્વ ઓછું થતું નથી. બીજા દેવતાને ગળી જવાનો શાસ્ત્રમાં નિષેધ છે, પણ અન્નને ગળી જવાની આજ્ઞા છે. કેમકે ઉદરમાં વાસ કરવો અન્નને પ્રિય છે. બીજા દેવતા મનુષ્યની પૂજા-અર્ચનાથી પ્રસન્ન થાય છે. પણ અન્ન્દેવતા મનુષ્યના પર તેને ગળી જવાથી પ્રસન્ન થાય છે; વળી મોદકમાં લવણ નથી એમ જે કહેવામાં આવ્યું તે પણ બહુ ધ્યાનમાં લેવા યોગ્ય છે. સાગરમાં લવણ છે તેથી જ સાગર દેવતા છતાં વિષ્ણુ તેમાં સૂઈ શકે છે. લવણ જાતે ખારું છતાં લોકોને ભ્રાંતિમાં નાખી મીઠાશ ધારણ કરતું જણાય છે અને પોતાને “મીઠું” કહેવડાવે છે, તેથી સિદ્ધ થાય છે કે તે માયાનું રૂપ છે. એ રીતે લવણ માયા છે તેથી તે વિષ્ણુને અને સાગરને અજ્ઞાનમાં નાખી એકબીજાથી અજાણ્યા રાખી વિગ્રહ કરતા અટકાવે છે. મોદક દેવતામાં લવણ ન હોવાથી મનુષ્ય તે પર શયન કરે તો તે તરત જાણી શકે અને મનુષ્યને સહસા ઉછાળીને ફેંકી દે; તેથી મનુષ્યને એવું પાપાચરણ કરવાનો વિચાર થાય જ નહિ. પણ એમ તો જ માનવું કે મનુષ્યના સૂવાથી મોદક કચરાય જાય અને તે બીકથી મનુષ્ય તે પર શયન કરે નહિ. એવી કલ્પના મોદકના દેવત્વ વિરુદ્ધ છે, તેથી

ભ્રમમૂલક તથા હસવા સરખી છે, એવા દુષ્ટ તર્ક તો સુધારાવાળાને ઘટે; મને આશા છે કે તમારામાંથી કોઈ સુધારામાં ગયા નહિ હો.'

ભોંય પર લાડુ ગોઠવવાની વાત કરનાર ચાકર કહે, 'અમારામાં સુધારો તે શો હોય, પણ આ રસોઇયા મહારાજની નાતમાં એવું છે કે બાયડી પરણે એટલે પછી રાંધવાનો ધંધો ન કરાય, તેથી એ કહે છે કે "હું રાંધવાનો સંચો લાવવાનો છું. તેમાં જોખી જોખીને બધું મૂક્યું હોય ને દેવતા સળગાવી કળ ફેરવી મેલી એટલે એની મેતે રંધાઈ જાય. એટલે પછી એમ કહેવા થાય કે રસોઇયાનું કામ કરતો નથી પણ સંચા પર માસ્તર છું" એવો સંચો થતો હશે મહારાજ ?'

ભદ્રંભદ્ર નિ:શ્વાસ બાખી બોલ્યા. 'પાશ્ચાત્ય યાંત્રિક શક્તિઓ અનેક સુપ્રવૃત્તિઓ અટકાવે છે. તેમ સ્ત્રીઓને કર્તવ્યભ્રષ્ટ અને બ્રાહ્મણોને વ્યવસાયરહિત કરવા દેવે ધાર્યું હશે તો આવું દુષ્ટ યંત્ર પણ થશે. જલની ઉત્પત્તિના હેતુને નાશ કરનાર, ઋતુઓના ભેદને નિરર્થક કરનાર અને હિમાલયનું નામ અયથાર્થ કરનાર બરફનો સંચો નીકળ્યો છે, તો સ્ત્રીઓના અને રસોઇયા બ્રાહ્મણોના જીવનને નિષ્પ્રયોજન કરનાર, તેમના હસ્તને નિરુપયોગી કરનાર, તેમની બુદ્ધિને વ્યાપારરહિત કરનાર રાંધવાના સંચા પણ નીકળશે.'

રસોઇયો કહે, 'નીકળશે શું ? નીકળી ચૂક્યા છે; મેં છાપામાં વાંચ્યું છે અને શેઠ કોઈ વેળા પૈસા ખરચવા બેસશે તે વખત એ સંચોયે મંગાવું છું.'

ચાકરો તરફ વળીને તે બોલ્યો, 'પછી તો બધું રોજ જોખાવાનું ને જોઈ લેજો કે સીધું કેમ ઘેર લઈ જવાય છે.'

પેલો ચાકર કંઈક અકળાઈને બોલ્યો, 'પોતે ઘી પી પીને જાડો થયો છે, ને ભટાણીને જાડી કરવા રોજ ઘી ઘેર મોકલે છે તે તો મારા બેટાને સૂઝતું નથી.'

રસોઇયો ચૂલામાંથી બળતું લાકડું કહાડીને તે ચાકર પર ધસ્યો. બીજા ચાકરો તેને વારવા લાગ્યા, પણ રસોઇયાનો કોપ જલદી શમે તેમ નહોતું. 'મને "બેટો" કહેનાર કોણ અને ભટાણીનું નામ શું કામ દેવું પડે, એ જ વાક્ય ઘડી ઘડી તેના મુખમાંથી નીકળતું હતું અને કોઈ પણ ઉત્તરથી એ પ્રશ્ન બંધ થતા નહોતા. પેલા ચાકરને ડામવાનો રસોઇયો શપથ લેવા લાગ્યો. સમજાવ્યો નહિ અટકે એમ લાગ્યાથી ચાકરોએ રસોઇયાને ઝાલી લીધો અને બળતું

લાકડું તેના હાથમાંથી ઝૂંટવી લીધું. ભદ્રંભદ્રે સુધારાની વાત કહાડ્યાથી આખરે નુકશાન તો અમને થયું કે રસોઇયો અભડાવાથી અમને પીરસવાનું અટકી બેઠું. એમને પીરસવાનું તો હજી બહુ બાકી હતું, કેમકે જમવા માંડ્યાને હજી પોણો કલાક જ થયો હતો. ચાકરો રસોઇયાને ફરી નહાવાની વિનંતી કરવા લાગ્યા. તે કહે, 'મારે નહાવું જ નથી. આ રસોઈ બધી કોહી જાય ને નાખી દઉં પણ તમારે ભાગે એમાંથી કંઈ આવવા દઉં નહિ.' હું ને ભદ્રંભદ્ર કંઈ જાણતા ન હોઈએ તેમ નીચું જોઈ થોડું થોડું ખાવાનું જરી રાખવા મંડ્યા, પણ માયા જેમ અજ્ઞાનમાં નાખી પાછી શિવસ્વરૂપ ભણી આત્માને પ્રેરે છે, તેમ ચિંતા નીચું જોવડાવ્યા પછી ત્રાંસુ જોવડાવી રસોઇયાનો ખેલ દેખાડવા લાગી.

ભદ્રંભદ્ર મારા મનમાં કહે, 'સ્નાન કર્યા પછી અશુચિ થતાં ફરી ન નહાનારને શાસ્ત્રમાં લખેલો દોષ આ રસોઇયાને કહેવાથી લાભ થશે.' પણ મેં કહ્યું, 'તે વખતે તમારું અપમાન કરશે તેની તો ફિકર નહિ, પણ અહીંથી જતો રહેશે તો સમૂળગા ભૂખ્યા રહીશું; માટે ચાકરોને જ સમજાવવા દો.'

ભદ્રંભદ્ર કહે, 'ભૂખ્યો તો ના રહું, મારું બ્રહ્મતેજ વાપરું તો બધી રસોઈ એમ ને એમ મારા મુખમાં ચાલી આવે પણ તેમ કરું તો તું રહી જાય અને કલિયુગમાં પરિણામ વિચાર્યા વિના બ્રહ્મતેજનો ઉપયોગ કરવાનો નિષેધ છે. વળી સર્વ પરિણામ જાણવા સારુ જ્યોતિષથી ગણતરી કરવી પડે, માટે હાલ મારું બ્રહ્મત્વ પ્રગટ કરતો નથી.'

આવી વાર્તામાં અમે શૂન્ય થાળીઓના દર્શનથી ઉદ્ભૂત થતો વિષાદ દૂર કરવા પ્રયત્ન કરતા હતા, તેટલામાં ક્ષમા માગી, વખાણ કરી, ગાંજો પાવાની લાલચ આપી, મે'માનને બેસાડી રાખ્યાની વાત શેઠને કાને પહોંચાડવાની બીક બતાવી અને બીજા અનેક ઉપાયો આદરી ચાકરોએ રસોઇયા પાસે નહાવાનું કબૂલ કરાવ્યું. 'ઊના પાણી વિના નહિ નાહું,' એવી વળી તે જીદ લઈ બેઠો. વિલંબ થાય છે, એ વાત ધ્યાનમાં લેવાની તેણે સાફ ના પાડી. ચાકરો ફરી ઊનું પાણી કરવા લાગ્યા.

ભદ્રંભદ્ર મને કહે, 'આપણે દેવતા સળગાવવામાં મદદ કરવા જઈએ. મારા જેવા બ્રાહ્મણની શરમે અગ્નિ ઝટ પ્રદીપ્ત થશે અને પ્રચંડ થશે.' મેં કહ્યું, 'બીજી હરકત તો કંઈ નથી. પણ ભોજનનો આરંભ કર્યા પછી સ્વસ્થાનેથી ઊઠવાનો નિષેધ છે. આપ જ કહેતા હતા કે પ્રાણવાયુ શરીરમાંથી ઝરીને પાટલાને એવો વીંટાઈ વળે છે કે ઊઠવાનો પ્રયત્ન કરીએ તોપણ ઉઠાય નહિ.'

ભદ્રંભદ્ર કહે, 'એ વાતની મને વિસ્મૃતિ થઈ. ભોજન જેવું શાસ્ત્રવિહિત કાર્ય કરતાં સુધારાનું નામ દીધું તેથી જ આ અનિષ્ટ પરિણામ થયું અને શાસ્ત્રાજ્ઞા વીસરી જવાઈ.'

આખરે જલે અને અગ્નિએ કૃપા કરી રસોઇયા મહારાજ નહાયા અને અમૃતાસ્વાદનો અમે ફરી પ્રારંભ કર્યો. કામ ચૂપચાપ ચાલ્યું, ચાકરોએ જિહ્વાલૌલ્યને વશમાં રાખ્યું. ભદ્રંભદ્રે શાસ્ત્રકથનની ઇચ્છાને અટકાવી. રસોઇયાએ નયનવ્યાપારને બંધ કર્યો. એકાદ કલાક રસોઇયાને સમજાવવામાં ગયો હતો, તેથી તે પહેલાં ખાધેલું બધું પચી જવાથી અમારે નવેસરથી ભોજન કરતાં એક કલાક થયો. કાર્ય સમાપ્તિ કરી. આ વખતે બધા મળી ત્રણ કલાક ગયા તે બધો વખત ઇતર વ્યાપારમાં ગયો તે માટે ખેદ કરતા, અમે ઉપર ગયા. યજમાનને રાજી કરવા પેટમાં પડવા દીધેલા ભારથી ભદ્રંભદ્ર હાંફતા ઊંચી દષ્ટિ રાખી દાદર પર ચઢ્યા, તેથી દાદર પાસેના આરસા ભણી તેમની દૃષ્ટિ પડી નહિ. તેની અંદર તેમનું પ્રતિબિંબ જોઈ કોઠી કેવી હશે તેનો વિચાર કરતો અને દાદરની ભારવહન શક્તિ શી રીતે મપાય તે વિશે તર્ક બાંધતો હું તેમની પછાડી ધીમે ધીમે ચઢ્યો. ઉપર ઘણુંખરું મંડળ વીખરાઈ ગયેલું હતું. રહ્યા હતા તેટલા ઊંઘી ગયેલા હતા. ત્રવાડી બેઠા બેઠા કેટલાકના જોડામાં કાગળના ડૂચા ને કાંકરા ભરતા હતા. અમે ગયા એટલે ઊભા થઈને ભૂતેશ્વર તરફ આંગળી કરીને બોલ્યા, 'સંયોગીરાજ તો સૂઈ ગયા છે.'

ભદ્રંભદ્રે પૂછ્યું, 'એઓ સંયોગીરાજ કેમ કહેવાય ? એ નામ તો મેં હમણાં જ જાણ્યું.'

ત્રવાડી કહે, 'એઓ જ્ઞાનથી યોગી છે, કર્મથી ભોગી છે, આ સર્વ મંડળના રાજા છે, માટે સર્વગુણનું વાચક "સંયોગીરાજ" નામ તેમણે ધારણ કર્યું.'

ભદ્રંભદ્ર કહે, 'એમના જેવા મહાપુરુષ કોઈક જ હશે, હવે મંડળ ફરી ક્યારે ભરાશે ?'

ત્રવાડી કહે, 'દરરોજ પ્રાત:કાળે અને સાંયકાળે, દીવા થયા પછી મંડળ ભરાય છે.'

બીજે દિવસે સાંયકાળે આવવાનું કહી ભદ્રંભદ્ર ને હું બહારને દાદરેથી ઊતરી ઘેર ગયા.

૧૭. વિશ્રાન્તિ-વકીલ

ઘેર જઇને મિત્રોને મળ્યા, શત્રુઓને ધુરકાવ્યા, કારાગૃહમાં કેવું સુખ છે તે સગાંઓને સમજાવ્યું. પોલીસવાળા હવે પસ્તાય છે એમ પાડોશીઓને ખાતરી કરી આપી. ઘેર જઇ હાલ તરત ભદ્રંભદ્ર સાથે ફરવા જવા પાછા આવવાનો મારો વિચાર નહોતો, પણ ભદ્રંભદ્રના આગ્રહ આગળ મારૂં ચાલ્યું નહિ.

બીજે દિવસે સંધ્યાકાળે હું ભદ્રંભદ્રને ઘેર ગયો ત્યારે તે સવારના ભોજન કરીને નિદ્રાવશ થયેલા હતા તે ઊઠ્યા નહોતા. તેમની ભવ્ય મૂર્તિનું નિરીક્ષણ કરતો હું તેમના શયન પાસે બેઠો.

ગરદન લંબાઇ કરતાં ઘેરાવામાં વધારે હોવાથી તેમનું ગોળ માથું બાકીના શરીરથી બહુ આઘું જણાતું નહોતું. તાળવા પાછળની નાની ચોટલી, જાડી અને પહોળી હજામતવાળી ચામડી ઝૂલવાથી બેવડી થયેલી હડપચીને કાળી બિલાડી ધારી સંતાઇ રહેલી ઉંદરડી જેવી દેખાતી હતી. તેઓ ચત્તા સૂતેલા હોવાથી બંને કાનમાંથી લાંબા બહાર નીકળી આવેલા વાળ હિમાલયમાંથી નીકળતી જ્ઞાનગંગા જેવા દીસતા હતા. ઊંચી આવેલી દૂંદના અવરોધને લીધે પદ્મસમ પાદનું દર્શન કરવાના પ્રયત્નમાં નિષ્ફળ થયેલી આંખો વાંસા તરફથી પગ જોવા સારુ ઊંડી ઊતરી ગયેલી લાગતી હતી અને અડધાં ઉઘાડાં રહેલાં પોપચામાંથી જણાતી પણ નહોતી; ઘસીને ચળકતું કરતાં બૂઠું થઇ ગયા જેવું લાગતું નાકનું ચપટું ટેરવું ઊંચું થઇ, જાડાં નસકોરાંને પહોળાં કરી હાથપગને સ્થિર રહેવાને જાણે હુકમ કરી રહેલું હતું, વયના વધારા સાથે ફેલાવાનું કામ લંબાઇને બદલે પહોળાઇમાં પરિપૂર્ણ કરી રહેલા અને ભારવટીઆ પરની ઢીંગલીઓ જેવા દીસતા હાથ પગ દૂંદ આગળ પોતાની સ્થૂલતાનું અભિમાન વ્યર્થ જોઇ ચકિત બની પહોળા થઇને પડ્યા હતા.

આ સુંદર ટૂંકી આકૃતિને હું નીરખી રહ્યો હતો, તેવામાં મૅજિસ્ટ્રેટને ત્યાં કામ સારુ રોકેલો અમારો વકીલ ત્યાં આવ્યો. મને જોઇને એકદમ બોલી ઊઠ્યો કે 'મુદત પડી.'

ભદ્રંભદ્ર ચમકીને જાગી ઊઠ્યા અને પૂછ્યું, 'ક્યાં પડી?'

વકીલે કહ્યું 'એમાં વળી "ક્યાં" કેમ?'

ભદ્રંભદ્ર કહે, 'મારાં સ્વપ્ન પૂરાં થયા પછી નિત્ય હું તેનો સાક્ષાત્કાર જોઉં છું. તમે બોલ્યા તેથી હું જાગ્યો તે પહેલાં મને સ્વપ્ન પણ એવું જ આવ્યું હતું કે હારોહાર ગોઠવેલા મોદકથી પાથરેલી ભૂમિ ઊંધી થઇને ઊંચી ચઢી ગઇ, ભૂમિ આકાશ બની ગઇ અને મોદક વાદળાં બની ગયા, વાદળાં ધીમે ધીમે ઘણાં કાળાં થયાં અને તેમાંથી વીજળીના ચમકારા જણાવા લાગ્યા. વીજળી પડી એમ હું જોઉં છું એટલામાં હું જાગ્યો તો તમને પણ એમ જ બોલતાં સાંભળ્યા.'

વકીલ કંઇક ચકિત થઇ જોઇ રહ્યો અને હસવું કે નહિ અથવા તો બોલવું કે નહિ તેનો વિચાર કરતો હોય એમ લાગ્યો. આખરે તે બોલ્યો, 'વીજળી પડી' તે વિશે હું કંઇ જાણતો નથી, મેં તો કહ્યું કે 'મુદત પડી.'

ભદ્રંભદ્ર કહે,'તમે પણ શું સુધારાવાળાની પેઠે હાથે કરીને ચમત્કારો ખોટા ઠેરવવા ઇચ્છો છો? ખરેખરું બને તેનું એક ક્ષણ પહેલાં સ્વપ્ન આવે એ શું ચમત્કાર નથી? અને તે વાત શું મારું મહાજ્ઞાનીપણું સિદ્ધ કરતી નથી? મને નિશ્ચિત પ્રતીતિ છે કે મેં તમને 'વીજળી પડી' એમ કહેતાં સાંભળ્યા. "મુદત" યાવની શબ્દ છે માટે તેના ઉચ્ચાર માટે મારે પ્રાયશ્ચિત કરવું પડશે : પણ તે પડે શી રીતે ? તે તો અમુક કાલનું માપ છે; કાલ કોઇ દિવસે પડે એમ સાંભળ્યું છે ? કાલની ગતિ તો નિરંતર ચાલી જ જાય છે. તે કદી સ્ખલિત નથી થતી કે કાલનું પડી જવું સંભવે.'

વકીલ કહે, 'મેં "મુદત પડી" એમ કહ્યું એમ હું ખાતરીથી કહું છું, છતાં તમે તે માનતા નથી. હું બહુ દિલગીર થાઉં છું. પણ મારી પાસે જોઇએ તેવો પુરાવો છે અને પુરાવાના કાયદા પ્રમાણે તે દાખલ થઇ શકે તેમ છે.'

ભદ્રંભદ્રે ઉત્તર દીધો, 'ધર્મશીલ આર્યને તો શાસ્ત્ર એ જ પ્રમાણ છે અને શાસ્ત્ર એ જ પુરાવો છે. શાસ્ત્રમાં લખ્યું છે કે ચમત્કારો થાય છે અને શાસ્ત્રોમાં લખ્યું છે કે સ્વપ્ન ખરાં પડે છે. હું શાસ્ત્રોનું અનુકરણ કરનારો છું અને તર્કનો તિરસ્કાર કરનારો છું તેથી મારાં મનમાં શંકા રહી જ નથી કે પુરાવાની અગત્ય રહે.'

વકીલ કંઇક રોષિત થઇને બોલ્યો, 'તમે કાયદાથી તદ્દન અજ્ઞાન જણાઓ છો. ધર્મશાસ્ત્રથી ફક્ત ધારો નક્કી થાય છે. પણ તેને લાગુ પાડવાને પુરાવાની જરૂર છે. જે લોકોએ કાયદાનો અભ્યાસ કરેલો નથી તેમણે આ બાબતમાં અભિમાન કરવું એ મૂર્ખાઇ છે.'

ભદ્રંભદ્ર ક્રોધાવેશને ગતિ આપતા બોલ્યા, 'અરે મૂર્ખતા અને અજ્ઞાનથી ભરેલા વકીલ ! શાસ્ત્રજ્ઞ બ્રાહ્મણને તું મૂર્ખ, અજ્ઞાન, અભિમાની કહેવાની ધૃષ્ટતા કરી પૃથ્વી પર ટકી રહ્યો છે એ કલિયુગનું ચિહ્ન જાણ અસત્યતા વ્યાપારી,દુષ્ટ,દુરાચારી -'

વધારે વિશેષણો સાંભળવાની વાટ ન જોતાં વકીલે ભદ્રંભદ્રની ગળચી પકડી બીજે હાથે વાંસા પર પ્રહાર કર્યો. ભદ્રંભદ્ર ગભરાઇને નીચે પડી ગયા અને તેમના પગની આંટીથી વકીલ પણ વગર પ્રયત્ને ભૂમિ સમીપ પહોંચ્યા.ભદ્રંભદ્રે હાંફતાં હાંફતાં વકીલનો કાન ઝાલ્યો અને લાત મારવા માટે પગ પછાડવા માંડ્યા, બીજા લોકો આવી પહોંચ્યા એટલે હું હિંમત ધરીને બંનેને છૂટા પાડવા ગયો. ભદ્રંભદ્રની કેટલીક લાતો તથા વકીલના કેટલાક મુક્કા મેં ખાધા અને બીજાઓએ તે બંનેને છૂટા પાડ્યા. લોકો ઠપકો આપવા લાગ્યા કે આવી નજીવી બાબતમાં શું કામ લડી પડ્યા.

ભદ્રંભદ્ર કહે, 'હું આ વાતને નજીવી નથી ગણતો. તે બહુ અગત્યની છે. વળી વાદવિવાદમાં હું કોઇથી હઠું એ ભ્રાંતિ પણ દૂર કરવી જોઇએ. કેમ કે તે પર આર્યદેશની શ્રેષ્ઠતાનો આધાર રહેલો છે.'

કેટલાક લોકો ભદ્રંભદ્રને ખૂણે લઇ જઇ સમજાવવા લાગ્યા કે, 'એ તમારો વકીલ છે અને એની તમારે બહુ જ ગરજ પડશે. એ તમારું કામ બગાડશે. એની સાથે ગમે તેમ કરીને સમજૂત કરો.' બીજાઓ વકીલને સમજાવવા લાગ્યા કે, 'એ બહુ મોટા માણસ છે. એના વકીલ થવાની તમને આબરૂ છે. કામ પણ લાંબુ ચાલે તેમ છે.' એવામાં વકીલનો ગુમાસ્તો ભાડાની ગાડી દોડાવતો આવ્યો. એકદમ ઊતરી તેણે વકીલના કાનમાં ચાર-પાંચ વાક્ય કહ્યાં. વકીલ સાહેબ એકદમ પ્રસન્ન થઇ કૂદ્યા. ભદ્રંભદ્ર સાથે હસીને હાથ હલાવ્યો અને 'પછી મળીશ'એવું કહીને ગુમાસ્તા સાથે ગાડીમાં બેસી ગાડી દોડાવીને ચાલ્યા ગયા.

વકીલે ભદ્રંભદ્ર સાથે હાથ હલાવ્યો એ વાત ઉતાવળમાં અને ભદ્રંભદ્રના આશ્ચર્ય તથા અજાણપણામાં થઇ ગઇ. વકીલની ગાડી અદ્રશ્ય થયા પછી પોતાનું પરાક્રમ જોવા એકઠા થયેલા મનુષ્યોને ભદ્રંભદ્રે કહ્યું, 'હાથ હલાવવાની અભિનંદનરીતિ આર્યોને કેવલ અયોગ્ય છે, વેદધર્મથી વિરુદ્ધ છે, સનાતન ધર્મના રહસ્યના અજ્ઞાનમાં તેનો સ્વીકાર થયો છે, આર્યરીતિએ નમસ્કાર કરતાં હસ્તપુટ આપણી નાસિકા અને સામા માણસની નાસિકા વચ્ચે ઘડી ઘડી ફેરવ્યાથી બંનેનું અદ્વિતીયત્વ પ્રસિધ્ધ થાય છે, તેમ જ બ્રહ્મમાંથી નીકળેલું જગત પોતે જ બ્રહ્મ છે એ સિદ્ધાંત પણ પ્રગટ થાય છે; કેમકે નમસ્કાર કરતી વેળા સર્વનો આશય

એ જ હોય છે કે "જેમ મારી નાસિકામાંથી પશ્વાસાદિ નીકળે છે તે કાર્યકારણના અનાદિસિધ્ધ ઐક્યને લીધે જ નાસિકા જ છે, તેમ હુંરૂપી બ્રહ્મમાંથી નીકળેલો તું તે પણ બ્રહ્મ જ છે અને વળી તારી નાસિકામાંથી નીકળેલો પશ્વાસાદિ જેમ તારી નાસિક જ છે તેમ તુંરૂપી બ્રહ્મમાંથી નીકળેલો હું પણ બ્રહ્મ જ છું." આ રીતે નાસિકા, પશ્વાસાદિ, હું અને તું - ચારેનું બ્રહ્મત્વ પ્રગટ થાય છે. તેમ જ નમસ્કાર પણ બ્રહ્મ છે એ સિધ્ધ થાય છે, વળી નમસ્કાર થવા સારુ નમસ્કાર કરનારને પોતાને નમવું પડે છે; એ રીતે 'નમસ્કાર' શબ્દ જ વેદાંતજ્ઞાન દર્શાવવા સારુ ઉત્પન્ન થયો છે; તે શબ્દ જાતે બ્રહ્મ હોવાથી તેને ઉત્પન્ન કરનાર કોઇ હતું નહિ. પાશ્વાત્ય હસ્તધૂનનરીતિમાં આ રહસ્ય સમાયેલું નથી. માટે આર્યોએ કદી તે અનુસરવી ન જોઇએ.'

એક શ્રોતાએ પૂછ્યું, 'મહારાજ, આપણા બાપદાદાઓએ 'નમસ્કાર' શબ્દ ઉત્પન્ન કર્યો હોત તો તેમને પૂછત કે એ શબ્દ ઉત્પન્ન કરવામાં તમારો આશય શો હતો; પણ તે શબ્દ જો જાતે ઉત્પન્ન થયો છે તો તેને પૂછવું જોઇએ કે તું શા માટે ઉત્પન્ન થયો છે, કે સંશય ન રહે.'

ભદ્રંભદ્રે ઉત્તર દીધો કે,'આર્યોએ સંશય કરવો ઉચિત નથી. સંશય તો માત્ર તર્કશાસ્ત્રનો વિષય છે અને ધર્મશાસ્ત્રમાં તેને અવકાશ નથી. વિરુદ્ધ પક્ષ પર તર્કવિરુધ્ધતાનો આક્ષેપ કરવો ત્યારે જ વાપરવા સારુ 'તર્ક' શબ્દ આપણે કામનો છે. આપણા મતની સિદ્ધિ કરતાં તો શાસ્ત્રાધાર જ લેવો; અને શબ્દપ્રમાણમાં તર્કને પ્રવેશ કરવાનો અધિકાર નથી એમ કહેવું. "નમસ્કાર" શબ્દ પણ બ્રહ્મ છે અને આપણે પણ બ્રહ્મ છીએ, તેથી આપણો પોતાનો આશય તે જ તેનો આશય છે. ગમે તે આર્યસિધ્ધાંત પર સુધારાવાળા તર્કબલથી આક્ષેપ કરે તો એટલો જ ઉત્તર આપવો કે અમારો સિદ્ધાંત અને અમે પોતે બંને બ્રહ્મ છીએ તેથી સ્વાનુભૂતિથી અમને તેની પ્રતીતિ થઇ છે. જ્ઞાન અને જ્ઞાતા બંને એક છે અને ત્રીજું જ્ઞેય પણ બ્રહ્મ છે. અપવાદ માત્ર એટલો જ કે જ્યારે માયા વિષે વિચાર કરતા હોઇએ, જ્યારે માયા જ્ઞાનનો વિષય હોય ત્યારે જ્ઞાતા અને જ્ઞેયનું કે જ્ઞાનનું ઐક્ય નહિ, કેમકે માયા બ્રહ્મ નથી અને તેનું જ્ઞાન પણ બ્રહ્મ નથી. અંતે સાર એ જ છે કે એ વકીલ અજ્ઞાન છે, મારા પર પ્રહાર કરતાં બ્રહ્મ પર પ્રહાર થાય છે એટલું જ્ઞાન પણ તેને થયું નહિ.'

એ વકીલ અને એનો ગુમાસ્તો બ્રહ્મ ખરા કે નહિ એ પ્રશ્ન પૂછવાની મને ઇચ્છા થઇ પણ પ્રહારનું નામ દેતાં ભદ્રંભદ્રના મુખ પર કોણ જાણે શાથી પ્રસન્નતા જણાઇ તેથી એ વકીલની વાત પડતી મૂકી.

૧૮. શોધ કરવામાં બનેલું સાહસ

મુખ પછાડી રાખી કોશ સાથે બળદ કૂવા ભણી જાય તેમ ઘેર જવા તરફ ચિત્ત છતાં હું ભદ્રંભદ્ર સાથે સંયોગીરાજના ઘર ભણી ચાલ્યો. ભદ્રંભદ્ર કહે, 'મોડું થઈ ગયું છે તે માટે દોડતા જઈએ તો વહેલા જવાય; પણ અમથા દોડીઓ તો મૂર્ખ લોકો હસે માટે તું અગાડી દોડ અને હું "ચોર" "ચોર" કરતો પછાડી દોડું."

મેં કહ્યું, 'બીજી હરકત તો કંઈ નથી પણ ચોર જાણી મને કોઈ પકડે અને ચોરને મારવાના ચાલતા સંપ્રદાય પ્રમાણે મને પણ મારે તો તો આપને કંઈ વાંધા જેવું નથી લાગતું? પછી હું આપની આજ્ઞાને અનુસરવા તો તત્પર જ છું.'

ભદ્રંભદ્ર કહે, ' બીજો તો કોઈ વાંધો જણાતો નથી પણ તને પકડે તો ઊલટો વધારે વિલંબ થાય ખરો, પણ ચાલ, આપણે સાથે જ દોડવા માંડીએ. કોઈ પૂછશે તો કહીશું કે અમારો ઘોડો નાઠો છે. તું "પેલો જાય " "પેલો જાય" એમ બોલજે.'

અમે બજારમાં આવી પહોંચ્યા છીએ એ ધ્યાનમાં રહ્યું નહિ અને ભદ્રંભદ્રે પાઘડીએ હાથ મૂકીને ગબરડી મૂકી; મેં પણ પણ અનુયાયીના ધર્મ પ્રમાણે તેમનું અનુસરણ કર્યું, પણ ઘોડા વિષે બૂમ પાડવાની મારી હિંમત ચાલી નહિ. કેટલાક દુકાનદારો જોવા ઊભા થયા, કેટલાક બૂમ પાડી બોલવા લાગ્યા, કેટલાક "રંગ છે" "શાબાશ" "ઠીક શરત લાગી છે" "જાડીઆએ ખૂબ કરી" એમ પુકારવા લાગ્યા, તેથી તેમની દ્રષ્ટિમાંથી ઝટ નીકળી જવા ભદ્રંભદ્રે ગતિ વધારે ત્વરિત કરી. કેટલાક છોકરા પછાડી પડ્યા અને તાળીઓ પાડવા તથા કાંકરા ફેકવા લાગ્યા, તેથી ભદ્રંભદ્રને ખીજવાઈને ઘડી ઘડી પાછું જોવું પડતું. આમ પાછું જોતાં એક કાદવવાળી અને લપસણી જગા લક્ષમાં ન આવવાથી ભદ્રંભદ્રના પગ દ્રષ્ટિને એ પૂછ્યા વિના અગાડી ધસી ગયા અને માથું એ લપસણી જગા બારીકીથી તપાસવા સારુ નીચે આવ્યું. લૂગડાં બગડ્યાં અને વાગ્યું તેની ઝાઝી ફિકર નહોતી, પણ લોકો આસપાસ હો હો કરતા એકઠા થઈ ગયા અને અસંખ્ય પ્રશ્નો પૂછવા લાગ્યા અને પોતાની મેળે તેના ખુલાસા આપવા લાગ્યા તે ઠીક ન પડ્યું. ભદ્રંભદ્રને મેં ઊભા કર્યા એટલે તેમણે પ્રશ્ન કર્યો કે 'ઘોડો કેણી ગમ ગયો?'

ટોળામાંથી એક આદમીએ કહ્યું, ઘોડાની શરત ક્યાં હતી? એક પાડો અને એક બેલ દોડતા હતા તેમાં પાડો ગુલાંટ ખાઈ ગયો.'

ઈર્જાથી પિડાતા છતાં ભદ્રંભદ્ર ક્રોધના આવિષ્કારને શમાવી શક્યા નહિ. બીજા વચમાં ન પડ્યા હોત તો ભદ્રંભદ્રના ગાગર જેવા ગોળ શરીર પર ગોબા પાડવાનો નિષ્ફળ પ્રયત્ન થાત. હવાડામાં લૂગડાં ધોવાના અને હોરાને ત્યાંથી ચોપડવાનું ઓસડ લેવાની સૂચના કરનારા માણસો બીજા જોવા આવનારા વધારે અરુચિકર થઈ પડ્યા. તેમનાથી ભદ્રંભદ્ર અકળાયા હતા અને પોલીસના સિપાઈએ આવી ટોળાને વિખેરવા માંડ્યું તેથી ભાષણ કરવાનો પ્રસંગ જવા દઈ ત્યાંથી ચાલ્યા જવું જ યોગ્ય ધાર્યું.

ભદ્રંભદ્ર કહે, 'લોકોની ઈચ્છા આપણું દર્શન કરવાની છે; પણ હોલવાઈ જતી આગ પેઠે આપણી ઈચ્છા તેમનું કૌતુક ભંગ કરવાની છે. તેથી કૃષ્ણના કેટલાક ભક્તો જેમ સંસારબંધનમાંથી અનીતિમાર્ગે મુક્ત થઈ જાય છે. તેમ આપણે સીધો માર્ગ મૂકી બજારમાંથી આડે માર્ગે અદૃશ્ય થઈ જવું જોઈએ. આડે માર્ગે જતાં ચકરાવો ખાવો પડશે તેથી અંધારું થશે તેની ચિંતા નથી. સૂર્યને પણ પૂર્વથી પશ્ચિમ ભણી જતાં પૃથ્વી પર થઈને જવાને બદલે ઊંચે ચકરાવો ખાવો પડે છે તેથી વાર લાગવાથી અંધારું થઈ જાય છે.

સંયોગીરાજનું ઘર અમે એક જ વાર જોયું હતું તેથી અંધારે શોધવું પડ્યું. ભદ્રંભદ્ર કહે, 'ઘર જડતું નથી માટે મારી સ્મરણશક્તિ ઓછી ગણી શકાતી નથી. બ્રહ્મ માયામાં ગોથાં ખાય છે માટે કંઈ અજ્ઞાનથી દૂર રહેવાની શક્તિ ઓછી ગણી શકાતી નથી. તેમ તે હાથે કરીને અજ્ઞાનમાં જાય છે એમ કહી શકાતું નથી, કેમકે અજ્ઞાન તેને પ્રિય નથી. મારું અલિપ્ત સ્વરૂપ અખંડિત રહે માટે તું આ ગૃહમાં પ્રથમ પ્રવેશ કર. એ સંયોગીરાજનું ઘર છે એમાં સંશય નથી પણ કદાપિ તે ન હોય તો અજ્ઞાનનો આરોપ અને હસ્તલગુડાદિના સ્પર્શથી હું લિપ્ત થાઉં એ યોગ્ય ન કહેવાય. તારે એવો વાંધો નથી. સ્મરણ કર કે પરમાર્થમાં લિપ્ત-અલિપ્તમાં ભેદ નથી.'

ઘરની બહારની આકૃતિ અમે પ્રથમ જોયું હતું તે ઘર જેવી જ હતી. દાદર પણ ઓટલા ઉપર હતો. બારીઓની સંખ્યા અને છજાની સ્થિતિમાં ફેર દેખાતો હતો. પણ બહુ ધ્યાનથી જોયું નહિ હોય તેથી ભ્રાંતિ થતી હશે એમ લાગ્યું. લિપ્ત-અલિપ્તનો ભેદ ભદ્રંભદ્રે બતાવ્યા છતાં પ્રવેશ કરતાં મને સંકોચ થતો હતો. પણ ભદ્રંભદ્રે મને ધક્કો મારી અગાડી કર્યો. તેથી હું દાદર પર ચડ્યો. હું ઉપર ગયો તે પછી ભદ્રંભદ્ર સંશય દૂર કરવા આવ્યા. આગલા ઓરડામાં કોઈ હતું નહિ. પણ 'આ સંયોગીરાજનું જ ઘર છે' એમ પોતે ન માનતા છતાં અમે એકબીજાને કહેવા લાગ્યા.

મેં કહ્યું કે, 'સંશય હોય તો ઊતરી જઈએ.'

ભદ્રંભદ્ર કહે કે, 'મને સંશય લેશમાત્ર નથી અને હવે કોઈ ઊતરતા જુએ તો ઊલટો તેમને સંશય થાય કે આ કોણ હશે, કદાચ ભૂલ હશે અને ઘરવાળો મળશે તો સમજાવી શકાશે. પણ પરભાર્યા ઊતરી જઈએ તે ઠીક નહિ.'

મેં બારીએ જઈ કહ્યું કે, ' આ સામે ઘર છે. પણ સંયોગીરાજના ઘરની સામે તો છૂટી જમીન હતી એવી મારી ખાતરી છે. ઓટલા પર કોઈ ઊભું છે. તેથી હવે જતા કેમ રહીશું?'

ભદ્રંભદ્ર કહે,' તું ધીમે બોલ. કોઈ સાંભળે એમાં હાનિ છે. આપણા પવિત્ર શબ્દ અપવિત્ર કર્ણે જવા ન જોઈએ. આ કોઈ સુધારાવાળાનું કપટ છે. નહિ તો આર્યો આમ ફસાય કેમ? પણ બીશ નહિ.'

એટલામાં એક સ્ત્રીને કહેતી સાંભળી કે, 'કોઈ જુઓને, ઉપર કોણ ફરે છે.'

બહારના દાદર પર કોઈને ચઢતું સાંભળી અમે પગના આંગળાને ટેરવે ચાલતા પાસેના ઓરડામાં પેસી ગયા. અંદરની રચના જોઈ ખાતરી થઈ કે સંયોગીરાજનું ઘર નથી. પણ હવે ઉપાય નહોતો.

અનુચિત નયનોથી અદૃશ્ય થવા અમે બે કોઠીઓને ઓથે જઈને બેસી ગયા. ગુનો કરવાનો ઈરાદો કર્યા વગર કોઈ ગુનેગાર બનતું નથી એ વકીલોની તકરાર મને જૂઠી જણાવા લાગી, કેમ કે ચોરી કરવાનો ઇરાદો કર્યા વિના અમે અહીં ચોર થઈને બેઠા હતા એ અમારા જાતના આ અનુભવની વાત મનમાંથી ખસે તેમ નહોતી. ઉપર જોવા આવેલો આદમી આગલા ઓરડામાં ફરીને 'અહીં તો કોઈ નથી.' એમ કહી ઊતરી ગયો. અથી અમે નિશ્ચિંત થતા હતા તેટલામાં બીજા ઓરડામાંથી કોઈ દીવો લઈને આવતું જણાયું અને અંધકારનો સહચારી કહેવાતો ભય અમને તો દીવા સાથે આવતો જણાયો. ભદ્રંભદ્રે મને ચૂંટી ખણી મારી દૃષ્ટિ પોતા તરફ ખેંચી મને સંકોચાવાનો પ્રયત્ન કર્યો. દીવો લઈ આવનાર કોઠી પાછળ ભરાયેલા સૂર્ય-ચંદ્ર જોયા વિના એકદમ આગલા ઓરડામાં ચાલ્યો ગયો. ત્યાં જતાં તેનો દીવો હવાથી હોલવાઈ ગયો અને તેથી તે નીચે ઊતરી ગયો. ભદ્રંભદ્રે મારા કાનમાં કહ્યું, 'વાયવે નમઃ વાયુદેવ આપણને સહાય થવા આવ્યો છે માટે હવે ચિંતા ન કર. વાયુદેવે દીવો હોલવ્યો છે અને મને એક ઉપાય સુઝાડ્યો છે. દીવો હતો ત્યારે મેં જોઈ લીધું

છે કે આપણા માથા પર કાતરીઆમાં જવાનું બાકું છે. એ વૈકુંઠનું દ્વાર છે એમ સમજજે. તેમાં થઈ આપણે ઉપર ચાલ્યા જઈએ. ત્યાંથી વાયુદેવ આપણને અદ્ધર ઉપાડી જશે. તું આ કોઠી પર ચઢી પહેલો ઉપર જા અને પછી હું આવું છું. રાજસભામાં રાજાની પહેલાં પ્રવેશ કરવાનો પ્રતિહારીનો અધિકાર લઈ લઉં તો અન્યાય થાય.'

એ અધિકાર ઇષ્ટ છે ખરો કે નહિ તેનો વિચાર કરતો અને ઉપર કેવું અંધારું હશે તે વિષે તર્ક બાંધતો હું કોઠી પર ચડીને કાતરીઆમાં કૂદી ગયો, પછી ભદ્રંભદ્ર કોઠી ઉપર ચઢ્યા. ઊભા થઈને મને કહ્યું, 'મહાપુરુષો કૂદી શકતા નથી, તું મને ખેંચી લે.'

આજ્ઞા ઉલ્લંઘાય તેમ નહોતું. મેં વાંકા વળી, ભદ્રંભદ્રને બે હાથે ખેંચ્યા. પોતાના શરીરને ઊંચી ગતિ આપવાને ભદ્રંભદ્રે પ્રયત્ન કર્યો તેથી જાણે હસવું આવ્યું હોય તેમ કોઠી વાંકી વળી અને ભદ્રંભદ્રના પગ ફરીથી તે પર પડ્યા એટલે જાણેં હસવું ન માતું હોય તેમ કોઠી આળોટી પડી. પૂર્વકર્મ મુનિને સ્વર્ગમાંથી નીચે પાડે છે તેમ ભદ્રંભદ્ર મને કાતરીઅમાંથી નીચે ઉતારી કોઠી પર પડ્યા. કોઠી પર પહેલું કોણ પડ્યું તે મને યાદ રહ્યું નથી. પણ કોઠી ભાંગી ગયા છતાં તેના ઠીકરાં મારા કરતાં વધારે ભદ્રંભદ્રને વાગ્યાં. તેથી કોઠી પર તે પ્રથમ પડ્યા હશે એમ અનુમાન કરું છું. અવાજ ઘણો થયો અને હેઠળ 'કોણ છે' ની બૂમો સંભળાઈ તેથી ભાંગેલી કોઠીની સંભાલ લેવાનું મૂકી દઈ હું બીહી કોઠી ખેસવી લાવી તે પર ચઢી ફરી કાતરીઆમાં કૂદી ગયો. ભદ્રંભદ્ર પણ મહાપુરુષત્વ મૂકી દઈ મારી પછાડી કૂદી આવ્યા અને અમે બંને બાકાથી આઘે જઈને એક ખૂણામાં ભરાયા. કેટલાક માણસો આગલા દાદર પર આવ્યા એમ પગના અવાજ પરથી જણાયું. પાસે દીવો છતાં કોઠીવાળા ઓરડામાં આવવાની કોઈને હિંમત ચાલતી નથી એ જાણી અમે ધીરજ ધરી. વિપત્તિ છતાં તેમની વાતોથી રમૂજ પડતી હતી. એક જણ કહે, 'અલ્યા જાને અંદર જોઈ આવને, બીએ છે કેમ?' તેણે ઉત્તર દીધો, 'શેઠ, બીવાનું ન હોય તો તમે જ જુઓ ને.'

'તારું ચાકરનું કામ છે. તું જા.'

'ચાકરે કંઈ ગુનેગારી કરી? કોણ જાણે શું યે હશે.'

'હું બીતો નથી ને તું કેમ બીએ છે. ચોર હોય તો પકડો ! નીકળો! કોણ છે?'

એક છોકરો રડી રડીને બોલ્યો, 'બાપા તમે અંદર ના જશો. કોઈને મોકલો.'

શેઠ કહે, 'હું જાઉં એવો કાચો નથી તો. બોલાવો પોલીસને.' કોઈ ઉપર આવી અમને શોધી કહાડશે તો અમને કેવો આવકાર દેશે, ખુલાસો પૂછ્યા અને સાંભળ્યા વિના અમને અનેક રીતે સ્પર્શ કરવાને કેવા આતુર થઈ જશે, એ વિચાર પોલીસનું નામ સાંભળતાં મારા મનમાં પ્રબળ થવા લાગ્યો અને તેથી હું ધ્રૂજવા લાગ્યો. ભદ્રંભદ્ર ધ્રૂજતા હતા કે નહિ એ અંધારામાં જણાતું નહોતું અને એવા મ્હોટા પુરુષને સ્પર્શ કરીને ખાતરી કરવી કે તે ધ્રૂજે છે કે નહિ તે પણ યોગ્ય નહોતું. તેથી તેમની વૃત્તિ જાણવા મેં હળવે સાદે પૂછ્યું, 'અહીંથી છાપરા પર જવાય એવું નથી?'

મ્હોટેથી ઉચ્ચાર કર્યા વિના બોલતાં પણ અવયવો વશ ન હોય તેમ ભદ્રંભદ્રના દાંત કકડ્યા અને ઓઠ ફફડ્યા તે સાંભળી મને સંતોષ થયો કે હું એકલો જ બીતો નહોતો. ભદ્રંભદ્ર કહે, 'નાસી જવાની આશા તો હવે મિથ્યા છે.' થોડી વાર પછી તે ફરી બોલ્યા, 'વાયુની કૃપાથી આ છાપરું તૂટી પડે તો તો ગરબડાટમાં અદૃશ્ય થઈ જઈએ' એટલું કહી અટકી થોડી વાર પછી તે બોલ્યા, 'અથવા અત્યારે કોઈને આ તરફ આવવાનું ન સૂઝે તો સવારે નીચે ઊતરીને ક્ષમા માગી ચાલ્યા જવાય.' ભદ્રંભદ્ર વાગોળવાને અટકતા હશે કે વિચાર કરવાને એ વિશે હું મનમાં નિશ્ચય કરી કહું તે પહેલાં તો તેમણે કહ્યું, 'પણ સાંભળ તો ખરો, હેઠળ શું થાય છે.'

નીચે લોકોને અમારા જેટલો જ ભય લાગેલો હતો કે અમને ભયના કારણ વિષે ખાતરી હતી અને તેમને ખાતરી નહોતી. એક જણ કહે, 'પણ ચોર છે એમ શા પરથી ધારો છો? ખડખડાટ થયો તે તો બિલાડીએ કંઈ પાડ્યું હોય.'

શેઠ બોલ્યા, 'હું પણ એમ જ ધારું છું. પણ આ બધાને બીવાનું મન થાય છે માટે 'ચોર' 'ચોર' કરે છે.'

ચાકર કહે, 'ખરું છે. ચોર તો મધરાત પહેલાં નીકળે નહિ. એ તો બિલાડી જ હશે.'

એક સ્ત્રી બોલી, ' તેં ઘણી ચોરીઓ કરી છે તેથી તું ચોરીનો વખત જાણતો હોઈશ. બિલાડી હોય તો જા ને હાંકી આવ ને. ચોર હશે તોયે તારા ભાઈબંધ હશે તે તને નહિ મારે.'

ચાકરે ઉત્તર દીધો, 'ભાઈબંધ હશે તેના. અમને કોઈએ જુગારી ભેગા ફરતા દીઠા નથી. પણ શેઠાણી, બધાના દેખતાં અમને ચોર ઠેરવો છો તે શેઠને જ પૂછો કોને વસમું પડશે.'

શેઠ બોલ્યા, 'બઈરાંને આવી તકરાર શી કરવી? ભગા, તારુંયે હરામખોર પેટ ફાટ્યું જણાય છે તો – અરે! કેમ પોલીસ આવે છે કે?'

એક આદમી બોલ્યો, 'પોલીસવાળા તો કહે છે કે ચોર હોય તો તમે શોધી કહાડીને પકડો એટલે અમે આવીને કબજે કરીશું.'

મને જરા હસવું આવ્યું, પણ ભદ્રંભદ્રે મને રોક્યો અને કહ્યું, 'તારું હસવું સંભળાશે તો માર્યા જઈશું અને બિલાડીના પાછા માણસ બનીશું. સુધરાવાળા કહે છે કે બિલાડીઓ હસતી નથી, તે ભ્રાંતિ મનુષ્ય અને પશુનો વેદાંતવિચારથી અભેદ દર્શાવી હું દૂર કરી શકું. તે પહેલાં તો હાસ્ય પરથી મનુષ્ય હોવાનું ખોટું અનુમાન એ લોકો કરી બેસશે.'

નીચે પોલીસને મદદ ન આવી પહોંચવાથી શેઠને અનેક સૂચનાઓ લોકો કરવા લાગ્યા. એક જણ કહે, 'ચોર તો ક્યારનાયે નાસી ગયા હશે. છાનામાના ઘરમાં જઈને બેસો ને.'

બીજો કહે. ' ચારે તરાફ લોકો ભરાય છે તે ચોર નાસે ક્યાંથી? અત્યારે બધાં બારણાં બહારથી બંધ કરો અને જાપતો મૂકીને સૂઈ રહો. સવારે વગર બીકે ફડચો થઈ જશે.'

આ સૂચના અમને પણ ગમી; પરંતુ સુખ પછી દુઃખ લખ્યું જ હોય છે. વળી એક બીજો સલાહકર બોલ્યો, 'આટલા બધા છો તે ડંડા લઈને ઘરમાં પેસોને અને મારફાડ કરતા ખૂણેખાંચરે ફરી વળો ને! હાડકાં ઢીલાં થશે એટલે ચોર નાસવાનુંયે નહિ કરે.'

જાણે માર ખાવાની તૈયારી કરતાં હોય તેમ મારાં ગાત્ર ટાઢાં થઈને સંકોચાઈ ગયાં. ભદ્રંભદ્રથી મ્હોટેથી બોલાઈ ગયું કે, 'શંકર ત્રાહિ ત્રાહિ.'

દાદરને મથાળે ઊભેલો એક આદમી બોલી ઊઠ્યો, 'કાતરીયામાં કોઈ બોલ્યું. બધા ઉપર આવો, ઘેરી લઈશું પછી ક્યાં જશે?'

અમારે કમનસીબે આ આદમીમાં હિંમત આવી અને તે કાતરીઆના મ્હોં પાસે આવ્યો. મૃત્યુ પછાડી સંવત્સરી શ્રદ્ધાદિ ક્રિયાઓ આવે તેમ તેની પછાડી બીજા લોકો ધસી આવ્યા. કાતરીઆના મ્હોં આગળ જમાવ થયો. મંદિરના દ્વાર અગાડી પ્રવેશ ન કરવાની સ્પર્ધા ચાલે તેમ આ અમારી પૂજા થવાના મંદિરમાં પ્રવેશ ન કરવાની સ્પર્ધા ચાલી. કાતરીઆમાં કોઈને

મોકલવાની સર્વની ઈચ્છા હતી. પણ જાતે જવાનું કોઈથી બને તેમ નહોતું. ઉપર ચઢી આવવામાં એટલી બધી બીક, સાહસ અને હરકત જણાઈ કે કોઈએ કાતરીઆમાં છૂટા પથ્થર ફેંકવાની સૂચના કરી. કોઈએ દાતરડાવાળી લાંબી વાંસી કાતરીઆમાં ફેરવવાની સૂચના કરી. કોઈએ છાણાનો જબરો ધુમાડો કાતરીઆમાં દાખલ કરવાની સૂચના કરી. એ સર્વ યુક્તિઓના ફલાફલની શેઠ તુલના કરવા લાગ્યા; તે સાંભળી મેં ભદ્રંભદ્રના કાનમાં કહ્યું, 'શેઠનો ઘાંટો પરિચિત લાગે છે, પણ કોણ છે યાદ આવતું નથી.'

ભદ્રંભદ્ર કહે, 'જેમ ગંગાસ્નાનમાં પોતાની શુદ્ધતા કામ લાગતી નથી તેમ અંધારામાં પોતાના ઓળખીતા કામ લાગતા નથી. સહુથી સારી યુક્તિ તો એ છે કે નીચે ખાટલો મૂકે તો આપણે કૂદી પડીએ.'

એક જણે સૂચના કરી કે, આગ હોલવવાનો બંબો લાવીને સૂંઢથી કાતરીઆમાં બધે પાણીનો મારો ચલાવોને કે જે હશે તે તરત બહાર આવશે.'

ભદ્રંભદ્રે મને કહ્યું, ' હવે સંતાઈ રહેવામાં આર્યત્વ નથી. ચાલ ચાલ મારી સાથે.' કાતરીઆના મ્હોં પાસે અમે આવ્યા એટલે ભદ્રંભદ્ર મોહોટેથી બોલ્યા, 'ગૃહસ્થો અમે ચોર નથી. અમે આર્ય છીએ. કેટલીક ભૂલ અને અકસ્માતને લીધે અમે આ દશામાં આવી પડ્યા છીએ તેનો વિસ્તાર પછીથી કરીશું. હાલ તો અમે ક્ષેમકુશળ આવીને તમને મળીએ એવી યોજના થવી જોઈએ. માટે તમને એટલું જ કહું છું કે અમારા જેવા મહાપુરુષોને આ પ્રમાણે ઘેરી લઈ અને ડરાવી તમે કેવા અપરાધી થાઓ છો એનું તમને ભાન પણ જણાતું નથી. જે અમારી વેદધર્મનિષ્ઠા ભૂકંપ સમયે પણ ચલિત થઈ નથી, જે અમારું જાત્યભિમાન બ્રાહ્મણોને ભીખ માગતા જોઈને પણ સ્ખલિત થયું નથી, જે અમારી શુદ્ધતા મલિન દુર્ગંધી સ્થાનોમાં ભોજન કરતાં પણ દૂષિત થઈ નથી, તેને શું મ્લેચ્છોએ રચેલા બંબામાં ભરેલા પાણી વડે તમે ભ્રષ્ટ કરશો? તમારે શું સુધારાવાળાને ફાવવા દેવા છે અને વેદ ધર્મ સનાતન નથી એમ સિદ્ધ થવા દેવું છે કે પાશ્ચાત્ય બંબાનો ઉપયોગ કરવા ધારો છો? વેદમાં ક્યાં બંબા વિશે લખ્યું છે? બંબાની ઉપયોગિતાનો હવે સ્વીકાર કરીએ તો વેદમાં સર્વજ્ઞતા નથી એમ અંગીકાર કર્યું ન કહેવાય? આપણા ત્રિકાળજ્ઞાની ઋષિમુનિઓને બંબા વિષે જ્ઞાન નહોતું એમ કહેતાં કયા સ્વદેશાભિમાની આર્યને નીચું જોવું નહિ પડે? માટે બંબો પાશ્ચાત્ય મોહનું પરિણામ છે, નિરર્થક ભ્રાંતિ છે, એમ કહેવું એ જ આર્યને ઉચિત છે. ભલે ઘર બળી જાઓ કે નગર બળી જાઓ, બંબો તો વાપરવો જ ન જોઈએ. ધર્મનું આચરણનો પ્રાણનો અંત થતાં પણ કરવાનું છે. ત્યારે એવા ધર્મહિન વ્યાપાર કરાવનાર બંબાનો ઉપયોગ આર્ય પર કરવાનો સંકલ્પ જ

શાપપાત્ર છે. એ જ રીતે બતાવે શકાય કે અમારા પર ડંડા, પથારા, વાંસી ઇત્યાદિનો વ્યવહાર કરવાનો વિચાર કરવો એ પણ અધાર્મિક વૃત્તિ છે.'

અમે અનુકૂળતાથી એકદમ પ્રકાશમાં આવ્યા. લાડુનો અને જીભનો સમાગમ થતાં જેમ જીભ લાડુને ઓળખે છે અને લાડુ જીભને ઓળખે છે તેમ ઘરધણીએ અમને ઓળખ્યા અને અમે ઘરધણીને ઓળખ્યા. જેનું હજી લગી અમે 'શેઠ'ના નામે સભય ધ્યાન કરતા હતા તે શંભુ પુરાણીના ભાણેજ વલ્લભરામ છે એ જાણતાં અમને જે હર્ષ થયો તેનું કારણ મિત્રનો સમાગમ હશે કે તાડના ભયનો નાશ હશે તે નિર્ણય કરવાનો સમય નહોતો, ભરાયેલા લોકો અમારું કમનસીબ, અમારી મૂર્ખાઈ, અમારા બીકણપણા વિશે એટલી બધી ટીકા કરતા હતા કે સર્વને વિસર્જન કરવા ભદ્રંભદ્રે ઊભા થઈ ભાષણ કર્યું અને અમારી કીર્તિને હાનિ ન પહોંચે તથા અમારી લઘુતા ન જણાય એવી રીતે બધી બીનાનો હેવાલ આપ્યો અને સર્વની જિજ્ઞાસા તૃપ્ત કરી. અમારી મુખાકૃતિનું ઘડી ઘડી નિરીક્ષણ કરતા અને આટલેથી રમખાણ પતી ગયું તે માટે નિરાશા દર્શાવતા સર્વ ચાલ્યા ગયા. પ્રથમ મારવા આવેલું અને પછી ચર્ચા તથા મશ્કરી કરવામાં ગૂંથાયેલું મંડળ વીખરાઈ ગયું ત્યારે જે સંતોષ થયો તેથી યોગીઓને અકંત કેમ પ્રિય લાગે છે તે સમજાયું.

વલ્લભરામ કહે, 'સંકટમાં રહ્યા રહ્યા પણ આપે જે આર્ય ભાવનાઓ, સુધારાનો તિરસ્કાર અને સિદ્ધાંત સ્થાપિત કરવાની યુક્તિ દર્શાવી તેથી હું આનંદ પામ્યો. મારે પણ એક વખત એક સુધારાવાળા જોડે પાણીના બંબા વિષે તકરાર થઈ હતી. રસ્તામાં પીવાના પાણીનો બંબો હતો તે જોઈ તે કહે, " જુઓ તમારા બ્રાહ્મણોએ વેદના મંત્રો ગોખાવ્યા પણ લોકોને મનમાન્યું પાની આપવા બંબા ન કર્યા." મેં કહ્યું, " વેદ અનાદિ છે અને બંબો સાદિ છે." એટલે તે માત ખાઈ ગયો. "સાદિ અનાદિનો ફેર સિદ્ધ કરો; વેદ અનાદિ હોય તોપણ તેના મંત્રના ઉચ્ચારથી શો લાભ છે?" એવા એવા પ્રસ્તુત પ્રશ્ન હાર્યાં છતાં તે પૂછવા લાગ્યો. મેં ઉત્તરમાં એ જ સિદ્ધાંત કહ્યાં કે, "વેદની પહેલાંનાં પુસ્તકો કે વૃતાંત જડતાં નથી માટે વેદ અનાદિ છે એ સ્વતઃસિદ્ધ છે; તથા શબ્દ નિત્ય છે તેથી તેનું ફળ પણ નિત્ય છે. તેથી વેદરૂપ બ્રહ્મનો ઉચ્ચાર બ્રહ્મત્વની નિત્ય પ્રાપ્તિ કરાવે છે. એ તો બે ને બે ચાર એના જેવું સમજાય એવું છે. આર્ય શબ્દો કંઈ પાશ્ચાત્ય શબ્દોના જેવા નથી કે અર્થ સમજ્યા પછી અને ચિત્તથી ભાવગ્રહણ થયા પછી તેમની અસર થાય. પાશ્ચાત્યોને તો 'સત્ય' શબ્દનો ઉચ્ચાર કર્યા પછી તેનો અર્થ જાણવો પડે છે. તેનું મહત્ત્વ ચિત્તમાં દૃઢતાથી ગ્રહણ કરવું પડે છે અને તે પ્રમાણે આચાર-વિચાર કરવા પડે છે ત્યારે ફળ મળે છે. 'ક્વિનિન' શબ્દનો ઉચ્ચાર કર્યા પછી તે શરીરમાં દાખલ કરવું પડે છે, ત્યારે તેની અસર થાય છે, પણ આર્યોને તો 'ઓમ્'

ઉચ્ચાર કરતાં જ મોક્ષ મળી જાય છે. અર્થ પણ જાણવો પડતો નથી અને પ્રયત્ન પણ કરવો પડતો નથી." મારા આ અને આવા સર્વ નિશ્ચલ સિદ્ધાંતો સૂત્રોના આકારમાં એકઠા કરી તેનું પુસ્તક મેં પૃથ્વીના એકેએક દેશમાં દિગ્વિજય માટે મોકલ્યું છે. સુધારાવાળા તો ભયથી ચકિત થઈ ગયા છે.'

૧૯. વલ્લભરામના દાવા

લોકહિતાર્થ પ્રયત્નમાં આજની મહેનતથી ભદ્રંભદ્ર થાકી ગયા હતા અને તેમના મનમાં અંધકાર વિરુદ્ધ કંઈ ભાવ થયો હતો. વળી અકસ્માતને નસીબ મારફત કપાળ જોડે સંબંધ છતાં તેથી તૃપ્ત ન થઈ આજના અકસ્માતે ભદ્રંભદ્રના પગ અને વાંસા સાથે સંબંધ કર્યો હતો. વિધાત્રીના લેખ સરખા ઊંડા લિસોટા ત્યાં પ્રગટ કર્યા હતા અને ભવિષ્ય પડતું મૂકી તાત્કાલિક વેદના ઉત્પન્ન કરી હતી. આ કારણોથી ઘેર જવા તરફ ભદ્રંભદ્રની વૃત્તિ મંદ હતી. પરંતુ વલ્લભરામ સાથે અમારે ઓળખાણ છતાં એટલો પરિચય નહોતો કે ભોજન કરાવે. 'ભોજન તો કરવું નથી માટે રાત્રે અહીં જ રહીએ તો કેમ.' એવું અને એવી મતલબનું ભદ્રંભદ્રે મને એક-બે વખત પૂછ્યું. પણ વલ્લભરામે ભોજન કરવાની વિનંતી કરી નહિ તેમ રાત્રે રહેવાની સૂચના વિશે પસંદગી પણ બતાવી નહિ. વલ્લભરામ આર્યપક્ષના સમર્થક હોવાથી ભદ્રંભદ્રને તેમને માટે પૂજ્યવૃત્તિ હતી તે નીચી પડી જવાની ધાસ્તીમાં હતી. પણ રાત્રે તારાના ભારથી વળી જઈ પૃથ્વી પર તૂટી પડતા આકાશને દિવસે સૂર્ય આવીને ટેકવી રાખે છે તેમ આ પૂજ્યવૃત્તિનું અધઃપતન થતાં પહેલાં ત્રવાડી આવી પહોંચ્યા અને તેમણે તે વૃત્તિને ઊંચી રાખી. 'કેમ વલ્લભ શોખી ! શી તરકીબ ચાલે છે ?' એમ બોલતાં તેમણે પ્રવેશ કર્યો પણ અમને જોઈ તે બોલતાં અટક્યા. નમસ્કાર કર્યા અને પાસે આવીને બેઠા અને બધી હકીકત ટૂંકમાં સાંભળી લીધી. વલ્લભરામ અને ત્રવાડી બીજા ઓરડામાં જઈ મસલત કરી આવ્યા અને અમને ભોજન કરવાનો તથા રાત્રે રહેવાનો બહુ આગ્રહ કર્યો હરકત જેવું નહોતું તેથી અમે કબૂલ કર્યું.

ભોજન કરી પરસ્પરને સંતુષ્ટ કરી અમે ચાર જણ આર્યપક્ષના વિજયની વાતો કરવા બેઠા. ત્રવાડી કહે, 'વલ્લભરામ, આજકાલ તો ગુજરાતમાં આર્યપક્ષ તમારા વડે જ દીપી રહ્યો છે, બોલનારા, લખનારા બીજા છે, પણ વિદ્વત્તા ભરેલી દલીલો આપી આર્યપક્ષનું સમર્થન તમે જ કરી શકો છો.'

વલ્લભરામને હા કે ના કહેવાનો પ્રસંગ નહોતો તેથી ઐતિહાસિક વૃત્તિ ધારણ કરી તેમણે કહ્યું :

'એક વખત એવો હતો કે ઊંચી ઇંગ્રેજી કેળવણી પામેલા તો સુધારાવાળા જ હોય એમ મનાતું અને સભામાં તે જ અગ્રેસર હતા. જૂની પદ્ધતિના જનોને એથી ભારે મુશ્કેલી થઈ પડી હતી. સુધારાવાળાની દલીલો છતાં તેમને પોતાના વિચાર તજી દેવા નહોતા ગમતા.

ઇંગ્રેજી કેળવણીનો ઉપયોગ સુધારા વિરુદ્ધ કરી તેમના મનને રુચતી પુષ્ટિ આપનારની આકાંક્ષા હતી અને તે જ પ્રમાણે કેળવણી પામેલા વર્ગને આર્યપક્ષમાં ભળવામાં શાસ્ત્રીઓને શરણે જતાં લજ્જા લાગતી હતી અને તેથી સંકોચ થતો હતો. તે કારણથી તેમને પણ પોતાના વર્ગના કોઈ ગુરુની જરૂર હતી.'

હવે પછી કહેવાનું વાક્ય બોલતાં વલ્લભરામને ગૂંચવણ પડે એ જાણે ધ્યાનમાં એકદમ ઊતરી ગયું હોય તેમ ત્રવાડી બોલી ઊઠ્યા, 'તે પુષ્ટિ આપનાર અને તે ગુરૂ તે તમે જ.'

ભદ્રંભદ્રની મુખમુદ્રા પર અભિમાનવૃત્તિ કંઈક ખંડિત થયાની રેખા જણાઈ, પણ સ્વપ્રતિષ્ઠાની સૂચના ન કરતાં તેમણે એટલું જ કહ્યું, 'શાસ્ત્રીઓની અવગણના થાય એ ઇષ્ટ પરિણામ નથી, તેમ પાશ્ચાત્ય વિદ્યાની સહાયતાથી આર્યપક્ષનો ઉત્કર્ષ થાય એ સંભવતું પણ નથી.'

વલ્લભરામ કહે, 'આર્યધર્મનું સનાતન સ્વરૂપ તો આપ કહો છો તે પ્રમાણે જ છે. પણ એવાં વચનો કહ્યાથી આપણા પર મતાંધતાનો આક્ષેપ થવાની ભીતિ રહે છે. માટે હું બહારથી તો એમ જ કહું છું કે જ્યાં હોય ત્યાંથી સત્ય લેવાને અમે તૈયાર છીએ. જૂનું કે નવું, આ દેશનું કે બીજા દેશનું, જે સત્ય હોય તે ગ્રહણ કરતાં અમને બાધ નથી. ત્યારે જ સત્યના શોધક તરીકે માથું ધરી શકાય છે. પછી જ્યારે અમુક નવી પાશ્ચાત્ય વાત સત્યને ઠરીને ગ્રહણ કરવાની આવે ત્યારે ક્યાં આપણે નથી કહી શકતા કે "તે અમારા સનાતન ધર્મથી વિરુદ્ધ છે ? વેદ ઈશ્વરપ્રણીત અને તેને આધારે થયેલાં સ્મૃતિપુરાણ પણ તેવાં જ શબ્દપ્રયાણ એટલે તેનું ઉલ્લંઘન અમારાથી થાય નહિ. વેદવ્યાસાદિ ઋષિઓથી અમે પોતાને વધારે ડાહ્યા સમજતા નથી." એમ કહી બીજી જ તકરાર ઉઠાવીએ એટલે સત્યના રૂપરંગની અવગણનાનો ઉપલો સ્વીકાર પ્રતિપક્ષીના મનમાંથી ખસી જાય. આ દેશનું જે સર્વ જૂનું તે જૂનું છે એટલા માટે જ ખરું છે એમ એક નિબંધમાં દર્શાવી મેં અંતે એમ જ લખ્યું છે કે અમારે તો જૂનું ને નવું બધું સરખું છે. જે સત્ય હોય તે ગ્રહણ કરવું છે તેથી સુધારાવાળા ગૂંચવાઈ ગયા છે અને ઉત્તર આપી શકતા નથી, કેમકે જૂના માટેનો આગ્રહ સત્યશોધક વૃત્તિથી ઊલટો છે એમ કહે તો ઉપલું અંત્ય વાક્ય હું બતાવી શકું. આ દેશનું જે અસત્ય ઠરે તે ત્યાજ્ય છે એમ કહેવાઈ ન જાય એટલી સંભાળ રાખું છું.'

ભદ્રંભદ્ર કહે, 'એ યુક્તિ ઠીક છે, પણ કેટલાક આર્યોનું કહેવું છે કે શાસ્ત્ર અને તર્કને ભેળવ્યાથી શાસ્ત્રને હાનિ થાય છે. શાસ્ત્રવચનોને પણ તર્કની આવશ્યકતા છે એમ ભ્રાંતિ થતાં શાસ્ત્રની અવમાનના થાય છે,'

વલ્લભરામ કહે, 'એ હું સમજું છું; પણ એટલું કબૂલ કરીએ તો તો પછી સુધારકોનું કહેવું જ સ્વીકાર્યું કહેવાય. સત્યનો અમારે નિષ્પક્ષપાત રીતે નિર્ણય કરવો છે એમ કહ્યા વિના તો ન ચાલે. પણ તેથી પ્રાચીન કંઈ મૂકી દેવું પડશે એવા સંશયનું કારણ નથી. "અનાદિસિદ્ધ વ્યવસ્થા" નામે પુસ્તકમાં મેં સિદ્ધ કર્યું છે કે આ દેશમાં અને યુરોપ-અમેરિકામાં હાલ જે કેટલાં વિદ્વાન હિંદુસ્તાનના પ્રાચીન પુસ્તકોમાં આજ સુધી અજ્ઞાત રહેલાં રહસ્ય ખોળી કહાડીને બતાવે છે તેમનો મત ઋષિઓએ કરોડો વર્ષથી સંગ્રહ કરેલાં શાસ્ત્રમાંના ધર્મનો જ અમૂર્ત રૂપે અવતાર છે. પૂર્વકાલમાં પણ કેટલાક ધર્મોપદેશકોએ આપણા ઋષિઓના સરખા કેટલા મત પ્રદર્શિત કર્યા છે તે પરથી એ જ સિદ્ધ થાય છે કે આપણો સનાતન ધર્મ ફરી ફરી અધર્મ દૂર કરવા અવતરે છે, ધર્મ તો દરેક પ્રજાના ઇતિહાસના આરંભથી જોવામાં આવે છે, માટે સર્વનો મૂળ આર્યધર્મ અનાદિ હોવો જોઈએ એ જ સિદ્ધાંત થાય છે. આ પ્રમાણે હાલની પાશ્ચાત્ય પદ્ધતિને અનુસરીને કરાતા તર્ક આપણાં શાસ્ત્રોનો જ અવતાર છે તો પછી શાસ્ત્રો સાથે તેનો સંયોગ થતાં હાનિ નથી. એ અવતારને હું "રહસ્યાવતાર" કહું છું.'

કંઈ સંતોષનું કારણ મળ્યું હોય તેમ ઉત્સાહિત થઈ ભદ્રંભદ્ર બોલ્યા, 'ધર્મ મૂર્ત રૂપે નહિ પણ અમૂર્ત રૂપે અવતર્યો હોય તો પછી કોઈ અમુક વ્યક્તિ ધર્મોદ્ધારકની કીર્તિને યોગ્ય કેમ કહેવાય ? અવતારમાં તો કોઈ મનુષ્ય નાયક કહેવાય જ નહિ.'

આક્ષેપ સહન થઈ શક્યો ન હોય તેમ અધીરા થઈ ત્રવાડી નસકોરાં ફુલાવી બોલી ઊઠ્યા, 'વલ્લભરામે હજી પોતાનો સિદ્ધાંત પૂરેપૂરો આપને કહ્યો નથી. જેમ બીજા દેશોમાં જ્યારે વિષ્ણુનો અવતાર થયો ત્યારે સર્વાત્મા વિષ્ણુએ મલેચ્છના સંસર્ગથી દૂર રહેવા પોતે ન અવતરતાં ધર્મ સમજાવનાર પોતાના અંશવાળા પેગંબરો ઉત્પન્ન કર્યા તેમ આ "રહસ્યાવતાર"માં પણ કૃષ્ણ પરમાત્માએ જાતે અવતાર ન લેતાં ધર્મને અમૂર્ત અવતાર આપી તેનું પ્રકાશન કરનાર પેગંબર તરીકે વલ્લભરામને મોકલ્યા છે. વિનયને લીધે વલ્લભરામ આ પરમ સિદ્ધાંત સ્પષ્ટ રીતે કહેતા નથી તેથી ઘણી વાર ગેરસમજણ થાય છે. પણ અવતારી પુરુષોને માટે આત્મપ્રશંસા એ દોષ નથી. નહિ તો શ્રીમદ્ ભગવદ્ગીતામાં શ્રીકૃષ્ણ કહે છે કે "હું આવો છું ને મેં આમ કર્યું" તે આત્મપ્રશંસાદોષ ન કહેવાય ? એ દોષ તો પામર મનુષ્યોને લાગે છે.'

ભદ્રંભદ્ર કંઈ ક્ષુબ્ધ થઈને બોલ્યા, 'મારું આર્યત્વ તો એવું છે કે "પેગંબર" સરખા મલેચ્છ શબ્દના ઉચ્ચાર કે શ્રવણથી તે ભ્રષ્ટ થાય. તો પછી તેની કલ્પના તો તે કેમ જ સહન કરી શકે ? એ માટે કંઈ શાસ્ત્રાધાર છે ?'

વલ્લભરામે ત્રવાડીને બદલે ઉત્તર દીધો, 'સ્વિટ્ઝરલૅન્ડના પ્રખ્યાત ડૉક્ટર નોબૉડિએ પૃથ્વીના એકેએક દેશમાં બારીક શોધ કરી "ધિ રાઇઝિંગ પૉકેટ" નામે એક ગ્રંથ હમણાં પ્રગટ કર્યો છે, તેમાં -'

ભદ્રંભદ્ર અધીરા થઈ બોલ્યા, 'હું તો શાસ્ત્રના આધાર વિષે કહું છું અને વળી એ પણ ધ્યાનમાં રાખવું જોઈએ કે પ્રસન્નમનશંકર સરખા આર્ય આપની પાશ્ચાત્ય પ્રમાણો ઉતારવાની પદ્ધતિને યોગ્ય ગણતા નથી. આપનાં પુસ્તકો પરથી જણાય છે કે આપને તો તેમને માટે બહુ પૂજ્ય વૃત્તિ છે.'

વલ્લભરામે કંઈક સંકોચ સાથે કહ્યું, 'પારમાર્થિક સાધનમાં એ વૃત્તિ નિરુપયોગી છે અને આખરે ત્યાજ્ય છે; માટે એવી વૃત્તિથી ભૂલ થવી ન જોઈએ. પ્રસન્નમનશંકરભાઈ ધનસામર્થ્ય પ્રવર્તાવે છે અને બહુ સારા માણસ છે. પણ પોતાની વિદ્વત્તાની પરીક્ષા શી રીતે કરવી એ ધોરણ વિષે મારો મત તેમનાથી કંઈ ભિન્ન માર્ગે ચઢી ગયેલો છે. એમનો મત હું જાણું છું પણ, કેળવણી પામેલો વર્ગ શાસ્ત્રનાં પ્રમાણથી સંતુષ્ટ થાય છે તે કરતાં પાશ્ચાત્ય વિદ્વાનો પણ આપણા શાસ્ત્રમાં છે તેવું જ કહે છે એમ કહ્યાથી વધારે સંતુષ્ટ થાય છે એમ આપને નથી લાગતું ? એટલો પાશ્ચાત્ય મોહ તો છે જ, પરંતુ શાસ્ત્રો તો પૂજ્ય છે એટલું કહીને પાશ્ચાત્ય વિદ્વાનોનાં પ્રમાણો આપ્યાથી "રહસ્યાવતાર" વધારે સારી રીતે થઈ શકશે એમ આપ નથી ધારતા ?'

ચમક્યા હોય તેવી મુખાકૃતિને સ્થિર કરવાનો નિષ્ફળ પ્રયત્ન કરતા ભદ્રંભદ્ર બોલ્યા, 'આપનાં પુસ્તકોમાંથી પ્રમાણ મેં ઘણી વાર મારાં ભાષણોમાં આપ્યાં છે, પણ એ પ્રમાણોનું પરિણામ "રહસ્યાવતાર"નું સમર્થન કરવા ભણી છે એમ મારા લક્ષમાં નહોતું આવ્યું. પાશ્ચાત્ય સંસર્ગની બીકથી હું એ અવતાર ગ્રહણ કરતાં સંકોચ પામું છું. હું જાણું છું કે થિયૉસૉફીના મતના યુરોપી અનુયાયીઓ આપણા દેશના શાસ્ત્રોનો મહિમા વધારવા પ્રયત્ન કરે છે, પણ તે સાથે તેઓ કોઈ કોઈ વાર "બધા" દેશનાં શાસ્ત્રના રહસ્યની વાતો કરે છે ત્યારે વળી મારું મન પાછું હઠી જાય છે. અને પાછું મને સાંભરી આવે છે કે મ્લેચ્છઓને અને યવનોને તો આપણાં શાસ્ત્ર જાણવાનો અધિકાર જ નથી.'

વલ્લભરામે સમજણ પાડવા સારુ સ્વસ્થ આકૃતિ ધરી કહ્યું, 'બીજા દેશોનાં શાસ્ત્રનું નામ તો સત્યશોધક વૃત્તિ દર્શાવવા સારુ દેવું પડે છે. બધા દેશોનાં શાસ્ત્રોમાંથી રહસ્ય ખોળવાનો બહારથી ઉદ્દેશ છતાં અંદરથી નિશ્ચય તો ખરો જ કે બીજા દેશોનાં શાસ્ત્રોમાંથી જેટલું આ

દેશનાં શાસ્ત્રોને મળતું ગમે તે રીતે ઠેરવી શકાતું હોય તેટલાને જ રહસ્ય ઠરાવવું. તેથી, આપણાં શાસ્ત્રો માટે ભીતિ રાખવાનું કારણ નથી. મ્લેચ્છો અને યવનોના અધિકાર સંબંધમાં આપણા શાસ્ત્રકારોનું કહેવું અક્ષરશઃ સત્ય છે અને તેઓ ત્રિકાલજ્ઞાની હતા એ અનાદિકાલથી સિદ્ધ છે, કેમ કે હાલ પણ તેમનાં કેટલાંક વચન ખરાં પડે છે, તેથી એ અધિકાર સંબંધી તેમનો નિષેધ હાલ પણ અસત્ય કહેવાય નહિ. પરંતુ આપણાં શાસ્ત્રોને ઉન્નતિ વધારવામાં પાશ્ચાત્ય વિદ્વાનો સહાયતા આપે તેનો સ્વીકાર કરવો એ શાસ્ત્રોને પ્રતિકૂળ કેમ કહેવાય ? બાલ પાસેથી પણ સુભાષિત ગ્રહણ કરવું એવું વચન આપણા શાસ્ત્રમાં જ છે.'

ભદ્રંભદ્ર ગૂંચવાઈ રહ્યા હતા તે એકદમ બોલ્યા, 'તે બાલ તે તો આપણાં આર્યબાલ, સ્ત્રી અને બાલક પણ ગુણવાળાં હોય તો પૂજ્ય છે એવું જ્યાં કહ્યું છે ત્યાં તે આર્યસ્ત્રી અને આર્યબાલકો માટે જ કહ્યું છે એમ સમજવું એ વેદધર્માનુસારીનું કર્તવ્ય છે.'

ત્રવાડીએ વચમાં પડી પૂછ્યું, 'એમ માનવા માટે કંઈ આધાર છે ?'

ત્રવાડીનાં નસકોરાં ક્રોધના આવિષ્કારથી કે ઉચ્ચારણના પ્રયત્નથી કે સ્વાભાવિક અભ્યાસથી ફૂલતાં હતાં તે નક્કી કરવા સારુ હું તેમના વધારે બોલવાની વાટ જોઈ તેમના તરફ જોઈ રહ્યો હતો તેવામાં વલ્લભરામ બોલ્યા, 'વેદવેદાંગાદિ સર્વ શાસ્ત્રોનું હું અધ્યયન કરી ગયો છું પણ એવો આધાર મેં કોઈ સ્થળે દીઠો નથી. પણ, હું કહું છું તેનાં પ્રમાણ તો સહેજે મળશે તો "રહસ્યાવતાર" પ્રમાણ તરીકે સિદ્ધ કરી શકાય છે. વળી, આ વિષયમાં તો અધિકારીઓને એક ખાસ સિદ્ધાંત જણાયેલો છે તે એ છે કે સ્ત્રી અને બાલકમાં આકર્ષણ કરનાર જે મોહ છે તે માયાનું રૂપ છે અને બ્રહ્મમય વિશ્વમાં ભ્રમ કરાવનાર માયા મોહિનીસ્વરૂપ સ્ત્રી વગેરે જે અનેક રૂપ ધારણ કરે છે તેમાં આર્ય-અનાર્ય, બ્રાહ્મણ-મ્લેચ્છ, ઇત્યાદિનો ભેદ રહેતો નથી, સર્વ સરખી સંભાવનાને યોગ્ય થાય છે. તેથી શાસ્ત્રવચનોમાં આર્ય સ્ત્રી અને આર્ય બાલકોના જ ગુણને પૂજ્ય કહ્યા છે એમ આપ ધારો છો તે રહસ્યવિરુદ્ધ છે. ગુણનું જ્ઞાન એ જ ભેદનું અને અજ્ઞાનનું મૂળ છે, તેથી સ્ત્રીઓમાં જે પૂજ્ય અંશ જણાય છે તે આખરે માયા જ છે એમ પારમાર્થિક દૃષ્ટિએ જાણવાનું તો છે જ પણ તે માટે એ માયા સેવ્ય નથી એમ નથી; કેમકે બ્રહ્મ અને માયાનો પણ અભેદ છે અને બ્રહ્મ જાણ્યા પછી માયાની સેવા કરવાથી જ એ અભેદનું જ્ઞાન દૃઢ થાય છે. માત્ર 'આ નિજ' અને "આ પર" એવી ગણના દૂર થવી જોઈએ.'

વલ્લભરામે ત્રવાડી ભણી જોઈ નયનચાપલ્યથી ઇશારો કર્યો તેથી ભદ્રંભદ્રનો ગૂંચવાડો વધ્યો, તોપણ ઉત્તર દેવાની તેમની શક્તિ ક્ષીણ થઈ નહિ. એક ક્ષણ વલ્લભરામ તરફ

સ્થિર દૃષ્ટિથી જોઈ રહી ભદ્રંભદ્ર બોલ્યા, 'આપના કહેવા પ્રમાણે તો સ્ત્રીઓ અને બાલકો, ઉત્તમ અને અધમ, પૂજ્ય અને અપૂજ્ય; માન્ય અને અમાન્ય, જ્ઞાની અને અજ્ઞાની, બંને સિદ્ધ થાય છે. આપ હાસ્ય નથી કરતા માટે પૂછું છું કે બેમાંથી કયું સિદ્ધ કરવાનો આપનો આશય છે ? આપ પણ ખરા અને હું પણ ખરો એમ હોય તો પછી વાદનું કારણ શું રહ્યું ? અને આવા વિષયમાં નિજ અને પરની ગણના ન કરીએ તો પછી આપણું આર્યત્વ ક્યાં રહ્યું ? આ દેશનું અને પરદેશનું, આર્ય અને પાશ્ચાત્ય એ બેમાં ભેદ ન ગણાવો જોઈએ એમ તો સુધારાવાળાનું કહેવું છે, આપણું નહિ.'

ત્રવાડીનાં ધમણ પેઠે વિકાસ પામતાં નસકોરાં ઉપર આવેલી બે આંખો ગણપતિની દૂંદની બે તરફ હાલહાલ થતી છાયા ઉપર ઊભેલી રિદ્ધિસિદ્ધિ જેવી દીપતી હતી, તે જ જાણે માયારૂપ હોય તેમ તે તરફ નયનચાપલ્ય ફરી ચલાવી વલ્લભરામે ભદ્રંભદ્રને ઉત્તર દીધો, 'નિજ અને પરના એ અભેદનું જ્ઞાન તો અધિકારીને થઈ શકે. સુધારાવાળા તો ભેદભ્રમમાં ગોથાં ખાય છે, એને સારું-નઠારું, પાપ-પુણ્ય, અનીતિ-સુનીતિ ઇત્યાદી યુગ્મ વ્યાવહારિક જ્ઞાનથી કલ્પે છે તે વેદાંતને કબૂલ નથી. આપ જે વિરોધથી વિસ્મય પામો છો તેમાં પણ આશ્ચર્યકારક કાંઈ નથી. વિરોધ પરથી જ અવિરોધ થાય છે. આપનું મત અને મારું મત કંઈ ભિન્ન નથી. આપણ બંને આર્યપક્ષવાદી છીએ. આ તો સહજ આપને રહસ્યલીલા દેખાડી.'

ત્રવાડી આકૃતિની વિકૃતિ દસ્તુર મુજબ કરીને બોલ્યા, 'વલ્લભરામનું "રહસ્યલીલા" નામે કાવ્ય આપે વાંચ્યું જણાતું નથી. તેમાં અજવાળાની અંધારાની નામે સ્તુતિ કરી છે અને અંધારાની અજવાળાને નામે નિંદા કરી છે. વળી અંધારાની અજવાળાને નામે સ્તુતિ કરી છે અને અજવાળાની અંધારાને નામે નિંદા કરી છે અને આખરે બંનેનો અભેદ ગાયો છે.'

ભદ્રંભદ્રની રસિકતા જાગ્રત થઈ અને પ્રથમની કટુતા ભૂલી જઈ તે બોલ્યા, 'ધન્ય છે. એ તો અનુપમ કાવ્ય હોવું જોઈએ.'

ત્રવાડીને વલ્લભરામની સ્તુતિ ગમી પણ ભદ્રંભદ્રની પરીક્ષાશક્તિમાં ભૂલ કહાડવામાં આનંદ થતો હોય તેમ તે બોલ્યા, 'એ તો મેં આપને એ કાવ્યનું રહસ્ય કહ્યું, લીલા તો જુદી જ છે. 'લીલા' અને 'રહસ્ય' નામે કાવ્યના બે ભાગ છે. 'લીલા' અને 'રહસ્ય' ટીકારૂપમાં છે. અધિકારીઓને 'રહસ્ય'માં આનંદસ્થાન છે અને વલ્લભરામને પોતાને 'લીલા'માં આનંદસ્થાન છે. માટે વલ્લભરામની કૃપા હોય તો બંનેમાં છે.'

વલ્લભરામે રોષમાં અને રમતમાં ત્રવાડી પર પ્રહાર કર્યો તે પ્રસાદ પેઠે સ્વીકારી લઈ ત્રવાડીએ ભદ્રંભદ્રને કહ્યું, '"લીલા"ની ખૂબી તો ઓર જ છે, એ કાવ્યદેવી છે.'

કંઈ સ્મૃતિ થતી હોય તેમ વિચારોને મધ્ય ભાગમાં વહી આવવાની બીક જોવા ખાડા કપાળમાં પાડી ભદ્રંભદ્ર બોલ્યા, 'આપ તો લીલાને કાવ્યદેવીરૂપે વર્ણવો છો, પણ મેં તો એ નામની દેવીનું ખરેખરું મંદિર જોયું છે. કાળિકાનું નામ "લીલા" કદી સાંભળ્યું નથી, પણ ત્યાં જે અદ્ભુત ચમત્કાર મેં જોયા તેની આગળ એ નામની અપૂર્વતા તો કંઈ નથી. આપની ઇચ્છા હોય તો એ સર્વ ચમત્કારોનું વર્ણન કરું. નિદ્રાનું સામ્રાજ્ય હજી મારા પર તો થવા માંડ્યું નથી.'

ત્રવાડીએ ઇંગિતથી વલ્લભરામની સંમતિ મેળવી કહ્યું, 'થવા માંડ્યું હોય તો તે દૂર કરતાં અમને આવડે છે તો આપ વાત કહોને.'

ભદ્રંભદ્ર કહે, 'ભૂંડ ને પાડામાં ફેર છે તેટલો વાત અને વર્ણનમાં ફેર છે. પણ એ વર્ણન હજુ સુધી કોઈને કહેવાનો પ્રસંગ મને મળ્યો નથી, તેથી એ ભેદનાં કારણ તથા પરિણામ વિષેના શાસ્ત્રાનુસાર વિસ્તાર કરવા રોકાવું હું યોગ્ય ધારતો નથી અને નિદ્રાનું સામ્રાજ્ય મારા પર થવા માંડ્યા પછી તો આપ શું, બ્રહ્મા પણ તે અટકાવી શકે તેમ નથી. લગુડાદિના પ્રહારથી જેમને નિદ્રા આવતી અટકે અથવા આવેલી ખંડિત થાય તેમને મહારોગી જાણવા એમ ધન્વંતરિ કહી ગયા છે. તેથી એ સંબંધમાં આપની આશા મિથ્યા છે, નિદ્રા આવે છે ત્યારે હું એકાએક ગબડી પડું છું અને તેના સાટામાં નિદ્રા જાય છે ત્યારે હું એકાએક ઊભો થઈ જાઉં છું, માટે શયનમાં બેસીને હવે વધુ ભાષણ કરવું એ ભયરહિત છે.'

૨૦. ભદ્રંભદ્રે દીઠેલું અદ્ભુત દર્શન

ભદ્રંભદ્રને થયેલી ઈજાઓ પર કેટલાકની સલાહથી જે ઉપચાર કર્યા હતા તેથી નિદ્રા જશે કે દુઃખ વધશે એ વિષે મને સંદેહ હતો અને એ સંદેહનો નિર્ણય, બ્રાહ્મણને પ્રેતાન્ન જમાડ્યાથી તેને અજીર્ણ થશે કે નરક મળશે એવા એક વખત મને થયેલા સંદેહના નિર્ણય સમાન વિચાર કરતાં પણ કરવો મુશ્કેલ હતો; તે છતાં વાર્તા કે વર્ણન સાંભળવાની મને એટલી બધી ઉત્કંઠા થઈ કે અત્યારે તેમની નિદ્રા જાય અને સવારે દુઃખ વધે એમ ઇચ્છા કરી એ સંદેહ મેં દૂર કર્યો અને સ્વસ્થ ચિત્તે બધાની સાથે પથારીમાં બેઠો. દીવા વિષે, તકિયા વિષે, પવન વિષે, ઘડિયાળ વિષે, કેટલીક નિરર્થક વાતો કરીને અમારી જિજ્ઞાસાને તીવ્ર કર્યા પછી અને ઘણાએક ખોંખારા કર્યા પછી ભદ્રંભદ્રે લીલાદેવીના મંદિરમાં જોયેલા ચમત્કારનાં વર્ણનનો આરંભ કર્યો. તે બોલ્યા કે,

'વ્યાઘ્રાદિ પ્રાણીની હિંસાના સંબંધમાં શાસ્ત્રાર્થ કરવાને અમારી નાત મળી હતી. તેમાંના કેટલાકના અજ્ઞાનથી હું એટલો બધો પ્રસન્ન થયો કે મારો કોપ વધવાથી હું તેમને હાનિ કરી બેસું નહિ એટલા માટે હું ત્યાંથી ચાલ્યો ગયો અને તેઓ પાશ્ચાત્યાપ કરી ક્ષમા માંગવા તથા મને પાછો તેડી જવા આવી પજવે નહિ, તેટલા માટે હું ઘેર ન જતાં નગર બહાર જતો રહ્યો. મધ્યરાત્રિ થઈ ગઈ હતી તેથી બીક લાગી નહોતી, પણ એકાંતમાં મને જોઈ કોઈ બીશે એમ ધારી કેટલેક દૂર ગયા પછી હું પાછો ફર્યો, પણ દરવાજા બંધ હોવાથી પ્રતીતિ થઈ કે વિધિએ જ નિર્મિત કર્યું છે કે આ રાત્રે મારે નગર બહાર રહેવું, તેથી ચોર ન ગણાવા સારુ મહોટા માર્ગ મૂકી દઈ પગ લેઈ ગયા તેમ ગયો. કેટલાંક ખેતર અને ખાડા, કાંટા કે ઊંડાઈની ગણના વિના ઓળંગ્યા પછી અને કેટલાંક ઝાડ સાથે ભૂલ વિના જાણી જોઈ અથડાયા પછી આઘે એક દીવો હાલતો જોયો. વધારે પાસે જતાં અસંખ્ય દીવાના પાંદડાંવાળું એક મહોટું વૃક્ષ જોયું. આ દિશામાં સ્મશાન નથી એમ પ્રતીત હોવાથી સંકલ્પ કર્યો કે ભૂતથી મારે બીવું ન જોઈએ, વળી બ્રાહ્મણથી ભૂત પણ ડરે છે એ વિદિત હોવાથી જનોઈ હાથમાં લઈ જોઈ હું બ્રાહ્મણ છું એમ ખાતરી કરી હું અગાડી ચાલ્યો મારા જવાથી કોઈને અડચણ ન થાય એમ ધારી પાછા ફરવાનો વિચાર કર્યો, પણ જેમ યુદ્ધમાં શૂરવીરો ધસતાં છતાં પાછું ફરી જોઈ શકતા નથી, તેમ મને પણ પાછું ફરી જોવાની શક્તિ મારામાંથી જતી રહેલી લાગી. દીવાઓની વધારે પાસે જવાથી કંઈ ફળ નથી અને નકામો કાલવ્યય થશે એમ ધારી હું જરા આડો ફંટાઈને અગાડી ગયો. વૃક્ષોની ઘટામાંથી થોડા થોડા દીવા દેખાયા કરતા હતા, પણ દૂરતા એ ભયનાશકનું કારણ છે અને દૂર રહ્યેરહ્યે દૈત્યનો પણ તિરસ્કાર થઈ શકે છે એ શાસ્ત્રાધાર વિદિત હોવાથી અંતર વધારવા હું ત્વરાથી ચાલ્યો. અગાડી જતાં પગ પાણીમાં પલળવા લાગ્યાં તેથી નીરિક્ષણ કરતાં જણાયું કે નાની

તળાવડી આવેલી છે. સરોવરની શાસ્ત્રાનુસાર પૂજા કરવા પ્રદક્ષિણા કરતો હતો તેવામાં સામે ગગનમાં પહોંચતી બે ઊંચી આકૃતિઓ સ્થિર ઊભેલી જણાઈ. તેઓ કોઈ પ્રાણી હોય તો મને જોઈ અદૃશ્ય ન થઈ જાય માટે પ્રદક્ષિણા કરવાનું બંધ રાખી કેટલાંક ઝાડવાંને ઓથે નિઃસ્વન થઈ જલની સમીપ હું બેઠો. તેવામાં આઘેથી કોઈ મારા ભણી આવતું જણાયું. ગભરાવાનું કારણ શું છે તે મને સમહાયું નહિ. તેથી ધીરજ ન રાખવા માટે હૃદયને મેં ઠપકો આપ્યો. મારા ગુપ્ત જ્ઞાનમાં વધારો કરવા સારુ આ ચમત્કારનું તાત્પર્ય જાણવા તે આવનારને પ્રશ્ન પૂછવાનો હું વિચાર કરતો હતો, તેવામાં જાણે મારી અધીરાઈ તે જાણી ગયો હોય તેમ મારા તરફ તે ધસી આવ્યો અને ઉચ્ચારેલા શબ્દોને મારી શ્રવણેન્દ્રિયે પહોંચતા વિલંબ થશે એમ જાણી તત્કાલ મારા બે કાન હાથ વડે તેણે પકડ્યા અને ખેંચ્યા. તેણે કાન ખેંચ્યાથી હું ઊભો થયો કે તે પહેલાં મારી મેળે ઊભો થઈ ગયો તેની મને સ્મૃતિ રહી નથી, કેમકે તે જ ક્ષણે પાછળથી બીજા કોઈએ મારા પગ ઝાલ્યા અને મારી ઈચ્છા ઉપરાંત મને આ જંગલની ગાદીએ બેસાડવા લઈ જતા હોય તેમ તેઓ ટાંગાટોળી કરીને મને લઈ ચાલ્યા.'

'લોકો કહે છે કે આવે પ્રસંગે જીવ તાળવે રહે છે. પણ મને આ સમયે થયેલા અનુભવથી જણાયું કે જીવ તાળવામાં નહિ પણ બે કાકડા થઈ પગની પાનીઓમાં આવીને બેસે છે. કેમ કે માથું તો મડદાના જેવું નિર્જીવ દેખાતું લબડે છે, પણ પગ ગતિ કરવા અને છૂટા થવા અત્યંત પ્રયત્ન કરે છે અને જીવના પ્રવેશનાં ચિહ્ન દર્શાવે છે. મને લઈ જનારને બિચારાને આ અનુભવસિદ્ધ નિયમની જાણ ન હોવાથી જીવના માનને અર્થે તેઓ મારા શીર્ષને અસ્પૃશ્ય રાખતા હતા અને પગને સ્વસ્થ રાખવાની મિથ્યા પ્રયત્ન કરતા હતા તથા કોઈ કોઈ વાર ઘટે તે કરતાં વધારે પ્રહાર કરતા હતા. તેમને આ સંબંધી સત્ય જ્ઞાન આપવું મને ઉચિત જણાયું નહિ, કેમકે તેઓ અધિકારી હશે કે નહિ એ વિશે મને સંશય હતો અને અધિકારી ન હોય તેને જ્ઞાન આપવાનો શાસ્ત્રમાં નિષેધ છે. તેથી ચિત્તમાં ભીતિ ન છતાં મેં મૌન ધારણ કર્યું અને મૌનવૃત્તિમાં જે આનંદ મનાય છે તેનો મને એવો અનુભવ થવા લાગ્યો કે, થોડે ગયા પછી એક ત્રીજાએ આવી મારી આંખોને પાટા બાંધ્યા અને મારા મ્હોંમાં ડૂચો ઘાલ્યો તો પણ મેં મૌનભંગ કર્યો નહિ. વલી ગાઢ અંધકારમાં કંઈ દેખાતું નહોતું ત્યાં નયનો બંધ થવાથી કંઈ વિશેષ હાનિ નહોતી અને બોલવાની ઈચ્છા નહોતી ત્યાં મ્હોં બંધ થવાથી તે ઈચ્છા સફળ કરવામાં ઊલટી સહાયતા થઈ. તેથી કંઈ પણ અપમાન થયું ન ગણતાં મેં ધીર પુરુષની પેઠે સર્વ સહન કર્યું. મહાપુરુષો વિપત્તિઓને હરાવે છે તે આ જ રીતે. મારી મુનિવૃત્તિ એટલી વધી કે કોઈએ મારા ગજવાં તપાસ્યાં તો પણ ધનહરણ અટકાવવા મેં પ્રયત્ન કર્યો નહિ તથા તે હરણ કરનારને જોવાની ઈચ્છા કરી નહિ. ધનહરણ કર્યા પછી પણ મારો ત્યાગ તે લોકોએ કર્યો નહિ, તેથી નિશ્ચય થયો કે હું પોતે ઘણો

મૂલ્યવાન છું. માત્ર એમ જણાયું કે આ લોકો એમ સમજતા હતા કે પ્રહારથી મૂલ્ય વિશેષ વધે છે. વિચાર કરતાં મને લાગ્યું કે તેમની આ ભ્રાંતિનું કારણ એ હોવું જોઈએ કે લોહ, સુવર્ણ, મણિ ઇત્યાદિનું મૂલ્ય પ્રહારથી અને છેદથી જ વધે છે, આ ઉપરથી એ લોકોના ધંધા વિષે અનુમાન કરતો હતો તેવામાં અમે પગથિયાં ઊતરવા માંડ્યા એમ જણાયું. પગથિયાં ઘણા હશે એમ લાગતું હતું, તેથી મારા પગને શ્રમ આપ્યા વિના આ લોકો મને અધ્ધર ઉપાડીને ઊતરતા હતા. તે માટે ઉપકારવૃત્તિ મારા હ્રદયમાં સ્ફુરતી હતી. તેવામાં તેઓ એકદમ અટક્યા અને મને પગથિયા પર ઢળતો સુવાડ્યો. મારાં મ્હોંમાંથી ડૂચો કહાડ્યો. મારી આંખોના પાટા છોડ્યાં અને જાણે હું ત્યાં જ રહું તેમાં તેમને વાંધો ન હોય તેમ મારા શરીરને નીચે ગગડાવવાની જોરથી ગતિ આપી તેઓ એકાએક જતા રહ્યા. તેઓ શા માટે જતા રહ્યા તે વિચાર કરવાનો અવકાશ મને મળ્યો નહિ, કેમકે હું એવો ઝપાટામાં નીચે ચાલ્યો કે મારી ગતિ વિનાની બીજી બધી વાત મારા ચિત્તમાંથી ખસી ગઈ. અટકવાને મેં બહુ પ્રયત્ન કર્યો. પણ ઢોળાવ સીધો હતો અને આસપાસ હાથ ફેલાવતાં કંઈ ઝાલી લેવાય એવું જડતું નહોતું. પગથિયાં સાંકડાં હતાં અને બે બાજુની ભીંતો સીધી હતી. પાતાળમાં વીજળી ઊતરે તેમ હું વેગથી ચાલ્યો. પગથિયે પગથિયે માથું કુટાવાથી તથા કોઇ કોઈ ઠેકાણે શરીર અથડાવાથી વાગતું હતું ખરું, પણ ત્વરા ઓછી થતી નહોતી. અંધારામાં ગોળ કડવો લાગતો નથી અને જીભ બંધ થઈ જતી નથી એ અતિ પ્રયાસે શોધી કહાડેલા મહાન સિદ્ધાંતો વિદિત હોવાં છતાં શ્રોતા કોણ છે તે ન જાણવાથી મારી અમૃતમય વાણીનો ઉચ્ચાર કરવો યોગ્ય લાગ્યો નહિ.'

'એવામાં હું એકાએક અટક્યો અને મારા પગ કોઈને જોરથી વાગ્યા. તે માણસ બેઠો હતો તે ઊથલી પડ્યો એમ લાગ્યું અને કેટલાંક વાસણ પણ ખખડ્યાં. તે માણસે “ક્યા હૈ” એવી એકાએક બૂમ પાડી, અને હું બેઠો થઈને ઉત્તર દેવો કે નહિ તેનો વિચાર કરી રહું તે પહેલાં તો એક દંડ વતી તેણે મને સ્પર્શ કરી તથા ખસેડી જોઈ “કોન હે” એવી બદલાયેલા અર્થની બીજી બૂમ પાડી અને હું થાક્યો હઈશ એમ ધારી તે દંડથી તત્કાળ મારો થાક ઉતારવા માંડ્યો. બોલવામાં કંઈ સાર નથી અને બોલ્યું કોઈ માને એમ નથી એમ નક્કી જાણ્યા છતાં મારાથી ભાવિ હતું તે થઈ ગયું. માણસ પરતંત્ર છે, કર્મને વશ છે. માણસ કશું કરી શકતો નથી, કશા માટે જવાબદાર નથી. માણસ બગાસું ખાય છે તે પણ પૂર્વજન્મના કર્મનું પરિણામ હોય છે. લખ્યા લેખ ટળતા નથી તેથી મારાથી બોલાઈ ગયું કે “હું છું.” દંડ પ્રહાર ક્ષણભર બંધ રાખી તે માણસે દીવો પ્રગટાવ્યો અને મારા મુખનું દર્શન કર્યું. પળવાર તે મારા ભણી તાકી જોઈ રહ્યો. તેને મારું મુખ સૂર્ય જેવું લાગ્યું કે મેઘ જેવું તે તેણે કંઈ કહ્યું નહિ, પણ મને તો તેનું મુખ કાળ જેવું લાગ્યું. મારા મનમાં ઊભી થયેલી ઉપમા તે જાણી ગયો કે શું પણ હું ઊભો થતો હતો તેવામાં લાત લગાવી તેણે મને પાછો નીચે પાડ્યો તે

એક રીતે ઠીક થયું કે શરીરને શ્રમ આપ્યા વિના હું આસપાસ સર્વ વસ્તુઓનું નિરીક્ષણ કરી શક્યો. પડ્યે પડ્યે મેં દીપપ્રકાશની સહાયતાથી દ્રષ્ટિ ફેરવી તો જણાયું કે વગર નોતરે હું જેનો પરોણો થઈ પડ્યો હતો તે અસાધારણ શરીર પુષ્ટિવાળો બાવો હતો. ભોંયરું ઘણું જ સાંકડું ને નહાનું હતું. એક પાસે દેવીની મૂર્તિ હતી, એક પાસે સાદી ભીંત હતી. એક પાસે ભીંતમાં ગોખલામાં ખીંટી હતી અને એક પાસે હું જે માર્ગે આવી યશસ્વી કૂચ કરીને આવ્યો હતો તે સીડી હતી. ભોંય પર એક મૃગચર્મ, એક મદિરાની શીશી, એક ત્રિશૂળ, બે ખોપરીઓ, બે દીવાઓ અને ત્રણ-ચાર વિચિત્ર આકારના ત્રાંબાના વાસણ પડેલાં હતાં. ઉપર છતમાં બે જાળીઓ હતી અને વચમાં એક કોડિયું ઊંધુ ટીંગાવ્યું હતું. તેમાં ગરોળી જેવું કંઈ તરફડતું બાંધેલું હતું. તેથી ખોપરીઓમાં સાપના અને દેડકાનાં ડોકા જેવા કકડાઓ બહુ જ દુર્ગંધ મારતા હતા, તેથી ત્રાસ પામી મેં દેવી ભણી દૃષ્ટિ કરી. દેવીની મુખાકૃતી પ્રસન્નતાવાળી હતી અને વદન પર કંઈ પણ ચંડતા નહોતી. સસ્મિત નયનવિકાસ હતો. તેના કેશ છૂટા હતા, પણ તે પર ફૂલ ગોઠવેલાં હોવાથી ચંડીસ્વરૂપની એ સાધારણ સામગ્રીથી સૌંદર્યમાં જ વધારો થતો હતો. જમણા હાથમાં શસ્ત્ર હોવાને બદલે એક કમલની આકૃતિ હતી અને હાથનો અગ્ર ભાગ કોણી આગળથી ગાલ ભણી વળેલો હતો. ડાબો હાથ સરળતાથી સીધો નીચો રાખેલો હતો. શરીરે કસુંબલ ચૂંદડી પહેરાવેલી હતી. શીર્ષ પર મુગટ હતો. કપાળે ચાંલ્લો હતો, હાથે બંગડીઓ હતી. દેવીનું આસન વાઘ કે મહિષ પર નહોતું પણ એક પગ સીધો અને એક સહેજ વાંકો રાખ્યાથી કંઈક રમ્યતા જણાતી હતી. મૂર્તિ શ્વેત પાષાણથી ઘડેલી હતી અને તે પર પીઠીનો લેપ કર્યો હતો એમ લાગતું હતું. આખી પ્રતિષ્ઠામાં કાળો પથ્થર કોઈ ઠેકાણે નહોતો.

'હું આ નિરીક્ષણ કરતો હતો તે વખતે બાવો બીજી દીવીમાં તેલ રેડવામાં તથા દીપ પ્રગટાવવામાં રોકાયો હતો. બંને દીવામાંનું તેલ કોઈ પ્રાણીને પીલીને કહાડેલું હોય એમ લાગતું હતું, તથા દીવા તડતડ થતા હતા. બીજો દીવો સળગાવી બાવાએ તરત દેવીની આરતી ઉતારી. તે વખતે માલૂમ પડ્યું કે તેની ડોકે એક સાપ વીંટાળેલો ઝૂલતો હતો, આવી ત્રાસદાયક સામગ્રીથી આવી સૌમ્યાકૃતિ દેવીની શા માટે ઉપાસના કરતો હશે તે વિસ્મયની સાથે આ ગુપ્ત મંદિરમાં આવવાનું મારું વૃતાંત બાવો પૂછે તો શી રીતે આપવું તે હું મનમાં ગોઠવતો હતો. તેવામાં તે બાવાએ આરતીવાળો દીવો હોલવી નાંખ્યો અને દીવી પર પાછો મૂક્યો. એકાએક ડોક પરથી સર્પ કહાડી ગોખલાની ખીંટી પર મૂક્યો. બીજો દીવો હાથમાં લઈ તેની જ્યોત ખીંટીને થોડી અડકાડી. બીજે હાથે તે ખીંટી નીચે ખેંચી એટલે તરત કડાકો થયો. છતમાં ટીંગાવેલું કોડિયું નીચે પડીને ભાંગી ગયું. ગરોળી પૂંછડીની દોરી સાથે દોડી ગઈ. છતમાંની એક જાળી ખસી બીજી જાળીની અડોઅડ આવી અને તેની જગ્યાએ એક બાંકું પડી રહ્યું. એક પગ ખીંટી પર મૂકીને એક હાથે જાળીના

સળિયા ઝાલી બીજા હાથમાં દીવા સાથે બાવો ઉપર કૂદી ગયો અને પછી જાળી ખસી આવી. અંધારું થઈ ગયાથી બીજું શું થયું તેની મને ખબર પડી નહિ, પણ ખીંટી પર સર્પ હતો તેથી ત્યાં સ્પર્શ કરી બાવાના જેવો પ્રયોગ કરવાની ઇચ્છા મને થઈ નહિ.'

'દીવો ફરી પ્રગટાવવાનું સાધન ત્યાં કંઈ હોય એમ મારા જાણવામાં નહોતું. તેમ અંધારામાં તે માટે ખોળ કરવાની પણ વૃત્તિ થઈ નહિ. મૂર્તિ દેખાતી નહોતી પણ ત્યાં મૂર્તિ છે એ જ્ઞાનથી મને બીક લાગવા માંડી. ફાંફા મારી સીડી શોધી કહાડી અને ઉપર ચઢવા માંડ્યું. હેઠળ આવતી વેળા શ્રમ વિના કેવો સપાટામાં આવ્યો હતો તેની સ્મૃતિ થઈ, પણ તે પ્રમાણે આ વેળા કોઈ મારે શરીરે દોરડાં બાંધી મને ઉપર ખેંચી લે એવી ઈચ્છા ઉત્પન્ન થતાં જ તે અસ્વીકાર્ય થઈ. બ્રાહ્મણના પેટમાં માઈ શકતા મોદકની સંખ્યા પેઠે પગથિયાંની સંખ્યા અપાર જણાતી હતી. નીકળવાનું મૂળ સ્થાન અંધકારમાં શોધી કાઢવા સારુ પશુઓ જેવી ઘ્રાણશક્તિની મને ઈચ્છા થઈ અને તેથી મેં સિદ્ધાંત કર્યો કે પુનર્જન્મમત સામે પૂર્વજન્મની સ્મૃતિના અભાવનો વાંધો સુધારાવાળા ઉઠાવે છે તે કેવળ ભ્રાંતિ છે. કેમ કે આ જન્મમાં પશુ પેઠે ઘ્રાણેન્દ્રિયનો ઉપયોગ કદી કર્યા વિના મને થયેલી આ ઈચ્છા પૂર્વજન્મનો સંસ્કાર જ સિદ્ધ કરતી હતી. સંસ્કારજાગૃતિ મહાપુરુષોને જ થાય છે તેથી સુધારાવાળાઓનો આ વાંધો પાછું સિદ્ધ કરે છે કે તેઓ મારા જેવા મહાપુરુષ નથી. આવા વિચારોમાં પગથિયા ચઢતાં હું ઊંચે હાથ રાખવાનું ભૂલી ગયો અને મારું માથું એકાએક કશા સાથે બહુ જોરથી અથડાયું. હું કળ ખાઈ બેસી ગયો, પરંતુ માર પડતાં પણ એટલો લાભ થાય છે કે દંડના સ્વરૂપનું જ્ઞાન થાય છે. વેદના છતાં મને જ્ઞાન થયું કે સીડીને મથાળે હું આવી પહોંચ્યો છું અને ઉપરનું ઢાંકણ બંધ છે. વળી, અંધકારમાં આ જ્ઞાન થયું તેની અજ્ઞાનને અંધાકારની ઉપમા આપવી એ કેટલી મ્હોટી ભૂલ છે તે સમજાયું.'

'વેદના પૂરેપૂરી બંધ થાય ત્યાં સુધી વાટ જોવાનું બની શકે તેમ નહોતું, કેમકે અંધકારમાં જ્યાં ભૂત, ભવિષ્ય ને વર્તમાન અભેદજ્ઞાનથી એક થઈ ગયેલા લાગતા હતા ત્યાં કાલની બહુ અછત હતી. તેથી આ એકાએક આવી પડેલા ભારથી શિર મુક્ત થયું તે પહેલાં તેના પર એક બીજો ભાર વધારવો પડ્યો અને બહાર શી રીતે નીકળવું એ ચિંતનમાં વ્યાપ્ત થવાથી શિરને આજ્ઞા કરી. એ નિર્ણય કરવો કંઈ સહેલો નહોતો. ભલભલા શાસ્ત્રીઓ પણ ગોથાં ખાઈ જાય એવો પ્રશ્ન હતો અને શાસ્ત્રીઓ કરતાં કંઈ વધારે જ્ઞાનવાળું હોઈ શકે નહિ, શક્યું નથી અને શકવાનું નથી, એ તો અનાદિ કાલથી સિદ્ધ થઈ ચૂકેલું છે. દિવસ થતાં સુધી વાટ જોવી એ પણ આશાસ્થાન નહોતું કેમકે આ ભોંયરામાં દિવસ અને રાત્રિનો ભેદ પડતો હોય એમ લાગતું નહોતું, અને અંધકાર જ પારમાર્થિક અભેદ જ્ઞાનનું મૂળ થઈ ચૂક્યું

હતું. અંતે તર્કબળ વાપર્યું અને હું સંભાળીને ઊભો થયો. ઢાંકણું કેવા પ્રકારનું છે તે જાણવા સારું ન્યાયાનુસાર અનુમાન બાંધવું આવશ્યક હતું. તેથી ઢાંકણાને હસ્તથી સ્પર્શ કર્યો. ડગે નહિ એવડી મહોટી શિલા છે એ જાણતાં જે નિરાશા પ્રાપ્ત થઈ, તેથી થતી મુખ પરની ગ્લાનિ દર્પણને અભાવે મારાથી જોવાય તેમ નહોતું અને બીજું કોઈ તે જોનાર નહોતું તેથી દૂર કરવાનો પ્રયત્ન કર્યો નહિ, પણ શિર પર છત્ર થઈ રહેલી શિલાસમ ચિત્તને પણ દૃઢ કરવાનો પ્રયત્ન આરંભ્યો; કેમકે અરણ્યમાં રુદન વ્યર્થ છે એ શાસ્ત્રવચન વિદિત હોવા છતાં રુદનનો કંઈક સંભવ જણાતો હતો. અશ્રુપાતનો આરંભ એકાએક થઈ વરસાદને બદલે તીડની ઉપમાને પામી શરીરના વિકાસને ક્ષીણ કરી નાખશે તો આર્યભૂમિનું શું થશે, જગતના ઉદ્ધાર માટે ઉત્પન્ન થયેલું આ અલૌકિક અપૂર્વ દેહવૃક્ષ નિઃસત્વ થશે, તો આટલા વર્ષથી પોષેલાં અને પક્વ થવાં આવેલાં તેનાં તર્કફલ લોકથી અજ્ઞાત રહ્યાં રહ્યાં જ કેવાં શુષ્ક થઈ જશે, જે પરમ તત્વો લોક કલ્યાણ માટે મેં શોધી કહાડ્યાં છે તે સમજવાનું મારામાં બળ ક્યાંથી રહેશે અને મર્ત્યલોક પ્રતિ સ્વર્ગનું દ્વાર સદાને માટે બંધ થતું કેમ જોવાશે; આવી પરહિતની ચિંતાઓ આપત્તિમાં પણ મારું મહાપુરુષત્વ સિદ્ધ કરતી હતી. તેવામાં એકાએક ઉપરથી કોઈએ શિલા ખસેડી અને મારા શિર પરનો ભાર મારા તર્ક સાથે ખસી ગયો. અંદરના અને બહારના અંધકારને સરખાવી જોવામાં ખોટી થવું ઠીક ન લાગ્યું. કેમ કે ઢાંકણું પાછું બંધ થઈ જાય તો તો ઘીનો ગાડવો મહોડે ધર્યા પછી ચામડાની ગંધથી નાક ઊંચું કરતાં ઘી ઢોળી નાખ્યા જેવું થાય, તેથી આંખો મીંચીને મેં કૂદકો માર્યો અને એક આખું પગથિયું ઓળંગી જઈ હું ઉપર આવ્યો.

'ઉપર આવ્યા પછી શિલા ખસેડનારનો ઉપકાર માનવો એવો સંકલ્પ શિલા ખસી તે પહેલાંનો મેં કરી મૂક્યો હતો, પરંતુ ઉપર આવ્યો ત્યારે કોઈ ત્યાં હતું નહિ અને કોઈ દૂર જતા જણાયા. તેમને અંધારામાં પાછા આવવાનો પરિશ્રમ આપવો અને શિલા ખસેડનાર તે તે જ છે એમ જાણ્યા વિના તેમને ઉપકારના ઋણમાં નાખવા એ ઉચિત નહોતું; તેથી ઉપકારવૃત્તિને મેં રોકી રાખી. પૃથ્વીને નક્ષત્રી કર્યા પછી બાહુચાંચલ્યને રોકી રાખવું જેમ પરશુરામને કઠણ પડ્યું હતું, સૂર્યના કિરણ જણાયા પછી કૂકડેકૂક બોલવાની ઈચ્છા રોકી રાખવી જેમ મરઘાને કઠણ પડે છે, વેદધર્મની પુનઃસ્થાપના થયા પછી ઈક્ષુ, સુરા, સર્પિસ, દધિ તથા દુગ્ધના સમુદ્રોનું પાન સર્વત્ર પ્રચલિત થતાં જલપાનની તૃષા બંધ થઈ જવાથી નિરર્થક થયેલી નદીઓને પોતાનો પ્રવાહ રોકી રાખવો જેમ કઠણ પડશે; તેમ આ ઉપકારવૃત્તિ રોકી રાખવી મને કઠણ પડી. તે છતાં આટલી આપત્તિમાં એટલું દુઃખ વધારે એમ સમજી મેં મૌન ધારણ કર્યું. ભોંયરાના મુખ આગળ બેસી રહેવું તો ઉચિત નહોતું જ; કેમકે જેમ બળદો વાઘની ગંધથી દૂર હઠતા છતાં તેમનું બળદપણું જતું નથી, જેમ વિદ્વાનો ભોજન અને વસ્ત્રની ગંધથી દૂર હઠતા છતાં તેમનું વિદ્વત્ત્વ ઓછું થતું નથી, તેમ શૂરવીરો

ભયની ગંધથી દૂર હઠતાં છતાં તેમનું શૂરવીરત્વ બંધ પડતું નથી એમ શાસ્ત્રમાં કહ્યું છે. હાથી જેમ અનેક કાંટાવાળા વેલાઓ પગે ઘસડતો ચાલ્યો જાય તેમ અનેક ક્લેશકર સ્મૃતિઓ પછાડી ઘસડાતો હું ત્યાંથી ચાલી નીકળ્યો. ક્યાં જવું તે નક્કી નહોતું, પણ ગરુડ પર બેઠેલા વિષ્ણુએ ક્યાં જવું તે ક્યાં નક્કી હોય છે? ભૂખ્યા થયેલા ભિખારીને ક્યાં જવું તે ક્યાં નક્કી હોય છે? નાદ કરતા જાતિબંધુઓની વચ્ચે પૂંછડી નીચી કરી સંકોચાઈ ગયેલા કૂતરાને ક્યાં જવું તે ક્યાં નક્કી હોય છે? દેવ, મનુષ્ય અને પશુ સર્વને ગતિની આ અનિશ્ચિતતા છે, તેથી ગભરાયા વિના હું નાકની દાંડીની દિશામાં ચાલ્યો. કોઈ મળે તો સારું કે ન મળે તો સારું તે મનમાં પૂરેપૂરું નક્કી કર્યું નહોતું, તેથી નયનો વડે આસપાસ દૃષ્ટિ કરવામાં ઉદાસીન થઈ નયનને સીધી દિશામાં જ વ્યાપ્ત કર્યાં. ખોરવાયેલા અજાદિ પ્રાણીની પેઠે કેટલુંક ઉદ્દેશરહિત ભ્રમણ કર્યાં પછી, તથા કુશલ વાદ કરનારની પેઠે કેટલાંક સંદેહાકુલ સ્થાનો દૂરથી જ ત્યાજ્ય કર્યા પછી સૂર્યોદયનાં ચિહ્ન પૂર્વ દિશામાં જોઈ પ્રભાત થયે સૂર્યની સલાહ લઈ હવે અગાડી પગલું ભરવું એમ નક્કી કરી શકે સ્થાને પદ્માસન વાળી હું બેઠો.

'પદ્માસનનું ફળ પ્રાપ્ત થયા વિના રહ્યું નહિ. કેટલીક વારે મારી ઈચ્છા પ્રમાણે પૂર્વમાં સૂર્યનો ઉદય થયો અને પદ્માસનનું શાસ્ત્રોક્ત મહત્વ ન માનનારા સુધારાવાળા ખોટા પડ્યા. આંખો મીંચી સૂર્ય ભણી દૃષ્ટિ કરતાં ચક્ષુ ઉપર જે આકૃતિઓ દેખાઈ તેનો સાર એવો સમજાયો કે સૂર્યની સલાહ એ હતી કે હવે ઊઠીને ચાલવા માંડવું અને માર્ગ દેખાય તે ભણી જવું. આ અમૂલ્ય શિખમણનો પ્રત્યુપકાર વાળવા સૂર્યને વચન આપ્યું કે આજે તને બેવડો અર્ધ્ય આપીશ. નિત્ય આપતા અર્ધ્ય સૂર્ય ક્યાં એકઠાં કરી મૂકતો હશે તેનો વિચાર કરતો હું માર્ગ શોધવા લાગ્યો. એક તળાવડીને કિનારે ઢોર પાણી પીતાં હતાં, ત્યાં જઈ સહુ ઢોરને ડચકારાથી અને લાકડીથી જલપાનનો વિધિ શીખવનાર એક પુરુષ પાસે જઈ હું બેઠો. તળાવડીની એક પાસે બે ઊંચા તાડ ઊગેલાં હતાં, તે જોતાં રાત્રે મારા હરણના અધ્યાયનો અહીંથી આરંભ થયો હશે એમ વિચાર આવતાં ભયંકર જણયેલી બે આકૃતિઓ તે આ તાડ જ હશે એમ પ્રતીતિ થઈ. એ પ્રતીતિને પરિણામે અભેતવ્યથી ભય પામ્યો માટે માનભંગ થયો એટલું જ નહિ, પણ ભૂત ન માનનારા સુધારાવાળાને દેહરહિત વિચિત્ર પ્રાણીઓના સાક્ષાત્ દર્શનના પ્રમાણ સાથે આપવાનો એક ઉત્તર જતો રહ્યો તેથી ખેદ થયો. બીજા ઘણા આર્યપક્ષવાદીઓએ ભૂત જોયેલાં છે તેથી સુધારાવાળાને જય પામવાનો અવકાશ છે જ નહિ; પરંતુ, રાત્રે ભૂત દીઠાં હોય ત્યાં દિવસે જવું નહિ એ શિખામણ કેટલી અમૂલ્ય છે તે સમજાયું અને આર્યપક્ષને ભૂત વિના ચાલે એમ નથી એ પ્રતીતિ હોવાથી આ શિખામણનો વિશેષ પ્રચાર કરવાનો સંકલ્પ કર્યો. ઢોરના મનુષ્યરૂપ સહચારીને એ સ્થાન વિષે કેટલાક પ્રશ્ન પૂછ્યા પછી તે સુધારાવાળો નથી એમ વિશ્વાસ થતાં તે સ્થાનનું નામ સાંભળી

આશ્ચર્યપૂર્વક સ્મૃતિ થઈ હોય એવી મુખાકૃતિ કરી મેં પૂછ્યું. "ઓહો, ત્યારે ભોંયરામાં દેવીના મંદિર વિષે સાંભળ્યું છે તે અહીં જ કે?"

મંદિર સંબંધમાં "ક્યા હૈ" અને "કોન હૈ" એ બે જ વાક્ય મેં સાંભળ્યા હતાં, અને બાકીનું બધું તો ચક્ષુ વડે જોયું હતું અને ત્વચા વડે અનુભવ્યું હતું; છતાં મારા પ્રશ્નમાં અસત્યનો અંશ લેશમાત્ર પણ નહોતો, કેમકે આ ઘડીએ જે પ્રશ્નનું વાક્ય હું બોલ્યો તે મેં સાંભળ્યું હતું અને એ મનુષ્યે પણ સાંભળ્યું હતું, અને તેથી મંદિરની વાર્તા મારા વાક્યના ઉચ્ચારને અંતે શ્રવણનો વિષય થઈ ચૂકેલી હતી. સત્ય ભાષણના બચાવ માટે આર્યપક્ષને આવા તર્કપ્રયાસની કેવી આવશ્યકતા છે તે આ મનુષ્યના મનમાં ઠસાવવાની અગત્ય હતી. પણ વાચાલતાને મૌનમાં લીન કર્યા વિના મારા હરણનો ઇતિહાસ ગુપ્ત રાખી શકાય તેમ નહોતું. અને તે ગુપ્ત રાખ્યા વિના મારું ગૌરવ જળવાય તેમ નહોતું, અને વળી મારું ગૌરવ જાળવ્યા વિના મારાથી આર્યભૂમિના ઉદ્ધારક રહી શકાય તેમ નહોતું. ધર્મોદ્ધારકોમાં ચરિત જ તેમને રહસ્યપ્રીતિ કરાવે છે. એ વાતની સત્યતા મને આ સમયે સમજાઈ. ગુપ્તતાનું માહાત્મ્ય લક્ષમાં રાખી મેં માત્ર મુખાકૃતિથી મારી જિજ્ઞાસાનું આધિક્ય દર્શાવ્યું. ભેદ કંઈ પામી ગયો હોય તેમ તેણે ઉત્તર દીધો,

"ભોંયરુ તો કહેવાય છે, પણ મંદિર તો દેઠું હોય તે જાણે, તમે કહીંથી આવ્યા?"

શાસ્ત્રીઓની સભામાં પ્રતિસ્પર્ધીઓના કઠિન પ્રશ્નના ઉત્તર દેતા હું કોઈ દિવસ ગૂંચવાયો નથી, પરંતુ આ પ્રશ્ને મને વિશેષ વિષમતામાં નાખ્યો. "ભોંયરામાંથી આવ્યો" એમ કહેવાની ઈચ્છા નહોતી અને બીજે કંઈથી આવ્યો એમ કહેવું સત્ય નહોતું; તેથી કેટલોક વિચાર કરી ડોકું ફેરવી દિશા દેખાડી કહ્યું કે, "આમથી આવ્યો."

'આ ઉત્તરથી પૃચ્છકને સંતોષ થયો હશે કે નહિ એ શંકાથી મારા ચિત્તમાં થતી વ્યથા દૂર કરવા મેં તળાવના પાણી વિશે વાત કહાડી અને તે એકલાં ઢોર જ પીએ છે કે માણસો પણ પીએ છે. માણસો અને ઢોર સાથે પીએ છે કે ભિન્ન ભિન્ન કાળે પીએ છે, રાત્રે માણસો પીવા આવે છે કે નહિ, ઇત્યાદિ પ્રશ્નો પૂછી તેને વાચાલતા ઉઘાડવાના પ્રયત્ન કર્યા. પણ, આ રીતે આ સ્થળ વિશે માહિતી મેળવવાના પ્રયત્ન સર્વ મિથ્યા ગયા. "પીવું હોય તે પીએ" એ ઉત્તર ઉપરાંત વધારે જ્ઞાન તે દર્શાવી શક્યો નહિ, ફરી એક વાર મેં પ્રયત્ન કર્યો અને કહ્યું,

"આ ઠેકાણું બહુ ઉજ્જડ દેખાય છે. રાત્રે-ચોર ભૂત ફરતાં હશે."

તેની મુખરેખા પર વિસ્મય ઉદ્ભૂત થયેલો જોવાની મારી આશા સફળ ન કરતાં કંઈ પણ ભય કે ચિંતાનાં ચિહ્ન વિના તે બોલ્યો,

"ચોર તો કંઈ ચોરવા જેવું હોય અને ખબર પડે તો આવે, આ ભણી ભૂતનું કોઈ કહેતું નથી, પણ આથમણી કોર કૂવા-કાંઠે પીપળો છે ત્યાં આગીઆ કીડા ઊડે છે તેથી જાણે દેવા કર્યા હોય એવું રાતે દેખાય છે, તેને ભૂતની દિવાળી કહે છે. અને ત્યાં જતાં લોક બીહે છે."

'ભૂતના અસ્તિત્વનું એક બીજું પ્રત્યક્ષ પ્રમાણ નષ્ટ થયું જાણી મારી નિરાશા વધી. પણ, "ભૂતની દિવાળી" એ પદ આર્યપક્ષને કેટલું ઉપયોગનું થઈ પડશે, એ પરથી ભૂતભાવના આર્યપ્રજામાં અનાદિકાળથી છે એમ સિદ્ધ કરવું કેવું સુગમ થઈ પડશે; "ભૂતની દિવાળી" નો ખરેખરો માર્મિક અર્થ શો છે તથા કેવા અધિકારી મહાત્માઓ જ જોઈ શકે છે એ વિશેનાં વ્યાખ્યાન આ સ્થળના સંબંધ વિના અમેરિકામાં કેવા વિસ્તારથી આપવામાં આવશે અને આકાશમાં દેહ વિના ફરતાં સત્ત્વોના આ આત્મિક વ્યાપારની શોધ કરવાનું કેવું મહોટું માન થિઓસૉફીની વ્યવસ્થાથી મને મળશે; આ સર્વ વિચારથી પ્રફુલ્લિત થઈ મેં પૂછ્યું:

"એ કૂવા અને ઝાડ પાસે બધાથી જઈ શકાય છે કે કંઈ સામર્થ્ય સાવધાનીની અપેક્ષા પ્રતીત થયેલી છે?"

સંભાષણ ચાલતં છતાં હજી સુધી તે ગ્રામ્ય પુરુષની દૃષ્ટિ મારી ભણી નહોતી. ઘણુંખરું તેનાં ઢોર ભણી હતી. પણ આ પ્રશ્ન સાંભળી મારું મૂલ્ય પણ તેના ધ્યાનમાં આવ્યું અને એકાએક મારા ભણી તેણે દ્રષ્ટિ કરી. પશુ પરથી મનુષ્ય પ્રતિ ક્રમણ થયું છે એ વાત ભૂલી જઈ અપ્રસન્નતા અને અધીરાઈ ગુપ્ત ન રહે એવી આકૃતિ ચાલુ રાખી તે બોલ્યો.

"ડાહ્યલું જણાય છે તો જતું હોય તો જા ને. કૂવે જવાની કોણ ના કહે છે? ઝાડ પર એ ચડજે ને."

'આ વાક્યને અંતે તેણે ડાંગ ઉપાડી. ઘણું કરીને એક ભેંસ આઘી જતી હતી, તેને શાસન કરવાનો તેનો ઉદ્દેશ હતો. પણ, તે તેને પૂછી નક્કી કરવાનો આ સમય નથી એમ ધારી હું ઊઠીને નાઠો. મને જોઈને ભેંસ બરાડા પાડતી આગળ નાઠી, અને મારી ખાતર અથવા તો ભેંસની ખાતર તે પુરુષ ડાંગ લઈને મારી પાછળ બૂમો પાડતો દોડ્યો. બેની વચ્ચે હું મૂંગો મૂંગો દોડ્યો જતો હતો અને દક્ષના યજ્ઞમાં મૃગ અને શિવની વચ્ચે ઊડતી નિરપરાધી અને

શિવચરણથી પાવન થતી ધૂલીની ઉપમાને પામતો હતો. સદ્ભાગ્યે આ ખેલ જોવા લોકો ભેગા થાય તેમ નહોતું. તેથી ડાંગ વિના બીજા કશાની મને ચિંતા નહોતી અને નિશ્ચિંત ચિત્તને લીધે ઠીક દોડાતું હતું. ડાંગધારીએ પોતાનો શ્રમ કંઈક બચાવવા ડાંગ છૂટી અગાડી ફેંકી, તે આઘે પડતાં તે, તે લેવા રહ્યો એટલે હું આડો ફંટાઈ ડાંગ, ભેંસ અને તે બંનેના સ્વામી એ જ્ઞાન, જ્ઞેય તથા જ્ઞાતા સમ ત્રિપુટીથી મુક્ત થઈ ત્યાંથી અદૃશ્ય થઈ ગયો અને મને બ્રહ્મત્વની સ્કુરણા થઈ. આવું અગત્યનું જ્ઞાન મને જેણે આપ્યું તેનાથી આવી રીતે વિયોગ થવાનું સર્જેલું જાણી ખેદ થયો. પણ, સમજફેરની બીકને લીધે તેનું ફરી દર્શન કરવું યોગ્ય લાગ્યું નહિ. બ્રહ્મત્વમાં આવો વિશેષ પ્રવેશ થયો તે સમયે પલાયનરૂપ કાયરતા સાધનભૂત બની એ માટે ગ્લાનિ થવા દેવી ઉચિત નહોતી, કેમ કે પરમાર્થમાં સાધનની યોગ્યાયોગ્યતા જોવાની નથી; બ્રહ્મત્વ પ્રાપ્ત કરવામાં પાપ, પુણ્ય, દુરાચાર, સદાચાર બંનેની સરખી છૂટ છે, તો કાયરતા અને શૂરતાનો ભેદ ક્યાંથી ગણનામાં લેવાય? આ અભેદ જ્ઞાનથી પોતાને શૂર માની લઈ સંતુષ્ટ થતાં પ્રેમની સ્મૃતિ થઈ અને ગૃહ પ્રતિ ગમન કરવાની વૃત્તિ થઈ. પણ "ભૂતની દિવાળી"નું સ્થાન ફરી જોવા આવવાનું મન નહિ થાય એવી મનની હઠ જાણી લઈ, ડાંગપતિએ દર્શાવેલી તેની દિશા ભણી મેં ગતિ કરી.

'કૂવા અને પીપળા પાસે આવી પહોંચતાં મને જે હર્ષ થયો તેને બે ઉપમાન સાથે જ સરખાવી શકાય: – એક પાશ્ચાત્ય દેશોની કલ્પિત કથામાં અમેરિકાનું પ્રથમ દર્શન થતાં કોલમ્બસને થયેલ હર્ષ, અને બીજું આર્યદેશના વાસ્તવિક રીતે બનેલા ઇતિહાસમાં વિંધ્યાચલને ઊંચો વધતો અટકાવવા તેને માથું નમાવવાનું કહી અગસ્ત્યને ફલંગ મારતા જોઈ સૂર્યને થયેલો હર્ષ. પહેલાં શ્રમમાં હર્ષ ભૂલી ગયો હતો તેમ હવે હું હર્ષમાં શ્રમ ભૂલી ગયો અને ત્વરાથી કૂવા-કિનારે જઈ ઊભો. કૂવો ઈંટેરી હતો, તેનું મ્હોં સાધારણ કરતાં વધારે પહોળું હતું, અને પીપળાની કેટલીક ડાળીઓ કૂવા પર લટકતી હતી એ વિના બીજી કંઈ વિશેષતા નહોતી. આગિયા કીડા એ સમયે જણાતા નહોતા માટે 'મેં તે જોયા નથી, પણ ભૂતની દિવાળી જોયેલી છે.' એમ કહી ભૂતપક્ષનું સમર્થન કરવાનો માર્ગ હું મનમાં ગોઠવતો હતો; તેવામાં ઝાડ પર ચડવાની ડાંગધારી શત્રુરૂપ મિત્રે કરેલી સૂચના સાંભળી અને તેમ કર્યાથી ભૂતની દિવાળી વિશે વધારે જાણી શકાશે એમ લાગતાં તત્કાળ ઝાડ પર ચઢવાનો સંકલ્પ કર્યો.

'ઝાડનું થડ કૂવાના મ્હોં પર એટલું બધું પાસે હતું કે થડ પરથી ચઢવામાં કૂવાને ગોઝારો કરવાનો ભય હતો અને અપરાધ વિના તે કૂપને ભરતભૂમિના ભાનુના નાશનું હતભાગ્ય નિમિત્ત બનાવવો એ અન્યાય ભરેલું હતું. તેથી મને પોતાને ભય નહિ છતાં ઝાડ પર ચઢી

જવાનો બીજો પ્રકાર શોધી કહાડ્યો. થડને બીજે પાસે એક ડાળ નીચે લટકી રહી હતી. તે ભણી જઈ તે ડાળ ઝાલીને લટક્યો તથા મારા શરીર તથા ગૌરવને અનુરૂપ ઉછાળા મારી ઉપર જવા લાગ્યો. હું આમ થોડેક ઊંચે ગયો તેવામાં કોઈ ભૂતે દુષ્ટ ખેલ કર્યો તેથી અથવા તો વિધાતાએ કર્મફળનો ઉદય પ્રગત કર્યો તેથી, અથવા તો મારા સાંનિધ્ય માટે કૂપ અને વૃક્ષ વચ્ચે ટંટો થતાં બંનેએ સમાધાનનો મધ્યમ માર્ગ શોધી કહાડ્યો તેથી, હું ચડતો હતો તે ડાળી આંટો ખાઈને કૂવાના મહોં ઉપર વહી આવી અને તેની મધ્યમાં આવી અટકી અને કૂપનું વૃત્તાંત પૂછવા વૃક્ષમાંથી નીકળી આવેલ અધિદેવ સમ હું કૂપ ઉપર ટીંગાઈ રહ્યો ઉપર જવા કૂદકા મારવાનું ચાલુ રાખતાં ડાળી તૂટી જવાની હવે બીક લાગવા માંડી અને નીચે ઊતરવાનો તો વિચાર કરવો જ વ્યર્થ હતો, કેમકે કૂવાના પહોળાણને લીધે ભૂમિનો સ્પર્શ કરી શકાય એમ હતું નહિ. તરફડિયાં મારવાથી લાભ નહોતો છતાં આજ્ઞા વિરુદ્ધ થઈ પગ સહેજાસાજ હાલતા હતા. આ સ્થિતિ બહુ વાર ટકશે તો મારાથી ડાળીને ઝાલી રેવાશે નહિ એ સંશય મારા ચિત્તમાં વ્યાપિ રહ્યો. નીચેનું પાણી ઘણું ટહાડું હશે કે કેમ, ડૂબકીઓ ખાવાથી પાણી મ્હોંમાં જાય કે કેમ, લાંબો કાળ તરતા રહી શકાય કે કેમ, ઈત્યાદિ વિચાર ચિત્તમાં પ્રવેશ કરી એ સંશયનો અવકાશ ઓછો કરતા હતા. એવામાં ડાળી ધીમા કડાકા સાથે મારી આશા પેઠે મૂળમાંથી ઊતરવા લાગી અને હું ધબકતા હ્રદય સાથે કૂવામાં અનિચ્છાપૂર્વક ઊતરવા લાગ્યો. ડાળીનો વૃક્ષ સાથેનો સંબંધ કેટલો બાકી રહ્યો છે તે દેખાતું નહોતું. તેથી ગમે તે થાય પણ ડાળીને પકડબળથી ઝાલી રાખવાનો મેં નિશ્ચય કર્યો.

'એવામાં એક ઠેકાણે મારા પગ કૂવાની ભીંતને અડક્યા અને ત્યાં ગોખલાથી વધારે પહોળી જગા છે એમ લાગવાથી દૃષ્ટિ ફેરવી તો જણાયું કે મનુષ્ય ઊભો રહીને પ્રવેશ કરી શકે એવડું બારણું હતું અને તેમાં વચ્ચે દોરડું લટકતું હતું. વેદાંતજ્ઞાનનો આ પ્રસંગ ન હતો તેથી રજ્જુ સર્પની ભ્રાંતિનો વિચાર ન કરતાં એક હાથ છૂટો કરી મેં દોરડું પકડ્યું અને બારણામાં પગ મૂકી સ્થિર ઊભો રહી બીજે હાથે ડાળી પણ મૂકી દીધી. ડાળીની અને મારી મૈત્રી દીર્ઘકાળની નહોતી તેથી ડાળીનું શું થયું તે જોવા હું ન રહ્યો, પણ બારણું મૂકે અગાડી અંદર ગયો.

'અંદર સર્વ સુખની જ સામગ્રી હશે એમ માનવાને કંઈ કારણ નહોતું અને શરીરકષ્ટ મારી પેઠે ભલું પડેલું હોવાથી મારે ને તેનો ઘડી ઘડી અકસ્માત મેળાપ થઈ જતો હતો એમ મને વિચાર કરતાં હવે લાગતું હતું. કૂવાની વચમાં આવેલી આ વિચિત્ર જગામાં અંદર જતાં એવા કષ્ટના પ્રસંગ સાથે ફરી મેળાપ થઈ જવાનો સંભવ હતો. પણ, કૂવાના મુખ પર જવાનું બને તેમ નહોતું અને તળીએ જવું ઉચિત નહોતું. તેથી આકાશમાં જવાને અસમર્થ

તથા પાતાલમાં પેસવા ન ઈચ્છતા વિંધ્યાચળ પેઠે હું આમ આડો ફંટાયો. વળી, આ માર્ગે બહાર નીકળવાની કંઈ આશા રહેતી હતી તેથી, પાંજરામાં પુરાયા છતાં ચારે બાજુએ ધૂમનાર ઉંદરની સમાન હું ઉત્સાહપૂર્ણ બન્યો, એવા ઉમંગથી અગાડી વધતાં સામી એક ભીંત સાથે હું અથડાયો, પણ, નાક અને માથું પંપાળી લઈ તત્કાળ સાવધ બન્યો અને મારો વિચાર ભીંત જાણી ન જાય માટે તેને શાંત કરવાને બહાને તેના પર હાથ ફેરવી અગાડી જવાનો માર્ગ ખોળવા લાગ્યો. મારી બુદ્ધિના પ્રકાશના જેટલો સૂર્યનો પ્રકાશ ત્યાં નહોતો, પરંતુ સૂર્યની શક્તિ વિચારમાં લેતા તેનો દોષ કહાડવો એ યોગ્ય નહોતું; કેમ કે મારી ગતિ સમ તેની ગતિ રાત્રિમાં, અંધકારમાં, ભોંયરામાં અને કૂવામાં પ્રસરી શકતી નથી એ વિશે મને નિશ્ચય થયો હતો. મારો પોતાનો પ્રકાશ જોઈએ તેટલો હતો: તેથી મને સૂર્યની ખોટ જણાતી નહોતી પણ તેનો વિયોગ સાલતો હતો.

'ભોજન સમયે આંધળાના હાથ જેમ નયનની સહાયતા વિના મુખ જડી આવે છે તેમ મને ભીંત પર ફંફોસતાં સૂર્યની સહાયતા વિના જોઈતો માર્ગ જડી આવ્યો, લોકકલ્યાણાર્થ નિરંતર વહી જતી નદી જેમ પર્વત ઊતરતાં જે માર્ગ જડે તે માર્ગે ચાલી જાય છે, તેમ બ્રહ્માંડમાં સકલ સિદ્ધાંત સ્થાપી તેના સાર વડે વિશ્વનો ઉદ્ધાર કરવા સર્જાયેલો હું પણ વધારે વિચાર કર્યા વિના આ માર્ગે ચાલ્યો. માર્ગ વાંકોચૂંકો હતો, પણ ગાયનું પૂંછડું ઝાલી વૈતરણીમાં તરવા માંડ્યો. પહેલો સીધો માર્ગ કોને હાથ લાગે છે? માર્ગમાં વચ્ચે વચ્ચે ઊંચેથી થોડો પ્રકાશ આવતો હતો તેથી જણાયું કે સૂર્ય પણ બહાર વિયોગાકુલ થઈ મને મળવા આવવા પ્રયત્ન કરતો હતો. પરંતુ એ પ્રકાશદ્વાર એટલા ઊંચા હતાં કે નિસરણી અને દોરડાં વિના ત્યાં જઈ સૂર્યને સંતુષ્ટ કરવાનું બને તેમ નહોતું. નિસરણી બનાવવાની લાકડીઓ સારુ મારા હાથ-પગ હતા અને દોરડા સારુ મારાં આંતરડાં હતાં, પણ એ સર્વનો મારે બીજો ખપ હતો અને નિસરણી તથા દોરડું બનાવવા બેસું તો કાલવ્યય થઈ જાય; તેથી સાધનસમેત હોવા છતાં સાધનહીન જેવો થઈ હું ગતિ કરવા લાગ્યો.

'કેટલેક અંતર ગયા પછી એકાએક શિવના અટ્ટહાસ્ય જેવો ઘોષ સંભળાયો. મહાદેવ મને સહાય થવા આવી પહોંચ્યા છે એ જ કલ્પના મારા સરખા ભક્તને ઉચિત હતી અને વળી ચિત્તને આશ્વાસન આપે તેવી હતી, પરંતુ ભાવક ભક્ત વિપત્તિમાં છતાં શંભુને હાસ્યની વૃત્તિ થાય એ અસંભવિત છે તથા જગતમાં એક પણ શિવભક્ત સંકટમાં ન હોય અથવા તો મદ્યસેવનથી ચિંતા ભૂલી જવાતાં તાંડવ નૃત્યની વૃત્તિ થઈ હોય ત્યારે જ ગિરિજાપતિ અટ્ટહાસ્યથી કલ્લોલ કરે છે, એમ સાંભરી આવ્યાથી રુદ્ર કરતાં કોઈ ઓછા સુખકારી સત્ત્વના સાંનિધ્યની અપેક્ષા કરી હું વિશ્રામ લેવા ઊભો રહ્યો. અટ્ટહાસ્યનું વધારે મ્હોટું મોજું ફરી

ધસી આવ્યું, તેમાં અનેક સ્વરનું સંમિલન હોય એમ લાગ્યું અને મનુષ્યવાણીના વિવિધ શબ્દો પણ સંભળાયા. તેથી જે ભય મને થયો જ નહોતો તેની અવગણના કરીએ મનુષ્યમંડળી પાસે જઈ પહોંચવા હું અગાડી વધ્યો.

'ગલીના બે-ત્રણ આંટા ફર્યા પછી વધારે પ્રકાશ જણાયો અને નાતમાં શાકાદિ બંધ થઈ એકાએક લાડુ દર્શન દે તેમ લાંબી ચાલતી આવેલી ભીંત બંધ થઈ એકાએક દ્વાર દૃષ્ટિએ પડ્યું. દ્વારમાં પ્રવેશ કરતાં લંબાણમાં ઘણો વધારે અને પહોળાણમાં ઘણો ઓછો એવો એક ઓરડો આવ્યો. ઓરડામાં પચીસેક પુરુષો હતા, પણ, તેઓનું ફરીનું (મારા સાંભળવામાં ત્રીજું) અટ્ટહાસ્ય તે જ ક્ષણે આરંભાયેલું હતું તેથી તેઓનાં શરીર એટલાં ડોલાયમાન હતાં કે તેઓની મુખાકૃતિ તત્કાળ હું જોઈ શક્યો નહિ અને કોઈની દૃષ્ટિ મારા ઉપર પડી નહિ. સર્વનાં મ્હોં પહોળાં હતાં, દૃષ્ટિ ઊંચી હતી અને સર્વ બેઠાબેઠા પોતાનું ધડ હલાવી કમરથી તાળવા સુધીના ભાગને ત્રિજ્યા બનાવી અર્ધવર્તુલ રચતા હતા. બધાનાં માથાં ઉઘાડાં હતાં અને માથાંમાં ગુલાલ પડેલું જણાતું હતું. ભોંય પર કંઈ ફાટુંતટું પાથરેલું હતું, તે ઉપર ગુલાલ વેરાયેલું હતું અને મદિરાની શીશીઓ તથા ભોંયરાના મંદિરમાં મેં રાત્રે જોયાં હતાં તેવાં વિચિત્ર આકારનાં તાંબાનાં વાસણો પડ્યાં હતાં. શરીરકમ્પનાં મોજાં બંધ થવાં આવ્યાં એટલે બધાંના લૂગડાં ગુલાલથી છંટાયેલાં જણાયાં. હાસ્ય પુરું થઈ રહેતાં સર્વ સ્વસ્થ થયા, પરંતુ મને ત્યાં આવેલો જોઈ કોઈને વિસ્મય થયેલો જણાયો નહિ. મેં ઊભા ઊભા કૌતુકભરી દૃષ્ટિ ફેરવી તો જે પુરુષને મેં રાત્રે ભોંયરામાં મારાથી ડરાવી નસાડી મૂક્યો હતો તે સર્વની મધ્યમાં બેઠેલો હતો. હું આશ્ચર્યથી ચકિત થયો અને આ સમયે તે પુરુષ સામું વેર વાળી મને ડરાવી નસાડી મૂકશે કે કેમ એ શંકા મને થઈ અને બીજો શરીરભાગ કરતાં મારા પગને તે પુરુષનો અને તેના દંડનો વિશેષ સ્પર્શ થયો હશે તેથી કે કોણ જાણે શાથી મારા પગ વિશેષ કંપવા લાગ્યા.

'તેવામાં વળી એક બીજું આશ્ચર્યકારક થયું. હજી લગી બધા પુરુષો જ છે એમ મેં જાણ્યું હતું, પણ એક પાસેની હારના છેડા નજીક એક સ્ત્રી બેઠેલી જણાઈ અને ભોંયરામાં જે દેવીની મૂર્તિ મેં જોઈ હતી તેના જ સમાન આ સ્ત્રીની આકૃતિ હતી. હું આર્ય છું તેથી હું માનું છું કે મૂર્તિપૂજા એ આ દેશની કીર્તિસ્તંભભૂત વ્યવસ્થા છે અને અતિસૂક્ષ્મ બુદ્ધિથી શોધી કહાડેલું પરમ રહસ્ય છે અને તે જ માટે મૂર્તિઓમાં દિવ્યતા છે અને તેઓ હાલી શકે છે, ચાલી શકે છે, ભોજન ખાઈ શકે છે, બગાસાં ખાઈ શકે છે, વિચાર કરી શકે છે અને પોતાના ભક્તો પેઠે ઢોંગ પણ કરી શકે છે, એમ હું માનું છું અને એમ માનવા કારણ ન માગવાને હું બંધાયેલો છું. છતાં આ મૂર્તિ સ્વસ્થાન તજી અહીં આવી મનુષ્યો સાથે બેઠેલી જોઈ એથી મને આશ્ચર્ય

થયું. તે સુધારાવાળાના આર્યધર્મોચ્છેદક વચનોના સતત શ્રવણનું પરિણામ હોવું જોઈએ અને તેમના જ ભ્રષ્ટ પાસ બેઠેલો તેથી મૂર્તિમાં ચમત્કારિક શક્તિ હોય છે તે માટે જ તે રૂપ ધરી આવ્યાથી આમ થયું છે એ સંભવને બદલે, ભોંયરામાં દીઠેલી આકૃતિ મૂર્તિ જ નહોતી પણ સ્ત્રી હતી એ સંભવ મને વધારે માન્ય થવા લાગ્યો. મૂર્તિના જે ચમત્કાર માટે મેં વિકત્થન કરેલાં તે ચમત્કારના પ્રથમ દર્શને જ હું સુધારાના પાશમાં લપટાઈ ક્ષણભર અનિચ્છાપૂર્વક આર્યપક્ષને આમ અયોગ્ય બનતો જોતો હતો, તેવામાં તે દેવીની બે પાસે બેઠેલા બે પુરુષો પર મારી દૃષ્ટિ ગઈ. તેઓ મારો દૃષ્ટિપાત સહન કરી શકતા ન હોય એમ લાગ્યું અને – અરે, હવે આજ તો લાગે છે કે એમાંનો એક આપ વલ્લભરામ જેવો જ હતો અને- બીજો પણ આપ ત્રવાડીના જેવો હતો. મને નિશ્ચય થાય છે કે આપ બંને જ ત્યાં હતા. વાહ! ત્યારે તે ઘડીએ કેમ નહિ! મેં તે સમયે આપને ઓળખ્યા નહોતા. બંને ઠગ તો ખરા!'

આ વાર્તા અહીં સુધી આવવા માંડી ત્યારના ત્રવાડી વ્યાકુલ થયેલા જ હતા અને અગાડી કહેતાં ભદ્રંભદ્રને અટકાવવાની ઈચ્છા ત્રવાડીના નાસિકાવિકારના પ્રાદુર્ભાવથી જણાતી જ હતી. તેવામાં 'ઠગ'નું ઉપનામ સાંભળી તેમને રોષ દર્શાવવાનો પ્રસંગ મળ્યો અને દેવને પણ અસ્પર્શયોગ ભદ્રંભદ્રના શરીરનું ગૌરવ ભૂલી જઈ જે હસ્ત તેમના ભણી નમસ્કાર માટે લાંબો થવો જોઈએ તે હસ્ત દુષ્ટ આશયથી લંભાવી ભદ્રંભદ્રના ગાલ પર તેમણે જોરથી તલપ્રહાર કર્યો. ભદ્રંભદ્ર અસાવધ બેઠા હતા તેથી ઈચ્છા ઉપરાંત જમીન સરસા ચત્તા થઈ ગયા. પણ પથારીમાં હતાં તેથી વાગ્યું નહિ અને જગતમાં ઉત્પાતસૂચક આ મહાન અધર્માચાર જોઈ ન શકવાથી હું દૂર ખસી ગયો હતો તે પાછો પાસે આવી પહોંચી સહાય થાઉં તે પહેલાં તો શૂરત્વ વાપરીને તે પોતાની મેળે બેઠા થઈ ગયા.

ભદ્રંભદ્રને ગબડી પડતા જોઈ ઉત્પન્ન થયેલું હાસ્ય દબાવી રાખી વલ્લભરામે ત્રવાડી તરફ કોપભરી દૃષ્ટિ કરી. તેને કાન પકડી પથારી પરથી આઘો ઘસડ્યો અને ભદ્રંભદ્રના સ્વસ્થાને પાછા આવેલા પગમાં નમસ્કાર કર્યા. આ સર્વ એક ક્ષણમાં બન્યું. હજી ભદ્રંભદ્રના કપોલ પર દોડી આવેલી રતાશ કાયમી હતી અને તેમની પાઘડી ગગડી જતી અટકી નહોતી. પણ એટલી થોડી વારમાં પણ હિંમત ધરી ભદ્રંભદ્ર મુક્કી વાળી ઊભા થઈ ગયા. પાઘડીને પડતી મૂકી ત્રવાડી તરફ ધસ્યા અને ગુસ્સાથી કે ડરથી જીભ લચકાતાં છતાં અસ્પષ્ટ કોપવચનો ઉચ્ચાર્યાં. વલ્લભરામે તેમને ઝાલી રાખ્યા અને હું ધારું છું કે તેમને ઝાલી રાખવા માટે જેટલા જોરની જરૂર હતી તે કરતાં ઘણું જોર કરી તેમને દબાવ્યા. ભદ્રંભદ્રે અકળાઈને છૂટવાનો પ્રયત્ન કર્યો; પણ વલ્લભરામે પ્રશ્રયનો ડોળ કરી બેહદ જોર વાપરી તેમને બેસાડી દીધા અને હું ન જાઉં તેવી રીતે નયન પલકારવાનો પ્રયત્ન કરી ત્રવાડીને પાસે

બોલાવી તેના પર સ્મિત સાથે લત્તાપ્રહાર કર્યો. વલ્લભરામે પીડા કરવા સારુ જાણી જોઈને બહુ જોર વાપર્યું હતું કે ભદ્રંભદ્રને અતિબળવાન ધારી તેમ કર્યું હતું તે વિશે ભદ્રંભદ્રનો અભિપ્રાય પછીથી પૂછવા છતાં તેમણે મને કહ્યો નથી, પણ તે વાત જાણે લક્ષમાં જ ન હોય તેમ ભદ્રંભદ્રે ત્રવાડીની કુચેષ્ટા માટે જ ક્રોધવૃત્તિ પ્રકટિત કરી. આ મૂક વ્યાપાર આખરે બંધ કરી વલ્લભરામે કહ્યું, 'ત્રવાડીએ એવી મૂર્ખતા કરી છે કે તે માટે શિક્ષા નહિ પણ ક્ષમા જ ઘટે છે.'

ભદ્રંભદ્ર કહે, 'પ્રહર મૂર્ખતાથી કરવામાં આવે છે તે હું સમજી શકું છું અને તે માટે ક્ષમા કરવાનો મેં પોતાને અભ્યાસ પાડ્યો છે. પરંતુ મારો એક નિયમ છે કે સૂઈ જતાં સુધી પાઘડી માથા પર જ રાખવી અને ઊંઘની અપેક્ષાએ જ તે કહાડવી, એ નિયમ આજે જ ભગ્ન થયો છે. પાશ્ચાત્ય લોકો ઘડી ઘડી શિરોવેષ્ટન કહાડે છે તે પાપમય છે. કેમેકે આપણે તેમ કરતા નથી, માટે તેથી ઊલટું આર્યત્વ સ્થપિત કરવા સતત શિર પર પાઘડી રાખવાનો અને પાશ્ચાત્યો પેઠે સભ્યતાની ઈચ્છાથી નહિ પણ બેભાન થવાના ભયથી જ કહાડવી એવો નિશ્ચય કરી આ પ્રમાણે મેં વર્તન રાખ્યું છે. પ્રથમ તો ઊંઘમાં પણ પાઘડી માથે રાખવાનો વિચાર થયો હતો, પણ મારા અનુયાયીએ હું ઊંઘુ તે સમયે પાઘડી મારે માથે ઝાલી રાખવાની પોતાની અશક્તિ જણાવી તેથી વિચાર ફેરવવો પડ્યો; અને ઊંઘમાં ભાન રહેતું નથી એમ શાસ્ત્રમાં આપણા ઘરડાઓ કહી ગયાં છે તેથી એવી અવસ્થામાં પાઘડીનો વિયોગ અનુચિત નથી એમ ઠરાવ્યું. તેમ છતાં મારી પાઘડી આ રીતે શયન અને નિદ્રાથી ઇતર કારણથી પડી ગઈ તેથી મારા આર્યત્વને આજે હાનિ થયેલી સમજું છું અને તે માટે ક્ષમા કરવી કઠણ છે. જે સુધારાવાળાઓ મારા સરખાં આર્યોચિત કારણ વિના શરીરસુખ અથવા રુચિના હેતુથી પાઘડીનો વિયોગ કરે છે અને ટોપી આદિ શોક્યોના સાલથી દુઃખિત થયેલી તેમની પાઘડીઓ મારે ઘેર આવી પોક મૂકી મારા કોમળ હૃદયને કેવું વ્યથિત કરી નાખે છે તે ધ્યાનમાં લેતા નથી તેમને હું ક્ષમા કરી શકતો નથી અને "ઋષિઓ પાઘડીઓ નહોતા પહેરતા, કેટલીક પાઘડીઓ મુસલમાનોના પહેરવેશ પરથી લીધેલી છે, પાઘડી કેવી પહેરવી એ વિષે શાસ્ત્રમાં કંઈ લખ્યું નથી અને પ્રકૃતિમાં તેના નિયમ જણાવેલા નથી, પ્રત્યેક ગામ અને પ્રત્યેક નાતનાં મનુષ્યોના માથાંની લંબાઈ, પહોળાઈ તથા ઊંચાઈ અને તાળવાનું ઘટપણું લક્ષમાં લઈ પાઘડીઓના આકાર અને ભાર સૃષ્ટિના આરંભથી નક્કી થયેલા છે તથા તેમાં ફેરફાર કર્યાથી માથું વશ નથી રહેતું એ વાત ખોટી છે." એવી એવી રૂઢિભક્તોનું કાળજું છટકાવી નાખનારી દલીલો આપનારા એ વેદવિરોધીઓને ક્ષમા કરવાની કલ્પના પણ હું સહન કરી શકતો નથી. શિર અને શિર પર ભારરૂપ થવાને વિધિએ સર્જેલી પાઘડી વચ્ચેનો સંબંધ ન સ્વીકારનારા આપણા પૂર્વજો માથે ઘંટીના પડ મૂકતા તેનો પુરાવો હાલની પણ કેટલીક પાઘડીઓના આકારથી મળે છે.

માટે પ્રાચીન રીતિની પુનઃસ્થાપના કરવા સારુ પાઘડીઓ વધારે હલકી નહિ પણ ભારે કરવી જોઈએ એમ ન માનનારા અને 'છૂટ' શબ્દ આર્ય પ્રજાએ કદી સાંભળવો જ ન જોઈએ એ ભૂલી જઈ માથે પહેરવામાં ઈચ્છા અને અનુકૂળતા પ્રમાણે છૂટ માગનારા-એ આર્યશત્રુઓને પાઘડીઓના વિયોગ માટે ક્ષમા કરવી એમાં હું સનાતન ધર્મનું ઉલ્લંઘન સમજું છું. તો પછી એક આર્યપક્ષવાદથી જ મારા આર્યત્વની હાનિ થાય તે માટે પ્રમાણભાવ છતાં ક્ષમા હું કયા શાસ્ત્રાધારે કરું? હું શાસ્ત્રાધાર વિના પાણી પીતો નથી. ઘરડાઓ શાસ્ત્રમાં કહી ગયા છે કે તરસ લાગે ત્યારે પાણી પીવું તે માટે જ હું જલપાન કરું છું. શરીરને અને ગળાને પાણીની આવશ્યકતા છે એવા સુધારાવાળાના અનાર્ય તર્ક હું લેશમાત્ર માનતો નથી.'

ભદ્રંભદ્ર બોલી રહ્યાં છે એવી ખાતરી કરવા એક ક્ષણવાર વાટ જોઈ વલ્લભરામ બોલ્યો, 'એ જ આર્યત્વ છે, એ જ આર્યત્વનું ભૂષણ છે. શાસ્ત્રાધાર વિના ડગલું પણ કેમ ભરાય? આર્યપક્ષવાદીએ તો પાપ કરવાની ઈચ્છા થાય ત્યારે પણ પાપ શાસ્ત્રને આધારે કરવાં જોઈએ. એવા આધાર ન મળે તેમ નથી. પાઘડીપ્રતિષ્ઠા વિષે જે કહો છો તે અક્ષરશઃ સત્ય છે અને આર્યત્વમાં કેવી ઝીણી ઝીણી બાબતોમાં ઊતરવાની ખૂબીદાર શક્તિ છે તે આથી સિદ્ધ થાય છે. હું તો કહું છું કે હજામ પાસે નખ લેવડાવવામાં પણ આર્યત્વ છે. બીજી પ્રજાઓમાં એવો રિવાજ ન હોય તો આર્યપ્રજા તેમ શાસ્ત્રાધાર વિના કરે નહિ, કરી શકે નહિ, કરી શકે એમ ઘટે નહિ. પણ આમ પાઘડી પડી ગઈ તેમાં આર્યત્વને હાનિ થઈ સમજો છો એ ભૂલ છે. બેભાન થવાને સમયે તો પાઘડી કહાડવી જ જોઈએ કે તે રગદોળાઈ તેનું સનાતન આર્યધર્મ વિરુદ્ધ અપમાન ન થાય એ આપનો પણ નિશ્ચય છે, તો ત્રવડીએ તમાચો માર્યો તે પછી આપ બેભાન થયેલા ગણાઓ, કેમ કે માર ખાઈને સર્વ કોઈ બેભાન થાય છે એમ અંગિરસસ્મૃતિમાં લખ્યું છે અને વળી આપના આર્યત્વની હાનિ કરવાની તે કોનામાં તાકાત હોય! શું રાવણ રામચંદ્રને ગભરાવીને, રડાવીને અને હંફાવીને પણ તેમના અવતારસ્વરૂપને હાનિ કરી શક્યો હતો? શું પાર્વતીના સ્નાન સમયે શિવને ઘરમાં અટકાવવા ગણપતિએ તેમને "જટા સાહીને પાડી નાખ્યા અને ઢીંકાપાટુ ને ગડદા" લગાવ્યા તેથી શિવના મહાદેવત્વને હાનિ થઈ હતી? શું પાતાળમાં અહિરાવણના દ્વારપાળ મકરધ્વજે પોતાના પિતા હનુમાનને "બહુ ક્રોધથી મુષ્ટિકા હણી" તેથી હનુમાનના મુરુત્સુતત્વમાં હાનિ થયેલી કદી મનાઈ હતી? એવા પુરુષોની કુચેષ્ટા તો પ્રહાર સમયે પણ આપ જેવાના મહત્ત્વની અચલતા સાબિત કરવા માટે જ થાય છે, એ લોકોના લાતમુક્કા અભિનંદનીય થાય છે. આપ જેવાના સંબંધથી એ પામરજનો ધન્ય થાય છે. કહે છે કે ગોવર્ધન ઊંચકતાં શ્રીકૃષ્ણની ટચલી આંગળી એ પથ્થરની ધારથી છોલાઈ ત્યારથી તે પથ્થર શ્રીકૃષ્ણની સ્મૃતિમાં રહી જવાથી વિષ્ણુપદ પામી ગયો અને ત્યારથી ગોવર્ધન પર્વતમાંનો દરેક પથ્થર

ખેદ કરે છે કે મારાં ધન્યભાગ એવાં કેમ નહિ કે હું શ્રીકૃષ્ણને ન વાગ્યો અને ગોવર્ધન પર્વત જાતે પણ ખેદ કરે છે કે મેં કેમ ભૂલ કરી કે હું તે વખતે શ્રી કૃષ્ણ પર તૂટી ન પડ્યો. મહપુરુષોને તો કચરી નાખવામાં પણ પુણ્ય છે. મહાપુરુષો ક્યાં છે? આપ તો પૂર્વજન્મના સુકર્મે અમને મળી ગયા છો.'

ભદ્રંભદ્રને કચરી નાખવાનો આ લોકોનો વિચાર જાણી મેં સભય આકૃતિએ ભદ્રંભદ્ર તરફ દ્રષ્ટિ કરી, પણ ભદ્રંભદ્ર તો પ્રસન્ન થઈ બોલ્યાં, 'એ તો યથાર્થ છે, પોતાને કૃતાર્થ કરવાનો એવો ત્રવાડીઓ આશય હોય તો તેમનો પ્રયાસ સ્તુતિપાત્ર છે અને હું ક્રોધાવિષ્ટ થયો માટે ક્ષમા માંગુ છું, પણ પ્રહાર જરા ધીમેથી કર્યો હોત તો ચાલત.'

વલ્લભરામ કહે, એમાં જ મૂર્ખતા થઈ એમ હું કહું છું. બાકી આશય વિશે તો સંશય મને છે જ નહિ.'

પોતાની પ્રમાણિકતા માટે સંશય થવાથી ખોટું લાગ્યું હોય એવી આકૃતિ કરી ત્રવાડીએ ભદ્રંભદ્ર તરફ જોઈ રહ્યું, 'મારા આશય વિશે શક લાવવો આપને ઘટે છે? આવો પ્રહાર કરવો એ જ આશય અને તે ધીમેથી કેમ થાય? अधिकप्याविकं फलम् એવો લોભ તો સર્વને હોય જ. પણ આપ જે વાર્તા કહો છો તે બંધ રાખો તો કેમ?'

ભદ્રંભદ્રે પણ પાઘડી પહેરતાં પહેરતાં એવી જ મરજી જણાવી, પણ વલ્લભરામ ત્રવાડી ભણી જોઈ બોલ્યા, 'હજાર વાર રહસ્ય સમજાવ્યા છતાં તું સમજતો નથી. દેવથી કથા તે અધૂરી રખાય! સત્યનારાયણની કથા અધૂરી સાંભળી ઊઠી જનાર હજારો મનુષ્યો તત્કાલ મૃત્યુ પામ્યાના દાખલા શું આપણે કલ્પી શકતા નથી? એવા દાખલા બન્યા નથી તેનું કારણ એટલું જ કે કોઈ એમ ઊઠી ગયું નથી. પણ માટે સિદ્ધાંત ખોટો નથી. ઊલટી ઉદાહરણ વિના સિદ્ધ થઈ શકવાની એ સિદ્ધાંતની ખૂબી જ પ્રકાશિત થાય છે અને લીલાદેવીનું માહાત્મ્ય કંઈ એથી ઓછું નથી કે કથા અધૂરી રાખતાં એવા કોપની ભીતિ ન રહે.' ભદ્રંભદ્ર તરફ જોઈ વલ્લભરામ બોલ્યા, 'મહારાજ, આપ એ વૃત્તાંત અગાડી ચલાવોને. ત્યાં અમે જણાયા એવી ભ્રાંતિ આપને કેમ થઈ તે આ પૂરું થયા પછી સમજાવીશું. એટલે ઠગ કોણ તે આપોઆપ જણાશે. ઠગ શબ્દની વ્યુત્પત્તિ સંસ્કૃત સ્થગ્ ધાતુ પર જ છે. જે છાનું રાખે, ખરું ન કહે, ખરી વાત ન કહે, પછી જાણી જોઈને, ભૂલથી કે ભ્રાંતિથી તે ઠગ. જે ખરી વાત જાણે તે ઠગ કહેવાય નહિ, કેમકે ખરું જાણવું તે ખરું કહ્યા બરોબર છે; જાણવું અને જણાવવું તે એક જ છે. કારણ કે જાણ્યા વિના જણાવી શકાતું નથી અને જ્ઞાતા

જ્ઞાનક્રિયા સાથે વિશ્વમાં સર્વવ્યાપ્ત છે. આપના રસિક સુભાષિત અને મનોરંજક વૃત્તાંતમાં આ સર્વનું જ્ઞાનનું મૂળ છે. માટે તે અગાડી કહી અમને કૃતાર્થ કરો.'

આ વચનો સાંભળતાં ભદ્રંભદ્ર કંઈક વિચારમાં પડ્યા, કંઈક ગૂંચવાયા તથા 'મનોરંજક' શબ્દ સાંભળી ચમક્યા. છતાં આખરે કંઈક રાજી થયા અને વાર્તા ફરી શરૂ કરી બોલ્યા કે,

'દેવીની બે પાસે બેઠેલા બે પુરુષો વિશેની મારી કલ્પના ખરી હશે કે ખોટી હશે, પણ મારું ત્યાં જવું તેઓને રુચ્યું નહોતું એમાં સંશય નથી. ક્ષોભ મૂકી દઈ બેમાંથી એકે મને પાસે બોલાવવાની સાન કરી. હું સભય આશ્ચર્યથી એવો સ્તબ્ધ થઈ ગયેલો હતો કે અનાયાસે જ મેં તેની ઈચ્છાને અનુસરી તેના ભણી ગતિ કરી. એવામાં એકાએક બીજાએ મરા મુખ પર ખોબો ભરી ગુલાલ નાખ્યું. ચિંતાથી મારા મુખ પરથી પદ્મસમ રક્તતા ઊડી ગયેલી દેખાયાથી મારી મુખલક્ષ્મી પાછી આણવા તેણે આમ કર્યું હશે અને વૈકલવ્ય છતાં મારું મહાપુરુષત્વ જણાઈ જવાથી પોતાના મંડળની પ્રતિષ્ઠા વધારવા માટે અને તે મંડળમાં લઈ લેવા તે ઉત્સુક હશે; પણ મને પ્રથમ પૂછવું જોઈતું હતું કે હું મારી આંખોની સંમતિ મેળવી લેત. આંખોની સંમતિ વિના ગુલાલ અભ્યાગત થઈ તેમને આવાસે ઘૂસી ગયું તેથી મને ક્રોધ ચડ્યો અને તેમને મનાવવા હું નીચો વળી આંખો લૂછવા લાગ્યો. મારો શ્રમ બચાવવાના હેતુથી અથવા જે કૂવાના જલથી દૂર રહેવા હું ઉત્કંઠિત હતો તેને મારો પાવન સ્પર્શ થવો સમૂળગો રહી ન જાય એ ઈચ્છાતી કોઈએ મારા પર પુષ્કળ પાણી રેડ્યું. અભિષેક બસ કરવાની સંજ્ઞા કરવા મેં ઊંચુ જોયું તો એક મનુષ્યે જળપાત્ર નાખી દીધું અને બીજા કેટલાક તેને આવી મળતાં તેઓ કૂંડાળુ વાળી મારી આસપાસ ચક્કર ફરવા લાગ્યા. હસ્તના અનિયંત્રિત ઉલ્લાસ સહિતની તેમની ત્વરિત ગતિ વખાણવા જોગ હતી, પણ તે બહુ વાર ટકી નહિ. એક પુરુષ કૂંડાળામાંથી નીકળી મારા બે ખભા પર જોરથી હાથ મૂકી મને બેસાડી જઈ મારા પરથી કૂદી ગયો અને તે પછી બાકીના સોબતીઓએ પણ તેમ કર્યું. ખભા પર આટલા બધા આંચકા લાવ્યા છતાં હું ઊથલી ન પડ્યો એ નવાઈ જેવું હતું. તે લોકોની કૂદવાની કુશળતા અથવા મારી બેસવાની કુશળતા એ બેમાંથી એકનું પરિણામ તો એ હતું જ. બળતી આંખો, ભીનાં લૂગડાં, દુખતા ખભા ભૂતકાળનો શ્રમ અને વર્તમાનકાળની અસ્વસ્થતા. એ સર્વ સાથે આ કુશળતા કોની તેનો નિર્ણય કરવામાં ચિત્તને લગાડવાનું બની શકે તેમ નહોતું અને બીજા કોઈ નિષ્પક્ષપાત નિર્ણય કરે એવી આશા નહોતી તેથી કોઈ વધારે ન્યાયાનુકૂળ સ્થળમાં જતા રહેવા નિશ્ચય કરી મેં ધૈર્ય ધરી સર્વ ભણી દૃષ્ટિ ફેરવી કહ્યું,

"હું આ કૂવામાં અકસ્માત્ ઊતરી આવેલો છું અને બહાર નીકળવાનો માર્ગ શોધું છું."

'રાત્રે ભોંયરામાં જે અસાધારણ પુષ્ટિવાળો પુરુષ મને મળ્યો હતો તે સુભાગ્યે મારા પરથી કૂદી જવામાં નહોતો પણ દૂર બેઠો નિરીક્ષણ કરતો હતો. આ સમયે તે બાવા જેવો નહોતો લાગતો પણ સર્વ પેઠે સાધારણ વેશમાં જ હતો, તેનું મૌન અપૃચ્છામાં ન માઈ શક્યાથી તે બોલે ઊઠ્યો,

"રાત્રે દેવીના મંદિરમાં મારી પૂજામાં વિઘ્ન કરવા તું આવ્યો ત્યારે પણ અકસ્માત્ આવ્યો હતો અને માર્ગ શોધતો હતો ખરું વારુ?"

'ઊભો થઈ અગાડી આવી બધા ભણી જોઈ તે બોલ્યો, "લીલાદેવીના મંદિરનો તળાવ તરફનો પગથિયાવાળો માર્ગ અને કૂવા માંહેલો ગલીનો માર્ગ આ માણસ જાણી ગયેલો છે. એ મારી શંકા ખરી ઠરે છે અને કોઈ રીતે ભોંયરાનું ઢાંકણું ઉઘાડવાનો વિધિ પણ એ જાણી ગયો છે, માટે હવે એને પાછો જવા દેવો એ સલામત નથી. બે તરફને માર્ગે આવજા કરતો એને અટકાવવો જ જોઈએ. માટે એના શરીરના અઠ્ઠાવીસ કકડા કરું છું, તેમાંથી એકેક તમો સત્તાવીસ નક્ષત્રમાંના દરેકને અને એક સોમસ્વરૂપ લીલાદેવી! તને બલિદાન આપું તે માટે પરવાનગી આપ. મારી પૂજાની ઈર્ષ્યા નક્ષત્રોમાંથી પણ કોઈકને હશે અને તેમાંથી કોઈએ ભંગ કર્યો હોત તો તેની શિક્ષા દેવી! તું કરત. પણ પાતાળમાં કૌતુક જોવા નીકળેલા આ સાહસિક દુષ્ટને તો મને જ શિક્ષા કરવા દે. મંદિરમાં તળવાની સામગ્રી હોત તો હું ત્યાં જ એનો વધ કરત અને વ્રતભંગ પછી મંદિરમાં પગ મૂકવાનો નિષેધ ન હોત તો એને ત્યાંથી ઉપાડી લાવવાની ગોઠવણ કરત. ચંદ્રમંડળ બહારના મનુષ્યના સ્પર્શ અને દર્શનથી દૂર રહેવાનું મારું વ્રત છેક છેલ્લી રાત્રિએ આ દુષ્ટે ભગ્ન કર્યું છે તેથી મારો કોપ એનો વધ કર્યા વિના નહિ શમે."

'ચંદ્રમંડળમાં ફરી અટ્ટહાસ્ય વ્યાપી રહ્યું, પણ તે પહેલાં જેટલું લાંબું ચાલ્યું નહિ. લીલાદેવીની પાસેના બે પુરુષોએ ઊઠીને કેટલાકને ઘસડ્યા, કેટલાકના કાન આગળ બૂમો પાડી અને સર્વને હાસ્યના કેફમાંથી જગાડ્યા. બેમાંથી જે આપ વલ્લભરામના જેવો હતો તેણે સ્વસ્થ થયા પછી મારા ભણી આંગળી કરી દેવીને કહ્યું.

"આ મનુષ્ય સ્વાદિષ્ટ કેવો હશે કે નહિ તે વિજ્ઞાયા અગા. તેને ભક્ષવાની નક્ષત્રોને ફરજ પાડવી એ અવિહિત છે. જ્ઞાન વિના આનંદ સંભવતો નથી. વળી મદિરાપાન વિના

માંસાહારની વાત કરવી એ પાપ છે. બ્રહ્મજ્ઞાન પ્રમાણે મદિરા અને અમૃતનો અભેદ છે, માટે અધિકારીઓ બંનેને જ્ઞાનવારુણીને નામે ઓળખે છે. વારુણીનું આવું જ્ઞાન સ્વરૂપ છે તેથી તે માંસાહારને દોષરહિત કરે છે અને તે વિના એ આહાર કરવો નિષેધ્યો છે, શાસ્ત્રમાં માંસનો નિષેધ છે અને મદિરાનો નિષેધ છે, પણ બંને સાથે લેવાનો નિષેધ કોઈ પણ સ્થળે નથી, તેનું આ જ કારણ અધિકારીઓએ માન્યું છે. વારુણીનું જ્ઞાન સ્વરૂપ સમજવું મુશ્કેલ છે; માટે જ સામાન્ય મનુષ્યોને વારુણીનો સમૂળગો નિષેધ લખ્યો છે. દુનિયામાં બધે સામાન્ય મનુષ્યો જ વસે છે. માટે જ સર્વત્ર ઉભયની શાસ્ત્રાધારે સપ્ત મના આગ્રહવી પડે છે. પણ આ અધિકારી ચંદ્રમંડળ સમક્ષ સત્ય કહેવામાં હરકત નથી. આ સ્થળે તો સત્ય અસત્ય થઈ જાય એવી ભીતિ નથી, બહારની દુનિયામાં તેમ ભગવાનની ભિતીને લીધે સત્ય અસત્યની ઝાઝી દરકાર રાખવી ઘટતી નથી. પણ આ મંડળમાં દેવી તમને શાસ્ત્રમાં દૃઢવવાની ફરજ છે. "મને આશ્ચર્યથી ચમકી ઊછળતો જોઈતે વળી બોલ્યો, "ઉપરના સર્વ વિચાર મેં જતે કર્યા નથી અને તે મારા પોતાના છે એમ હું કોઈને ભાષતો નથી અને એમ માનવાનું કોઈને કારણ આપ્યું નથી, પરંતુ આપણા શાસ્ત્રમાં જે બહુ બહુ વાતો કથી છે તે કહેવાનું ઉદ્દેશું છું. શાસ્ત્રથી ડાહ્યા થવાને હું ધૃષ્ટતો નથી."

'શાસ્ત્રમાં મનુષ્યમાંસ ખાવાની આજ્ઞા છે કે નહિ તે ચાલાકીવાળા વચનોથી જણાતું નહોતું. પરંતુ તેવી આજ્ઞા હોય તોપણ ન માનવી જોઈએ એટલી શાસ્ત્રવિરુદ્ધ બુદ્ધિ મને આ સમયે થઈ તેનું કારણ કદાચ આત્મરક્ષણની ઈચ્છા હશે. આ વિનાશકારી ઈચ્છા આ વેળા મને સહાયભૂત થઈ, અને મને સૂઝાડ્યું કે શાસ્ત્રાનુસરણ માટે મથનાર એ માણસનો પ્રયત્ન ખરેખરી રીતે મને બચાવવા માટે નહોતો, પરંતુ મારા ભાગ પાડી વહેંચી લેતા પહેલાં મને ચાખી જોવાનો અને મારો આહાર કરતાં પહેલાં મદિરાપાન કરવાનો અથવા અથવાતો આહાર અને પાન બંને સાથે કરવાનો હતો. મારે શાસ્ત્રાર્થ કરવાનો આ સમય નહોતો અને શાસ્ત્રાર્થીએ મહોટા ભૂદેવને જ ખાવા તત્પર થાય તે શાસ્ત્રને કેમ છોડે એ ભિતીને લીધે મને લાગ્યું કે તેની સમક્ષ શાસ્ત્ર મૂકવામાં શાસ્ત્રના રક્ષણને હાનિ છે. તે પોતે તો શાસ્ત્રની આજ્ઞા કે નિષેધની અપેક્ષા વિના ભૂખતરસને જ અનુસરતો હોય અને માત્ર બીજાને પ્રસન્ન કરવા તથા મહોટાઈ મેળવવા માટે જ શાસ્ત્ર નામનો ઉપયોગ કરતો હોય એમ લાગતું હતું. માટે રોગી જેમ વ્યાધિના ત્રાસથી યમનું શરણ માગે તેમ તેને પડતો મૂકીને મારો આહાર કરવાની મૂળ સૂચના કરનાર પર અસર કરવાનો મેં વિચાર કર્યો, તેની સાથે હસ્ત જોડી એ નમસ્કાર મને પોતાને કરું છું એમ મનમાં સમજી લઈ મેં કહ્યું,

"આપ નક્ષત્ર કેમ છો, આ સોમસ્વરૂપ લીલાદેવી કેમ છે, તે હું જાણતો નથી. રાત્રે મંદિરમાં આવ્યા તે પહેલાં મંદિર વિશે હું કશું જાણતો નહોતો અને હમણાં આપે કહ્યું ત્યારે જ જાણ્યું કે આ કૂવામાંથી મંદિરમાં જવાય છે. અહીંથી બહાર કેમ નીકળાશે તે પણ હું જાણતો નથી. ભૂત ભવિષ્ય અને વર્તમાન ત્રણે કાળનું મારું અજ્ઞાન મને નિરાપરાધી ઠેરવે છે. દેવીના મંદિરમાં મારું ઊતરી આવવું ઈચ્છાપૂર્વક નહોતું, બે-ત્રણ માણસો અંધારામાં મને સીડીમાં નાખી ગયા હતા અને તે પછીની મારી ગતિ મારા શરીરની છતાં મારી ઈચ્છાને અનુસાર નહોતી. તેમનો હેતુ શો હશે તે હું જાણતો નથી અને તે વિષે તેમને પૂછી જોવાનું બની શક્યું નથી. હું પાછો બહાર નીકળ્યો ત્યારે પણ તેઓ કે બીજા કોઈ દૂર ચાલ્યા જતા હતા અને સીડીનું બારણું ઉઘાડનાર અમે છીએ કે અમે નથી એટલું પણ કહેવા ઊભા રહ્યા નહોતા. તે પછી શત્રુરૂપ કુતૂહલથી ભમાઈ વૃક્ષ પર ચડતાં ડાળી ભાંગ્યા પેઠે આડી વળી જવાથી હું કૂવામાં લટકી આવ્યો અને તે દશામાંથી છૂટવા અકસ્માત આ માર્ગના બારણામાં ઊતરી પડ્યો છું. આપ સર્વ વિશે જાણતો હોઉં તે છતાં હું અહીં આવું એમ તો આપ પણ માની શકો નહિ. મેં જે કષ્ટ અને વેદના સહ્યાં છે તે લક્ષમાં લેતાં હું કોપને નહિ પણ દયાને પાત્ર થાઉં છું. તમારા સર્વનું અટ્ટહાસ્ય અખંડિત રહો, પણ તે હાસ્યની શ્વેતતા મારા રુધિરથી રક્ત કરવી ઘટતી નથી. મારું શરીર રોગવાળું તથા દુર્બળ છે, તે ભક્ષ કરવાથી તમારી ક્ષુધા તૃપ્ત નહિ થાય. મને બહાર નીકળવાનો માર્ગ જડે તો આ દિશા ભણી મારા પગ ફરી વાળ્યા પણ વળે નહિ એવો મને તો નિશ્ચય થયો અને આપને પણ થવો જોઈએ.

'મારું માન સચવાય નહિ એવી રીતે મારા પેટ પર તથા શરીર પર બે-ત્રણ ઠેકાણે આંગળીઓ દબાવી તથા ઠોકી તેણી ઉત્તરમાં કહ્યું,

"આ શરીર રોગી કે દુર્બલ હોય એમ માની શકાતું નથી. પણ માંહેની માટી હલકી જાતની હશે ખરી. તે વિના આવું કાયરતાપણું હોય નહિ. એવી માટી કૂતરાને જ નાખવા જોગ છે. તારો વાંક નથી. પણ અદેખા નક્ષત્રોનું એ કામ છે. હવે તો તને બહાર કહાડ્યા પછી જ ઘટતા ઉપાય લઈ શકાશે. પણ બહાર નીકળવાની યુક્તિ તો તને બતાવાય નહિ. જા બેસ, તને કોઈ નહિ છેડે. માથાનાં બે ફાડ્યાં કરાવવાં હશે તે જ હવે આ કોથળામાં ભરેલી માટીનાં આહાર માટેના શાસ્ત્રાધારનું ઓથું પકડી મારા વ્રતભંગમાં થયેલા દગાની વાત ઉડાડવા પ્રયત્ન કરશે."

'શાસ્ત્રમાંની બહુ બહુ વાતો કહેનાર ભણી મારાથી જોવાઈ ગયું, પણ તેમને ધ્રૂજતા અને બેઠા બેઠા સ્વસ્થાનમાં પાછા હઠતા જોઈ મેં બીજા નક્ષત્રો ભણી દૃષ્ટિ કરી. નિરાશા, ભય, કુતૂહલ

ઇત્યાદિ વિવિધ ભાવોની રેખા તેમના મુખ ઉપર જોઈ છુટકારાનો સમય પાસે આવ્યા છતાં કંઈ અનિષ્ટની શંકા થવાથી વિચારશૂન્ય થવાનો પ્રયત્ન કરતો હું એક ખૂણામાં બેઠો.

'તે પ્રચંડ પુરુષની સંજ્ઞાથી એક એક નક્ષત્રો ઊઠ્યા અને શીશીઓમાંથી ત્રાંબાનાં પાત્રોમાં મદિરા રેડવા લાગ્યા. મદિરાપાનથી મંડળી પાછી કેવી દશામાં આવશે અને તે દશાથી મારા ભાગ્યમાં શું પરિણામ થશે એ વિચારથી ચિત્તમા વ્યથા થવા લાગી. પણ મદિરાથી ભરેલાં પાત્ર લીલાદેવીની આસપાસ સાપ, વીંછી ઈત્યાદિ જેવી વિવિધ રચનાથી નક્ષત્રો ગોઠવવા લાગ્યા તે જોતાં ચિત્ત સભય કુતૂહલની અવસ્થામાં આવ્યું. પાત્ર ગોઠવાયા પછી વહેંચવાની આજ્ઞા મને કરી. દેવીને પ્રથમ નમસ્કાર કરી એક પાત્ર આપ્યા પછી પ્રત્યેક પાત્ર દેવીની પ્રદક્ષિણા કરી રચનાને અમુક ખૂણાથી ઉપાડી હારેહાર બેઠેલા નક્ષત્રોને એક પછી એક આપવાનું હતું. આ સેવા કરવાના કે ન કરવાના વિષયમાં મને ઈચ્છા વાપરવાની છૂટ આપી જ નહોતી. તેથી એ સેવાની યોગ્યતા-અયોગ્યતાનો નિર્ણય કરવામાં મેં કાલ કહાડ્યો જ નહિ. પાત્ર લેતી વેળા નક્ષત્રો કંઈક અનુનાસિક ઉચ્ચાર કરતા હતા. પાત્રની આકૃતિ એવી વાંકીચૂંકી હતી કે, તેમાં મદિરા રેડ્યાં છતાં હાથમાં લેતાં તે મારાથી દેખાતો નહોહો, તેથી પાત્રમાં શી રીતે પાન કરશે તે જોવાની મને ઉત્કંઠા થઈ. પણ પ્રત્યેકે મ્હોં પર લૂગડું આડું ધરી પાત્ર ઢાંકેલું રાખીને ઠાલવી દીધું. આ જ વિધિએ મદિરાપાન બીજી વાર કરવામાં આવ્યું.

'નક્ષત્રોમાં ઉન્મત્તતા વધશે એટલે નાસી જવું અનુકૂલ પડશે એમ ધારી ક્યે દ્વારથી ચાલ્યા જવું તે નક્કી કરી રાખવા હું ચારે મત જોતો હતો, એવામાં એક નક્ષત્ર મદિરા પાત્ર લઈ મારી પાસે ધસી આવ્યો. કદાચ તે પીવાને આગ્રહ કરે તો દેવીને અર્પિત કરવાથી દોષરહિત થયેલ મદિરા, પણ પાત્રમાં પ્રથમ પીનારની જાત જાણ્યા વિના કેમ પીવાશે એ આશંકાથી હું દૂર હઠવા લાગ્યો બીજા બે-ત્રણ નક્ષત્રો ત્યાં દોડી આવ્યાં. ભયનો માર્યો મારું મહત્ત્વ ભૂલી જઈ હું આમતેમ દોડવા લાગ્યો. મારી પાસે આવવાનો હેતુ તેમને પૂછવાનું ગભરાટમાં મને સાંભર્યું નહિ. આ દેખાવ જોઈ ફરી પાછું અટ્ટહાસ્ય વ્યાપી રહ્યું. એ છેલ્લું જ અટ્ટાહાસ્ય મેં સાંભળ્યું. દોડતાં દોડતાં ઠોકર વાગવાથી કે કાંઈ આંટી આવવાથી હું પડી ગયો, પડી ગયો તેવો જ મને ઉપાડી એક અંધારી ઓરડી ઉઘાડી તેમાં નાખ્યો. ત્યાં પડતાં માથું એકાએક ઘણું અફળાયું એમ લાગ્યું તે પછી શું થયું તેનું મને ભાન રહ્યું નહિ.

'હું શુદ્ધિમાં આવ્યો ત્યારે આંખો ઉઘાડીને જોયું તો એક કૂતરો મારું મ્હોં સૂંઘતો હતો તેનો આ કુચેષ્ટાવાળો વ્યાપાર અટકાવવા મેં તેના મ્હોં પર મુક્કી મારી અને તેને અપમાન ભરેલા

શબ્દ સાથે દૂર કહાડ્યો. બેઠા થઈ આસપાસ દૃષ્ટિ ફેરવતાં કૂવો કે ભોંયરું કંઈ જોવામાં આવ્યું નહિ. એક પડખે નગરનો ઊંચો કોટ હતો, બીજે પડખે ઉકરડો હતો. ઉકરડા ઉપર કાગડાઓ બેઠા બેઠા જાણે કૂતરાને મારી ખબર કહાડવા તેમણે મોકલ્યો હોય તેમ મારા ભણી અને જિજ્ઞાસુ વદને ઊંચા કાન અને નીચી પૂંછડી કરી મારી સામે આઘે સ્થિર ઊભા રહેલા કૂતરીજાયા ભણી, તેઓ સર્વ જોઈ રહ્યાં હતા. પશ્ચિમમાં સૂર્ય રક્ત થઈ મારા લોહીલોહાણ થયેલા શત્રુવર્ગ પેઠે અસ્ત પામતો હતો તથા પૂર્વમાં આઘે નગરમાંથી બહાર નીકળતાં ગાડાંની ધૂળ મારા યશ પેઠે આકાશ ભણી ઊડતી હતી અને બે વચ્ચે આવેલો હું યુદ્ધ અને યશ વચ્ચે આવેલા વિજયની ઉપમા પામતો હતો. રાક્ષસના હાથમાંથી છૂટી નગર પાસે આવ્યો એ જ વિજય હતો, પરંતુ એ વિજય શી રીતે મળ્યો એ હજુ સુધી અજ્ઞાત રહ્યું છે. મને શું સવારનો કોઈ બહાર લાવ્યું હશે અને શું સવારથી સાંજ સુધી આ દુર્ગન્ધી સ્થાનમાં આ કૂતરાની સંભાવના પામતો હું અહીં અલક્ષિત પડ્યો રહ્યો હોઈશ, એ શંકાનિવારણ કરે એવું કોઈ ત્યાં હતું નહિ અને હજુ સુધી મળ્યું નહિ. કૂતરો મને શબ ધારીને આવ્યો હશે કે મારા મ્હોંમાંથી નક્ષત્રોના મદિરા સરખી જે વાસ આવતી હતી તેનાથી આકર્ષાઈને આવ્યો હશે એ એ પણ મહોટો પ્રશ્ન હતો અને તેના ઉત્તરમાં અનેક વાતોનું નિરૂપણ થઈ શકે એમ હતું, પણ, ઉત્તર દેનારનો અભાવ જોઈ એ પ્રશ્નનું ચિંતન પડતું મૂક્યું. ઉદ્વેગના આવેશમાં તે પ્રશ્ન એકાદ વાર કૂતરાને મારાથી પૂછાઈ ગયો પણ મારું માથું ઘૂમતું હતું તે જ એમ થવાનું કારણ હતું. કૂતરાઓ મનુષ્ય સાથે સંભાષણ કરી શકે છે એવો મારો મત થયો નહોતો. મદિરાની વાસ શી રીતે મુખમાં પેસી ગઈ તે સમજાતું નહોતું. પણ જોયેલા ચમત્કારોમાં સમજાય તેવું કેટલું ઓછું છે એ લક્ષમાં લઈ આ જીજ્ઞાસાને મેં પ્રબલ થવા દીધી નહિ. કોઈ મને આ સ્થાનમાં જુએ તો અનુચિત શંકાઓ કરે, તથા જે અજ્ઞાની જનોની પીડાથી દૂર રહેવા હું નગર બહાર જતો રહ્યો હતો તેઓ હવે મને પ્રાપ્ત કરવાના વિષયમાં નિરુત્સાહ થયા હશે એમ ધારી મેં નગરમાં પ્રવેશ કર્યો. આ સર્વ વૃત્તાંત આર્યપક્ષની વિજયયાત્રાના રૂપમાં ગોઠવતો હતો, તેવામાં જ્ઞાતિના વિગ્રહના સંબંધમાં દુષ્ટોના છલથી મારું રક્ષણ કરવા રક્ષકો મને આગ્રહ કરી કારાગૃહમાં લઈ ગયા. તે પછી આ ચમત્કારોના સંબંધમાં કંઈ વધારે જણાયું નથી. હવે તો નિદ્રાનો સત્કાર કરવો જોઈએ.

વલ્લભરામ કહે, 'હા મહારાજ, નિદ્રાવશ થાઓ. નિદ્રામાં જેવા આપને સ્વપ્ન જણાશે તેવું આપે વર્ણન કર્યું તે સર્વ સ્વપ્ન જ જ હતું. રાત્રે દરવાજા બહાર નીકળ્યા પછી દીવાઓ જોઈ ભય લાગવાથી આપ કોઈ ઠેકાણે પડીને ઊંઘી ગયા હશો અને પછી કોઈ પ્રકારે સ્વેચ્છાએ નહિ તો પરેચ્છાએ મદિરાપાન થયું હશે. આ બેભાન દશાઓનાં જે સ્વપ્ન તથા ભ્રાંતિ થયાં તેમાં હું ને ત્રાવડી પણ આપની નજર આગળ તરી આવ્યા તે આપના ચિત્તમાં અમે કેવા દૃઢ વસ્યા છીએ તે દર્શાવે છે. એવી ભ્રમણાને આપ ખરી માનતા હો તો અમારા

પર દ્વેષ હોવાથી આપ એમ કહો છો એમ તો અમે નહિ જ માનીએ, કેમ કે અમારા પર આપનો સદ્ભાવ અમે જાણીએ છીએ, પણ આપ વેદાંતજ્ઞાનમાં કાચા છો એમ જ ન છૂટકે માનવું પડશે.'

નિદ્રાને હવે વધારે વાર અટકાવવા ભદ્રંભદ્ર બિલકુલ રાજી નહોતા, તો પણ આવા આરોપ સાથે સકલ શ્રમની સમાપ્તિ થવા દેવાય તેમ નહોતું. તેથી આંખો મીચવી થોડી વાર મુલતવી રાખી હુશિયાર થઈ તેમણે ઉત્તર દીધો.

'સુધારાવાળા પેઠે આપ પણ અદ્ભુત વાતોને સ્વપ્ન ને ભ્રાંતિ કહી તેમની અદ્ભુતતા ખૂંચાવી લેવાને પ્રયત્ન કરવો યોગ્ય ધારો છો એ નવાઈ જેવું છે. સૃષ્ટિક્રમ વિરુદ્ધ અથવા અમાનુષ શક્તિવાળું જે કાંઈ જણાય તેને સાધારણ બનાવી નાખનાર "ખુલાસો" તો કદી સાંભળવો જ નહિ – એ એકેએક આર્યનું કર્તવ્ય છે. ચમત્કારો ખોટા પાડવાના ગમે તેટલા પુરાવા સુધારાવાળા લાવે તો એ જ ઉત્તર દેવો ઘટે કે "ચમત્કારો ખોટા પડી શકે જ નહિ," છતાં આ અનાદિ સિદ્ધાંતની અવગણના કરવાની અનાર્યવૃત્તિ આપ ધારો છો એ જોઈ ખેદ થાય છે. વેદાંતજ્ઞાનમાં હું કાચો છું કે પાકો તે તો પરીક્ષા કરી શકે એવો કોઈ મળશે ત્યારે હું નક્કી કરાવી લઈશ. ભ્રાંતિ માનવામાં હું કોઈથી જાઉં એવો નથી. સર્વ કોઈના ડહાપણને અને અભિમાનને હું ભ્રાંતિ જ માનું છું. ને- પછી-તમે- આપણે- હું કહેતો હતો કે- હવે- તો- બીજે કોઈ સમયે વાદ કરીશું."

આટલું કહી ભદ્રંભદ્ર સૂતા. પણ સૂતા સૂતા સાંભળે છે એમ ધારી ઊઠવાની તૈયારી કરતાં વલ્લભરામ બોલ્યા:

"મહારાજ, આપ ઊંઘમાં આવ્યા છો માટે સૂઈ જાઓ. ચમત્કારનો "ખુલાસો" ન ખોળવો જોઈએ. માટે જ આપે મદિરાપાન ન કર્યા છતાં તેની દુર્ગંધ, વિસ્મૃતિ, ઉન્મત્તતાદિ થયેલી અસરો આપનામાં જણાઈ તેમાં હું અશ્રદ્ધા નથી કરતો અને મદિરાજન્ય જેવી જ વિસ્મૃતિ થઈ એમ માનું છું. અદ્ભુતતા ન માનતો હોય તો મદિરાપાન થયું હોવું જોઈએ એવો આગ્રહ કરત અને ભ્રાંતિ વિશે તો આપ ખરું જ કહો છો, આજકાલ સંભળાયાં જાય છે તેવો જ આપનો વેદાંતવાદ છે એમાં લેશમાત્ર શક નથી.'

આ વાક્યો પૂરાં થયાં તે પહેલાં ભદ્રંભદ્ર તો નિદ્રાવશ થઈ ગયા હતા. તેથી સગવડ વિશે કેટલીક સૂચનાઓ મને આપી વલ્લભરામ તથા ત્રવાડી અમારા સૂવાના ઓરડામાંથી ચાલ્યા ગયાં.

૨૧. રાત્રિમાં થયેલા અનુભવ

હું પણ તરત ઊંઘી ગયો અને વિચિત્ર રીતે સંધાઈ ગયેલા સ્વપ્નોના દર્શનમાં પડ્યો: કોઈ પ્રચંડ પુરુષે ભદ્રંભદ્રને ભેંસો સાથે બાંધીને કૂવામાં ઉતાર્યા અને કૂવામાંથી જે કોસમાં પાણીને બદલે દીવા નીકળતા હતાં તે કોસમાં ભદ્રંભદ્ર પાછા નીકળી આવ્યા...પછી ઉકરડા પર ઊભા રહી એક કોઠીમાં તેમણે મદિરા રેડ્યો અને તે પછી કોઠી પરથી એક છાપરા પર કૂદતા કોઠીમાં પાછા પડ્યા, તેમાંથી સર્પથી બાંધી મેં તેમને બહાર કાઢ્યા અને એક તળાવ પર મ્હોટી જાળી નાંખેલી હતી તે પર સુવાડ્યા તે જાળીના કાણામાંથી ભદ્રંભદ્ર એક કૂતરા સાથે નીકળી પડયા ત્યાં નીચે પડતાં હેઠળ ગયા...અને એ પાતાળમાં બે તાડ પર પગ મૂકી દેવી ઊભેલી હતી ત્યાં કૂતરાને માથે મૂકીને હું નાચ્યો અને તે સંયોગીરાજનો કાણો રસોઈયો ખૂબ હસ્યો અને કાગડાઓએ ચાંચમાં ભરીને ગુલાબ ઉડાડ્યું, તે મારી આંખમાં પડવાથી હું નાસવા ગયો પણ નસાયું નહિ અને પગથિયાં પરથી સરી પડ્યો...આવી સ્વપ્નની ઘટમાળ ચાલતાં મેં એક મૅજિસ્ટ્રેટની આસપાસ નાત મળેલી દીઠી અને ત્યાં વંદા સામાં બારણાઓ પર ઇન્સાફ જોવા બેઠેલા હતા. તેમની મૂછો પર આગીઆ કીડા આવીને બેઠા. ભદ્રંભદ્રે ઊઠીને વંદાઓને પૂછ્યું કે તમને સુધારાવાળા મારી નાંખે છે તેનું શું કારણ છે અને વાંક કોનો છે? વંદાઓ કહે કે અમે ગયે જન્મે સુધારાવાળાના ગોર હતા પણ અમને ચોપડીઓનો શોખ થયાથી અમને જમાડ્યા નહિ તેથી તેમની ચોપડીઓ ખાઇ જવા અમે વંદા થયા છીએ...મૅજીસ્ટ્રેટ પોતાની ખુરશી નીચે શેતરંજી ખેંચીને ઓઢી અગાડી આવી બોલ્યા કે, 'મને વંદા અડકી શકે એમ નથી પણ બ્રાહ્મણો મહાદેવના મંદિરમાંના પોઠિયા ઉખાડી તેને પૈડાં કરાવી તે પર બેસી વંદાનો વેપાર કરવા જાય તો તેમને રોજી મળે ને ચોરીલૂંટ ન કરવી પડે અને કાયદાની ચોપડીઓ પોલીસચોકીમાં ભરી મૂકી હોય તોપણ વંદા તે ખાય જાય નહિ.'...આ પ્રમાણે સ્વપ્ન જોતાં હું થોડા કલાક ઊંઘ્યો....આખરે સ્વપ્નમાં મેં ભદ્રંભદ્રને ઊંચા કોટ પર બેઠેલા જોયા. ત્યાંથી ત્રવાડી અને વલ્લભરામે તેમને ધક્કો મારી નીચે નાખ્યા તે જોઈ પછાડીથી કોઈ સ્ત્રીએ ચીસ પાડી....તે સાંભળીને હું જાગી ઊઠ્યો.

ભદ્રંભદ્ર પણ તે જ વખતે જાગી ઊઠી પથારીમાં બેઠા થયા હતા. સ્વપ્ન ખસી ગયા પણ ચીસ સંભળાઈ એ વિશે મને ખાતરી રહી.

અમારા ઓરડા સિવાય બીજે બધે અંધારું હતું અને કઈ દિશામાંથી ચીસ આવી તે સમજાતું નહોતું. ઘર અજાણ્યું હતું અને ભદ્રંભદ્ર કહે, "પહેલી રાતે આપણને થયેલો અનુભવ આવે

સ્થળે શોધ કરવામાં લાભ હોય એમ દર્શાવતો નથી. અનુભવને અનુસરવું એ નિયમ સપ્રમાણ છે."

તોપણ ચીસ સાંભળી હતી એ એવી કારમી હતી કે પાછા એમ ને એમ સૂઈ જવાનો મારાથી નિશ્ચય થઈ શક્યો નહિ. વળી એકંદરે અમારી સલામતીનો વિચાર કરતાં ભદ્રંભદ્રને પણ સ્થિર રહેવું આખરે દુરસ્ત જણાયું નહિ. તેથી દીવો લઈ અમે તપાસ કરવા નીકળ્યા. 'સૂર્યચંદ્ર અંધકારની શોધમાં આખી પૃથ્વી આસપાસ ફરી વળે છે,' તે સુધારાવાળાની શોધમાં ભમતા આપણા આર્યપક્ષના સમર્થકોએ ઉપમા પામવા સારુ જ. એવું ભદ્રંભદ્રે પૂર્વે એક પ્રસંગે કહેલું એક વાક્ય યાદ આવ્યું. પણ સૂર્યચંદ્રને એવા ઉપમાન ઘડી ઘડી મળે તે માટે જ આવી શોધમાં નીકળવાની જરૂર છે કે કેમ તે આ વખતે મેં પૂછ્યું નહિ. કેમ કે ભદ્રંભદ્રની મુખરેખામાં આલંકારિક આવેશ જણાતો નહોતો અને ઉમેય-ઉપમાનને બદલે નાસનાર, પાછળ દોડનાર, માર ખાનાર – માર મારનારા એવા સંબંધ તેમના ચિત્ત સમક્ષ હોય એમ જણાતું હતું.

ચીસ સંભળાયા પછી બીજો કંઈ પણ અવાજ સંભળાયો નહોતો. પરંતુ શોધ કરવી વધારે મુશ્કેલ થઈ હતી અને અમારી બીકમાં કંઈ પણ ઘટાડો થયો નહોતો આગળ ધરેલા મારા હાથમાં દીવો હતો અને ભદ્રંભદ્ર દીવા પાછળનું અંધારું નહિ, પણ હાલની પાશ્ચાત પદ્ધતિના રીફ્લેક્ટર થઈ પાછળ આવતા હતા. અમારા સૂવાના ઓરડામાંથી નીકળી ઘરના પાછલા ભાગમાં જઈ એક ઓરડાનું બારણું જેવું મેં ઉઘાડ્યું તેવી એક સ્ત્રીને લોહીલુહાણ થઈ ભોંય પર પડેલી દીઠી. હું ચમક્યો અને ભયથી સ્તબ્ધ થઈ ઊભો. પણ ભદ્રંભદ્રે અગાડી ન આવતા પાછળ રહીને કરેલા આગ્રહથી હું આગળ ગયો. દીવો લઈ નીચા વળી જોતાં તે સ્ત્રીના ગળામાં ઊંડો ઘા થયેલો જણાયો, અરે તેનામાં પ્રાણ રહ્યા હોય એમ લાગ્યું નહિ.

આ દારુણ દેખાવથી અમે જડ થઈ ગયા અને થોડી વાર મૂંગા થઈ ઊભા રહ્યા. તે સ્ત્રીમાં વખતે કંઈ પ્રાણ હોય તો તેને મદદ કરવા સારુ હું તેને સ્પર્શ કરવા જતો હતો. પણ ભદ્રંભદ્ર કાનમાં કહેતા હોય તેવે ઘાંટે બોલ્યા: 'શબ હશે અને નાતજાત જાણ્યા વિના અડક્યા અને વળી નહાવું પડે, માટે દૂર જ રહેજે, હું તો નજીક આવતો જ નથી. અહીં ઊભા રહેવામાં શો લાભ છે ? સવારે ઘણુંયે થઈ પડશે. માત્ર મોં જોઈ લે કે કઈ સ્ત્રી છે.'

મુખ બારીકાઇથી જોઈ હું વધારે ચમક્યો. વલ્લભરામની સ્ત્રીનું આ રીતે વલ્લભરામના ઘરમાં જ ખૂન થાય અને બે પારકા માણસો સિવાય તેના શબ પર કોઇ દૃષ્ટિ કરનારું પણ

ન હોય એ વિચિત્રતાથી મારો ગભરાટ ઊલટો વધ્યો. ભદ્રંભદ્રનો ગભરાટ પણ મારા જેટલો જ હતો, પણ આ સ્થળેથી જતા રહેવાની તેમની ઉતાવળમાં તે બેદરકારી રૂપે દેખાતો હતો. વલ્લભરામ ક્યાં સૂતા છે એ ખબર નથી તો આવી અનિષ્ટ ખબર આપવા સારુ પ્રયાસ લઇ તેમને જગાડવા અને આ બનાવનો ખુલાસો સહુથી પહેલો આપવાની જવાબદારી માથે લેવી તેના કરતાં પાછા જઈ ઊંઘી જવું અથવા ઊંઘી ગયેલા પેઠે પડી રહેવું એ બહેતર છે, એમ તેમનાં છૂટાંછવાયાં અધૂરાં વાક્યોનો ભાવાર્થ જણાતો હતો. મને આમ કરવામાં કઠોરતા જણાતી હતી. પરંતુ જેમ ગણિતમાં પાછળ જવાબ આપ્યા વગર દાખલો ખરોખોટો ઠરી શકતો નથી, તેમ ભદ્રંભદ્રણી સંમતિ વિના કોમલતા – કઠોરતાનો અથવા યોગ્યતા – અયોગ્યતાનો નિર્ણય થઇ શકતો નથી એમ મને પ્રત્યય હતો. તેથી તેમના મતને અનુકૂળ થઇ હું તે સ્ત્રી પાસેથી ખસી જવાની તૈયારીમાં હતો, તેવામાં ઓરડાનું એક બાજુનું બારણું ઊઘડ્યું અને તેમાંથી ‘ગઈ ક્યાં?’ એ શબ્દ પહેલાં નીકળ્યા અને તેની પાછળ વલ્લભરામ નીકળ્યા. તરત જ તે એવી એકાએક ‘હાય હાય’ કહીને પછી મૂર્છા ખાઇને પડ્યા કે મને તો લાગ્યું કે સ્ત્રીનું શબ પૂરેપૂરું તેમણે જોયું પણ નહિ હોય અને તે પહેલાં જ તે શોકાભિભૂત થઇ ગયા. અમે દયાર્દ્ર થઇ આશ્વાસન કર્યું અને તેમને બેઠા કર્યા.

ભાનમાં આવી તેમણે તરત બોલવા માંડ્યું કે ‘તમને આ શું સૂઝ્યું? તમે મારા ઘરમાં પરોણા રહ્યા અને તેનો મને આ જ બદલો આપ્યો? એ બાપડીએ તમારું શું બગાડ્યું હતું? થોડાં ઘરેણાં માટે તમારી દાનત ફરી? એટલા માટે તમે છેક જીવ પર આવી ગયા? મને દુ:ખી કરી તમને શું સુખ મળશે?’

આ વાક્યો ઉપરાછાપરી બોલ્યા જતા વલ્લભરામ શબ પર નજર પણ નહોતા કરતા અને જાણે પાઠ બોલી જતા હોય તેમ અર્થની દરકાર વિના શબ્દના ઉચ્ચાર કર્યા જતા હતા. તેમનું ભાષણ લાંબું ચાલત પણ ભદ્રંભદ્ર અધીરા થઈ બોલી ઊઠ્યા, ‘અમારા પર આવો આરોપ મૂકતાં પહેલાં વિચાર તો કરો, પ્રશ્ન તો કરો, શોધ તો કરો. શું અમને એવા નીચ લોભી ધારો છો, એવા ઘાતકી ધારો છો કે ઘરેણાં માટે આ સ્ત્રીનો પ્રાણ લઈએ? અમે સ્વપ્નમાં પણ એવું ધારીએ એમ તમે સ્વપ્નમાં પણ ધારો એ તમારા આર્યપક્ષત્વને છાજતું હોય તેમ સ્વપ્નમાં પણ ધારી શકાતું નથી.’

વલ્લભરામ સ્વસ્થ રહીને જ બોલ્યા, ‘એ બધું કહેવું તો સહેલું છે. ફક્ત જીવ ગયો તે પાછો આવવો જ અઘરો છે. વેદાન્તજ્ઞાનના પ્રસંગ વિના કોઇ એમ કદી કહેતું જ નથી કે નઠારું કામ સારું છે, તેમાં વળી શિક્ષાનો ભય હોય ત્યારે તો અભેદવાદી “પણ મારાથી પાપ કેમ

થાય અને મારાથી તો પુણ્ય જ થાય" એવા એવા ભેદ સમજાવવામાં પડે છે, પણ એમ તો મારાં વર્ષ પાણીમાં નથી ગયાં. હું કંઈ સુધારાવાળો નથી કે મારો મત વ્યવહારમાં કબૂલ રાખવાનો મને કોઈ આગ્રહ કરી શકે. તમને હમણાં પોલીસને સ્વાધીન કરી દઉં છું. મેં તમને ખૂન કર્યા પછી તરત જ શબ પાસે ઊભેલા-ખૂન કરતાં જ પકડ્યા છે. તમને સજા કરાવ્યાથી મારું દુઃખ ઓછું થવાનું નથી, પણ કંઇ શાંતિ તો વળશે.'

ભદ્રંભદ્ર આશ્ચર્યથી અને ભયથી સ્તબ્ધ થઈ ગયા હતા તે હવે ક્રોધથી ઊછળીને બોલ્યા, 'તમને દુઃખ થયેલું હોય તેમ તો જણાતું જ નથી. સ્ત્રીના શબ સમીપ જવાની તો તમને ઇચ્છા જ નથી. કોણ જાણે કેવા કપટથી આ સ્ત્રીની હત્યા થઈ હશે? તેના શરીરે ઘરેણાં છે નહિ; અમારી પાસે ઘરેણાં છે નહિ, અમે તેને નહિ સરખી ઓળખીએ છીએ અને અમે તેનો વધ કર્યો હોય એમ કદી કોઈ પણ માની શકશે નહિ. તમે સત્યશોધકત્વના મ્હોટા આડંબર કરો છો અને આવા જીવસાટાના વિષયમાં સત્ય શોધવાની ઇચ્છા પણ તમે ધારણ કરતા નથી? અસત્ય ઠોકી બેસાડવાની આવી તત્પરતા બહુ અઘટિત છે.'

વલ્લભરામ ગરમ થયેલા જ નહિ અને વધારે નરમ થઈ તે બોલ્યા, 'પરમાર્થનું સત્યશોધકત્વ જુદી વસ્તુ છે અને આવી વ્યવહારની બીના જુદી વસ્તુ છે. આપણે સુધારાવાળા નથી આપણે વ્યવહારને જૂઠો જ માનીએ છીએ. તો પછી તેમાં સત્ય શોધવું એ તો કાદવમાંથી ડહોળાણ કહાડવા બરાબર છે. અને પરમાર્થમાં પણ મેં આપને કહ્યું હતું તેમ માત્ર સત્યશોધનના આડંબરની જ જરૂર છે, સત્યશોધનની જરૂર નથી. સત્ય તો અનાદિકાળથી આપણા પૂર્વજોને જડી ચૂકેલું છે અને તે દ્વારા આપણને મળી ચૂકેલું છે. માત્ર આધુનિક પદ્ધતિનો વેષ ભજવવો પડે છે. તે વિના ગુરુપદ મળતું નથી પણ અત્યારે આ પદ કાંઈ કામનું નથી. આપનો શિષ્ય થવાને હું તૈયાર છું. આ લોહી વહેવાનું તે તો વહી ચૂક્યું છે. હવે આપણાં વસ્ત્રોને તેના છાંટા ઊડવા દેવા કે નહિ એ આપણી મુખત્યારી પર છે. આપ તો આ વિષે કંઈ જાણતા નથી. તો આપ બતાવો તે રીતે નિવેડો આણીએ. આપ તો અનુભવી છો. આ શબને બહાર કાઢવાથી શું શું પરિણામ થશે એનો આપ ખ્યાલ કરી શકો છો. જે પ્રકારનું જીવરક્ષણ આર્યોને ઇષ્ટ નથી તેની યોજના સારુ કાયદો કરી યવનો ગમે તેના શબને સ્પર્શ કરી અને કાપી આપણો ધર્મ ભ્રષ્ટ કરાવે છે અને મૃતજનોની સુગતિ થતી અટકાવે છે. જીવતાં માણસોને ઘા ન થાય તે માટે રક્ષણના અને સજાના કાયદાઓમાં યવનોએ આટલી બધી સખ્તાઇ કરી છે તથા વ્યાખ્યાઓની બારીકી રચી છે, પણ મડદાં ચૂંથવામાં તેમને લેશમાત્ર સંકોચ નથી. આર્યધર્મની વ્યવસ્થા એથી ઊલટી જ છે. જીવતા જનોને જખમ થવા ન થવા એ તો નસીબને આધારે છે. પણ મડદાંઓને નસીબ નથી હોતું

માટે તેમના રક્ષણ માટે ખાસ વિધિ પાળવો પડે છે. વળી, આત્માની ગતિ થવાનો સમય મૃત્યુ થયા પછી આવે છે, માટે સુગતિ દુર્ગતિનો આધાર જીવતાં કરેલાં કર્મ કરતાં મડદાંની જાળવેલ પવિત્રતા પર વધારે છે. આર્યવ્યવસ્થાની આ બધી ખૂબી શબને માન આપવાનું ન શીખેલા યવનો અને શાસ્ત્રરહસ્યમાં રહેલી આ દેશની મહોટાઇ ન સમજનારા સુધારાવાળા ગ્રહણ કરી શકતા નથી, પણ આપ તો સુજ્ઞ છો, સનાતન ધર્મના સ્તંભ છો આ શબની પ્રતિષ્ઠાની હાનિ થાય તેવા માર્ગનો આપ આગ્રહ કરો એમ તો બને જ નહિ.'

ભય કરનારું કારણ દૂર થવાથી વધારે ક્ષમાશીલ થઈ ભદ્રંભદ્રે પૂછ્યું, 'આપ કેવી વ્યવસ્થા કરવા ધારો છો તે સમજાતું નથી. આપને હાનિ થાય એમ હું ઉચ્છતો જ નથી. કાયદાવાળા કે સુધારાવાળા જે ઉભય પર્યાયરૂપ છે તે ફાવે અને આર્યવ્યવસ્થાનો અપકર્ષ થાય એવું વચમાં મારાથી બોલાવાનું નથી, પછી હું જીવતો હોઉં કે મૃત્યુ પામ્યો હોઉં. પરંતુ, હમણાં નહિ તો પ્રાતઃકાળે અગ્નિસંસ્કાર માટે શબને લઈ જશો ત્યારે તે બહાર તો નીકળશે જ. આપ કહો છો એવી ધર્મહાનિ ન થાય તે માટે મૃત્યુકારણનું આ વૃત્તાંત બહાર ન પડે તેમાં વાંધો નથી.'

વલ્લભરામ વધારે સ્નિગ્ધ દૃષ્ટિ કરી બોલ્યા, 'આપની વિચક્ષણતાને ધન્ય છે. આપ મુદ્દાની વાત સમજી ગયા છો. શબને બહાર કાઢીએ તો તો આ વૃતાન્ત ગુપ્ત રાખી શકાય નહિ. શબનું વહન કરી સ્મશાનમાં આવનારાની પ્રથમથી આંખો ફોડી નાખવાનું કે પછીથી જીભ કાપી નાખવાનું આ સુધરેલા રાજ્યમાં બની શકે તેમ નથી. આપ અગ્નિસંસ્કાર વિશે કહો છો અને તે શાસ્ત્રવિહિત છે. શાસ્ત્ર સર્વશઃ માનનીય છે. પ્રાણાન્તે પણ શાસ્ત્રોક્ત ધર્મનું ઉલ્લંઘન થવું ન જોઇએ. પણ આ છેલ્લું સૂત્ર ધ્યાનમાં લેતાં વળી વિચાર આવે છે કે પ્રાણાન્ત થાય તો શું શબની પવિત્રતા સાચવવાના શાસ્ત્રોક્ત ધર્મનું ઉલ્લંઘન થવા દેવું જોઇએ ? નહિ જ. ધર્મ ખાતર પ્રાણાન્તની દરકાર ન રાખવી તો અગ્નિસંસ્કારની શા માટે રાખવી ?'

ભદ્રંભદ્રે આંખો અને મહોં પહોળાં કર્યાં પણ પછી ફક્ત મોંમાંથી જ શબ્દ કાઢીને પૂછ્યું, 'ત્યારે શું અગ્નિસંસ્કાર નહિ કરો?'

વલ્લભરામે કહ્યું, 'નહિ જ. પણ આપની સલાહ, શિખામણ, આજ્ઞા હોય તો જ. આપ મારા ગુરુ છો. શું શબને બહાર કહાડવાની આપ શિખામણ આપો છો ?'

ભદ્રંભદ્રે આંચકો ખાઈ કહ્યું, 'ના, ના, એમ તો નહિ જ. પણ ત્યારે શું શબને ઘરમાં રાખશો? જીવતા માણસને ઘરમાં રખાય છે, પણ મરણ પામેલાને ઘરમાં રાખવા માટે કંઇ પ્રમાણ છે ?'

વલ્લભરામથી 'પ્રમાણ' પ્રતિ ગાલિપ્રદાન થઈ ગયું, પણ તરત જીભ કચરી પોતાને હલકેથી તમાચા મારી બોલ્યા, 'એમ તો બીજા કોઇ કહે. મેં દર્શાવ્યું તેમ ધર્મરક્ષણનો હેતુ સિદ્ધ કરવો એ જ પ્રમાણ. વળી ગીતાજીમાં કહ્યું છે કે नात्मानमवसादयेत "આત્માનો નાશ કરવો નહિ." આપણા હાથમાં હોય ત્યાં સુધી કોઇ કાળે પોતાને નાશ થવા દેવો નહિ. આપ જાણો તો છો જ કે અગ્નિસંસ્કારનું ડહાપણ કરવા જઈએ તો આપણા ત્રણેનો જરૂર નાશ થાય. વખતે હું એકલો બચું તો બચું. લ્યો એ એક બીજું પ્રમાણ.'

ભદ્રંભદ્ર ભયથી પાછા નરમ થયા અને બોલ્યા, 'ત્યારે આપ શું કરવાનું સૂચવો છો? આપનો મર્મ હું સમજ્યો નથી માટે આમ પ્રશ્ન કરું છું.'

વલ્લભરામે અમને બેને વધારે પાસે બોલાવી આસપાસ જોઇ કોઇ નથી એવી ખાતરી કરી કહ્યું, 'પેલી દાદરબારી ઉઘાડી શબને બાંધી ભોંયતળિયે પરસાળમાં ઉતારીએ. અને ત્યાં એક ઊંડો ખાડો કરી તેમાં પુષ્કળ મીઠા સાથે શબને દાટી દઈએ. ખાડો પૂરી દઈ તે ઉપર પટારા વગેરે સામાન મૂકીશું. એટલે કોઈના તર્ક પણ પેસી શકશે નહિ. એક-બે વર્ષ પછી એ ઠેકાણે પાણીઆરું કરાવવા ધારું છું કે યાદગીરી રહે.'

અમે બંને આભા બની ગયા. શબની વ્યવસ્થા વિશે આટલી બધી વાત થયાં છતાં આ સૂચનાથી કંઇ વિશેષ ગભરાટ ઉત્પન્ન થયો. વલ્લભરામની સ્થિર દૃષ્ટિ ફેરવી નાખવાના મિથ્યા પ્રયત્ન કરી ભદ્રંભદ્ર બોલ્યા,

'પણ ઘરમાંથી કોઈ જાગી ઊઠશે અને આવી પહોંચશે તો?'

એ શંકા કંઇ નવી છે જ નહિ. એવા ભાવાર્થવાળી સ્વસ્થ આકૃતિ કરી વલ્લભરામે કહ્યું,'

'ચાકરોને રાત્રે ઘેર જવાની રજા આપેલી છે. ઘરનાં બીજાં મ્હોટી ઉંમરનાં માણસોને કામસર ગામ મોકલેલાં છે. બાળકો ઊંઘે છે અને ત્રવાડી કોણ જાણે શાથી હમણાં જ પાછા આવ્યા છે. આ વિપત્તિમાં તેમને આગમનકારણ પૂછવાનું બની શક્યું નથી પણ આ તરફ

ઊઘડતાં બધાં બારણાં વાસવાને તાળાં તેમને આપતો આવ્યો છું. તેથી તે નીચે ગોઠવણમાં છે. ચીસ સંભળાઇ ત્યારથી જ અનિષ્ટની આશંકા થઈ એટલે લોકો ભરાઇ ન જાય એ સાવચેતી સૌથી પહેલી લેવી પડી. જુવો ને, આપ કાતરીઆમાં હતા તે વખતે આપની મદદે આવ્યા તે પહેલાં લોકોને અટકાવવાનો પ્રયત્ન કર્યો હોત તો કેટલી બધી સુગમતા થાત?'

આ બધી તૈયારી એકદમ થઈ શકી તે આટલા ખુલાસાથી પૂરેપૂરું સમજાતું નહોતું. પણ વલ્લભરામે દર્શાવેલ ભયપ્રસંગ એટલી બધી અસર કરી હતી કે પડપૂછ કરવાની અમારી વૃત્તિ નહોતી. ભદ્રંભદ્રે સંભાષણ કરવું બંધ રાખ્યું અને વલ્લભરામને સહાય થવાની અનુકૂળતા દેખાડી.

થોડી વારમાં બધી ગોઠવણ થઈ ગઈ. ત્રવાડીએ દાદરબારી નીચે જ ખાડો ખોદી રાખેલો હતો તેમાં શબને ઉતાર્યું. વલ્લભરામ હેઠળ જઈ, વ્યવસ્થા કરી, ત્રવાડીને લઈ ઉપર આવ્યા. શબના પડખામાંથી એક લોહીવાળી છરી જડી હતી. તે ત્રવાડીએ તેમના ઘર પાસેથી લુહારની ભઠ્ઠીમાં નાખી દેવા આપી અને લોહીવાળો કપડાં પર માટી ચોપડી ગામ બહાર એક કૂવામાં નાખી દેવા આપ્યાં. શબના ઓરડામાં લોહીવાળી ભોંય પર લીંપી લેવામાં આવ્યું.

આ સર્વ મલિન કામ પૂરું કરી અમારા સૂવાના ઓરડામાં અમે સર્વ ગયા. ત્યાં વલ્લભરામની સૂચનાથી ઠર્યું કે તેમની સ્ત્રીના મૃત્યુનું વૃત્તાંત જ નહિ પણ આ સકળ વૃત્તાંત ગુપ્ત રાખવું, વલ્લભરામે પ્રસિદ્ધ કહેલું કે સહેજ કલહ થવાથી તેમની સ્ત્રી રાતોરાત બાપને ગામ જવા સારુ ઘરેણાં લઈ રેલવે સ્ટેશન પર ચાલી ગઈ અને આગ્રહ કર્યા છતાં ટેવ મુજબ કોઇને સાથે આવવા દીધું નહિ. અમે રાત્રે ઘરમાં હતા, મોડે સુધી વાતો કરતા હતા અને પછી આખી રાતમાં કાંઈ ગરબડ કે અવાજ સાંભળ્યો નથી, એમ અમારે કહેવાનું ઠર્યું, ત્રવાડી હજી સુધી અમારી સાથે બોલ્યા નહોતા, તે ઊઠતાં ઊઠતાં નસકોરાં ફુલાવી બોલ્યા કે 'ચીસ પાડી ન હોત તો આપને આટલી પણ તસ્દી આપવી ન પડત અને વાતો કર્યાનું અને સૂઈ રહ્યાનું તો શીખવ્યા વિના પણ આપ કહી શકત.'

વલ્લભરામ અને ત્રવાડી ચાલ્યા ગયા અને જે થોડીઘણી રાત રહી હતી તેમાં બને તો આરામ લેવા, નહિ તો ભયભીત થઈ પડી રહેવા અમે પાછા સૂતા. સવારે કંઈક મોડા ઊઠીને આર્યાવર્તની 'અનાદિસિદ્ધ વ્યવસ્થા'ના કર્તાના નિવાસસ્થાનમાંથી નીકળી અમે ઘેર ગયા. પાછળથી ખબર પડી કે શબ માત્ર મીણનું હતું અને તે પર ગુલાલ નાંખી લોહીનો

દેખાવ કર્યો હતો તથા અમારા સન્માનાર્થે આ વિનોદની રચના થઈ હતી. તે જાણી ભદ્રંભદ્રે કહ્યું, 'માયાને માટીરૂપ પ્રકટ કરવામાં કુશળતા રહેલી છે ખરી, પણ મારો આત્મા માયાની પણ પેલે પાર જોઈ શકે છે તે એ લોકોને વિદિત ક્યાંથી હોય?'

૨૨. સંયોગીરાજ અને તંદ્રાચંદ્ર

વંદાવધ પ્રકરણ કોર્ટમાં જવાથી તે કાર્યની અગાડી પ્રવૃત્તિ નાતમાં અટકી પડતી હતી. આથી તે સુપ્રખ્યાત રાત્રે જેમને ઝાઝું વાગ્યું નહોતું અને જેમના પર મારામારીના આરોપની વિપત્તિ નહોતી આવી, તે સર્વ નિરાશ થયા અને બબડવા લાગ્યા કે અખત્યાર ખૂંચવી લેવાનો સરકારને શો હક્ક છે? સુધારાવાળા પારકી નાતનાને મારી નાખી શકે નહિ તો ખેર, પણ બાંધી છોડી શકે નહિ અને મરી ન જાય એવો માર પણ મારી શકે નહિ એ તો બહુ મહોટો પક્ષપાત છે અને સુધારાવાળા ખ્રિસ્તી થવાની હા કહે છે તેથી સરકાર તેમના લાભમાં આમ ઊતરે છે; એમ આર્યપક્ષમાં છડેચોક કહેવાવા લાગ્યું. વર્તમાનપત્રોમાં ઉપરાછાપરી ચર્ચાપત્રો પ્રકટ થવા લાગ્યાં અને આખરે અધિપતિઓને પોતાની જાતની અક્કલ વાપરી વિષયો લખવાની તસદી લેવી પડી. તેઓએ સાફ સાબિત કરી આપ્યું કે જ્યાં નાતનો કંઈ પણ સંબંધ હોય, જ્યાં અમુક કાર્યથી નાતને લાભ થતો હોય, પછી તે પૈસા સંબંધી હોય, મિષ્ટાન્ન સંબંધી હોય કે વેર વાળવા સંબંધી હોય ત્યાં દેવો વચ્ચે પડતા નથી, મંદિરની મૂર્તિઓ હાલતી નથી, સિંહાસનમાં ઠાકોરજી ઊભા થઈ જતા નથી, તો સરકારે હાથ ઘાલવો એ ઘણું ગેરવ્યાજબી છે; કેમ કે હિંદુઓની બધી વ્યવસ્થા તેમની નાતને આધારે છે અને તેમના ધર્મ પ્રમાણે જે કરવાની દેવોને અને મૂર્તિઓને રજા નથી તે સરકાર કરે તેથી તેમની નાત ભ્રષ્ટ થાય છે અને નાત ગઈ ત્યાં ધર્માચરણનો સંભવ જ શી રીતે હોય? આકાશમાંએ દેવો અને દાનવોએ નાત પાડી છે અને તેમની પોતપોતાની તકરારમાં કોઈ વચ્ચે પડતું નથી તેમનો ધર્મ સચવાય છે.

અધિપતિઓના આ લખાણથી એટલો બધો ખળભળાટ થઈ રહ્યો કે ચારે તરફથી પોકાર થવા લાગ્યો કે સરકારને અરજી કરવી કે જે કોઈ કાયદાનો અર્થ એવો થતો હોય કે હિન્દુઓના ધર્મની અને સંસારવ્યવહારની બાબતોમાં કોઈ પણ સરકારી અમલદાર કે કોર્ટ વચ્ચે પડી શકે તે તમામ રદ કરવા. નાતમાં ખાવુંપીવું અને નાત સાથે ખાઈ-પી શકાય માટે નાતમાં રહેવું; એમાં જ હિંદુધર્મનો સાર આવી રહ્યો છે અને તેટલું સચવાય તો હિંદુઓને એમ ને એમ સ્વર્ગ મળી જાય છે; માટે નાત ખાતર તેઓ ધનની કે પ્રાણની પણ દરકાર કરતા નથી, તો સુખ કે સત્ય સરખી હલકી વાતોની તો શાની જ દરકાર કરે? આ કારણથી, ચોરીથી ખૂન સુધીના ગમે તે ગુનામાં જ્યાં નાતનો કાંઈ પણ સંબંધ જણાય કે કહેવાય ત્યાં સરકારે તરત તે કામ પડતું મૂકી નાતોને તેની ભાંજગડ કરવા દેવી જોઈએ. તે વિના હિંદુઓનો ધર્મ સચવાવાનો નથી. નાતોને આ પ્રમાણે છૂટ આપવામાં આવે તો હિંદુઓના ધર્મ માટે જીવ અને સર્વસ્વનો ત્યાગ કરનારા થયા નથી એમ જે કહેવામાં આવે

છે તે અપવાદ સહજ દૂર થઈ જાય. નાતરૂપી ધર્મ ખાતર અનેકનાં ઘર બળે તથા અનેકનાં માથાં ફૂટે અને તે રીતે ધર્મવીરત્વ સિદ્ધ થાય.

આ ચર્ચાનું મહત્વ એટલું બધું વધ્યું કે સંયોગીરાજને ત્યાં ભરાતા મંડળમાં પણ રમતો દરમિયાનની 'થુઈ'ને વખતે આ બાબતમાં શા ઉપાય લેવા તેનો વિચાર થવા લાગ્યો. માધવબાગ જેવી મોટી સભા મેળવી તેનો યશ સંયોગીરાજને અપાવવાની તેમના પાર્શ્વચરોને ઘણી વાંછના હતી અને સંયોગીરાજને પોતાને એ યશ લેવાને ઘણી આકાંક્ષા હતી, એ યશને હું લાયક છું એમ તેઓ પોતે જ કહેતા હતા, તેથી પાર્શ્વચરોને એ બાબતમાં અતિશયોક્તિ કરવાની જરૂર પડતી નહોતી.

ભદ્રંભદ્ર પણ એ સભા અને એ યશની સામગ્રી કરવામાં સહાયભૂત હતા. તેમનો પોતાનો કોર્ટ આગળના કામમાં સંબંધ હોવાથી સભામાં આગળ પડી તેમના પોતાનાથી યશ લેવાય એમ હતું નહિ તેથી તેમને ઈર્ષ્યા કરવાનું કારણ નહોતું. વળી ગધેડા સાથે મજૂરીમાં સામિલ થવાથી ઘોડાને પણ જેમ કુંભારને માન આપવું પડે છે, તેમ બીજા પાર્શ્વચરોની પેઠે ભદ્રંભદ્રને પણ સંયોગીરાજ પ્રતિ પૂજ્ય ભાવ દર્શાવવો પડતો હતો અને તેમની નાયકપદવી કબૂલ રાખવી પડતી હતી. આવી અવસ્થામાં અગવડ ઘણી હતી, પરંતુ કોર્ટખર્ચ માટે સંયોગીરાજની સહાયતા આવશ્યક હતી અને પોતાનું નાયકત્વ પ્રથમ સ્પષ્ટ રીતે સ્વીકારે તેને જ તેઓ આશ્રય આપી શકે છે એ શરત ખુલ્લી રીતે જાહેર કરવામાં આવતી હતી. તેમ વળી પ્રસન્નમનશંકર પેઠે સંયોગીરાજ વિદ્વત્તાનો દાવો લેશમાત્ર પણ કરતા નહોતા અને ગામઠી નિશાળના મહેતાજીથી માંડીને શાસ્ત્રીઓ અને પંડિતો સુધી સર્વ કોઈના પ્રમાણને નમતા હતા, તેથી એ વિષયકમાં ભદ્રંભદ્રની શ્રેષ્ઠતા ખંડિત થતી નહોતી અને તેમને સંતોષ હતો. પહેલાં કલહને પ્રસંગે અમારા વકીલની વૃત્તિ ક્રોધમાંથી એકદમ પ્રસન્નતામાં આવી ગઈ હતી, તેનું કારણ પણ એ માલમ પડ્યું હતું કે સંયોગીરાજે અમારી તરફથી ભારે બદલો આપવાનું કહેવડાવ્યું હતું અને વધારે ઉદ્યોગ આપવાની અનુકૂલતા કરાવી આપી હતી. આ સર્વ કારણોને લીધે સંયોગીરાજનો યશ તાળીઓ પાડીને, ઘોંઘાટ કરીને, ઢોલનગારાં વગડાવીને, ગધેડાં ભૂંકાવીને, કૂતરાં ભસાવીને વગેરે અનેક રીતે ફેલાવવાની ગંજાવર કોશિશમાં મશગૂલ થયા વિના ભદ્રંભદ્રને છૂટકો નહોતો.

પણ, આ સર્વ તેજસ્વી વિધિ આ વખત ફલવંત થવાનું સર્જેલું નહિ હશે, તેથી અમારા સર્વના પ્રકટ અને સંયોગીરાજના ગુપ્ત નિસાસાની બીકે નસીબે એ પ્રયત્ન પ્રથમથી જ બંધ કરવાનું સુઝાડ્યું. અમારા વકીલો અને સંયોગીરાજ પેઠે કૂદકા મારી કાર્ય ન કરનારા બીજા

જનોએ સલાહ આપી કે કોર્ટમાં કામ પૂરું થયું નથી ત્યાં સુધી એ જ કામ સંબંધે આવી તકરાર ઉઠાવી ક્ષોભ કરવાથી ભદ્રંભદ્રને અને તેમની સાથે રણમાં ઘૂમેલા વીરોને હાનિ થવાનો સંભવ રહે છે અને અમને નિરપરાધી ઠરાવવા કરતાં પણ સ્વપ્રતિષ્ઠા વધારવાનો જે મુખ્ય હેતુ છે તે એટલો બધો નિષ્ફળ જશે કે સર્વ પ્રયત્ન ન્યાયમાં વિઘ્ન કરાવવા માટે કરેલો ગણાઈ ઉદ્યમ કરનારાઓની પ્રતિષ્ઠાને નુકશાન થાય તેમ છે.

ધારેલી યોજના પડતી મૂકી; પરંતુ આરંભેલા પ્રયાસની ચેષ્ટા મૂકી દેવા સંયોગીરાજનો પાર્શ્વચરવર્ગ ખુશી નહોતો. ભૂત-રાક્ષસોને બોલાવ્યા પછી મહેનત કે ભક્ષ મળ્યા વિના તે પાછાં જતાં નથી, તેવી રીતે ચાપલ્ય માટે ઉદ્‌ભૂત થયેલા પાર્શ્વચરોના ઉત્સાહને શાંત કરવાની મુશ્કેલી જોઈ સંયોગીરાજે તેમના ઉદ્યોગ માટે અન્ય કાર્ય-વ્યાપાર ખોળી કાઢ્યો.

વલ્લભરામના મામા શંભુ પુરાણીના પુત્ર તંદ્રાચંદ્ર ગામમાં આવ્યા હતા અને વલ્લભરામ સાથે સંયોગીરાજને ત્યાં આવતા હતા. તેમનો પહેરવેશ ગુજરાતી કરતાં મારવાડી અને મુલતાની વચ્ચનો વધારે હતો અને તેમની વાણીમાં પણ ઉત્તરની ભાષાઓનું મિશ્રણ ઘણું હતું. તેમનું મૂળ નામ તંદ્રાચંદ્ર નહોતું પણ રજપૂતાના અને મધ્ય હિન્દુસ્તાનનાં સંસ્થાનોમાં કારભારીપણાના શિકારનો ધંધો કરવા માંડ્યો ત્યારથી તે દેશને કંઈક મળતું નામ તેમને આપવામાં આવ્યું એમ બીજાઓ કહેતા હતા. મુખથી ભાષણ તે બહુ ઓછું કરતા હતા અને ઘણાં વર્ષ થયાં ગુજરાતમાં થોડો થોડો વખત જ આવી જવાનું થયેલું હોવાથી થયેલી અણમાહિતીને લીધે તેમ કરતા હશે એમ ધારવામાં આવતું; કેમ કે ઊભી કરચોલીવાળાં પહોળાં હાડકાં અને ઓછા માંસવાળા, ચોરસ, લાંબા મુખ પરની સફેદ ફિકાશમાં અને જાડાં લાલ પોપચાંવાળી ઉજાગરા ભરેલી આંખોની મન્દતામાં ક્ષુધા, પીડા, દરિદ્રતા અને આશાભંગ જ જણાતાં હતાં તથા કાંઈ રાજકાર્ય ચિંતા કે ગૂઢ મનન દેખાતાં નહોતાં. તેમ મૌનનું કારણ કેવળ જાડ્ય તો નહોતું જ, કેમ કે વદનની ક્ષમતામાં જે વ્યસનાસક્તિ જણાતી હતી તે જ ચપળતાની દર્શક હતી. કેટલીક બાબતમાં તેમની મૌનવૃત્તિ એટલે સુધી હતી કે તેમના દુરાચાર વિશે સંયોગીરાજ અને પાર્શ્વચરો બહુ જ ઓછી વ્યંગ્યતાથી ઢંકાયેલી મશ્કરીઓ કરતા હતા, તે છતાં તે કદી ઉત્તર આપતા નહોતા. મંડળમાં અસભ્ય વચનોનું બંધન નથી એ તો તેમનાથી અજાણ્યું નહોતું જ; કેમ કે નવા દાખલ થનારને સંયોગીરાજ પ્રથમ એ જ ઉપદેશ કરતા કે એવી મર્યાદા પાળવી એ તો સાહેબલોકના અનુકરણવાળો સુધારો છે અને આ દેશના સાદા લોકો એવા સખ્ત આચારના નિયમ ન પાળતાં સ્ત્રી, બાળક, યુવાન, વૃદ્ધ સર્વ કોઈની સમક્ષ પ્રસંગોચિત વચનો બોલી નાંખે છે અને સ્ત્રી સિવાયના સર્વને એવાં વચનો બોલવાની છૂટ આપે છે. હાસ્ય કરનારાઓની પ્રતિ

ગાલિપ્રદાન ન કરવામાં તંદ્રાચંદ્રને સ્વવૃત્તિનો વિરોધ કરવો પડતો હતો કે કેમ તે સમજાતું નહોતું. કેમ કે તેમની આકૃત્તિ પરથી દીનતા કદી ખસતી જ નહોતી. મેં જેટલી વાર તેમને મૌનભંગ કરી સંભાષણ કરતા સંભળ્યા હતા તે બધી વાર તે પોલિટિકલ એજન્ટનું રજા પર જવું, રાજાનું ઘોડા ખરીદવું, દીવાનનું સંસ્થાન બદલવું વગેરે કારભારની વાતો જ ટૂંકાં વચનોમાં ચાલતી વાતના વિષયોનો સંબંધ ન છતાં તેમના મુખમાંથી એકાએક નીકળતી. માત્ર એક વિષયમાં ઉત્તરનાં સંસ્થાન અને ઉત્તરની ભાષા પડતાં મૂકી મન્દતાનો ત્યાગ કરી ઉત્સાહથી બોલતા અને તે એ કે ગુજરાત છોડ્યા છતાં એક કહેવતની બાબતમાં તેમણે ગુજરાતી સાહિત્યની વિવૃદ્ધિ એટલે સુધી ચલાવી હતી કે આખરે તે કહેવતમાં બે નવી લીટીઓ ઉમેરી આખી કડી બનાવી હતી. જે સાંભળે તેને સ્વર પર યોગ્ય ભાર દઈને એ કડી કહી સંભળાવતા કે,

'રજપૂત ગોજારો નહિ,
કણબી નાતબહારો નહિ;
કારભારી ઠગારો નહિ,
ગધેડો બિચારો નહિ.'

ચારે લીટીઓનો અર્થ તે બહુ ઉમંગથી સમજાવતા અને તે પર જે લક્ષ દે તેના પર પ્રસન્ન થતા. આવે એક પ્રસંગે કહેવતમાં નવાં ઉમેરેલાં પ્રાણીઓ તથા તેમનાં વિશેષણો વિશે અનેક સોત્કંઠ પ્રશ્નો પૂછવાનો આડંબર કરી સંયોગીરાજે તેમને બહુ ખુશ કર્યા અને પાર્શ્વચરોના ઉદ્યોગ માટે ધારેલી યુક્તિમાં સાધનભૂત થવાનું તેમની પાસેથી વચન લીધું.

પ્રથમ સંયોગીરાજના પ્રમુખપણા નીચે જાહેર સભા મેળવવાનો વિચાર હતો ત્યારે ગોઠવણ એવી હતી કે સંયોગીરાજે ઘોડા પર બેસી વાજતેગાજતે ડંકાનિશાન સાથે મોટી ધામધૂમથી સભામાં જવું; પાર્શ્વચરોએ સાંબેલાં થઈને જવું કે સાજન થઈને જવું એ વિશે મતભેદ હતો. વળી કેટલાક પાર્શ્વચરોની ઇચ્છા સિંધીઓ પેઠે છરા લઢાવતાં ચાલવાની હતી અને કેટલાકની સૂચના હતી કે સંયોગીરાજે અશ્વને બદલે હસ્તી પર આરૂઢ થવું. આ બધી અનિશ્ચિતતાનો લાભ લઈ મૂળ યોજના બંધ રાખ્યાની વાત તંદ્રાચંદ્રથી છાની રાખવામાં આવી અને તૈયારી જારી જ છે એમ તેમને સમજાવવામાં આવ્યું. સંયોગીરાજે તેમને સમજાવ્યું કે 'સભામાં નાતનો વિષય દર્શાવવાનો છે માટે આપ જેવા દેશદેશની નાતોના રિવાજના અનુભવી વધારે સારી રીતે પ્રમુખપદ ધારણ કરી શકશો અને 'નાત' ને સંબંધે 'નાતબહાર' શું તે પર ઊતરી પડતાં આપ જોડેલી લીટીઓનું વિદ્વત્તા ભરેલું વિવેચન કરવાનો પ્રસંગ આવશે.'

'મારાથી આપ વધારે યોગ્ય છો.' એ પ્રશંસાવાક્યે તંદ્રાચંદ્રને અંતરમાંથી ખુશ કર્યા. પોતાની યોગ્યતા ના પાડવામાં તેમનાં વચનો પોલાં છે એ તેમની કુલાયેલી મુખમુદ્રા પરથી ઢાંક્યું રહ્યું નહિ. પોતાની પ્રિય કહેવત સભામાં કહી બતાવવાની ઉત્સુકતા થતાં મન્દતા જતી રહી અને તે પ્રમુખપદ લેવાને કબૂલ થયા. ખરેખરી ધારણા શી છે તે ખબર પડી જાય નહિ તે માટે અનેક અનેક પ્રકારની સભ્યતાના આગ્રહને વિષે અને આપ જેવા પ્રસિદ્ધ પુરુષોને આર્યપક્ષના પ્રયાસમાં અગ્રણી થતાં અટકાવવાને સુધારાવાળાઓ ઘણા પ્રયત્ન કરશે અને આપને ફેરવી નાખશે, એવી ભીતિને બહાને સંયોગીરાજે તેમને પોતાના ઘરમાં પૂરી રાખ્યા અને ખાનપાન તથા હાસ્ય સિવાય બીજા કશામાં તેમનું ચિત્ત જવા દીધું નહિ. આટલી બધી ચાટુ ઉક્તિ અને આટલાં બધાં મિષ્ટ ભોજનનો પરિચય નહિ હોવાથી તંદ્રાચંદ્ર સંતોષાતિશયમાં સ્તબ્ધ થઈ ગયા અને આ સર્વ સત્કારને હું પાત્ર નથી એવી લાગણીને ખસેડી નાખવા વિવિધ અર્થશૂન્ય સંભાષણથી કાલ વ્યતીત કરવા લાગ્યા. દેશસ્થિતિ સુધરે કે બગડે એ તેમના ચિંતનનો વિષય કદી હતો જ નહિ અને 'સુધારો' તે શું છે અને 'સુધારાવાળા' તે કોણ છે એ વિશે તેમને ઘણી જ અસ્ફુટ કલ્પના હતી, તોપણ 'સુધારો ન જોઈએ', 'આપણે સુધારાવાળા નથી', 'આજકાલના સુધારાવાળાઓ' ('પહેલાના સુધારાવાળાઓ' કોણ કહેવાય છે તે આર્યપક્ષમાં આટલાં વર્ષ રહ્યા છતાં હું જાણતો નથી તો તંદ્રાચંદ્ર તો ક્યાંથી જ જાણે !) 'એ તો વિલાયતી સુધારો' એવાં વચનો હરકોઈ વિષયની વાતમાં સ્થળે સ્થળે ઉચ્ચારી તે સંયોગીરાજના મંડળના અંગભૂત થવાનો પ્રયત્ન કરવા લાગ્યા.

સંયોગીરાજનો મોહમંત્ર કોઈને નિદ્રા પમાડતો નહોતો, પણ સર્વ કોઈને ઉન્મત કરતો હતો, તેથી તંદ્રાચંદ્ર પણ પાર્શ્વચરોની મંડળી જોડે ગુલાંટ ખાતાં અને ઊંધે માથે ઊભા રહેતાં શીખ્યા. સંયોગીરાજનું વશીકરણ એટલું પ્રબળ થયું કે પાર્શ્વમંડલ બહારના કોઈ સખ્સથી તંદ્રાચંદ્ર સાથે સંભાષણ કે પત્રનો વ્યવહાર પણ થવો અશક્ય થઈ પડ્યો. મુશ્કેલી માત્ર વલ્લભરામની હતી. તંદ્રાચંદ્રની પ્રસિદ્ધ પરિહાસની વચનો તેમનાથી છાની રખાય તેમ નહોતું તેમ એ ગમ્મતમાં દાખલ થવાને તેમને પોતાને હરકત પણ નહોતી. પરંતુ તંદ્રાચંદ્રને અજાણ્યા રાખી તેમને હાસ્યપાત્ર બનાવવામાં શામિલ થવામાં વલ્લભરામને કુટુંબક્લેશનો ભય હતો. આ બધી હરકત દૂર કરવા સંયોગીરાજે યુક્તિ દર્શાવી કે છેક છેલ્લી ઘડી સુધી વલ્લભરામે માંદા થઈ ઘેર સૂઈ રહેવું એટલે આખરે અજાણ્યા થઈ ગમ્મત જોવા નિઃશંક આવી શકાય. ગોઠવણ પ્રમાણે વલ્લભરામ સંયોગીરાજને ત્યાં આવતા બંધ થયા અને તંદ્રાચંદ્રને તેના કારણની પણ ખબર પડી નહીં.

બાહ્ય જગતની તંદ્રાચંદ્રને આ પ્રમાણે વિસ્મૃતિ થઈ ગઈ તેનું મુખ્ય કારણ એ કહેવામાં આવતું કે સંયોગીરાજ તેમને માફક આવે એટલી મદિરાનું સેવન કરાવતા હતા. તેમનો હેતુ તો અલબત્ત એવો જ કે તંદ્રાચંદ્રના આંતરચક્ષુ ખૂલી જાય અને યોગીઓ પેઠે એ સાધનથી પ્રત્યક્ષ દૃષ્ટિ થતાં બુદ્ધિ અને કેળવણીનો અભાવ છતાં જાહેર સભામાં પ્રમુખપદે રહી ભાષણ આપવાની તે તૈયારી કરી શકે અને તંદ્રાચંદ્રે તે માટે તૈયારી કરવા પણ માંડી. સંયોગીરાજના પ્રથમના વિચાર પેઠે તે સવારી સાથે સભામાં જવા ઉત્સુક થયા. તે માટે ઉત્તરની રીત મુજબ તેમણે ચહેરો અને પહેરવેશ તૈયાર કરવા માંડ્યા.

સંયોગીરાજે પણ ખટપટાબાદના માજી કારભારી તંદ્રાચંદ્રના લગ્નના વરઘોડાનાં નિમંત્રણ કાઢ્યાં અને સ્વગૃહે ઉત્સવચિહ્ન પ્રકટ કર્યાં. તંદ્રાચંદ્રને ઉત્સવકારણ વિશે લેશમાત્ર પણ ખબર નહોતી પરંતુ, સંયોગીરાજ કહેતા કે, 'સનાતન ધર્મના રક્ષણ માટે અસત્યનો ઉપયોગ કરવો પડે છે. રાજકીય સુધારાના નામે ઉકાળો ખદબદ કરવા માટે અસત્યનો ઉપયોગ કરવો પડે છે. સંસાર-સુધારાને દૂર કાઢવા સારુ અસત્યનો ઉપયોગ કરવો પડે છે, તો વિનોદ અને હાસ્ય સારુ અસત્યનો ઉપયોગ કરવામાં શું ખોટું છે? વામનાવતારની કથા વગેરેથી જણાય છે કે અસત્યથી જ જગતનો ઉદ્ધાર થાય છે એમ શ્રી વિષ્ણુએ સ્થાપિત કર્યું છે.' તેથી તેમનાં અને અમારા સર્વનાં અંતઃકરણ શાંત રહ્યાં હતાં.

તંદ્રાચંદ્રની મુખાકૃતિ સ્વાભાવિક રીતે સુંદર તો નહોતી જ, અને તેને અલંકૃત કરવા માટે તેમણે જે સામગ્રી રચવા માંડી હતી, તેથી દેખાવ એવો વિચિત્ર લાગતો હતો કે બદસૂરતીથી ટાપટીપ જણાઈ આવે છે કે ટાપટીપથી બદસૂરતી જણાઈ તે નક્કી કરી કહેવું મુશ્કેલ હતું. સભામાં ભાષણ ચાલતી વખતે વચનપ્રહાર ઉપરાંત મુખશોભાની શી અસર થશે તેનો સુમાર તંદ્રાચંદ્ર કાઢી શકતા હોય તેમ લાગતું નહોતું પણ સવારીમાં તો છેલાઈ જણાવવી જ જોઈએ એમ તેમનો મત હતો, અને દેશી રાજ્યોમાં સવારીમાં એવી સામગ્રીથી તેમને લોકોએ ખરેખર સુંદર ધાર્યા હતા એમ તે માનતા હતા. સંયોગીરાજે ઊભી કરેલી યોજનાને આ મંડનવિધિથી વધારે પુષ્ટિ મળી. આછી છતાં વાળીને ઊંચી કરવાના પ્રયત્નમાં ઊભી થઈ ગયેલી મૂછોથી અને બીજી રીતે સુધારી શકાય તેવી ન હોવાથી ફીત લગાડી શોભાયમાન કરેલી બાવાટોપીથી તંદ્રાચંદ્ર લગ્નોત્સવના સમારંભમાં છે એ વાત ખરી લાગતી હતી અને તેથી નીતરતા મોગરેલથી ચળકતા થયેલા વાળ, સુરમાથી આંજેલી આંખો, પાન ચાવી લાલ કરેલા હોઠ, એ બધી ઘડી ઘડી પ્રગટ થતી તૈયારી સવારી માટે છે એમ કલ્પવાનો અજાણ્યાને સંભવ જ રહેતો નહોતો. તેમના ઉત્ફુલ્લ નયન અને હર્ષપૂર્ણ મુખરેખાથી આ ભૂલને ટેકો મળતો હતો. ક્ષોભરહિત દીન વૃત્તિમાં એ ફેરફાર બહુ અજાયબ

ભરેલો લાગતો હતો. થોડા વખતની માનની પદવીની આકાંક્ષા અને એક કહેવત માટેની વિલક્ષણ રુચિએ કરાવેલાં કૌતુક હાસ્યવૃત્તિ ઉદ્‌ભૂત કરવાને બસ હતાં, અને એ આકાંક્ષા અને રુચિ સહસા ખંડિત થઈ, આખરે મશ્કરી અને મજાકના પ્રસંગ આવવાની આશાએ પાર્શ્વચરો સંયોગીરાજની વિચક્ષણતાના ધન્યવાદ ઉચ્ચારતા હતા. તે પ્રસંગ આવવા પહેલાં પણ હાસ્યને શમાવી રાખવું તેમને એટલું કઠણ પડતું કે તંદ્રાચંદ્ર સમીપ હોય ત્યારે પણ શુષ્ક કથાઓમાં જૂઠાં નિમિત્તિ કહાડી તેઓ હસી પડતા હતા અને તંદ્રાચંદ્રને અનિચ્છાપૂર્વક પોતાની જ મશ્કરીમાં શામિલ કરતા હતા.

આ હાસ્યમાં ભદ્રંભદ્ર શામિલ થતા નહિ અને શામિલ થવા દેતા નહિ. કપટમય વંચના તેમને નાપસંદ હતી એમ નહોતું. કારણ આર્યપક્ષના નાયકના કપટમાં પણ પુણ્ય નિવાસ કરે છે એમ તેમનું કહેવું હતું. અને આર્યપક્ષના ગૌરવ ખાતર જ તેમને આ હાસ્ય અનુચિત લાગતું હતું. તંદ્રાચંદ્રને આર્યપક્ષ તરફથી મળતું માન પોતે લેવાને તે અંતરથી નાખુશ નહોતા અને અંતે તંદ્રાચંદ્રની મશ્કરી ન થતાં કોઈ અગમ્ય રીતે તેમને માન મળી જશે અને એ પ્રયાસમાં આર્યપક્ષનો સુધારાવાળા પર જય થઈ જશે એમ તેમનું માનવું હતું. બળતી સતીઓની ચીસો વાદ્યમાં ડુબાડી દેવી પડે છે, તેમ સુધારાવાળાની તકરાર ઉત્પન્ન થવાથી નહિ પણ સાંભળ્યાથી જ આર્યપક્ષને હાનિ છે, માટે આવી સભાઓના ઘોંઘાટ વડે તે અનેક વેળા કરતા હતા.

૨૩. તંદ્રાચંદ્રનો અને જોશીનો મેળાપ

વૈશાખ સુદી બારસને બુધવારે સંયોગીરાજને ઘેર મંગળ વાદ્યનો ધ્વનિ થઈ રહ્યો હતો. નોતરેલા અને નહિ નોતરેલાની ઠઠ જામતી હતી. મંડપ તોરણાદિથી ઢંકાયેલું અને ગાડીઘોડાથી ઘેરાયેલું ઘર ગ્રહણમાંથી મુક્ત થવા બૂમો પાડતું હતું. અને આવવાનું એવું બહાનું જોઈ લોકો ત્યાં વિવિધ ભાવે ધસી આવતા હતા. કોઈ માન મેળવવા ઉત્સુક હતા, કોઈ તમાસો જોવા ઉત્સુક હતા, કોઈ પાનસોપારી ખાવા ઉત્સુક હતા, કોઈ ચોરી કરવા ઉત્સુક હતા; એમ આશાકારણ અનેક છતાં સર્વના મુખ ઉપર એક જ પ્રકારના હર્ષની મુદ્રા જણાતી હતી. સંયોગીરાજના અને તેમના અશસ્વી પરોનાના સુભાગ્યની વાતો ચર્ચવામાં કેટલાક ગૂંથાયા હતા. કેટલાક એવા પણ પ્રયત્ન વિના વિદ્યાથી અને ધાંધલથી અનિચ્છાપૂર્વક પ્રસન્ન થઈ જઈ મોં પહોળાં કરી લક્ષ્ય વિના ચારે તરફ જોતા હતા.

આખા ઘરમાં એક જ મનુષ્યના ચિત્તમાં વ્યગ્રતા જણાતી હતી. સંયોગીરાજ સાજનની સરભરામાં હતા અને તેમના પાર્શ્વચરો વરઘોડાની ગોઠવણમાં હતા તે સમયે ઘરની અંદરના ભાગમાં બે ઓરડા વચ્ચેના ઉમરા પર બેસી તંદ્રાચંદ્ર ઊંડું મનન કરતા હતા; મનની વૃત્તિમાં તે સાધારણ રીતે જોવામાં આવતા નહોતા અને આ પરાક્રમનો આરંભ કર્યો પછી તો તે હર્ષમામ્ અને ઉલ્લસમાં જ રહેતા હતા. તેથી તેમને આ અવસ્થામાં જોઈ મને આશ્ચર્ય લાગ્યું. એક બાજુએ ઊભો રહી હું તેમના તરફ જોઈ રહ્યો હતો; એવામાં એક પાર્શ્વચરે પછાડીથી આવી મારો કાન ખેંચ્યો અને હું એકાએક ખિજાઈ પાછું જોઈ બોલવા જતો હતો તેવામાં મોં પર મુક્કો મારી તેણે મને મૂંગા રહેવાની નિશાની કરી અને તંદ્રાચંદ્ર તરફ નજર ફેરવી મને ઇશારતથી સમજાવ્યું કે તેમની દૃષ્ટિ આપણા તરફ થાય નહિ માટે શબ્દનો ઉચ્ચાર કરવાનો નથી. એકલો માર ખાવો અને તે વખત મૂંગા રહેવું પડે એમાં દુ:ખ છે એમ ભદ્રંભદ્ર ઘડી ઘડી કહેતા હતા તે મને આજ સનુભવથી સમજાયું. ઉદ્‌ગાર કરવો ઇષ્ટ ન હોવાથી હું પાર્શ્વચર સાથે તેની ઇચ્છા પ્રમાણે દૂર હયો ત્યાં જઈ જાને અપમાનથી હું ક્રુદ્ધ થયો છું એ વાત તે ભૂલી ગયો હોય તેમ મને વિશ્વાસસ્થાન બનાવી તે બોલ્યો:

'પેલા ઓરડામાં જોશીએ ઘડી માંડી છે ત્યાં જઈને એ બેઠો છે. જોશીને ભેદ કહેલો નથી અને તે લગ્નનું જ સમજે છે. તેથી જોશી કંઈ લગ્નનું બોલી જશે તો ખેલ ખરાબ થઈ જશે. એ તો એવો ગદ્ધો છે કે તે પછી પાછો સમજાવી દેવાય, પણ મુશ્કેલી થઈ જાય અને આવેલા લોકો સુધી વાત જાય તો અઘરું પડે. હવે જોશીને સમ્જાવાય તેમ નથી અને એ મુહૂર્તનો

એવો વહેમી છે કે ઘોડે ચઢતાં સુધી ત્યાંથી ઊઠવાનો નહિ. માટે આઘે રહ્યો રહ્યો શું થાય છે તે જોયા કર. અને ફાટે ત્યાં થીંગડું દેજે, નહિ તો પછી થઈ રહેશે. સંયોગીરાજે મહાદેવને સાધેલા છે. ગમે તે રીતે પણ ગમ્મત થાય એટલે પાર. લે તાળી ! મારે કામ છે, હું જાઉં છું. તું પણ બુબક થઈ ગયો જણાય છે તો.'

હું બુબક થઈ ગયો નહોતો પણ પડેલા મુક્કાનું પ્રયોજન કહેવાવાની વાટ જોતો હતો, પરંતુ આ વાક્યો એક પછી એક બોલી જઈ તે એવી ત્વરાથી અદૃશ્ય થઈ ગયો કે એ વિષે ખુલાસો મેળવવાની આશા મૂકી દેવી પડી અને સંયોગીરાજના કાર્યમાં સહાય થવાનું સમજી તેમ જ કૌતુકથી આકૃષ્ટ થઈ તંદ્રાચંદ્રની પીઠ પાસેની ભીંતમાંની એક જાળીમાં ડોકિયું કરીને હું ઊભો. સલાહ આપવાને અને સંશય પડે ત્યાં નિર્ણય કરવાને ભદ્રંભદ્ર આ સમયે પાસે નહોતા. અને તમના ઉપદેશ વિના ડગલું પણ ભરવું ન જોઈએ, તેમના ઉપદેશના અભાવે જ મનુષ્યો, રાજાઓ તથા આર્યપક્ષ સિવાયનું આખું જગત ખરાબ છે અને રાત્રે દેવો તથા દેવીઓ પણ તેમનો ઉપદેશ લઈ જાય છે, એમ તમના કહેવાથી મારી ખાતરી થઈ હતી; કેમ કે શાસ્ત્રાનુસારી આર્યને તો આપ્તવાક્ય એ જ પ્રમાણ છે, જાતે વિચાર કરવાનું અને જાતે નિર્ણય કરવાનું જે સાહસ સુધારાવાળા કરે છે તેને આર્યશાસ્ત્રમાં ઘોર પાપ કહ્યું છે. પરંતુ, ભદ્રંભદ્રને બોલાવવા હરકત નથી એટલું ભદ્રંભદ્રથી મલેલા સંસ્કારને બળે સમજી તંદ્રાચંદ્રની શ્રદ્ધાળુતાની રક્ષા કરવા હું ધર્મવીર થઈને ઊભો.

જલપાત્રમાં ડુબવા મૂકેલા વાડકા સામે એકી નજરે બહુ વાર જોઈ રહ્યા પછી ચક્ષુને વિરામ આપવા જોશી મહારાજે પાસે ભીંત પર ચિતરેલા ગણપતિની દુંડ પર દૃષ્ટિ કરી. પોતાનું અંગ કૃશ હોવાથી કે બીજા કોઈ કરાણથી ત્યાંથી વિશ્રાન્તિસ્થાન ન જણાયાથી જોશી મહારાજે ત્યાંથી દૃષ્ટિ ઉપાડી તંદ્રાચંદ્ર તરફ નજર કરી. વાડકા પરથી તેમની દૃષ્ટિ ઉપાડવા જોશી મહારાજે જરા મોટે અવાજે કહ્યું, 'બહુ ચિંતાતુર જણાઓ છો, આજ તો મંગળ દિવસ છે તે પ્રસન્ન રહેવું જોઈએ.'

મારું હૃદય ધબકવા લાગ્યું અને કોઈ મંત્રોપચારથી જોશીની જીભ કપાઈ જાય કે બંધ થઈ જાય એમ હું ઈચ્છવા લાગ્યો.

પરમ્તુ તંદ્રાચંદ્રનો ઉત્તર સાંભળવા ધ્યાન તે તરફ દોરવાની જરૂર હતી.

'ચિંતા મને માત્ર મુહૂર્ત કો છૈ. માંગલ્ય ભી મુહૂર્તથી મિલે છૈ.'

'જ્યોતિષના ગ્રંથમાં પણ એ જ કહ્યું છે. જ્યોતિષશાસ્ત્ર વેદનું નેત્ર છે. માટે તે વિના સિદ્ધિ જ નથી. પણ મુહૂર્ત વિશે આપે ચિંતા કરવી નહિ. સમય આવશે ને હું આપને સાવધાન કરીશ.'

'હાં સાવધાન તો કરોગે. પણ યાવની ત્વરા ક્યાં છે ? યાવનો સહારો હોવો ચાહીએ. તે વિના ક્યા ભી થશે ?'

'એમની સાથે આપને સમાગમ કેમ થયો ? અને આ શહેરમાં આ પ્રસંગ આપને ક્યાંથી આવ્યો ? આપનો સંબંધ તો સર્વ ઉત્તરમાં થતો હશે ?'

જોશીને અટકાવવા સારુ ઉપાય શોધવા લાકડી ખોળતો હોઉં તેમ હું આસપાસ જોવા લાગ્યો. શું ખોળું છું તે હું જ જાણતો નહોતો. પણ તંદ્રાચંદ્રે તર ઉત્તર દીધો.

'નહિ, હમે ઉત્તરના કવ્હરાઈએ છૈયે તે ભૂલ છે. હમે આ મુલકના છૈયે. નોકરી પ્રયોજન ઉત્તર જાવું પડે તો કૈ નિવાસ ફિરાસે ? સંબંધ હમારો આંહી છે. ઔર નથી.'

'મેં તો જાણ્યું આપની ઉંમર વધારે છે તેથી આ તરફ ઊતરવું પડ્યું.'

'ઉંમર મારી પેંતાલીસથી જાસ્તી નથી. નોકરી ઢૂંઢવા આંહીં આવ્યા નથી, અચ્છા તનખા મિલૈ છે. કુટુંબીસે ભેટનો મૈકો હોવા આવાવા હેતુ છૈ, વેતનકી ગરજ નથી.'

વાત આડિ ગઈ જાણી હું જરા સ્વસ્થ થયો, પણ જોશી મહારાજ લેશ માત્ર સ્વસ્થ થયા નહોતા. સભ્ય થઈ તે બોલ્યા, 'સ્થિતિએ સારી હશે નોકરી પણ મહોટી હશે. નહિ તો સામો કોઈ સહેજ આવે છે. કુંટુંબે હશે. શા માટે ન હોય ? પન વૃદ્ધિએ થવી જોઈએ. સગાં હોય તે તો ગમે તે મિષે તેડાવી પેરવી કરે, સંયોગીરાજ આપના સગામાં છે ?'

'સગા તો ક્યાં ? સ્નેહી છૈ. ત્યાવનું સામને આવવું, હમારું સામને જવું. એ પ્રકારની બડાની મૈત્રી પ્રતિષ્ઠાની આ વૃદ્ધિની પેરવી તો ત્યાવની જ છૈ. પ્રીતૈ આ સબ બણવાવ્યા.'

'પ્રતિષ્ઠા' શબ્દથી જોશીની ભ્રાંતિ દૂર થવાનો આરંભ થશે એમ મેં ધાર્યું પણ તે ધારણા ખોટી પડી. ભાસ્કરાચાર્યના અવતારે તરત પોતાના પૃચ્છાવ્યાપારનું અનુસંધાન કરી લીધું અને તે બોલ્યા,

'પત્ની એ પન પ્રતિષ્ટઃઆ જ છે, અને આપને મેં જે મુહૂર્ત આપ્યું છે તે એવું અત્યુત્તમ ફલદાયક અને સિદ્ધિદાયક છે કે પુત્ર પરિવારથી કુટુંબવૃદ્ધિ થયા વિના રહે નહિ.'

'એ તો ભગવાનની કિરપાની બાત છૈ. હિંતુ હમારે ગૃહમેંથી ગત છૈ. આપ બેખબર તેથી અમે કહ્યા. આપ જ્યોતિષી ને આપને માલૂમ નહિ એ કેસા ?'

'જોશીથી તે વળી કંઈ અજાણ્યું રહે? वेदचक्षु किलेदं स्मृतं ज्योतिषं मुख्यता जाड़गममध्यस्य । વેદના ચક્ષુ એવા જોતિષશાસ્ત્રને સર્વ અંગમાં મુખ્ય અંગ કહ્યું છે. શાસ્ત્રીઓ અમારી નિન્દા કરે છે કે વ્યાકરણ સિંહે ડરાવેલાં અશુદ્ધિરૂપી હરણાં નાસીને જ્યોતિષશાસ્ત્રમાં પેસી ગયાં. તેથી અમે ઝાઝા શ્લોક બોલીએ નહિ એટલું જ. પણ જ્યોતિષ વિના વેદ આંધળા છે અને વેદ વિના દેવો આંધળા છે. તેથી જ્યોતિષ જાણે તેને ત્રણ કાલનું અને ત્રણ લોકનું જ્ઞાન થાય છે, સુધારાવાળા જ્યોતિષ નથી માનતા, પણ, મહોટી રેલ આવી ત્યારે કલેક્ટરે બાધાની બંગડીઓ પહેરી હતી અને મારે ઘેર પૂછવા આવ્યો હતો કે તમારા શાસ્ત્ર પરથી પાણી ક્યારે ઊતરવાનું નીકળે છે. હું તો ઘેર નહોતો પણ એ રસ્તે થઈને એ ગયો તે લોકોએ જોયો. આપણા લોકોના ઘર આગળ એને બીજા શા સારુ આવવું પડે ? સુધારાવાળા કહે છે કે ગ્રહોમાં કંઈ સમજણ છે કે સારું-ખોટું કરે ? પણ સમજણ ન હોય તો ગ્રહોનો ગણિત પ્રમાણે નિયમસર રાશિભોગ કેમ બને ? અને સારું કરવા કે નડવા સારુ અમુક વખતે તે અમુક રાશિમાં આવીને ઊભા રહે છે તે એમને કોઈ કહેવા જાય છે ? સાહેબ લોકો તો હજી ગ્રહોમાં વસ્તી છે કે નહિ, પાણી છે કે નહિ, પર્વત છે કે નહિ એવું બધું ખોળવાનાં ફાંફાં મારે છે, પન, અમને તો ગ્રહોના અંતરની ખબર પડેલી છે અને તેમનો ક્રોધ તથા તેમની પ્રિતિ અમે જાણી શકીએ છીએ, તો પછી આપની વાત કેમ ન જાણિએ ? મુહૂર્ત આપતાં પહેલાં આપનાજન્માક્ષર મેં જોયછે. આપની પત્ની ગત થઈ તેથી જન્માક્ષરથી એમ ન નીકળે કે આપને પત્નીનું સુખ નથી. સ્ત્રીનો ધણી મરી જાય ત્યાર પછી જોઈએ છીએ તો એના જન્માક્ષરમાંથી નીકળે છે ખરું કે એને ધણીનું સુખ નથી. પણ સ્ત્રીની જાત જુદી છે અને સુધારાવાળા વિધવાઓને ફરી પરણવાનું કહે ત્યારે એ બતાવવાનું છે. આપ બીજી કરો તેમાં કશી હરકત નથી. ખુશીથી લગ્ન કરો.

'ખરચો થાય અને આપ સરખાને લાભ પહુંચે એવા આપને તો સોચા; પરંતુ એવા ભાષણ બંદ રાખ્યા ગયા ઠીક છૈ. સબબ સબ સબકી મુખત્યારીકી એ બાત છૈ.'

જોશી મહારાજને લેશ માત્ર પણ ખોટું લાગ્યું હોય એમ જણાયું નહિ. વાત કરવાની તેમની ઇંતેજારી કશાથી ખળાય તેમ નહોતી અને હવે પછી મળવાની ગમ્મતનું ગમે તે થાય, પણ મને તો આ સૌ સંભાષણમાં જ એટલી ગમ્મત પડતી હતી કે તેમાં વિક્ષેપ કરવા મારી બિલકુલ ઇચ્છા નહોતી અને ક્યાંથી વચ્ચે પડવું એ મારાથી નક્કી પણ થઈ શકતું નહોતું તંદ્રાચંદ્ર અને જોશી એકબીજાનો ભાવાર્થ સમજવામાં એવા આડે રસ્તે ચઢી ગયા હતા કે તેઓ અથડાઈ પડે અને ખરી વાત તેમને જણાઈ જાય એવો સંભવ બહુ ઓછો હતો. તેથી મારી ચિંતા જરા દૂર થઈ હતી. જોશીએ કહ્યું,

'હું કાંઈ મશ્કરી નથી કરતો. પ્રસ્તુત હોય ત્યારે સર્વ કોઈને બોલવાનો પ્રસંગ હોય અને તેમાં કંઈ આપને શરમાવાનું નથી. સંસારવ્યવહાર તો ચાલ્યો જ જાય. મેં કહ્યું તે તો એટલા માટે કે મારા જોયેલા જોશ પર આપની શ્રદ્ધા કંઈ કમ જણાઈ અને અમારો તો ખેર પણ જ્યોતિષનો મહિમા તો સાચવવ્તો પડે. સુધારાવાળા અમારા શાસ્ત્ર પર શ્રદ્ધા નથી રાખતા અને મુહૂર્ત વિના બધાં કાર્ય કરે છે તેથી તેઓ મૃત્યુ પામે છે. વૈધૃત, વ્યતિપાત સંભાળે નહિ તેથી એવું થાય છે. કહેશે કે ત્યારે જોશ જોઈને વર્તનારા કેમ મરતા હશે ? પણ મોત કોઈથી અટકાવાય છે ? અને તેમાંએ એમ તો ખરું કે રોગાદિ કારણથી મૃત્યુ થાય છે તે ઘડીએ અને પલકે જોશ ન જોવાથી થાય છે. છીંક ખાવાથી માંડીને બધાં કામમાં લોકો જો જોશીને પ્રથમ પૂછી જોતા હોય તો રોગાદિ ઉપદ્રવ થાય હ નહિ અને કોઈની હાનિ કે પરાભવ કદી જોવામાં આવે જ નહિ. સત્‌યુગમાં યુદ્ધ સમયે બંને પક્ષવાળા મુહૂર્ત જોઈને નીકળતા તો બંનેનો સંપૂર્ણ જય થતો. જોશીઓ ધારે તો મૃત્યુથી ખસ્યા ને ખસ્યા જ રહે ને અમર થઈ જાય. અમારા પાડોશીનો છોકરો અંગ્રેજી ભણ્યો છે તે તો કહે છે કે સુધારાવાળાને તો એવો જવાબ અપાય કે સૂર્ય જેમ આકર્ષણથી તથા તાપથી પૃથ્વીના જીવો પર અસર કરે છે તેમ ગ્રહોની પન એવી અસર મનુષ્યના શરીર પર તથા વ્યવહાર પર થાય છે. અમારા જ્યોતિષમાં તો ગ્રહોના અહીં સુધી પહોંચતા એવા આકર્ષણ કે તાપ વિષે લખ્યું નથી અને અંગ્રેજી ચોપડીઓમાં લખ્યું છે કે નહિ તે આપણને ખબર નથી. પન હશે તો ખરું અને તેમાં એમ પણ હશે કે વેપારીનું વહાણ ડૂબે અથવા તેની દુકાન બાળે તેમાં વેપારી પર થયેલી ગ્રહોની અસર દરિયા અને પવન સુધી તથા સળગાવનારના મન સુધી પહોંચતી હશે અને તેમને પ્રેરતી હશે. પરંતુ જ્યોતિષ પર શ્રદ્ધા હોય તો જડશાસ્ત્રની એવી યુક્તિપ્રયુક્તિની કડાકૂટની જરૂર જ ન પડે. અને ગ્રહોને જડ ગણવા એ તો નાસ્તિકતા છે.

ગ્રહો તો દેવતા છે અને ધારે તે કરે છે. એમનામાં બળ ક્યાંથી આવે એ પૂછવાની જ ધર્મશાસ્ત્રમાં ના કહી છે. તેમના ક્રોધથી બચી જવાની લોકોની યુક્તિ તે નહિ સમજતા હોય એમ કેમ જાણ્યું ! પણ જોશીઓના ગણિતથી બંધાયા તે શું કરે ? જોશીઓનો મહિમા એવો છે. જોશીઓ પર શ્રદ્ધા રાખવી જોઈએ, મહારાજ.'

નાસ્તિકતાનો આક્ષેપ સહન ન થઈ શકવાથી તંદ્રાચંદ્ર એકદમ બોલી ઊઠ્યા, 'શ્રદ્ધા તો હમારી જ્યોતિષ બિષે દૃઢ છે. એભી વિશ્વાસ છૈ કિ સુમુહૂર્તથી કાર્યસિદ્ધિ તુરન્ત થાશે. કિન્તુ—'

એવામાં ઘડીનો વાડકો ડૂબવાનો સમય પાસે આવ્યો જોઈ જોશી મહારાજ 'સાવધાન'ની બૂમો પાડવા લાગ્યા અને 'અક્ષરસમય'નો ઘોષ કરતા અડધો અક્ષર ન થાય એટલામાં અક્ષર 'વીસના અંતર સમય'થી ક્રમશઃ અક્ષર 'પાંચના અંતર સમય' પર આવી લાગ્યા. તેમની ગર્જના સાંભળી પાર્શ્વચરો દોડી આવ્યા અને અક્ષરના અંકનો એક પછી એક ભારથી ઉચ્ચાર થતો સાંભળી સંભ્રમ પામતા તંદ્રાચંદ્ર પણ મહાકાર્યની પ્રવૃત્તિ માટે ઊભા થયા.

૨૪. તંદ્રાચંદ્રનો વરઘોડો

પાશ્વચરો તંદ્રાચંદ્રને ઉપાડીને બહાર લઈ ગયા. અનેક હર્ષનાદ તથા પુષ્પવૃષ્ટિ સાથે તેઓ અશ્વારૂઢ થયા. એ અશ્વની ગતિ મંદ હતી; પણ બીજા કોઈ વધારે ત્વરિત ગતિવાળા અશ્વ પર આરૂઢ થઈ તેમની બુદ્ધિ તેમના પહેલાં ગોઠવણ કરવા સારુ અગાડી ગયેલી જણાતી હતી, કેમ કે અમેક મનુષ્યો હાસ્ય કરતા જણાતા હતા. તોપણ તંદ્રાચંદ્ર તો મૂછોના આંકડા વાળવાના મિથ્યા પ્રયત્નમાં અને પોતાનો પ્રતાપ જોઈ વિસ્મય પામતાં નયનોની ભ્રમિત શોધમાં જ ગૂંથાયેલા હતા. સવારી ક્યાં જવાની છે તે તંદ્રાચંદ્ર જાણતા હ્તા જ નહિ. અને તે પૂછી જોવાની તેમને જરૂર જણાઈ નહોતી, કારણ કે તેઓ સ્થળોથી અજાણ્યા હતા અને પાશ્વચરો તેમની પેઠે કેટલી વાર કહેતા હતા તેમ, 'નરક સિવાય બીજાં બધાં સ્થળોથી તે અજાણ્યા જ રહેવાના હતા.' વરઘોડો ક્યાં જવાનો છે એ પ્રશ્ન પૂછનાર સાજનોના પાશ્વચરો સંયોગરાજને પૂછી જોવાનું કહેતા હતા અને સંયોગીરાજ સર્વને એ ઉત્તર આપતા હતા કે 'એ તો તંદ્રાચંદ્ર જાણે. એમનામાં એવો રિવાજ છે કે કન્યાનું ઘર છેલ્લી ઘડી સુધી બધાથી છાનું રાખવું. ફક્ત વરનો એક માણસ અગાડી ચાલે તે જાણે અને સહુથી છેલ્લો વર હોય તે જાણે-જાણે 'ઇંજિન' ને 'ગાર્ડ' વચ્ચેના લોક કંઈ જાણે જ નહિ કે ક્યાં જવાનું છે. ઉત્તરની વળી એવી રૂઢિ છે. સુધારો થતો હોય અને રૂઢિઓ નીકળી જતી હોય તો આવી ગમ્મત ક્યાંથી પડે ? હું તો ઉત્તરના લોકોની ઉસ્તાદગીરી પસંદ કરું છું કે સુધારાવાળાને એ લોકો ગણતા નથી અને હોળીની રીત ખરેખરી શુદ્ધ સ્વરૂપમાં રાખી રહ્યા છે. અહીં તો હોળી ખેદાનમેદાન થઈ ગઈ છે. સુધારાવાળા બધાને સાધુ અને સંન્યાસી બનાવવા માગે છે. પણ એમનાથી તો સધુએ ભલા. કોઈ કોઈ સાધુ તો વળી એવા ઇશ્કી હોય છે !'

એવી એવી વાતોમાં નાખી સંયોગીરાજ સર્વ લોકોને પ્રશ્ન ભુલાવી દેતા હતા. 'ઇંજિન'-રૂપ જોવાની મને જિજ્ઞાસા થઈ અને આગળ જઈને જોયું તો આખા જગતના 'ઇંજિન'-રૂપ બનેલા વલ્લભરામ જે આજે જ ઘરમાંથી બહાર નીકળ્યા હતા. તે વરઘોડો ચલાવતા હતા. ઈર્ષ્યાથી કે કોણ જાણે શાથી ભદ્રંભદ્ર હવે ઘણી વાર કહેતા કે વલ્લભરામ જગતને ખાડામાં નાખવા લઈ જાય છે તે હજી જણાવવાનું હતું પણ જો ખાડામાં પડવાનું હોય તો 'ગાર્ડ'થી કોઈને બચાવાય તેમ નહોતું કેમ કે તે સાથે પડે તેમ હતું.

અશ્વ પર તંદ્રાચંદ્ર પ્રતાપી જણાવાનો ડોળ કરતા હતા અને ભરાયેલા લોકો સંયોગીરાજને નહિ પણ તેમને પોતાને માન આપવા આવેલા છે એમ માની હર્ષથી ચારે તરફ દષ્ટિ ફેરવતા હતા. પણ તેમના અંતરમાં એક ચિંતા હતી અને તેની અસ્વસ્થતા કદી કદી જણાઈ

આવતી હતી. તેમના મનમાં એવી શંકા રહી ગઈ હતી કે નિશ્ચિત કરેલી મંગળ ઘડી વીતી ગયા પછી ક્ષણ વાર પછી તેમનું અશ્વારોહણ થયું છે. વાડકો ક્યારે ડૂબ્યો તે વિશે અશ્વારૂઢ થયા પછી તેમણે મને પૂછ્યું પણ મારી દૃષ્ટિ બીજી દિશામાં હતી તેથી તેમના આત્માને હું શાંત કરી શક્યો નહિ, બે-ત્રણ પાર્શ્વચરોને તેમણે પૂછી જોયું અને તેઓ જોશી પાસે નહોતા તોપણ વાડકો અશ્વારોહણને સમયે જ ડૂબતો પ્રત્યક્ષ જોવાનું તેમણે ખાતરીથી કહ્યું. પણ તેથી તંદ્રાચંદ્રને ખાતરી થઈ કે નહિ તે સમજાયું નહિ. વરઘોડો ચાલતાં તેમણે જોશી મહારાજને પાસે બોલાવી પૂછ્યું અને તે કંઈ કહેવા જતા હતા પણ એટલામાં એક પાર્શ્વચરે જોશી મહારાજ તરફ મોં ફેરવી એક આંખનો છેડો મીંચીને ઉઘાડવાની ક્રિયા કર્યાથી 'હા મહારાજ, બરોબર હતું' એટલું કહીને તે પાર્શ્વચર પાસે જતા રહ્યા. તંદ્રાચંદ્રથી ઘોડા પરથી ઊતરી જોશીની પાછળ જવાય તેમ નહોતું. તેથી તે મ્લાન મુખાકૃતિ કરી બેસી રહ્યા. વિજયયાત્રાને સમયે તેમની આવી નિરાધારતા જોઈ મને દયા આવી અને તેમને કંઈક સહાયતા કરવાની મને ઇચ્છા થ ઈ. પરંતુ તેમને મળવાનું ફળ નક્ષત્રોથી અને ગ્રહોથી નહિ પણ સંયોગીરાજથી નક્કી થયેલું છે, અને તેમ નહોતાં પ્રારબ્ધથી નક્કી થયેલું હોય તોપણ મુહૂર્તની પસંદગીથી તેમાં ફેરફાર થાય તેમ નથી એવો કંઈક વિચાર આવ્યાથી તંદ્રાચંદ્ર તરફ એક ભાવભરી દૃષ્ટિ નાખી મેં દયાવ્યાપાર બંધ કર્યો. તે કાગળના રમકડાંના ઘોડા પર બેઠા છે અને પાર્શ્વચરો દોરી ખેંચી લેશે એટલે હમણાં કાગળ ને સવાર બંને ભોંયે બેસી જશે એમ મને લાગ્યું. પણ આવી કલ્પનાઓ પ્રસંગને અયોગ્ય જાણી બંધ કરીને જ્યોતિષ વિરુદ્ધ થયેલા, સુધારાવાળાના સરખા વિચારનું પાપ ધોઈ નાખવા હું ભદ્રંભદ્ર પાસે ગયો. તેમને મેં તંદ્રાચંદ્રની હકીકત કહી. તંદ્રાચંદ્રની આ બધી મશ્કરી છે એમ તે હજી પણ અંતરથી માનતા નહોતા અને તેથી મુહૂર્તની ખામીથી તેમના વિજયમાં ભંગ ન થવા દેવો જોઈએ એમ તેમનો મત થયો. મારી શંકા સંબંધે તેમણે કહ્યું :

'પ્રારબ્ધથી નિર્માણ થયેલું પરિણામ કશાથી ફેરવાતું નથી અને ગમે તે મુહૂર્તમાં કાર્યનો આરંભ થાય પણ તે આવીને ઊભું રહે છે એ ખરું છે. પણ તે પરથી મુહૂર્ત જોવડાવવું વ્યર્થ માનવું એ અપરાધ છે, કેમ કે સુધારો છે. વળી ગ્રહો હર વર્ષના આરંભમાં પ્રારબ્ધને મળીને તેની જોડે ગુપ્ત મંત્રણા કરી મૂકે છે, કે પછી સામસામી ખેંચાખેંચ ન કરવી પડે. કોઈ મનુષ્યના ભવિષ્ય વિષે જ્યારે પ્રારબ્ધને અને ગ્રહોને એકમત ન થતાં તેમના બલની પ્રવૃત્તિ સાથે થતી નથી અને તે મનુષ્ય તેમની તાણાતાણમાં આવી જાય છે ત્યારે તેની અસર તેના શરીર પર રહી જાય છે, કેટલાંક માણસો એકાએક સોટા જેવાં ઊંચા થઈ જાય છે અથવા કોઠી જેવાં ફૂલી જાય છે, તે આ ખેંચાખેંચ અને તાણાતાણનું પરિણામ સમજવું. મને સ્મરણ છે કે એક વેળા કાર્તિક સુદી પડવાને દિવસે હું ઊંઘતો હતો ત્યારે મારા પ્રારબ્ધને મારા ગ્રહો મળવા આવ્યા, પ્રારબ્ધ તેમને મળવા નીકળી પડેલું તેથી બંનેનો

મેળાપ થયો નહિ. ગ્રહો પાછા ફરતા હતા તેવામાં પ્રારબ્ધ પાછું આવતું તેમને સામું મળ્યું. બંનેને ખોટું લગેલું હોવાથી તેઓ લઢવા લાગ્યાં. ગ્રહોએ મારા પગ ઝાલ્યા અને પ્રારબ્ધે મારી ચોટલી ઝાલી. હું તણાઈને લાંબો થવા લાગ્યો, પરંતુ લાંબા માણસને કોઈ વાર વૈકુંઠમાં પડતા ઘરના થાંભલા થવાને વેઠે પકડે છે તેથી લાંબા થવા મને ઇચ્છા નહોતી. અને શિખા ઊખડી જશે તો સંધ્યા કેમ કરાશે અને મોક્ષ કેમ મળશે એ ચિંતા થવાથી મેં વિગ્રહ કરનારને કહ્યું કે મને લંબાણને બદલે પહોળાણમાં ખેંચો. પછી તેમણે મને પેટની અને વાંસાની ચામડીથી ખેંચ્યો. તે દહાડાથી જેને સારા શબ્દના અભાવે લોકો દુંદ કે ફાંદ કહે છે તેની સહેજસાજ પ્રાપ્તિ થઈ છે. અને મને એ લાભ થયો છે કે વીસ-પચીસ લાડુ વધારે ખવડાવી શકાય છે. તેથી મુહૂર્તની સંભાળ ન રાખી ગ્રહોનું અપમાન કરવાનું સાહસ તો કરવું જ નહિ. આપણે પૂછીને નક્કી કરવું જોઈએ.

એમ કહી ભદ્રંભદ્ર આવેશથી ગભરાઈ દોડ્યા અને વરઘોડામાં ઘસ્યા ઘસ્યા ફરવા લાગ્યા. તેઓ મુહૂર્તને ખોળે છે, ગ્રહોને ખોળે છે કે જોશીને ખોળે છે એ તેમણે મને કહ્યું નહોતું. પરંતુ, અનુયાયીના ધર્મ પ્રમાણે હું પણ તેમના જેવી ગભરાયેલી મુખાકૃતિ કરી તેમની પાછળ ઘસવા લાગ્યો. વરઘોડામાં ગરબડ થઈ રહી અને સર્વ કોઈ અમારી દોડાદોડનું કારણ પૂછવા લાગ્યા. ઉત્તર ન દેતાં અમારું લક્ષ્ય અગાડી છે એમ ઇંગિતથી સૂચવી અમે દોડ્યા ગયા. બીજું કોઈ એ પ્રમાણે દોડતું હોત તો અજાણતાં કેટલાકની પાઘડીઓ પાડત, કેટલાકને ધક્કા મારત અને કેટલાકને અફળાટમાં પાડી નાખત. પરંતુ ભદ્રંભદ્રે લીધેલી સાવચેતીને લીધે એવું કંઈ ન થયું. પણ, માત્ર તેમની પાઘડી કેટલીક વાર પડી. તેમને ધક્કા લાગ્યા અને આખરે કોઈ દુષ્ટ પુરુષે પોતાનું શરીર બહુ અક્કડ રાખ્યું હશે તેથી અથવા એવા કોઈએ જાણી જોઈને હાથ કે પગ લાંબો કર્યો હશે તેની અફળાટમાં આવતાં ભદ્રંભદ્ર ઊથલી પડ્યા. માનભંગ ઘણા ઓછાના જોવામાં આવે તે માટે તરત ઊભા થઈ તેઓ પાછા દોડવા લાગ્યા. પરંતુ આ બધી હકીકતથી ગભરાટ એટલો બધો વધી પડ્યો કે વરઘોડો ઊભો રહ્યો. વાજાં વાગતાં બંધ થયાં, સાજનના લોકો ટોળે વળ્યા અને પાણીની બહાર કહાડેલા તરફડતા માછલા પેઠે હું અને ભદ્રંભદ્ર બધાથી જુદા પડી એકલા દોડતા ચાલુ રહ્યા. આખરે કોઈએ ભદ્રંભદ્રને પકડીને ઊભા રાખ્યા અને આ બધી આકુલતાનું કારણ પૂછ્યું. કારણ સાંભળી કેટલાક મૂર્ખ માણસો હસ્યા. ભદ્રંભદ્રને ક્રોધ કરવાની ફુરસદ નહોતી તોપણ ઊભા રહી સહેજ ક્રોધ કરી લઈને બોલ્યા,

‘દક્ષના યજ્ઞમાં શિવ હરણ પાછળ દોડ્યા, ત્યારે પણ મૂર્ખ માણસો હસ્યા હતા, પણ શિવનું કે હરણનું લાઘવ લેશ માત્ર જણાયું નહોતું. સુધારાના નાશ અને આર્યધર્મના વિજય માટે

મહાભારત પ્રયત્નમાં હું હાલ રોકાયેલો છું. તે છતાં તે જોઈ તમને હાસ્ય ઉત્પન્ન થાય છે તો તમારું જ લાઘવ જણાય છે. દોડવામાં આ નાશ અને વિજયની સિદ્ધિ શી રીતે સમાયેલી હોય એમ તમને સુધારાવાળા જેવી શંકા થશે. પરંતુ જેમ ગોમાતા પછાડી પુચ્છ હોય છે, ભોજન પછાડી દક્ષિણા હોય છે, ગદર્ભના ભૂંકવા પછાડી ડાંગ હોય છે, તેમ મારા દોડવા પછાડી મહોટું ફળ સમાયેલું છે.

સુધારાવાળા વેદને નથી માનતા તેથી તેઓ હું જે બ્રાહ્મણ હોઈ જન્મથી વેદમૂર્તિ છું, તેને ન માને, પણ, તમે વેદાનુયાયી છો તો તમારે તો મારા પર પૂર્ણ શ્રદ્ધા રાખવી જોઈએ, હું જે કહું તે માનવું જોઈએ, હું જે સિદ્ધાંત કહું તેનો અંગીકાર કરવો જોઈએ, કેમ કે વેદ શબ્દપ્રમાણ છે. મારી મૂઠીમાં સૂર્ય છે એમ હું કહું અને તમે મૂઠી ઉઘાડવા-આદિ તાર્કિક પ્રમાણોની અપેક્ષા કરો તો તમે વેદવિરોધી, સનાતન ધર્મના શત્રુ અને અનાર્ય જ ગણાઓ. મારા પર અશ્રદ્ધા રાખી તમે વેદનું લાઘવ કરો છો, સુધારાવાળાના લાઘવનું લાઘવ કરો છો, એમ જણાય છે.'

લાઘવ ગમે તેનું જણાયું હશે, પણ પછી વરઘોડામાં સ્વસ્થતા થઈ અને તે પહેલાંની માફક આગળ ચાલવા માંડ્યો.

જોશી મહારાજ ને ભદ્રંભદ્રે આખરે શોધી કહાડ્યા, અને કપોત પછાડી પડેલા શ્યેન માફક તેમણે ઝડપ મારી, પણ કલિયુગમાં જોશીને બચાવનાર કોઈ શિબિ રાજા નીકળ્યો નહિ. ભદ્રંભદ્રના મનમાં આ કથાની ઉપમા આવી નહોતી, તેથી તેનો દોષ તેમને લાગ્યો નહિ. એકાએક જોશીનો હાથ ઝાલી લઈ તે બોલી ઊઠ્યા, 'જૂઠાં વૃત્તાન્તો ઊભાં કરી મ્લેચ્છો આકાશમાંથી વીજળી શોધી લાવવાની વડાઈ કરે છે, પરંતુ મેં વીજળી કરતાં પણ મહોટી શક્તિની શોધ કરી છે; કેમ કે સૂર્યના બળનો જ્યોતિષમાં સમાવેશ થાય છે અને જ્ઞાતાજ્ઞેયના અભેદના સિદ્ધાંતથી એ બળનો જોશીમાં પણ સમાવેશ થાય છે, તેનું પ્રમાણ પણ જોશી-રૂપ પ્રમેય સાથે પ્રત્યક્ષ મારા હાથમાં છે, મ્લેચ્છો પેઠે પતંગમાં કે પતંગની દોરીમાં નથી.'

આ પ્રમાણે બેન્જામિન ફ્રાંકલિનથી પોતાનું શ્રેષ્ઠત્વ સિદ્ધ કરી ભદ્રંભદ્રે તંદ્રાચંદ્રની જે શંકા તેમને પીડા કરતી હતી તે વિશે ખુલાસો પૂછ્યો. ભદ્રંભદ્રની વર્તણૂકથી થયેલો ક્ષોભ શમાવવાનો ઉપાય જાણે જોઈ રહ્યા પછી જોશીએ ઉત્તર દીધો,

'મુહૂર્તની ન્યૂનતા રહી જ નથી. ન્યૂનતા છે માત્ર તંદ્રાચંદ્રની અને બીજા કેટલાકની બુદ્ધિની, અને તેનો પ્રતિકાર જ્યોતિષમાં નથી. ગ્રહોની પ્રસન્નતાથી રાજ્ય ન હોય તેને રાજ્ય મળે પણ, બુદ્ધિ ન હોય તેને બુદ્ધિ મળે એમ કદી બન્યું નથી અને બની શકે તેમ નથી. માટે એ બાબતમાં આપે ચિત્તને ક્લેશિત કરવું જ નહિ. તંદ્રાચંદ્રના ચિત્તનું સમાધાન શક્ય અને ઇષ્ટ આપને લાગતું હોય તો બેલાશક જઈને તેમની ખાતરી કરો કે અશ્વારોહણ યોગ્ય વેળાએ જ થયું છે.'

જોશીના મુખમાંથી નીકળેલા 'બેલાશક' અને 'ખાતરી' એ ફારસી શબ્દો હૃદય ચીરી નાખનારા બાણ સરખા હતા. પણ, રણસંગ્રામમાં ઘૂમતા યોદ્ધાઓ વ્રણોની ગણના ન કરતાં ધસ્યા જાય છે, તે પ્રમાણે ભદ્રંભદ્ર આન ઘવાયેલા છતાં તંદ્રાચંદ્રને ઉત્સાહિત કરનારી વાર્તા કહેવા વિલંબ વિના નીકળ્યા. પરંતુ તંદ્રાચંદ્ર પાસે તે પહોંચી શક્યા નહિ.

વરઘોડામાં એકાએક હૂલકું પડ્યું અને નાસાનાસ થઈ. 'ઇંજિન' રૂપ વલ્લભરામના નાયકત્વથી કે બીજા કોઈ કારણથી વરઘોડો ઢેડવાડામાં જૈઇ પહોંચ્યો હતો અને ત્યાંથી તે સ્થળના પુરવાસીઓનું મ્હોટું ધાડું સામું ધસી આવ્યું. ઢેડ લોકો જે સમર્પણી અને મરજાદી પેઠે સર્વ કોઈને પોતાના સ્પર્શથી દૂર રહેવાની વિનંતી કરતા સર્વત્ર વિચરણ કરે છે તેમને એકદમ આ સાજન મંડળ સાથે મૈત્રી કરવાની પ્રેરણા થઈ આવી હોય એ મને અસંભાવ્ય લાગ્યું અને પાર્શ્વચરોનો આમાં કંઈ સંકેત છે એમ સંશય થયો. પણ ભદ્રંભદ્રને એ ધારણા રુચી નહિ અને આર્યપક્ષને સ્પર્શથી દૂષિત કરવાની પાપી ઇચ્છા થઈ આવ્યાથી જ ઢેડ લોકોએ આવી કુચેષ્ટા કરી એમ ઘેર જઈ ઘણી વાર સુધી ઊંડો વિચાર કરી તેમણે ઠરાવ્યું. પરંતુ, મંદબુદ્ધિઓ વિચાર કર્યા પછી કૃતિ કરે છે તેમ ન કરતાં ભદ્રંભદ્રે વિચાર કર્યા પહેલાં કૃતિ કરી, અને અપવિત્રતાની રેલ આવતી જોઈ તેના અવગાહનમાંથી બચવાને સર્વ પવિત્રતાની મૂર્તિઓ નાઠી; તેમની સાથે ભદ્રંભદ્રે પણ તે જ ક્રિયા કરી. ઢેડનો શ્વાસ મલિન તેથી તે લોકની પાસે જઈ પ્રશ્ન પૂછવાની કોઈની હિમ્મત ચાલે નહિ; ઢેડની છાયા મલિન તેથી તે લોક સાંભળે એટલે અંતરેથી ધમકાવવાની કોઈની હિમ્મત ચાલે નહિ; અને ઢેડનો સ્પર્શ મલિન એટલે તે લોકને બળ કરી પાછા કાઢવાની કોઈની હિમ્મત ચાલે નહિ. વરઘોડામાં અગાડી પાર્શ્વચરો હતા તેમણે પ્રયત્ન કર્યો હોત તો આ વિકટ આપત્તિ અટકત, પણ ભંગાણ પાડવાને તેઓ તો તત્પર જ હતા, અને વખતે આ કાર્યમાં તેમની જ ઉશ્કેરણી હશે તેથી થાય તે કરતાં વધારે ત્રાસ પ્રદર્શિત કરી તેમણે જ ઉદ્વેગનો આરંભ કર્યો.

ઢેડ લોકો વિનાકારણે સ્પર્શ કરશે એમ માનવાની કેટલાકની ઇચ્છા પ્રથમ ન જણાઈ તેથી સંયોગીરાજે અને પાર્શ્વચરોએ તત્કાળ વાત ચલાવી કે હવે માલૂમ પડ્યું છે કે તંદ્રાચંદ્ર પોતે જ ઢેડ છે, તે ઢેડવાડામાં પરણવા જાય છે, અને તેના ઢેડ વહેવાઈઓ રીત મુજબ સાજનને ભેટીને આવકાર દેવા આવે છે. આ ખબરની અસર જાદુઈ થઈ; સાજનમાંથી કોઈ ઊભું રહ્યું જ નહિ. આ નવા ખુલાસાની હકીકત જેમના સુધી જઈ પહોંચી નહોતી તેઓ પણ દેખાદેખી નાઠા. ઢોલી નાઠા, હજામ નાઠા, છત્ર ધરનારા નાઠા, ચમ્મર ફેરવનારા નાઠા, શુ કોઈ નાઠા, ફક્ત મુસલમાન વાજાંવાળાનું એક મંડળ ઊભું રહ્યું અને તેનાથી થોડે આઘે ઘોડા પર બેઠેલા તંદ્રાચંદ્ર ઊભા રહ્યા. તેમનો ઘોડો ઝાલનાર પણ ઊભો રહ્યો નહોતો. હું પાસેના એક ઝાડ પર ચઢી ગયો અને સાજન વર્ગની તથા પાછળ પડેલા ઢેડ વર્ગની સૂરત જોવા લાગ્યો. પાઘડી પર હાથ મૂકી દોડતા, અને ઠોકર ખાધાથી પાઘડી પડી ગયા પછી તે પડતી મૂકતા, છતાં ભૂલમાં માથે હાથ મૂકી દોડ્યા જતા ગૃહસ્થો કોઈ અમુક જાતના સપલાયન નૃત્યનો અભ્યાસ કરતા હોય એમ લાગતું હતું. અને દેખાવ રમણીય નહોતો એમ તો ન કહેવાય. ભદ્રંભદ્ર માટે મને ચિંતા હતી, પણ શરીરે ભારે છતાં તેઓ સપાટામાં નીકળી ગયા એટલે મેં તંદ્રાચંદ્ર ભણી દૃષ્ટિ કરી. એક વિદ્વાને અંધારી રાતમાં રસ્તા વચ્ચે એકલા ઊભેલા કૂતરા વિષે કવિતા લખી છે તેવા જ ઉચ્ચ કાવ્યના વિષયને યોગ્ય તંદ્રાચંદ્ર મને જણાયા. પણ કવિત્વવૃત્તિ દબાવી રાખી તેમની મુખમુદ્રા તથા ચેષ્ટાની નિરીક્ષામાં મેં લક્ષ રાખ્યું, શું બન્યું છે તેની સહુથી મોડી ખબર તેમને પડી હતી; શાથી બન્યું એ તેમને હજી પણ સમજાયું નહોતું. ‘લુચ્ચો છે,’ ‘કારભારી નથી,’ ‘ઢેડ છે,’ ‘ઢેડવાડામાં પરણે છે,’ ‘એના ઢેડ વહેવાઈ આવ્યા,’ ‘કંઈકને અભડાવી માર્યા,’ ઇત્યાદિ છૂટાંછવાયાં વાક્યો નાસતા મનુષ્યોના મુખમાંથી નીકળતાં સાંભળી આશ્ચર્ય પામતા પામતા, અને અનેકને બોલાવ્યા છતાં કોઈને પોતાની પાસે ન આવતા જોઈ ખિન્ન થતા આખરે દિઙ્મૂઢ બની ગયા હતા.

નાસનારા સર્વ દૂર નીકળી ગયા પણ તંદ્રાચંદ્રની સ્તબ્ધતાનો અંત આવે તેમ જણાતું નહોતું. આખરે કાર્યશૂન્યતાથી કંટાળી વાજાંવાળા નાયકે પાછા ફરી પૂછ્યું,

‘ક્યોં શેઠ, બજાવે ?’

તંદ્રાચંદ્ર ખેદાકુલ અવસ્થામાંથી કંઈક કોપાકુલ અવસ્થામાં આવ્યા અને વાજું વગાડવાનું પૂછવામાં માન આપવાને બદલે અપમાન કરવાનો હેતુ છે તેમ એમને લાગ્યું હોય એમ જણાયું; પણ કશું ન બોલતાં વાજાંવાળા સામું જોઈ રહ્યા. વાજાંવાળો તેમની સામે જોઈ રહ્યો. ધૂરકવાનો આરંભ કરતાં પહેલાં એવી સ્થિતિમાં કૂતરાને મેં જોયા છે, પણ તંદ્રાચંદ્ર

જેવા મહોટા માણસને કૂતરાથી કોઈ મહોટા પ્રાણીની ઉપમા ઘટે છે. આખરે ધીરજ ન રહ્યાથી વાજાંવાળો ફરીથી બોલ્યો, 'અબ કહાં તક ખડે રખોગે ? ચલનેકા હુકમ દો'

હુકમ આપવાની તંદ્રાચંદ્રમાં તાકાત જ નહોતી તેમણે જવાબ પણ ન દીધો. શિથિલ મુખાકૃતિ કરી ઘોડો વાજાંવાળા પાસે લઈ ગયા અને પછી પાછું મુખને ઉજ્જવલ કર્યા વિના તેને પ્રશ્ન પૂછ્યો,

'મહેફિલ કાં હોને વાલી હયે યે તુમકુ માલૂમ હયે ?'

'શાદી હોયગી વાંહી શાયદ હોગી. હમકુ ક્યા ખબર ?'

'કીસકી શાદી ?'

'કીસકી-તો આપકી. યે બી કૈસા સવાલ ?'

'મેરી શાદી ?'

તંદ્રાચંદ્ર વિચારમાં પડ્યા. વાજાંવાળાએ પોતાના સોબતીઓ તરફ નજર કરી જાણે તંદ્રાચંદ્રમાં ગાંડપણનાં ચિહ્^ન પ્રકટ થતાં હોય એવા અભિપ્રાયનું આશ્ચર્ય દર્શાવ્યું, પણ તે વિચારમગ્ન તંદ્રાચંદ્રના જોવામાં આવ્યું નહિ. તેમને બધું સમજાઈ ગયું હોય એમ પણ તેમની મુખરેખા પરથી લાગ્યં નહિ. થોડી વાર ગુંચવાઇને તે બોલ્યા,

'મહેફિલ શાદીકી નહિ હયે એસી ઈ મિજલસ-સભા-હયે. તુમકુ કાં જાનેકી વરદી હયે ?'

જહાનમમેં. આગુ ચલતે થે શો જનાબ બિચમેં ભાગ ગયે, નહિ તો સબ વાં જ પહોંચતે.'

તંદ્રાચંદ્રની આકૃતિ હવે એવી રહી જ નહોતી કે તેથી તેમને વરરાજા જાણીને કે મોટા માણસ જાણીને કે ધનવાન માણસ જાણીને તેમને માન આપવાની કોઈને પણ ફરજ લાગે. તેથી વાજાંવાળો દુષ્ટ થઈ બોલ્યો,

'કિતનેક લોગકુ તો જહાનમમેં લે જાનેકી બી શેતાન તસ્દી ના લેવે. યે ઢેડવાડા ઈ ઉનકું મુબારક હયે. ઢેઢવાડે મેં હી મુકામ કરનેકા હયે ના ?'

છેલ્લો પ્રશ્ન અતિ ગહન તર્કનો વિષય હોય એમ તંદ્રાચંદ્રની આંખો સ્થિર થઈ. તે બહુ મનન કરવા લાગ્યા. ઘણી વારે જાણે કંઈ ન સૂઝ્યાથી નિરાશ થયા હોય તેમ ખિન્ન થઈ તેમણે વાજાંવાળાને કહ્યું,

'તુમ જાઓ. યે ઘોડા બી લેતે જાઓ.'

'ઘોડા કુછ હમારે બાપકા હયે ? ઔર્ તુમારે ચચેકા હયે ? ઘોડા લે જાનેકા હમકા ક્યા સબબ ?'

'મેં પ્યાદલ જાને મંગતા હું.'

તંદ્રાચંદ્રની જડતાથી કંટાળ્યો હોય તેમ ખીજવાઈ જઈ વાજાંવાળો બોલ્યો,

'એસા હોવે તો ઘોડેકું રસી પકડ કે લે જાના. અલો યારો.'

વાજાંવાળા ચાલ્યા ગયા. જતાં જતાં તેમનામાંથી કોઈ બોલ્યું, 'કૈસા હેમકે હયે !' તંદ્રાચંદ્રે તે સાંભળ્યું ખરું પણ નહિ સાંભળ્યાનો ડોળ કરી ન છૂટકે કરી તે લોક ચાલ્યા જવાની વાટ તે જોઈ રહ્યા. તેઓ દૃષ્ટિ બહાર ગયા એટલે પોતે ધીમે રહીને ઘોડા પરથી ઊતર્યા, પણ ઘોડો દોરીને ચાલવાની મહેનત કરવી પડી નહિ. પેંગડામાંથી બીજો પગ કાઢતાં તે ભરાઈ ગયો અને તંદ્રાચંદ્ર ગભરાટમાં એક પગે લટકી પડ્યા. ઘોડો અસાધારણ ઠંડાઈવાળો હતો તે પણ ગરમ થવા અને પાખર સાથે પેંગડું ઘસાઈ ખડખડાટ થવાથી ચમકીને નાઠો....ચાલતા ઘેર જવાનો વિચાર તંદ્રાચંદ્રને હશે હ નહિ અને ઘોડા ઉપરથી ભાર ઓછો કરવાને આમ કર્યું હશે કે ઢેઢવાડામાં ઘોડે બેસીને જવુનહિ એવો 'પોલિટિકલ' માણસનો નિયમ હશે તેથી આમ કર્યું હશે તે સમજાયું નહિ; કેમ કે ઘોડા પર બેસવાની તેમની કુશળતા વિશે તો તેમણે પોતે જ સર્વની ખાતરી કરેલી હતી. 'ઘોડે બૈઠવા એ કાંઈ અઘરા નથી, બદનકો જોર એકઠો કરવો લાગે છે, તો કર્યા ફીર બસ.' એમ એમણે ઘણી વાર વરઘોડો નીકળ્યાના દિવસ પહેલાં કહી પાર્શ્વચરોને વિશે ઊંચો અભિપ્રાય બંધાવવાનો પ્રયત્ન કર્યો હતો.

ઘોડા સાથેની આ ત્વરિત મુસાફરીમાં તંદ્રાચંદ્રને બહુ ઈજા થઈ નહિ, શું થયું એ કહેવા તે ફરી સંયોગીરાજને ઘેર આવ્યા જ નહિ પણ સંયોગીરાજે છૂપી રીતે ખબર કહડાવી તથા વલ્લભરામ 'મારાથી વરઘોડા વખતે ઉઠાય તેવું નહોતું' એમ કહી અજાણ્યા થઈ તંદ્રાચંદ્રને પૂછી આવ્યા, તેથી જણાયું કે શૂરવીર છતાં અપવિત્ર થઈ જવાની બીકે લાચાર થઈ નાસતા સાજનને ઘરનો રસ્તો જડે ત્યાં સુધી વળાવી પાછા ફરેલા ઢેઢવાડાના વંશપરંપરાના માલિકો તંદ્રાચંદ્રને માર્ગમાં મળ્યા અને તેમણે તંદ્રાચંદ્રનો અને ઘોડાનો વિયોગ કરાવ્યો. ઘોડાએ અને તંદ્રાચંદ્ર બંની પોતપોતાનાં ઘર વગર સહાયતાએ શોધી કહાડ્યાં, પણ બંનેની કૃતિમાં એટલો ફેર પડ્યો કે તંદ્રાચંદ્રે પ્રતિજ્ઞા લીધી કે હવે ફરી એ ઘોડા પર ન બેસવું. પરંતુ ઘોડાએ તંદ્રાચંદ્રને ફરી પીઠ પર ન બેસાડવા સંબંધે એવી દ્વેષી પ્રતિજ્ઞા ન લીધી. એ ઘોડાનો કોઈ દોષ કંઈ નહોતો પણ વલ્લભરામના કહેવાથી માલૂમ પડ્યું કે તેના ત્રણ પગ જ દૂધે ધોયેલા (ધૂંટી આગળથી ધોળા) હતા, ચોથો પગ લાલ હતો, તેથી તે અમંગલ હતો. અને તે જ એ સર્વ વિપત્તિનું કારણ હતું, એમ તંદ્રાચંદ્રે છેવટે નિશ્ચય કર્યો, મુહૂર્તમાં કંઈ ખામી રહી એમ ભદ્રંભદ્રે નિશ્ચય કર્યો પાર્શ્વચરોએ તે ન માન્યું, પણ તંદ્રાચંદ્રના નસીબમાં ખામી હતી એમ ઠરાવ્યું. તંદ્રાચંદ્રની બુદ્ધિમાં ખામી છે એમ જોશી સિવાય બીજા કોઈએ ન કહ્યું.

ખરેખરી સભા ભરાઈ હોત તો તંદ્રાચંદ્ર શું બોલત એ કલ્પના કરવી તો અશક્ય છે. પણ ઘોડા પર બેઠા વિના ઘોડાની ગતિથી તંદ્રાચંદ્ર ચાલી નીકળ્યા પછી હું ઝાડ પરથી ઊતરી તેમની પાછળ જતો હતો ત્યારે તેમના ગજવામાંથી નીકળી પડેલો એક કાગળ મને જડ્યો. તે ઘણે ઠેકાણેથી ફાટી ગયો હતો પણ જેટલું વંચાતું હતું તેટલા પરથી સમજાયું કે ભાષણમાં બોલવાનાં વચનો એમાં લખી રાખેલાં હતાં. તેમાંથી ઊકલી શકાયાં તે આ પ્રમાણે હતાં :

'.....આઈ ન્યાતમાં બંદોબસ્ત ન હોવાથી ઘણી દિક્કત હથી....કણબી ન્યાતબ્હારો નહિ. એ જો કહેવત કહા ગયા તિમાં જો સૌન્દર્જ....મંદિરમાં તુફાન સમય સુધારાબાલાભી આવતા જાવતા હોવા ચાહીએ....સુધારાબાલા કૈસા લોગ છે ? આપણે પાસ ધન નિકાલવા તેમના દિલ છૈ.... બિલાયતસે પટાટે લાવવાના સુધારાબાલા બોલે છૈ ? કોન સબબ....અખબારમેં છપ્યા તુમને ભણ્યા હસે. સુધારાનો ફૈલાવ જમાવવા સારુ તે લોગ પાણીના નલ હડ્ડીના બનાવવા લાટ સાહેબને અર્જ કર્યા છે....પોલિટિકલ સાબ કભી નાત બંધ નહિ ફરમાવ્યા....સુધારાબાલા કૈસા ફરમાવે ? ...સુધારાસે ન્યાતકા એસાન જ્યાસ્તી માનવાવાલા હમને તકલીફ દીધી ગઈ છે તો....ગ્યારહસૈ રૂપૈયાની હમને એ કાલમાં જરૂર છે... તી રકમ ઉપકારસે સ્વીકાર્યા હશે....

૨૫. કોર્ટમાં 'કેસ' ચાલ્યો

મુદતો પૂરી થઈ અને નાતમાં ચાલેલો ઝઘડો મૅજિસ્ટ્રેટની કોર્ટમાં આવ્યો. કોર્ટમાં જુદે જ પ્રકારે અને જુદાં જ શાસ્ત્રોથી લઢવાનું છે એ વાત અમારા વકીલે અમારા મનમાં સારી પેઠે ઠસાવી હતી. અને તેથી, બાહુબળ વાપરવાની કંઈ પણ તૈયારી કર્યા વિના ભદ્રંભદ્ર અને હું કામ ચાલવાને દિવસે સવારે વકીલના ગુમાસ્તા જોડે કોર્ટમાં ગયા. કોર્ટના મેદાનમાં બેઠેલા અને ફરતા અનેક માણસો તરફ ભદ્રંભદ્ર સત્કારની આશાએ ગયા, પણ સઘળા, માલ જડ્યાની, પુરાવો થયાની, જમાદાર આવ્યાની, સાહેદી ફરી ગયાની, એવી અનેક વાતોમાં એવા પડ્યા હતા કે ભદ્રંભદ્રને ઓળખી તેમને સન્માન આપવાનું કોઈને સૂઝ્યું નહિ. ગુમાસ્તો કોર્ટમાં કેદીને ઊભા રહેવાનું પાંજરું અમને બતાવવાને આતુર હતો. પણ એ સ્થાનથી પરિચિત થવાની અમારે જરા પણ ઉતાવળ નહોતી, તેથી ગુમાસ્તાને બીજે કામે જવા દઈ અમે વિશ્રામ માટે એક ઝાડ તળે બેઠા. થોડે દૂર એક માણસ કાને કલમ ખોસી અને હાથમાં કોરા કાગળો રાખી દસપંદર કોળીઓ અને કોળણોના ટોળા વચ્ચે બેઠો હતો. હાથમાંના કાગળો હલાવતો હલાવતો તે તેમને કંઈ બોધ કરતો હતો, અને ઘડી ઘડી કાનેથી કલમ કહાડી લખવા માંડવાનો ડોળ કરતો હતો. એવે સમયે તેના શ્રોતામંડળમાંથી પુરુષવર્ગ તેનો હાથ પકડિ રાખતો હતો અને સ્ત્રીવર્ગ લાંબા હાથ કરી તે કલમ પછી કાને મૂકે ત્યાં સુધી ઘાંટા પાડતો હતો આમ લખવાનો આરંભ કરવાની અનેક વાર ધમકી આપ્યા છતાં કાગળ પર એક પણ અક્ષર પડેલો જણાતો નહોતો. અને તોપણ તેના શ્રોતાઓના તેના તરફના પૂજ્ય ભાવમાં કે તેના ચમત્કારી લખાણના ભયમાં કંઈ ઘટાડો થતો જણાતો નહોતો. આ બનાવનું કેટલીક વાસ સુધી બહુ બારીકીથી નિરીક્ષણ કર્યા પછી ભદ્રંભદ્ર કહે,

'મને શક જાય છે કે આ માણસ સુધારાવાળો છે. અને આર્યપક્ષને ફેરવી નાખવાનો પ્રયત્ન કરે છે. મારાથી આ વિપત્તિનું દર્શન સહન થઈ શકતું નથી. ગમે તેમ કરીને પણ એ અનર્થ અટકાવવો જોઈએ. આર્યધર્મનું રક્ષણ કરવાને વિષ્ણુ ભૂંડ થયા હતા, કૃષ્ણ સારથિ થયા હતા, મરુત્સુત વાનર થયા હતા, તો એવા અથવા બીજા કોઈ પણ ઉપાય લેતાં આપણને શી અડચણ છે ? ચાલ સજ્જ થા. આ અધર્મીનો પરાજય કરીએ. તું ગાંડા હોવાનો ઢોંગ કરી એના પર તૂટી પડે, અને હું તને નિયમમાં રાખવાને બહાને ત્યાં આવી તમારા બંને ઉપર સખ્ત પ્રહાર કરીશ અને આખા મંડળને વિખેરી નાખીશ.'

પ્રહાર વિશેની અરુચિ મનમાં દાબી રાખી મેં કહ્યું,

'ઉપાય તો અત્યુત્તમ છે, પરંતુ તે માણસ સુધારાવાળો છે અને આર્યધર્મ વિરુદ્ધ ઉપદેશ કરે છે એની તો પ્રથમ ખાતરી કરવી જોઈએ.'

પોતાની યોજનાને અમલમાં આણતાં વિલંબ થતો જોઈ અધીરા થઈ જઈ ભદ્રંભદ્ર બોલ્યા,

'સુધારાવાળા પ્રમાણ અને પુરાવો માગે છે. આર્યોને શબ્દપ્રમાણ જ બસ છે. મારા શબ્દથી એ માણસ સુધારાવાળો છે એમ થયા પછી પ્રમાણની મારે અપેક્ષા રહેતી નથી, તો થારે તો ક્યાંથી જ રહે ?'

છતી અક્કલે ગાંડા થવાનો વખત મારી પાસે આવ્યો હતો, પણ મારા સુભાગ્યે તે માણસ જ અમારો ઉદ્વેગ જોઈ અમારી પાસે આવ્યો અને પૂછ્યું,

'તમે કયા કામામાં છો ? અરજી લખાવવી છે ?'

તેનો સ્પર્શ ન થાય માટે લૂગડાં ઊંચા રાખી ભદ્રંભદ્ર તિરસ્કારભરી દૃષ્ટિ કરી બોલ્યા,

'અમે સનાતન આર્યધર્મના સદોદિત યશઃપૂર્ણ વિજયના કામમાં છીએ. અરજીઓ અમે લખાવતા નથી કેમ કે અમારી વાચાળશક્તિના સામર્થ્યથી પર્વતો પણ કંપે છે તો સુધારાવાળાને કંપાવવાનો પ્રયત્ન જ શું કામ કરવો પડે ?'

અરજી લખનાર વાક્ય પૂરું થતાં સુધી ભદ્રંભદ્રના સામું જોઈ રહ્યો અને પછી એકદમ ચાલ્યો ગયો. વિજયથી હર્ષિત મુખાકૃતિ કરી ભદ્રંભદ્રે મને કહ્યું,

'બ્રહ્મતેજ તે આનું નામ કે શત્રુના પરાભવની કલ્પના કરતાં જ વિના પ્રયાસે તેનો પરાભવ થઈ ગયો. સુધારાવાળા શા માટે મિથ્યા પ્રયત્ન કરતા હશે ? તેમને આવી આત્મિક શક્તિનો અનુભવ નથી તેથી જ તેઓ યોગસિદ્ધિને વહેમ કહી નિંદે છે.'

એટલામાં 'સમરીવાળા ચાલો' એવી બૂમ પડી, અને કેટલાક લોકો બૂમ પાડનારને ખોલતા દોડવા લાગ્યા. અમને ઊભા થયેલા જોઈ એક માણસે જતાં જતાં પૂછ્યું,

'તમે સમરીવાળા છો ?'

ભદ્રંભદ્રે ઉત્તર દીધો, 'અમે સનાતન આર્યધર્મના સદોદિત યશ:પૂર્ણ વિજયવાળા છીએ. સમળી અપવિત્ર પક્ષી છે અને તેનો અમે સ્પર્શ કરતા નથી તથા તેને પાળતા પણ નથી.'

'હા' કે 'ના'ને બદલે અપાયેલો આટલો લાંબો ઉત્તર પૂરો સાંભળવા તે માણસ ઊભો પણ રહ્યો નહિ અને એવી ઝડપથી ચાલ્યો ગયો કે તે પોતે 'સમળીવાળો' હોય તો ક્યાં ગયો તે જોવાનું પણ બની શક્યું નહિ.

થોડિ વારે એકાએક ભારે અકસ્માત થઈ ગયો હોય એવો ખળભળાટ થયો અને 'સાહેબ આવ્યા, સાહેબ આવ્યા' એવી વાત ચાલી રહી. ઠેકાણે ઠેકાણે લાંબા થઈ સૂતેલા પોલીસના સિપાઈઓ ઓશીકે મૂકેલી પોટલીમાંથી ડગલા કહાડી ખંખેરી, પહેરી ટટાર થવા લાગ્યા અને કમરેથી સિપાઈગીરી છટકી જતી હોય તેમ ખેંચી ખેચીને પટા બાંધવા લાગ્યા. ગુમાસ્તો ભાવિ પેઠે આવીને અમારી મરજી પૂછ્યા વિના અમને કોર્ટમાં લઈ ગયો. કોર્ટમાં પેસતાં સામે ખુરશી પર બેઠેલા મહોટી મૂછોવાળા અને કદાવર શરીરવાળા એક વકીલને 'સાહેબ' ધારી અમે સલામ કરી. તે પછી તેનાથી થોડે આઘે બેઠેલા લાંબા ઝભ્ભાવાળા બેરિસ્ટરને 'સાહેબ' ધારી સલામ કરી. તે પછી ઊંચી બેઠક પર ગાદીતકિયે બેઠેલા અને લખવામાં મશગૂલ થઈ ગયેલા શિરસ્તેદારને 'સાહેબ' ધારી સલામ કરી. અને જાણ્યું કે 'સાહેબ' તો હજી કોર્ટના ઓરડામાં આવ્યા નથી. આર્યમંદિરોમાં પહેલા દેવ પ્રકટ થાય અને પછી દર્શન કરનાર આવે, પણ અહિં ક્રમ ઊલટો છે તેથી સિદ્ધ થાય છે કે આ સુધારાવાળાનું સ્થાન છે, એમ ભદ્રંભદ્રે સમજાવ્યું, પણ ગુમાસ્તો આર્યધર્મ માટે ઉત્સુક ન હોવાથી તેણે લક્ષ આપ્યું નહિ.

અમને જામીન ઉપર છોડ્યા તે માજિસ્ટ્રેટ સાહેબ બદલાઈ ગયા હતા તેથી નવા 'સાહેબ'ની મુખાકૃતિમાં ભરેલ ભેદ જોવાની અમને વિશેષ આતુરતા હતી. અને ભદ્રંભદ્રને આશા હતી કે પ્રથમ દર્શને જ તેમનું બ્રહ્મતેજ ઊડીને માજિસ્ટ્રેટનાં નયનોમાં ચહોંટશે. જીભ વશ રાખવાની વકીલ તેમને ઘડી ઘડી સલાહ આપતા હતા તેથી કંઈક ખોટું લાગવાથી ભદ્રંભદ્રે કહ્યું,

'આપનો ધંધો વાચાળતાનો છતાં આપ વાચાળાતાની વિરુદ્ધ છો એથી બ્રાહ્મણ ભોજન વિરુદ્ધ હોય એવું આશ્ચર્ય થાય છે. આ સમય વિવાદનો નથી, પરંતુ એટલું તો કહેવું જોઈએ કે મારી શક્તિ વિશે આપને કોઈએ પૂરેપૂરી માહિતી આપેલી જણાતી નથી.'

એવામાં એકાએક કોર્ટમાં તમામ માણસો ઊભા થઈ ગયા અને એક જ દિશામાં સલામ કરવા લાગ્યા. 'સાહેબ' ખરેખરા આવી પહોંચ્યા હતા. અને પાઘડી સાથે માથું હલાવી તેઓ સલામ કરનાર તમામ વર્ગને ઉપકૃત કરતા હતા. ભદ્રંભદ્ર ઉપર તો તેમની નજર પડી નહિ. પણ, તે ખુરશી પર જઈ બેઠા તે પહેલાં ભદ્રંભદ્રે તેમનાં મોજાં, બુટ, ધોતિયાની કોર, પાઘડીનો તોરો એ સર્વનું સૂક્ષ્મ નિરીક્ષણ કરી લીધું અને પોતાની પાસેની નોટબુક કાઢી તેમાં એ વિશે નોંધ કરી લીધી, અને પછી લખ્યું કે હિંદુ સાહેબ આર્યોને 'સાહેબ' એ નામ ચાજે ? 'મહારાજ' કહેવડાવે તો શું ખોટું ? પણ સનાતન આર્યધર્મના સદોદિત યશઃપૂર્ણ વિજયની એટલી દાઝ કોને છે ?'

અમારા કામ પહેલાં બીજાં કામ નીકળવાનાં હતાં તેમાંથી પહેલું કયું લેવું અને શું કર્યાથી બીજાઓને નકામો વિલંબ ન થાય એ વિશે પોણા કલાક સુધી માજિસ્ટ્રેટ અને વકીલો વચ્ચે તકરાર થયા પછી ઇન્સાફની શરૂઆત થઈ.

પહેલું કામ નીકળ્યું તે જમાનપુરી ઉર્ફે લછમીચંદ ઉર્ફે શિવપ્રસાદ ઉર્ફે ગંગુમલ ઉર્ફે પ્રીતમસિંહ ઉર્ફે બંસીધર ઉર્ફે હરદયાલ નામના કંઈ ભાગે બાવા, કંઈ ભાગે પુરબીઆ, કંઈ ભાગે તાલીમબાજ અને ઘણે ભાગે ઉઠાઉગીર જણાતા અને હૃષ્ટપુષ્ટ તથા આનંદી છતાં દીનતાનો ખોટો ઢોંગ કરી ઊભેલા શખસ ઉપર ગાંજાની ચોરી કર્યાનું તોહોમત હતું. સાહેદીઓ લેવાઈ રહ્યા પછી એ બહુનામી ગૃહસ્થે કહ્યું, 'હઝુર, હમારે પે ઝુલમ હોતા હે. બનિયેકી દુકાનમેં સે પેસે છોડકે હમ ગાંજા કાયકુ ચોર જાતેં ? ઓર ઓર ગાંજા ચિલમમેં ડાલકે પી જાનેકી કુછ મુશ્કેલી હયે કે હમ પાઘડીમેં રખ છોડતા ? સિરાઈમેં હમારા સબ અસબાબ પોલીસવાલે લે ગયે, હમારી સંદુક જલા દીઈ, ઉસકા હમારા ફરિયાદ કોન સુનેગા ? મેરા આજકા ભથ્થા બી ગવાહી દે ગયા વો સિપાઈ ખા ગયા, ઓર મેં કલકા ભૂખા હું.' માજિસ્ટ્રેટ સાહેબે ફેંસલો કહી સંભળાવ્યો કે 'આ કામમાં તોહોમતદાર જાતે બાવો છે એમ પુરાવાથી સાબિત થયું છે. હવે બાવાઓનું કામ ગાંજો ફૂંકવાનું છે. એમાં શક નથી અને તેમ કર્યું હોય તેમાં ગુનોહ નથી. પરંતુ આ તોહોમતદાર ગાંજો પી ગયો એવો કામમાં પુરાવો નથી તેમ તે પોતે બચાવમાં પણ કહેતો નથી. માટે હું તેને ઓગણત્રીસ દિવસ સખત કેદની સજા કરું છું.'

બીજું કામ બે વાણિયાઓ વચ્ચે મારામારી થયાનું હતું. તે શરૂ કરતાં માજિસ્ટ્રેટ સાહેબે કહ્યું, 'કજિયો થતાં વાણિયાઓ ગાળાગાળીને બદલે મારામારી કરે એવો રિવાજ આ કામમાં બીજો

પુરાવો લેતાં પહેલાં સાબિત કરવાની જરૂર છે. રિવાજનો પુરાવો હાજર નથી માટે કામ પંદર દિવસ સુધી મુલતવી.'

ત્રીજું કામ ગૃહપ્રવેશના અપરાધનું હતું. તેમાં બંને તરફના વકીલોએ જાહેર કર્યું કે 'પ્રવેશ ઘરમાં થયો કે ઘર બહાર થયો એ વિશે શક છે માટે રાજીનામું આપીએ છીએ.' તેથી તે કામ કાઢી નાંખ્યું.

ચોથું કામ નીકળતાં પહેલાં કોર્ટનો પંખો ખેંચનાર સિપાઈ ઊંઘી ગયેલો માલૂમ પડ્યો તેથી તેને જગાડી તેનો જવાબ લખી લેવામાં આવ્યો. તે ઊંઘી ગયા બાબત, પંખો અટકી ગયા બાબત, અને કોર્ટને 'કાયદા વિરુદ્ધ' ગરમી લાગ્યા બાબત, વકીલોની સાહેદી લખી લેવામાં આવી, અને સિપાઈ ધ્રુજી ગયો ત્યાં સુધી તેને શા માટે 'કાયદા વિરુદ્ધ' ઊંઘી ગયો એ પ્રશ્ન ફરી ફરી પૂછવામાં આવ્યો. એ પ્રશ્નનો તે ઉત્તર દઈ શક્યો જ નહિ. અને આખરે તેની પોતાની અને એકઠા થયેલા બીજા અનેક જનોની 'ગરીબ પરવર'ને થયેલી આજીજી પરથી માફી બક્ષવામાં આવી અને 'આયંદે હુંશિયાર રહેવાની તાકીદ' આપવામાં આવી.

કેટલાંક કામ ચાલ્યા પછી અમારા વકીલને ખબર આપવામાં આવી એક કોર્ટ નાસ્તા માટે ઊઠશે પછી તુમારૂં કામ લેવામાં આવશે. માજિસ્ટ્રેટનો નિરંકુશ અધિકાર જોઈ અમારા ભવિષ્ય સંબંધે ઉદ્વેગ થતો હતો; તેમાં આ નાસ્તાની ખબર જાણી કંઈક સંતોષ થયો. પણ બહાર જઈ ગુમાસ્તાને પૂછતાં જણાયું કે 'આખી કોર્ટને નાસ્તો કરાવવામાં આવતો નથી, પણ માજિસ્ટ્રેટ જાતે નાસ્તો કરે છે તે કોર્ટ નાસ્તો કરે એમ કહેવાય એવું કાયદામાં છે.' નિરાશાથી ક્રુદ્ધ થઈ ભદ્રંભદ્ર બોલ્યા,

'એવો કાયદો કેવળ અનુચિત છે અને તેથી અભેદભાવના સિદ્ધ થાય છે એમ માનવામાં આવતું હોય તો તે ભ્રાન્તિ છે, કેમ કે અદ્વૈતવાદી આર્યપક્ષને ભોજનવ્યવહારમાં ભેદભાવના માન્ય છે. એ વિષયમાં અભેદ માનવો એ સુધારો છે અને તે માટે અગ્રાહ્ય છે. વળી સરખા પ્રાચીનતા માત્રથી બનેલા ધર્મસ્તંભને ભોજનના, ધનના કે બીજા કંઈ પણ લાભમાંથી દૂર કરવાના કાયદા કરવા એ પ્રાચીનતા પર માનબુદ્ધિનો અભાવ દર્શાવે છે. અને તે અપમાનબુદ્ધિના ભાવ કરતાં પણ વધારે ઉત્પાતસૂચક સિહ્ન છે, કેમ કે સુધારાવાળા તેમને અનુત્પાતસૂચક ગણે છે.'

આખરે અમારા પરના આરોપની તપાસ થઈ અને, અમને, અમાર મિત્રોને તથા અમારા શત્રુઓને સાથે પાંજરામાં ઊભા રાખ્યા. પહેલો સાક્ષી સામી તરફનો હતો, તે સોમેશ્વર પંડ્યાનો ભાઈ હતો. અને એ પક્ષવાળા એમ સમજતા હતા કે નાતમાં મારામારી થયેલી સાબિત કરવા કરતાં વંદાનો વધ સાબિત કરવાથી ભદ્રંભદ્રના પક્ષને વધારે નુકસાન છે. અંદાનો વધ સાબિત થવાથી વધ કરનારનીઇ ગેરાબરૂ અને તેના પક્ષને નાત તરફથી હાનિ હતી. મારામારી સાબિત થતાં બંને પક્ષને શિક્ષા થવાની ભીતિ હતી. તેથી વંદો મરી ગયો છે એ મહોટી વાત જ આ સાક્ષીના ધ્યાનમાં હતી. ઘણાં કામને લીધે આ મુકરદમાની હકીકત માજિસ્ટ્રેટ સાહેબના લક્ષમાંથી ખસી ગઈ હતી. સાક્ષીને તેમણે પહેલો સવાલ પૂછ્યો કે,

'મરનારને તમે ઓળખતા હતા ?'

'ઘણી સારી પેઠે, એ અમારી પાડોશમાં રહેતો.'

'તે શાથી મરી ગયો ?'

'મગને મારી નાખ્યો. બિલાડીની વાત તદ્દન જૂઠી છે.'

'બિલાડીની વળી શી વાત ? મન ઠેકાણે રાખીને બોલો.'

'સાહેબ, એ વંદાને બિલાડીએ મારી નાખ્યો એમ એ લોક કહે છે તે બનાવટની વાત છે. મગને માર્યો તે વખતે હું અને મારો ભાઈ સોમેશ્વર બંને હતા. સોમેશ્વર તો એને અડક્યોયે નથી.'

માજિસ્ટ્રેટ સાહેબ રોફબંધ ગુસ્સો કરીને શિરસ્તેદાર તરફ વળ્યા, અને બોલ્યા, 'મરનાર શકસનું નામ વંદો છે તે મને કહ્યું કેમ નહિ ? પોલીસ તજવીજના કાગળોમાં જુવો કે ખૂન સંબંધે બિલાડી બાબત શી હકીકત છે.' ગભરાયેલો શિરસ્તેદાર ઉત્તર દેવાને ફાંફાં મારતો હતો. એટલામાં માજિસ્ટ્રેટને બીજો સવાલ પૂછવાનું સૂઝી આવ્યું, 'મરનારના બાપનું નામ શું ?'

'બાપનું નામ ? નામ તો શું હોય ? – જાણ્યામાં નથી.'

'તેની ઉંમર કેટલી હતી ?'

'ઉંમર તો સાહેબ એ લોકની શી રીતે કહેવાય ? પણ હશે, પુખ્ત ઉંમરનો હશે, બચ્ચું નહોતું.'

'જાતે કોણ હતો ?'

'જાતે વંદો હતો.'

માજિસ્ટ્રેટ સાહેબે ગુસ્સે થઈ જોરથી પગ ઠોક્યો અને બોલ્યા, 'આ સાક્ષી કેવો બેવકૂફ છે ! જુબાનીમાં કેટલી છેકછાક કરાવે છે ? તું જાને છે કે જૂઠી સાહેદી આપીશ તો કેદમાં જવું પડશે ! હવે સાચેસાચું બરાબર કહે. મરનારનું નામ વંદો હતું ? કે જાતે વંદો હતો ? કે તે નામે પણ વંદો હતો અને જાતે પણ વંદો હતો ?'

ગૂંચવાડો વધતો અટકાવવાને અમારા વકીલ ઊઠીને બોલ્યા, 'નામદાર સાહેબ—'

'બેસી જાઓ. ઊલટતપાસ કરવાનો તમારો વારો આવશે.'

'પણ ખુદાવિંદ ખુલાસો કરવાની જરૂર છે.'

'ભાષણ કરવા ઊઠો ત્યારે જોઈએ તેટલો ખુલાસો કરજો. હાલ જુબાની લેવામાં ગરબડ ન કરો.'

સાક્ષીએ પણ ખુલાસો ન કર્યો. ધમકીથી તે બીધો હતો અને એટલું જ બોલ્યો કે 'જાતે વંદો, નામે નહિ.'

માજિસ્ટ્રેટ સાહેબનો કોપ વધ્યો અને તે સાથે તેમનો ઘાંડો વધ્યો. સાક્ષી એકાએક બહેરો થઈ ગયો હોય તેમ હાથપગ પકડી બહુ મહોટે અવાજે તેમણે પૂછ્યું, 'ત્યારે એનું નામ શું ? અને વંદો એ કયી જાત છે ?'

ગભરાયેલો સાક્ષી અટકીને ઊભો. તેને બચાવવા ફરિયાદી તરફના વકીલ ઊઠ્યા અને શાંત ચહેરે બોલ્યા, 'નામદાર કોર્ટની તો નહિ પન કોઈની ગેરસમજ થયેલી જણાય છે; વંદો તો એક જાતનું જીવડું છે.'

ગોળી ગળ્યા પછી તે કડવી માલૂમ પડ્યાની વાત મુખાકૃતિ પરથી જણાઈ ન આવે એવો પ્રયત્ન કરતા હોય તેવી સ્થિતિમાં માજિસ્ટ્રેટ આવી ગયા અને એટલું જ બોલ્યા, 'ત્યારે તેને બાબત પુરાવો શા માટે આપો છો ?'

'વંદો માર્યાની હકીકત આ કામમાં ઘણી મુદ્દાનૂ છે.'

લાગ જોઈને અમારા વકીલ સંભાષણમાં દાખલ થઈ ગયા અને બોલી ઊઠ્યા, 'પુરાવાના કાયદાની કયી કલમ પ્રમાણે વંદો માર્યાની હકીકત મહાવ્યથાના કામમાં પુરાવામાં લઈ શકાય તે મારા વિદ્વાન મિત્ર બતાવશે ?'

માજિસ્ટ્રેટને કામની હકીકત કહી સંભળાવી અને 'વંદો માર્યો છે કે નહિ અને માર્યો તો કોણે માર્યો' એ મુદા વિશે કામમાં પુરાવો લેવો કે નહિ એ વિશે બંને વકીલોએ જુસાભેર તકરાર કરી. બધું સાંભળી અને ઘણી ચોપડીઓ ઉઘાડી અને પાછી બંધ કરીને કોર્ટે છેવટે ઠરાવ્યું કે એ વિશે પુરાવો લેવો. તે ઉપરથી મગને વંદાને કેવી રીતે માર્યો છે તે વિશે એક પછી એક સાક્ષીઓ આવી જુબાની આપવા લાગ્યા.

સાક્ષીઓ ક્યાં ઊભા હતા, દીવાનો પ્રકાશ ક્યાં પડતો હતો. મગનના ડાબા હાથમાં શું હતું, જમણા હાથમાં શું હતું, પગે શું હતું, સાક્ષીઓ એકબીજાને કેવી રીતે જોઈ શકતા હતા અને એકબીજાના કાનમાં શું કહેતા હતા, એ બધી વિગતથી પોતાનું સત્યવાદિત્વ આબિત કરી વંદો કેવો કૂદતો હતો, મગન કેવો પકડવા દોડતો હતો, આખરે કેવો વંદાને પકડ્યો, ઈંટ લઈને મગને કેવો છૂંદ્યો, કેવી રીતે તેની પાંખો ખરી ગઈ. પેટ દબાઈ ગયું, કેવો તે તરફડિયાં મારતો મૂછો હલાવવા લાગ્યો. અંતે કેવો શ્વાસોચ્છ્વાસ લેતો બંધ થઈ ગયો. એ વર્ણન સાક્ષીઓએ કર્યું. કોર્ટમાં ભરાયેલા મનુષ્યો 'શિવ શિવ' કરવા લાગ્યા અને ખૂનની હકીકત સાંભળવાની જિજ્ઞાસા તૃપ્ત કરવા કોર્ટમાં નિત્ય આવનારા માણસો આ ત્રાસદાયક વૃત્તાન્ત સાંભળી ખિન્ન થઈ બહાર ચાલ્યા ગયા.

એટલું વધારે ને વધારે નમતું જતું હતું અને અમારો પક્ષ માહાદુષ્ટ અને ઘાતકી છે એવી માજિસ્ટ્રેટના મન પર બલવાન અસર થતી હતી તેથી ભદ્રંભદ્ર આકુળવ્યાકુળ થઈ ગયા. તેમનાથી શાંત રહેવાયું નહિ અને એકદમ પુકારી ઊઠ્યા. 'મારી એક વિનંતી છે તે શ્રૂયતામ્..

વિદનથી માજિસ્ટ્રેટ અસંતુષ્ટ થયા પણ કેદીને ગેરૈન્સાફ ન થાય એવી ઇચ્છા દર્શાવતી રહેમતભરી નજર કરી બોલ્યા, 'શા વિશે ?'

'સનાતન આર્યધર્મના સદોદિત યશઃપૂર્ણ વિજય વિશે. આર્યનીતિરીતિગીતિધીતિપ્રીતિભીતિ એવી અનુપમા છે, એવી ઉત્કૃષ્ટા છે, એવી વેદોક્તા છે કે હિંસાનો તેમાં અવકાશ નથી. સુધારાવાળા કહે છે કે વેદમાં હિંસા લખી છે, પણ વેદાનુયાયીઓ હિંસા નથી કરતા તેથી સિદ્ધ થાય છે કે હિંસા વેદવિહિત્તા નથી.'

ખીજવાઈ જઈને માજિસ્ટ્રેટે કહ્યું, 'એ તકરાર અહીં કરવાની નથી.'

'ત્યારે શું આર્યધર્મને લાંછન લાગવા દેશો ? સુધારાવાળાને જય પામવા દેશો ? આર્ય નામને કલંકિત કરવા માટે સુધારાવાળાઓએ જ બિલાડીને ઉશ્કેરી વંદાનો વધ કરાવ્યો છે. મગનથી વધ થાય એસંભવિત જ નથી.'

'તેનો પુરાવો છે ?'

'વેદ, શ્રુતિ, સ્મૃતિ. એથી વધારે બીજો શો પુરાવો હોઈ શકે ?'

ઓઉરાવો નથી એવી કબૂલાત થતી અટકાવવા અમારા વકીલ બોલ્યા, 'જાતમાહિતીવાળા સાહેદીઓની મુખજુબાનીનો પુરાવો જોઈએ તેટલો છે.'

ભદ્રંભદ્રથી આ સહન થઈ શક્યું નહિ, વકીલ તરફ અપ્રસન્ન દૃષ્ટિ કરી તે બોલ્યા, 'કેવું અનાર્યત્વ ! શાસ્ત્રો કરતાં શું કલિકાળના મનુષ્યોનું પ્રમાણ બલવત્તર ? શાસ્ત્ર સમજવાની કળિકાલનાં મનુષ્યોની અશક્તિને લીધે શાસ્ત્રોના અર્થને નહિ પણ શબ્દને પ્રમાણ કહ્યા છે, તેનો શું વિપર્યય કરવો છે ? સુધારાવાળા કાયદાની સહાયતા માગે છે તેથી શાસ્ત્રોને સ્થાને મનુષ્યો પ્રમાણ ગણાશે એ શું આમ સિદ્ધ થતું નથી !'

આર્યત્વની આવી ખૂબીઓ ન સમજનારા માજિસ્ટ્રેટે ભદ્રંભદ્રને વધારે બોલવા દીધા નહિ અને કામા અગાડી ચાલ્યું.

વંદાના વધ વિશે પુરાવો અપાઈ સહ્યા પછી મારામારી વિશે પુરાવો શરૂ થયો. મારામારી વખતે જેટલી ગરબડ થઈ હતી તેટલી જ ગરબડ તેનું વર્ણન આપતી વખતે થઈ રહી. અને તે ઘટિત હતું. કેમ કે મૂળ હકીકતમાં જે બન્યું હોય તે બધાનો આબેહૂબ ચિતાર તેના નાટકમાં આવવો જોઈએ. સાક્ષીઓ અને વકીલો વચ્ચે, સાક્ષીઓ અને કેદીઓ વચ્ચે, કેદીઓ અને માજિસ્ટ્રેટ વચ્ચે, કેદીઓ અને વકીલો વચ્ચે, માજિસ્ટ્રેટ અને વકીલો વચ્ચે, માજિસ્ટ્રેટ અને સાક્ષીઓ વચ્ચે જે વાગ્દંડની ઝપાઝપી, ખેંચાખેંચી, અને મારામારી ચાલી રહી તે બધાનું યથાર્થ વર્ણન આપવું અશક્ય છે. વકીલોના સવાલ સાક્ષીઓને નાપસંદ પડતા હતા. સાક્ષીઓના જવાબ વકીલોને નાપસંદ પડતા હતા. તે સવાલ અને જવાબ બંને માજિસ્ટ્રેટને પાનસંદ પદતા હતા. કેદીઓ નવા પૂછવાના સવાલ પોતાના વકીલોને કહી સંભળાવતા હતા અને ખરું કહેવાની સાક્ષીઓને શિખામણ દેતા હતા તથા તે ખોટું બોલે ત્યારે સોગન દેતા હતા, અને સાક્ષીઓની ચાલ વિષે પોતાના અભિપ્રાય માજિસ્ટ્રેટને કહી સંભળાવતા હતા. વકીલો પોતાના અસિલને રોકવાનો પ્રયત્ન કરતા હતા અને વકીલોને તેમના ગુમાસ્તા રોકતા હતા. વકીલો માજિસ્ટ્રેટ સાથે કે સાક્ષી જુસાબંધ તકરાર કરતા હોય ત્યારે ગુમાસ્તા વચમાં ઊભા થઈ વકીલના કાનમાં કહેવા માંડી તેમને ગૂંચવી દેતા હતામ્, અને તે અવસરે કેદીઓના મિત્રો અને સલાહકારો ગુમાસ્તા અને વકીલના હાથપગ લૂગડાં ખેંચી તેમનો કોપ જુદી દિશામાં ખેંચી લેતા હતા. માજિસ્ટ્રેટ, શિરસ્તેદાર અને કોર્ટના તમામ નોકરો આ ગરબડાટ અટકાવવા બૂમો પાડતા હતા, ધમકી દેતા હતા, અને વાતો તથા હસાહસી કરતા જોવા આવનારને બહાર કાઢતા હતા. પરિણામે ગરબડ વધતી જ હતી. ઘટતી નહોતી, અને તે ઘટાડવાની કોઈની અંતઃકરણની ઇચ્છા હોય એમ જણાતું નહોતું. અમારી માફક કેદી થઈ પાંજરામાં ઊભા નહોતા તે બધાને ખરેખરી ગમ્મતનો દિવસ હતો; પણ અમને તો ઊલટો ચિંતામાં વધારો થતો હતો; કેમ કે અમારી તરફની કે અમારી વિરુદ્ધની સાબિતી થાય છે તે સમજાતું નહોતું. અમને વધારે દિલગીરી અને વધારે ગુસ્સો થવાનું કારણ એ હતું કે જે ખરેખરા માર મારનારા હતા તેમાંના ઘણાખરા સાક્ષી થઈને આવ્યા હતા; અને અમારા જેવા માર ખાનાર મારામારી કરતા હતા એવી સાહેદી આપતા હતા. આ અન્યાય થતો જોઈ ભદ્રંભદ્રની ધીરજ રહે એ અશક્ય હતું. જે માણસ હાથમાં દંડો લઈ ચારે તરફ પ્રહાર કરતો ફરી વળ્યો હતો અને જેણે ભદ્રંભદ્રને ફરી ફરી ઊથલાવી પાડ્યા હતા તે સાક્ષી આપવા આવ્યો, અને ભદ્રંભદ્રે કેવી રીતે ઘણા માણસોને લાકડીઓ મારી, લાકડીઓ તૂટી ગઈ એટલે બારણાં કાઢીને માર્યા, બારણાં તૂટી ગયાં એટલે થાંભલા

કાઢવા માંડ્યા, તેનું વર્ણન કરવા લાગ્યો. ભદ્રંભદ્ર ઊછળીને પાંજરામાંથી અડધા બહાર આવીને બોલી ઊઠ્યા;

'કેવું વિપરીતમ્ ! માર મેં ખાધો અને માર ખાવાનો અપરાધી પણ હું ? અરે ભ્રષ્ટ થઈ છે બુદ્ધિ જેની એવા ! સત્યં બોલ, અંગશક્તૌ હું રાક્ષસસમઃ નથી, મારું બલં વાચાયાં છે, શરીરે નથી, હું સ્તંભો ઉખેડી શકયો હોત તો તું મારા મિત્રાદિ અને સુધારાવાળા આજ જિવન્તઃ ક્યાંથી હોત ? મારી વાચા એવી સમર્થા છે કે તે વડે સર્વ હણાઈ ચુક્યા છે, તેમનાં જરી પુરાણાં ખોખાં જ રહ્યાં છે. પરંતુ મારા પર શરિરોપરિ પ્રહારસ્ય આરોપ મૂકવો એ શું જે પ્રાચીનતા તને ઇષ્ટા છે. જે પ્રાચીનતા દેવોને ઇષ્ટા છે, જે પ્રાચીનતા દાનવોને ઇષ્ટ છે, જે પ્રાચીનતા બ્રહ્મર્ષીઓને ઇષ્ટા છે, જે પ્રાચીનતા—'

'બસ ચૂપ !' કહી માજિસ્ટ્રેટે બૂમ પાડવાથી ભદ્રંભદ્ર અટકી ગયા. ભદ્રંભદ્રનું વાક્ય ક્યારે પૂરું થશે તે ત્રિકાળજ્ઞાન ન હોવાથી માજિસ્ટ્રેટને સમજાયું નહિ અને અધીરા થઈ જઈ જગતમાં સુંદરમાં સુંદર થાત એવો વાક્ય ઉચ્ચાર થતો તેમણે અટકાવ્યો. પોતાના વક્તૃત્વમાં વિઘ્ન થયું એટલું જ નહિ પણ આર્યધર્મની વ્યાખ્યા અપૂર્ણ રહી ગઈ તેથી ભદ્રંભદ્ર ક્રોધાયમાન થયા હોત તો તે નિષ્કારણ કહેવાત નહિ. પણ સમય વિચારી તેમણે ક્રોધને વશ કર્યો અને મૌન ધારણ કરી કંઈ બન્યું જ ન હોય તેમ આડુંઅવળું જોવા લાગ્યા.

આ સાક્ષીને બીજાઓ પ્રશ્ન પૂછી રહ્યા. પછી અમારા વકીલ તેને પ્રશ્ન પૂછવા માંડ્યા.

'લોકોને મારવા સારુ ભદ્રંભદ્ર બારણાં કહાડતા તે વખતે તે ઊભા હતા કે બેઠા હતા ?'

'ઊભો હતો. બેઠા બેઠા તે બારણાં કહાડતાં હશે ?'

'તમારો અભિપ્રાય નથી જોઈતો. બારણાં પાછાં ક્યારે મૂક્યાં ?'

'પોલીસવાળાને આવતો જોયો એટલે મૂકી દીધાં.'

'ત્યારે બારણાં તૂટ્ટ ગયાં એ વાત ખોટી !'

'ખોટી નહિ, પણ-પણ-તૂટેલાં બારણાં પાછાં મૂક્યાં હશે.'

'પોલીસવાળો આવ્યા પછી થાંભલા કહાડવા માંડ્યા ?'

'પહેલાં ને પછી તે કંઈ મેં લખી રાખ્યું છે? થાંભલો કહાડતો હતો એટલું હું તો જાણું. થાંભલો ઝાલીને હલાવતો મેં એને જોયો હતો.'

'છાપરું હાલ્યું હતું ?'

'સરત નથી. પણ હશે, હાલ્યું હશે. નળિયાં પડ્યાં હતાં, ઘણા દહાડાની વાત છે તે કંઈ બરાબર યાદ રહે છે ?'

'ત્યારે ભદ્રંભદ્રને પોલીસે પકડ્યા કેમ નહિ ?'

'એ તો નાસી ગયો હશે.'

માજિસ્ટ્રેટ બોલી ઊઠ્યા. 'હશે' નહિ ચાલે. પોલીસના આવતાં પહેલાં તોહોમતદાર નાસી ગયો કે આવ્યા પછી નાઠો, કે આવતાં જોઈને નાઠો, તે બરાબર કહે.'

'સાહેબ, એ તો યાદ નથી, નાઠો એટલું યાદ છે.'

'ત્યારે બારણાં પાછાં મૂકતો અને થાંભલો હલાવતો પોલીસના સિપાઈએ તેને જોયેલો કે નહિ ?'

'એ તો પોલીસનો સિપાઈ જાણે.'

'તેં પોલીસના સિપાઈને આવતો જોયો પછી તેં તોહોમતદારને ત્યાં જોયો હતો કે નહિ ?'

'જોયો હશે. પણ સરત નથી.'

સાક્ષી પાસે સત્ય કહેવડાવવાના બધા પ્રયત્ન વ્યર્થ ગયા. તાપ દેખાડ્યાથી સત્યવાદી બની જાય એવો તે કાચો નહોતો. બધા સાક્ષી આ પ્રકારના જ હતા. અમારા વિરુદ્ધ જૂઠું બોલાયું તેટલું જ અમારા લાભમાં પણ જૂઠું બોલાયું. ખરી હકીકત શી બની હતી તે નજરે જોનાર

સિવાય બીજા કોઈથી નક્કી થવું અશક્ય હતું. ભદ્રંભદ્રની જુબાની લેવાઈ ત્યારે માજિસ્ટ્રેટને આર્યત્વ વિશે ઘણું જ્ઞાન મળ્યું હશે પણ કામ સંબંધી બહુ માહિતી તો નહિ જ મળી હોય.

માજિસ્ટ્રેટે પૂછ્યું, 'તમારું નામ શું ?'

'વિદ્યમાન ભદ્રંભદ્ર.'

'તમારું નામ વિદ્યમાન અને તમારા બાપનું નામ ભદ્રંભદ્ર ? પણ હું ધારું કે તમારું પોતાનું નામ જ ભદ્રંભદ્ર લખાયેલું છે. ખરું શું છે ?'

'મારું નામ ભદ્રંભદ્ર છે, પણ હું જીવું છું માટે શાસ્ત્રાધારે પોતાને વિદ્યમાન કહું છું.'

માજિસ્ટ્રેટ ભદ્રંભદ્ર સામું તાકીને જોઈ રહ્યા. થોડી વાર પછી તેમણે પૂછ્યું, 'બાપનું નામ શું ?'

'પ્રશ્નસ્ય અનૈચિત્યમ્.'

'પરશોતમ ?'

અમારા વકીલે ભદ્રંભદ્રને સીધા જવાબ આપવાની શિખામણ દીધી તેથી તેમણે આખરે બાપનું નામ 'અવિદ્યમાન વિષ્ણુશંકર' લખાવ્યું.

'ધંધો શો કરો છો ?'

'સનાતન આર્યધર્મના સદોદિત યશ:પૂર્ણ વિજયનો.'

અમારા વકીલે ઊઠીને માજિસ્ટ્રેટને કહ્યું, 'મારો અસીલ પોતાના વિરુદ્ધ પડેલા ખોટા પુરાવાથી ઉશ્કેરાયેલો છે અને સ્વભાવે પણ જરા ઉગ્ર છે. તેના કહેવાનો અર્થ એ છે કે ધંધો ધર્મ વિશે ભાષણ કરવાનો છે.'

'તમારે કંઈ કહેવું છે ?'

'કહેવાનું અત્યંત છે, પણ શ્રોતાનો અભાવ છે. પૃચ્છો છો ત્યારે શ્રુયતામ્. વેદધર્મનું અનાદિત્વં અને અનંતત્વં પ્રતિપાદન કરવાની પરમ આવશ્યકતા પ્રત્યક્ષ થયાથી તદર્થે મેં અનેકા: પ્રયાસા: આરંભ્યા છે અને સમાપ્યા છે. સુધારાવાળા મારાથી ત્રાસ પામ્યા છે. તેમનાં પ્રમાણાનિ નિષ્ટાનિ થયાં છે. ઉદાહરણાર્થ, સુધારાવાળા કહેતા હતા કે વિધવાઓના કેશનું વપનં કરવું એ ક્રૂરતા છે. મેં કહ્યું શાસ્ત્રાજ્ઞા છે. નિરાશ થઈ તેમણે કહ્યું, અર્વાચીન ગ્રંથોની આજ્ઞા છે, પ્રાચીન ગ્રંથોમાં એવું નથી. મેં ઉત્તર દીધો, પ્રાચીન અર્વાચીન એ કાલભેદ કલિયુગમાં છે, સત્યયુગમાં કાલક્રમ હતો જ નહિ. માટે સર્વે શાસ્ત્રગ્રંથા: પ્રાચીન: જ છે. તે પછી સુધારાવાળા નિરુત્તર થઈ ગયા છે.'

કેદીને જે કહેવું હોય તે કહેવા દેવાની કાયદામાં છૂટ છે. પણ માજિસ્ટ્રેટની સહનશક્તિ વધારે ટકી નહિ. ભદ્રંભદ્ર વાક્ય પૂરું કરી રહ્યા એટલે માજિસ્ટ્રેટ બોલી ઊઠ્યા, 'એ વિષે અહીં કહેવાનું નથી. તમારા પર મૂકેલા આરોપ વિશે જે કહેવું હોય તે કહો.'

'આર્યોને આરોપ લાગી શકતા જ નથી. કેમ કે તેમની સર્વ વ્યવસ્થા વેદવિહિતા હોઈ દોષરહિત છે. આર્ય વ્યવસ્થામાં ખામી કહાડનારા સુધારાવાળા પર જ આરોપ થવો ઘટે છે અને તેઓ જ શિક્ષાને પાત્ર છે. સુધારાવાળા કહે છે કે આર્ય વ્યવસ્થામાં ભોજનવ્યવહાર હોય ત્યાં કન્યાવ્યવહાર નથી માટે એ ખામી સુધારવી જોઈએ. એ મૂર્ખા જાણતા નથી કે વ્યવહાર ઓછો હોય એ જ ઇષ્ટ છે; કેમ કે સુખત્યાગમાં મહત્ત્વ છે અને કન્યાઓ ન મળવાથી કુટુંબો નિર્વંશ થઈ નષ્ટ થાય એ સુખત્યાગ છે. બાળલગ્ન, વિધવાવિવાહ પ્રતિબંધ, જ્ઞાતિભેદ-એ સર્વ સુખત્યાગના ઊંચા ધોરણ પર રચાયેલાં છે. સુખનો ત્યાગ કરી દુ:ખી થવું, સંતાનોને દુ:ખી કરવાં, ભવિષ્યની પ્રજાને દુ:ખી રાખવાના ઉપાય દૃઢ કરવા એમાં જ આર્ય વ્યવસ્થાનું રહસ્ય છે તે જડવાદીઓ સમજતા નથી. વળી, અજ્ઞાન સુધારાવાળા જાણતા નથી કે પશુઓમાં સર્વ જાતિઓમાં ભોજન વ્યવહાર છે પણ કન્યા વ્યવહાર નથી. તેથી, સિદ્ધ થાય છે કે ભોજન વ્યવહાર હોય અને કન્યા વ્યવહાર ન હોય ત્યાં ભોજનવ્યવહાર બંધ કરવો એ જ ઉચિત છે, કન્યાવ્યવહાર બાંધવો એ ઉચિત નથી.'

નિરાશ થઈ માજિસ્ટ્રેટે કલમ મૂકી દીધી અને કહ્યું, 'તમારા બચાવમાં જે કહેવું હોય તે કહેવાની હું તમને છેલ્લી તક આપું છું.'

ભદ્રંભદ્ર બોલ્યા, 'શબ્દપ્રમાણ અને વેદનું અનાદિત્વં એ જ મારો બચાવ છે. મારા ખંડનમંડનનો નહિ પણ પ્રહારનો આરોપ મૂક્યો છે એ સુધારાવાળાઓનું છલ દર્શાવી આપે

છે. પરંતુ શબ્દપ્રમાણ આપનાર સાથે વિગ્રહમાં સામું શબ્દપ્રમાણ જ આપી શકાય છે. વેદનું અનાદિત્વ માનનારા સામે વેદમત્રનો જ પાઠ થઈ શકે છે. તેને કારાગૃહની કે દ્રવ્યદંડની શિક્ષા થઈ શકતી નથી. બ્રાહ્મણને દ્રવ્ય આપવું ઘટે છે. તેની પાસેથી દ્રવ્ય લેવું એ અપરાધ છે. વળી કારાગૃહમાં બ્રાહ્મણ વાણિયાની રસોઈ જુદી થતી નથી એ ધર્મનો વાંધો મ્હોટો છે. તે જ માટે બ્રાહ્મણને શિક્ષા કરવાનો શાસ્ત્રમાં નિષેધઃ છે. સુધારાવાળા આર્યત્વનું એ તત્ત્વં ગ્રહણ કરવાને અસમર્થાઃ છે.'

પુરાવો લેવાઈ રહ્યા પછી વિદ્વાન વકીલોનાં ભાષણ શરૂ થયાં. ફરિયાદીના વકીલે જોરથી અને જુસ્સાથી ભાષણ કર્યું. તે ઘણું લાંબું હતું પણ તેનો સાર એ હતો કે, બધા તોહોમતવાળા અત્યંત દુષ્ટ, લુચ્ચા, ઘાતકી અને હરામખોર છે. તેમના સાક્ષીઓ પણ જૂઠા, ભૂખે મરતા, દગલબાજ તથા કાવતરાંખોર છે અને તેમાંનો એકેએક પહેલાં સજા પામી કેદમાં જઈ આવેલો છે એવો તેમને વિશે શક છે. ફરિયાદી અને તેના સાહેદીઓ પરમ સત્યવાદી, નિર્દોષ, પ્રમાણિક, આબરૂદાર, શ્રીમંત, સાધુ, દેવાંશી પુરુષો છે. જૂઠું બોલવાની તેમને કંઈ લાલચ નથી અને લાલસ થાય તો પણ કોઈ કાળે ડગે એવા નથી; ફરિયાદી પર વિના અપરાધે તોહોમતવાળાએ બેહદ જુલમ ગુજાર્યો છે, માટે તોહોમતવાળાને છૂંદી અને કચરી માર્યા સિવાય દુનિયામાં ન્યાય થવાનો બીજો એકે રસો સંભવિત પણ નથી. અમારું દિલ દુખવનારાં અને અપમાન કરનારાં આવાં ઘણાં વાક્યો વકીલે કહ્યાં, પણ સહુથી વધારે દ્વેષભર્યાં વચન ભદ્રંભદ્ર વિશે કહ્યાં.

'નંબર ૬નો તોહોમતવાળો ગાંડો હોવાનો ઢોંગ લઈ બેઠેલો છે. પણ તે સમ્તાતા ફરવા માટે તેણે ભદ્રંભદ્ર એવું વિચિત્ર નામ ધારણ કરેલું છે તેથી જ તેની લુચ્ચાઈ બહાર પડી આવે છે. તેના વિરુદ્ધ પડેલો મજબૂત પુરાવો નકામો જાય માટે તેણે આ નામનો પણ ઇનકાર કરી પોતાનું નામ વિદ્યમાન છે એમ કહી નામદાર કોર્ટને છેતરવાનો પ્રયત્ન કર્યો હતો તેથી પણ તેનું કપટ જણાઈ આવે છે. જેને આવી યુક્તિઓ આવડે છે તેને ગાંડો કોણ કહેશે ? ગુનોહ નામુકર જવાની તે હિંમત ધરી શક્યો નથી, પણ અર્થ વિનાનાં લાંબાં લાંબાં વાક્યો બોલી ગયો છે. એ બધાં વાક્યોની મતલબ એવી છે કે મેં ગાંડપણમાં કંઈ કૃત્ય કર્યું હોય તેને માટે હું જવાબદાર નથી. પણ કાયદા પ્રમાણે જેવી ગાંડાઈ હોવી જોઈએ તેવી તે બતાવી શક્યો નથી. તેમ સાબિત પણ કરી શક્યો નથી; તેથી તે 'કાયદેસર ગાંડો' કહેવાય નહિ. પોતે ગાંડો છે એમ દેખાડવા તરંગીપણાના ડોળથી તે બોલ્યો છે તેમાં પણ તે કબૂલ કરે છે કે મારામાં બળ હોત તો હું મારા બધા દુશ્મનોને મારી નાખત, તેથી, ખૂન કરવાનો તેનો ઇરાદો સાબિત થાય છે. એવો ખૂની પણ નાકૌવત માણસ બીજાઓની મદદ લઈ પોતાના

સામાવાળા પર હુમલો કર્યા વિના રહે જ નહિ. 'બદાદત જશપૂરી વિજય.' નામના કોઈ માણસનું નામ તે ઘડી ઘડી દઈ ઊઠે છે. તે એનો મિત્ર છે કે શત્રુ છે તે તેના બોલવાથી સમજાતું નથી, પણ તે 'સનાતન આર્યધર્મ' નામના કોઈ પંથનો છે એમ જણાય છે. આ માણસ કંઈ મુદ્દાની હકીકત જાણતો હોય એમ લાગે છે. પણ તેને તોહોમતવાળાએ સાક્ષીમાં બોલાવ્યો નથી તેથી પણ તેમની બદદાનત તથા કપટ ઉઘાડાં પડે છે. એ સદદત્ત કન્યાઓ વેચવાનો ધંધો કરે છે અને એ નીચ કામમાં તોહોમતવાળો ભદ્રંભદ્ર તેનો સાથી છે, તથા બંનેને એ સંબંધે ભોજનવ્યવહાર બાબત તકરાર પડેલી છે એવું કંઈ જણાય છે. તેથી આવાં હલકાં કામ કરી પેટ ભરનાર આ ભદ્રંભદ્ર—'

'ધિક્ મૂર્ખ !' એટલું ભદ્રંભદ્રથી બોલાઈ જવાયું. તેમના ચિત્તમાં ઉકળાટ ચાલી રહ્યો હતો. વકીલને બોલતો અટકાવવા અને જરૂર જેવું લાગે તો પાંજરામાંથી બહાર આવી તેના પર પ્રહાર કરવા તે તલપી રહ્યા હતા. તેમનો ઘાંટો સાંભળી વકીલે તેમના તરફ જોયું. તેમની લાલચોળ આંખો જોઈ વકીલ કંઈ ખંચાયા અને માજિસ્ટ્રેટ તરફ જોઈ આજીજી કરી બોલ્યા,

'રક્ષણ માટે નામદાર કોર્ટને હું વિનંતી કરું છું. નં કનો તોહોમતવાળો જુસ્સામાં આવી ગયેલો છે અને તે કંઈ કાયદા વિરુદ્ધ કૃત્ય કરશે એવો ભય રહેલો છે.'

ભદ્રંભદ્ર તરફ ક્રોધભરી દૃષ્ટિ કરી તેમને નરમ કરી દેવાના પ્રયત્નમાં માજિસ્ટ્રેટ રોકાયા હતા તે હવે વકીલ તરફ જોઈ બોલ્યા, 'ચલાવો, તમારું ભાષણ અગાડી ચલાવો. તોહોમતદારથી ભય રાખવાનું કારણ નથી. તેની મગદૂર નથી કે પીનલ કોડ ભૂલી જઈને કાયદો તોડે.'

'પણ સાહેબ, પાંજરામાં ઊભેલો ગુનેગાર કેદી આબરૂદાર ગૃહસ્થને કોર્ટ વચ્ચે 'મૂર્ખ' કહે એ અપમાન નથી ?'

'તમે પોતે જ તિરસ્કારના શબ્દો બોલી તેને ઉશ્કેર્યો છે.'

'એ તો કોર્ટમાં આવ્યો ત્યારનો અને ત્યાર પહેલાંનો ઉશ્કેરાયેલો છે. નહિ ઉશ્કેરાયેલો એવો મેં તેને કોઈ દિવસ જોયો જ નથી. કોણ જાણે કંઈ પીએ છે કે શું ?'

ભદ્રંભદ્ર પાંજરામાં ઊભા ઊભા ઊછળ્યા, પણ એક પોલીસના સિપાઈને પોતાને મળવા આવતો જોઈ તે પાછા સ્વસ્થ થઈ ગયા. તેમને ઠપકો ન દેતાં માજિસ્ટ્રેટે સિપાઈને ઠપકો

દીધો: 'કેદી હવે પછી તોફાન કરશે તો તમને સખત શિક્ષા કરવામાં આવશે.' 'કાયદેસર' કારણ ગમે તે હશે, પણ એ ધમકી સાંભળી રહ્યા વિના તેને છૂટકો નહોતો માટે જ તેને વગર વાંકે ધમકાવ્યો એમ અમને લાગ્યું. શાંતિ માટે આવો બંદોબસ્ત કરી માજિસ્ટ્રેટે વકીલને કહ્યું, 'તમારે પુરાવા બહાર જવું ન જોઈએ. જેનો પુરાવો પડ્યો ન હોય તે વિશે ટીકા કરવાનો તમારો હક નથી.'

'પણ સાહેબ હું અનુમાન બાંધું છું કે એ દારૂ પીએ છે.'

'અનુમાન બાંધવાનું કામ તમારું નથી, કોર્ટનું છે.'

ભદ્રંભદ્ર બોલી ઊઠ્યા, 'શું ! હું મદિરાપાન કરું છું એવું અનુમાન ભવાન્ બાંધશે ?'

'પુરાવાના કાયદા પ્રમાણે હર કોઈ અનુમાન બાંધવાને કોર્ટને સત્તા છે.'

'શાસ્ત્રમાં મદિરાપાનનો નિષેધ છે અને ભાંગગાંજાના સેવનની આજ્ઞા છે તોપણ ? મ્લેચ્છના પાણીને લીધે મદિરા સેવ્યા છે તોપણ ? વેદમાં મદિરાનું નામ નથી પણ સોમરસનું નામ છે તોપણ ? ભક્ષ્યાભક્ષ્ય અને પેયાપેયનો વિવેક વેદવિધાનુસાર જ્ઞાતિભેદ પ્રમાણે છે અને તેમાં પુરાવાના કાયદાથી કે બીજા કોઈ પણ કાયદાથી ફેરફાર થઈ શકતો નથી તોપણ ? આર્ય ગ્રંથોનું આર્યત્વ, પાશ્ચાત્ય ગ્રંથોના પાશ્ચાત્યત્વથી ચડિયાતું હોવાને લીધે આર્ય ગ્રંથોના પ્રમાણથી બલવત્તર છે તો પણ ?–'

માજિસ્ટ્રેટના કોપસ્ફુરણને લીધે ભદ્રંભદ્ર બોલતા અટકી ગયા અને વકીલનું ભાષણ અગાડી ચાલ્યું.

'વંદાનું મોત શી રીતે થયું એ હકીકત આ કામમાં બહુ મુદ્દાની છે, કેમ કે તેથી ગુનો કરવામાં તોહોમતવાળાનો શો નીચ હેતુ હતો તે જણાઈ આવે છે. વંદાને મગને મારી નાખ્યો અને એમાં ભદ્રંભદ્ર તથા બીજાઓએ મદદગારી કરી એમાં લેશમાત્ર શક રહેતો નથી, કેમ કે તે બાબત મજબૂત પુરાવો પડેલો છે અને આબરૂદાર સાક્ષીઓના કહેવા પર વહેમ આણવાનું કંઈ કારણ નથી. જે તોહોમતવાળા આવું કરપીણ કૃત્ય કરતાં આંચકો ન ખાય તે કેવી ચાલના હોવા જોઈએ ! અને એવી દુષ્ટ ચાલવાળા માણસો ફરિયાદીને અને તેના સોબતીઓને આવો સખત માર મારે એમાં શી નવાઈ ? એમાં શો સંદેહ ! કોણે, કોને, કેટલો

202

માર માર્યો એ બાબતમાં સાહેદીઓની જુબાનીઓમાં કંઈ જૂજ તફાવત પડ્યો છે. પણ તે બહુ નજીવો છે. મારામારીના ગરબડાટમાં કોણે યાદ રહેતું નથી કે મને લાકડી વાગે છે કે મુક્કો વાગે છે, માથાં વાગે છે કે પગમાં વાગે છે, જીવ જાય છે, કે જીવ આવે છે, ફલાણો મારે કે ફલાણાનો બાપ મારે છે. માર માર્યો એ નક્કી છે તે શા વાસ્તે તોહોમતવાળાને સજા થવી ન જોઈએ ? નામદાર કોર્ટ અનુભવી છે અને તે સારી પેઠે જાણે છે કે આવા વીફરેલા માણસોને છૂટા મૂકવાથી લોકોના જાનમાલની સલામતીને બહુ ધાસ્તી રહે છે.'

તે પછી અમારા વકીલ ભાષણા કરવાને ઊઠ્યા. શરૂઆત તેમણે બહુ થોડા શબ્દે અને ધીમે ઘાંટે કરી; પણ સમુદ્રના પાણીની ભરતી માફક તેમના શબ્દોનો પ્રવાહ અવાજ સાથે વધવા લાગ્યો અને આખરે આખું મકાન ગાજી રહ્યું. તેમની આસપાસ બેઠેલા તેમના વકીલબંધુઓ ભાષણો ચાલતાં ખુરશી પર ઊંઘતા હતા તે એકાએક જાગી ઊઠ્યા અને ટટાર થઈ આંખો પહોળી કરી ડોળથી દર્શાવવા લાગ્યા કે અમે કોઈ દિવસ આવે વખતે ઊંઘતા જ નથી. અને અમારા પર ઊંઘવાનો જૂઠો આરોપ મૂકવામાં આવે છે, અમારા વકીલની મોટી બૂમો જુલમ પામેલા નિર્દોષ માણસના પોકારને ઘટતી હતી અને તેમણે બહુ છટાથી બતાવી આપ્યું કે તોહોમતવાળા બહાર ગામ હતા તે વખતે તેમની ગેરહાજરીનો લાભ લઈ વિના અપરાધે તેમના વેરીઓએ કપટ રચી ફસાવવાનો પ્રયત્ન કરેલો છે. ફરિયાદીના પક્ષવાળા પહેલાં ઘણી વાર બોલી ગયેલા છે કે કોઈ દહાડો વંદો મરશે કે એવો કંઈ લાગ આવશે ત્યારે જોઈ લઈશું, અને તેમણે જ યુક્તિ રચી વંદો મરાવ્યો છે તથા સાક્ષીઓએ પહેલી તોહોમતવાળા પાસે લાંચ માગી તે ન આપી ત્યારે દ્વેષે ભરાઈ તેમણે ફરિયાદી પાસે જઈને તેમની તરફથી સાહેદી આપવાની ખુશી બતાવી અને તેથી આ કામ ઉત્પન્ન થયું છે.' ભદ્રંભદ્ર વિરુદ્ધ જે વચનો સામા પક્ષના વકીલે કહ્યાં હતાં તેના ઉત્તરમાં અમારા વકીલે કહ્યું,

'નં ૬ના તોહોમતવાળા વિરુદ્ધ બહુ સખત વચનો કહેવામાં આવ્યાં છે, એવા વેરાગી સાધુપુરુષને અપમાન કરવા માટે કોર્ટે પોતે જ ઠપકો આપેલો છે; માટે તે સંબંધે વધારે કહેવાની જરૂર નથી. ભદ્રંભદ્રે ગાંડા હોવાનો દાવો કર્યો જ નથી અને કરવો હોત તો તે આવાં ડાહ્યાં વચનો કહેત જ નહિ. 'વિદ્યમાન' શબ્દનો અર્થ સમજવામાં મારા વિદ્વાન મિત્રે ભૂલ કરેલી છે. નામ બદલવા માટે નહિ પણ નામ કાયમ રાખી ઉપનામ ઉમેરવાના ઇરાદાથી એ શબ્દ વાપરવામાં આવ્યો છે. અને સ્ત્રીઓ જો પોતાન નામ આગળ "સૌભાગ્યવતી" એ ઉપનામ પોતાના ધણીની હયાતી બતાવવા ઉમેરી શકે તો પુરુષો પોતાની હયાતી બતાવવા પોતાના નામ આગળ 'વિદ્યમાન' શા માટે ઉમેરી શકે નહિ ? સ્ત્રીઓના હક્ક પુરુષ સરખા હોય તો પુરુષોના હક્ક સ્ત્રી સરખા નહિ ? અને જે સ્ત્રી પોતાને 'સૌ' કહેવડાવે તેના

ધણીએ તો પોતાને 'વિ.' કહેવડાવવો જ જોઈએ, નહિ તો લોકોને શક પડી જાય કે ધણી હયાત ન છતાં સ્ત્રી શા આધારે પોતાને સૌભાગ્યવતી કહેવડાવે છે.'

'સદાદત્ત જશપુરીવિજય' નામનો માણસ મુદ્દાની હકીકત જાણે છે એ સાબિત કરવાનો બોજો ફરિયાદી પર છે અને તે (ફરજ) તેણે બજાવવી જોઈતી હતી. તે વખતે જીવતો નથી એમ સાબિત થાય નહિ ત્યાં સુધી તેણે કહેલી હકીકત પુરાવામાં લઈ શકાય નહિ; કેમ કે સાંભળેલી હકીકત પુરાવાના કાયદા પ્રમાણે નકામી છે, પછી તે તોહોમતવાળો કહેતો હોય કે બીજો કોઈ કહેતો હોય. તકરાર ખાતર ઘડીભર માનો કે કન્યાવિક્રયની અને ભોજનવ્યવહારની વાતો ખરી છે, તોપણ તેથી તોહોમતવાળા પર શો ગુનોહ સાબિત થાય છે ? પીનલકોડની કઈ કલમ પ્રમાણે એવાં કૃત્યથી ગુનોહ બને છે ? એ માણસ તોહોમતદારનો મિત્ર છે કે શત્રુ એ તકરાર કામ ચાલતાં લેવાઈ નથી, માટે તે તકરાર હવે કામ પૂરું થયે નવી ઉઠાવી શકાતી નથી.

'નં. ૬ના તોહોમતવાળાએ પોતાનું નામ ભદ્રંભદ્ર રાખ્યાની બાબતમાં તેણે મને ખુલાસો આપેલો છે, પણ તે ધર્મને લગતો હોવાથી અહીં કહી જણાવવાથી કંઈ ફળ નથી.'

'વૈકુંઠવાસ એ કંઈ ઓછું ફળ છે ?' દુનિયામાં જવલ્લે બને એવા બનાવનું વર્ણન કરવામાં કંઈ ફળ નથી, એમ વકીલને કહેતા સાંભળી ભદ્રંભદ્રે તત્કાળ આર્યોચિત અસંમતિ પ્રદર્શિત કરી; પણ આ બાબતમાં તેમને અને માજિસ્ટ્રેટને પ્રથમથી દ્વેષ બંધાઈ ગયેલો હતો, માજિસ્ટ્રેટ તરત બોલી ઊઠ્યા.

'તમારા વકીલ જે કહેવું હશે તે કહેશે. તમારે વચમાં બોલવું નહિ.'

કહેવાનું નથી કહેતા માટે જ વચમાં બોલવું પડે છે. ઉમિયાપતિ ભક્તમહાત્મ્યના આવા મોટા વૃત્તાન્તનું કથન કરવામાં ફલં નથી એમ કહેવું એ શું સનાતન આર્યધર્મના સદોદિત યશઃપૂર્ણ વિજયના સમયને ઘટે છે ? પુરાણની કથાઓ કહેનાર અને સાંભળનારને આટલું મોટું ફલં શાસ્ત્રેષુ લખ્યું છે, બલિ સરખા દૈત્યની કથા સાંભળે તેને એક હજાર અશ્વમેધ કર્યાનું ફલં મળે છે, તુલસીના ઝાડની પૂજાનું કમકાવ્રત સાંભળે તેનાં સર્વ પાન નાશ થાય છે અને તે વિષ્ણુલોકમાં જાય છે, અનંત ચતુર્દશીના દોરડાની કથા સાંભળે તે હરિના પદને પામે છે, અને મારા સરખા પરમ પૂજ્ય સનાતન આર્યધર્મના સંભભૂત મહાપુરુષની કથા કહેવાનું કે સાંભળવાનું કંઈ ફલં જ નહિ ? શું સુધારાવાળાઓ પોતાના જદવાદમાં એટલે

સુધી ફાવી ગયા છે કે ચૈતન્યવાદનું સમર્થન કરનારી 'ભદ્રનાથમધારણકથા'નો પાઠ પણ તેઓ અટકાવી શકે છે ? અને તેમાં તેમને કાયદાની સહાયતા મળે છે ? આર્યપક્ષવાદીઓ કાયદાની સહાયતાથી વિરુદ્ધ છે તેમાં તેમની દીર્ઘદૃષ્ટિ શું આથી સિદ્ધ થતી નથી ? પુરાવાનો કાયદો કે પીનલકોડ જે ઉભયે સુધારાવાળાને સાહ્યકાર હોઈ એકરૂપ જણાય છે. તેને આધારે આ કથા અટકાવવામાં આવતી હોય તો મારો વાંધો એ જ કે કોઈ પણ પાશ્ચાત્ય કાયદાથી આર્યધર્મના વ્યાખ્યાનને પ્રતિબંધ છે નહિ, હોઈ શકે નહિ, હોવો ઘટે નહિ. પુરાવાનો કાયદો કે જેમા.'

'પ્રોસીજર કોડ પ્રમાણે વકીલ અને અસીલ બે સાથે બોલી શકતા નથી. હવે તું અક્ષર પણ વધારે બોલીશ તો હું તને કોર્ટ બહાર કઢાવીશ અને કામ પૂરું થતાં સુધી ઓટલા નીચે ઊભો રખાવીશ.'

ભદ્રંભદ્રની ઇચ્છા કોર્ટની અંદર રહી કામ જોવાની હતી, તેથી તેમણે વધારે બોલવાનો શ્રમ લીધો નહિ. પણ પોતાની નોટબુકમાં લખી લીધું કે, 'આર્યતા તને ત્વકાર અને તારો તિરસ્કાર ! ફાવો, સુધારાવાળા ! હાલ તમે યથેચ્છક ફાવો. પણ પ્રલયકાળે શું કરશો ? શી પાશ્ચાત્ય કાયદાની યુક્તિઓ છે ? બે કાયદામાં હાર ખાધી ત્યારે ત્રીજો કાયદો ! એક જ કાયદો હોવાની આવશ્યકતા-તે વિશે સ્થળે સ્થળે ભાષણ-સભાઓ અરજી.'

આડકથા પૂરી થઈ એટલે વકીલનું ભાષણ અગાડી ચાલ્યું.

'કાયદાની અજ્ઞાનતાથી તોહોમતવાળો ગમે તે કહે પણ 'ભદ્રંભદ્ર' એ નામ સંબંધે એટલું જ કહેવું બસ છે કે તેની હકીકત એવી છે કે સાબિત કરવા સાક્ષાત્ શંકરની જરૂર પડે પણ કોર્ટ તેમના પર સમન્સ કાઢે નહિ અને શંકર ફક્ત હિંદુના જ દેવ હોવાથી પાશ્ચાત્ય કોર્ટમાં તે આવે નહિ.

'નં. ૬ના તોહોમતવાળાનો ઇરાદો ખૂન કરવાનો હતો એમ બતાવવાનો મારા વિદ્વાન મિત્રે પ્રયત્ન કર્યો છે, પણ કોઈનું ખૂન થયું નથી અને એ તોહોમતવાળાનો ઇરાદો ખૂન કરવાની કોઈ કોશિશમાં શામિલ હતો નહિ તેથી ખૂનનો ઇરાદો સાબિત કરવાની મારા વિદ્વાન મિત્રે નકામી તસ્દી લીધી છે. નં. ૬નો તોહોમતવાળો—'

બોલવાની મના હોવાથી ભદ્રંભદ્રે કાગળના કકડા પર 'માનાર્થે બહુવચનમ્' એટલું લખી વકીલને આ ક્ષણે તે પહોંચાડાવ્યો. કાગળ હાથમાં આવતાં વકીલ અટક્યા. કાગળ વાંચીને ચોળી દઈ નાખી દીધો. ભદ્રંભદ્ર તરફ ફરીને ખીજવાઈ જઈ દૃષ્ટિ કરી, અને પછી માજિસ્ટ્રેટ તરફ વળીને ભાષણ ફરી ચાલુ કર્યું. વિઘ્નને લીધે અનુસંધાનનું સ્મરણ કરવા પ્રયાસ કરવો પડ્યો એ સિવાય બીજી અપ્રસન્નતા પણ તેના મુખ પર સ્પષ્ટ જણાતી હતી.

'ભદ્રંભદ્ર પોતાનામાં રાક્ષસ સરખું બળ હોત તો પોતે શું કરત એ વિશે જે કંઈ કહ્યું હોય તે પરથી તેમનામાં હાલ જ્યારે એવું બળ નથી ત્યારે પણ એ જ કરવાની તેમની ઇચ્છા છે એવું અનુમાન કરવું એ કાયદા વિરુદ્ધ છે. વંદાના મોતની હકીકત ફક્ત કોર્ટને વહેમાવવા સારુ આ કામમાં અગાડી પાડવામાં આવી છે. વંદો મારીને ઉશ્કેરાયેલા માણસોએ નાતમાં આવી મારામારી કરી અથવા નાતમાં મારામારી કરવાના હેતુથી પ્રથમ વંદો માર્યો એમ માનવાનું કંઈ કારણ નથી. વંદાને મારી નાખ્યો એ જ વાત શક પડતી છે. શએરમાંથી વંડાની સંખ્યા થઈ એવો કંઈ પુરાવો ફરિયાદીએ આણ્યો નથી. વંદાની લાશ પણ રજૂ થઈ નથી, તેમ વંદો મરી ગયા પછી તેની લાશનું શું થયું. એ વિશે કંઈ ખુલાસો આપવામાં આવ્યો નથી. વંદાને માર પડ્યાના સાહેદોમાં પણ બહુ તફાવત છે. કેટલાક કહે છે કે ફક્ત ડાબી તરફની મૂછો હલાવતો હતો, કેટલાક કહે છે કે તેને માર્યો તે ઈંટ સાફ ગોળ હતી, કેટલાક કહે છે કે તે ઈંટને સહેજસાજ ખૂણા હતા. આવા સાહેદો પર શો આધાર રાખી શકાય ?'

'તોહોમતવાળાઓ આબરૂદાર છે અને નં. ૬ના તો મહાદેવના ભગત છે માટે તેમને છોડી મૂકવા જોઈએ.'

માજિસ્ટ્રેટે ફેંસલો આપવો મુલતવી રાખ્યો, અને અમારી દશા નવેણમાં પૂરી રાખેલા પકવાનના ભાવિ સરખી અનિશ્ચિત રાખી અમને ઘેર જવા દીધા.

૨૬. બ્રહ્મભોજનની ચિંતા

'કેસ' નો નિકાલ થઈ જાય ત્યાં સુધી મુખ્ખોચ્ચાર્વ્યાપાર માં શાંત રહેવા ની ભદ્રંભદ્ર ને મિત્રોએ સલાહ આપી. અને વિચાર કરી જોયા પહેલા અને વિચાર કરી જોયા પછી, તેમને એ ઠીક લાગ્યું, કોર્ટ શું કરશે એ વિશે ચિંતા કે ભય તો મને કાંઇ છેજ નહી એમ તેઓ વારંવાર કહેતા. તેમને એમ કહેવું હતું કે, 'સુધારાવાળા અથવા કાયદાવાળા વધારે માં વધારે શિક્ષા મૃત્યુ ની કરી શકે. પણ મૃત્યુ ને મેં જીત્યુ છે. વેદ મંત્રોચ્ચાર થી વાયુ ને ગતિમાન કરી સમિપ આવતાં મૃત્યુ ને હું દર હઠાવી શકુ છું. પૂર્વકાળ માં તપસ્વીઓ હજારોનાં હજાર વર્ષ જીવતા હતા તે સુધારાવાળા અને કાયદાવાળા માનતા નથી તે કેવળ તેમનું અજ્ઞાન છે. શબ્દધ્વનિ થી વાયુ માં ઊર્મિવાળી ગતિ ઉત્પન્ન થાય છે એમ પાશ્ચાત્ય પદાર્થ વિજ્ઞાનમાં કહે છે તે સુધારાવાળા તથા કાયદાવાળા ખરૂં માને છે અને તેથી જ સિદ્ધ થાય કે વેદમંત્રના ધ્વનિથી વાયુમાં એવી ઉર્મિઓ ઉત્પન્ન કરી તેના ધક્કાથી તપસ્વીઓ મૃત્યુને દૂર ને દૂર રાખી શકતા હતા. મંત્રના અર્થનું નહિ પણ શબ્દનું આ ફળ હતું (અને આવું ફળ તેમના જાણવામાં હતું એમ ઋગ્વેદસંહિતા થી જણાય છે). તેથી જ અર્થ સમજ્યા વિના મંત્રોચ્ચાર કરવાની ઋષિઓએ આજ્ઞા કરી છે. અર્થજ્ઞાનની આવશ્યક્તા વિશે સુધારાવળાઓ જે પ્રમાણ દર્શાવે છે તે માત્ર તેમણેં પોતે ઊભા કરેલા અને કલ્પિત છે. મંત્રોચ્ચરથી મૃત્યુને દૂર હઠાવવાની આ શક્તિ મેં પણ પ્રાપ્ત કરી છે અને મૃત્યુને વધારે ભયનું કારણ હોઇ શકતું નથી, તેથી હવે સમસ્ત આર્યપક્ષ મૃત્યુના ભયથી તથા પ્રત્યેક પ્રકારના દુ:ખ અને આપત્તિના ભયથી વિમુક્ત છે. કોઇ ભયકારણ તેમનો સ્પર્શ કરી શકશે જ નહિ.' મૃત્યુંજય પુરુષની નિકટ અહોરાત્ર રહેનારો હું અમર થઈ ગયો હતો એ તો મારી ખાતરી હતી પણ બીજાં બધાં ભયકારણ દૂર ગયેલાં છતાં મેજિસ્ટ્રેટ શિક્ષા કરશે એવી સહેજસાજ ભીતિ મને રહેલી હતી. આ ભીતિ આર્યોચિત શ્રદ્ધાથી વિરોધી હતી માટે ભદ્રંભદ્રને મેં તે વિશે ખબર પડવા દિધી નહોતી. અંદરખાને તેમને પણ મારા સરખી ભીતિ હોય એમ મારી ઇચ્છા હતી તે ફલીભૂત થવાથી અથવા બીજા કોઇ કારણથી તેમણે હાલ તેમણે સાર્વજનિક કામોમાં ન પડતાં શાંત રહેવાનીમિત્રની સૂચના કબૂલ રાખી. ભદ્રંભદ્ર શાંત થવાથી આખી દુનિયા શાંત થશે અને તેથી માજિસ્ટ્રે ટ વાજબી તુલનાથી ન્યાસય કરી અમને છોડી મૂકી શકશે. એમ કેટલાકની દલીલ હતી અને ભદ્રંભદ્ર ભાષણો કરી વાગ્યુધ્ધે કરવા બહાર પડશે તો એવા ઝઘડા કરનાર માણસ મિજાજ ખોઇ મારામારીમાં ઉતરી પડે એ માજિસ્ટ્રે ટ સંભવિત માનશે એમ કેટલાકની દલીલ હતી. પરંતુ એ સર્વમાં ભીતિ અન્તિર્ભૂત રહેલી હતી તેથી શાંત રહેવાના આવાં કારણ ભદ્રંભદ્ર સ્પતષ્ટપ રીતે કબૂલ કરતા નહોતા. ભાષણયાત્રા બંધ થવાથી વખત કહાડવો અઘરો થઇ પડયો. નિત્યા ભદ્રંભદ્રના વકતૃત્વહ પ્રયોગથી આવેશપૂર્ણ થઇ પૂર્ણાયમાન બનવાની ટેવ હોવાથી હવે એ શ્રવણનો

પ્રસંગ બંધ થઇ જતાં મારી આ દશા એવી થઇ કે, ભદ્રંભદ્ર કલ્પીલા સામ્ય પ્રમાણે, લગ્નત તથા મરણને નિમિત્તે દિનપ્રતિદિન પરાન્નર જમનારને સિંહસ્થક સૂર્યના વર્ષમાં તેમાં વળી લોકોની તંદુરસ્તીર અતિશય સારી હોતાં ઉભય નિમિત્તના ભોજન પ્રસંગ બંધ થઇ જવાથી પોતાને ઘેર પોતાને ખર્ચે ઉદર ભરવાનો સમય આવ્યોસ હોય ત્યાતરે જ મારી અન્તભર્વેદના સમજી શકનાર માણસ મળે. ભાષણશ્રવણની સાથે વળી સુખ-દુખના અને સાહસપરાક્રમના અનેક પ્રસંગો આવતા હતા તે પણ બંધ થઇ ગયા. એ પ્રસંગોમાં કદી કદી ભદ્રંભદ્રને થતી શરીરપીડાથી મનોરંજન થતું હતું એમ કહેનારો મારો આર્યપક્ષવિરોધી હેતુ નથી; એવી સંકડામણની વેળાએ પણ તેમની પાસે રહી તેમને દુઃખ વેઠતા જોયાથી એક પ્રકારનો સંતોષ થતો હતો, અને 'પ્રહારો પડતાં છતાં મારું શરીર ભગ્નમ થતું નથી, તે સંજ્ઞારૂપે સૂચવે છે કે સુધારાવાળાના આઘાત થતાં છતાં આર્યપક્ષ અખંડિત રહેશે' એમ દરેક વિપત્તિને અંતે કહેતા તેમને સ્વકસ્થળતા હતી અને તે સાંભળી મને હર્ષ થતો હતો. નિર્વ્યાપાર થવાથી ભદ્રંભદ્ર ઘણોખરો કાલ નિદ્રામાં અને ભોજનમાં નિર્ગમન કરતા હતા. અને જે થોડો ઘણો વખત બાકી રહે તે જાગતા સૂઇ રહેવામાં અને કાચુંકોરૂં ખાવામાં કહાડતા હતા. વાર્તાલાપમાં તો મિત્રો તેમને ઉતારતા નહિં, કેમ કે તેમાંથી તે ભાષણની વૃતિમાં આવી જતાં. રમતો રમવી એ તેમને સનાતન આર્યધર્મ વિરોધી લાગતું હતું. કેમ કે બ્રાહ્મણે મહોટી ઉંમર રમતો રમવી એવું શાસ્ત્રોમમાં કોઇ ઠેકાણે તેમને જડતું નહોતું. તેથી નિદ્રા અને ઉપનિદ્રાના તથા ભોજન અને ઉપભોજનના ઉપર કહેલા પ્રકારના સાતત્ય થી જયારે કોઇ વખત સહેજસાજ કંટાળો આવતો ત્યારરે સર્વ એકઠા થઇ એકબીજાના સામું મૂંગા મૂંગા જોયા કરતા હતા. આવે એક પ્રસંગે ભદ્રંભદ્રના પંદર-વીસ મિત્રો તેમની આસપાસ કૂંડાળું વળી બધ્ધજમુખ થઇ બેઠા હતા અને વારાફરતી એકબીજાના સામું તથા ભદ્રંભદ્રના સામું શૂન્ય દ્રષ્ટિસથી તથા શૂન્યય ચિત્તથી ટગર ટગર જોતા હતા અને આમ એક-બે કલાક ચાલ્યા્ ગયા હતા, તેવામાં ભદ્રંભદ્ર એકાએક ઉભા થઇને દૂધ અને ગાંડપણની શંકા સર્વ કરી રહે તે પહેલાં 'બ્રહ્મભોજન!' એવી બૂમ પાડી ઉઠયા. ભોજન સમયમાંથી કેટલોક કાળ વ્યર્થ જવાથી આ ઉદ્ગાર થયો શકે એમ પ્રથમ લાગ્યું પણ, 'બ્રહ્મભોજન ! અહા બ્રહ્મભોજન ! આહાહા તારી કેવી વિસ્મૃતિ ! આહાહાહા તને કેટલો અન્યાય ! આહાહાહાહા કયાં તને આપેલું તે વચન ! આહાહાહાહાહા કયાં તે વચનનું પાલન ! સખે બ્રહ્મભોજન ! ગુરો બ્રહ્મભોજન ! દેવ બ્રહ્મભોજન !' એમ ઉત્ક્રોશ કરી ભદ્રંભદ્ર મૂર્છાગત થયા તેથી વકતવ્યિ બીજું જ કાંઇ છે એમ લાગ્યું . ભાન આવ્યા પછીની તેમની સ્થિતિ ભાન આવ્યા પહેલાંની તેમની સ્થિતિથી બહું ભિન્ન નહોતી, પણ 'નામધારણ-તપ્તછમુદ્રા-દેવાનાં પ્રસન્નાતા-ભૂદેવાના આજ્ઞા આજ્ઞા કરાવવા પ્રલોભન-ગોરની સૂચના સંકલ્પન-માધવબાગ સભા-મોહમયી પ્રતિગમન-પાછા આવ્યાન-કોણે કરાવ્યુંઆ બ્રહ્મભોજન ? કયારે કરાવ્યુંક બ્રહ્મભોજન? કયાં કરાવ્યુહ બ્રહ્મભોજન ?' એવાં તૂટક વાકયોથી મને સ્મૃણતિ થઇ કે

'ભદ્રંભદ્ર' નામ ધારણ કર્યું ત્યારે કપાળ ઉપર એ શુભ નામ તપ્તવલોહથી મુદ્રિત કરાવવાનો તેમનો વિચાર હતો, પણ સર્વ દેવોને એ નામ અનુમત છે કે નહિ એ પ્રથમથી જાણવાની જરૂર લાગવાથી અને જિંદગાની પૂરી થતાં સુધીમાં સર્વ દેવો પોતાની અનુમતિ પ્રકટ કરશે કે નહિ એ શકભરેલું લાગવાથી ગોરની સૂચનાથી ઠર્યું હતું કે દેવોને આ વિષયમાં અનુમતિ પ્રકટ કરવાની ભૂદેવો આજ્ઞા કરે તે માટે ભૂદેવોને લલચાવવા મુંબઇ માધવબાગ સભામાં જઇ પાછા આવી બ્રહ્મભોજન કરાવવું – આમ કરવાની ભદ્રંભદ્રે પ્રતિજ્ઞા કરી હતી તે હજી સુધી પળાઇ નહોતી. આનું એકાએક સ્મવરણ થઇ આવવાથી વિપરીતતા બની એમ સમજાયું. શોકથી-આવેશથી-ત્રાસથી ભદ્રંભદ્ર કંપવા લાગ્યાી. સાંત્વ ન દઇ તેમને શાંત કરવાના પ્રયત્ના વ્યૃર્થ ગયા અને તેઓ ધૂણવા માંડશે એમ બીક લાગવા માંડી. આખરે બ્રહ્મભોજનની તૈયારી વિલંબ વિના પોતાને ખર્ચે કરાવવાનું જયારે મિત્રોએ માથે રાખ્યુંગ ત્યાપરે તે સ્વરસ્થય થયા. વચનભંગ થયાથી શિવ કોપશે એમ ભીતિ લાગવાથી અથવા શિવ કોપ્યા છે એમ અલૌકિક દ્રષ્ટિ થી જણાવાથી આ સંરમ્ભન થયો એમ મારૂં ધારવું છે, કેમ બ્રહ્મભોજનની વ્યપવસ્થાઅ નક્કી કર્યા પછી રાત્રે પહેલાંની પેઠે નૃત્યા કરતાં મેં તેમને જોયા હતાં. કેટલાક દૃષ્ટો હતા કે કેદમાં જતાં પહેલાં મિષ્ટાન્ન જમી લેવાની આ યુક્તિ હતી અને કેટલાક કહેતા હતા કે નિર્ભયતાનો આડંબર છતાં માજિસ્ટ્રેટની ભીતિ રહેલી હોવાથી શિક્ષાનું નિવારણ કરવા પુણ્યાર્થે આ બ્રહ્મભોજન યોજયું હતું. આ વાત ભદ્રંભદ્રે પોતે ખુલાસા સાથે કહી નથી, પણ પ્રતિજ્ઞાનું વિસ્મણરણ થવાનું કારણ તો તેમણે એ આપ્યું હતું કે 'સુધારાવાળાનું આ કૃત્ય છે એમાં સંશય નથી. આ વાત મને ભુલવવામાં બીજા કોઇને શો લાભ હોય ! મારું નામ જેમ પૃથ્વીનમાં પ્રસિધ્ધછ થઇ રહ્યું છે તેમ સ્વ ર્ગમાં, દેવોમાં પણ પ્રસરી રહે તેનો દ્વેષ સુધારાવાળા વિના બીજા કોને હોય ? મારું નામ મારા કપાળ પર સુશોભિત રીતે મુદ્રિત થાય એ સુધારાવાળા વિના બીજા કોનાથી ન ખમાય ? શાસ્ત્રુપ્રમાણનો અભાવ છતાં પાશ્ચાત્યી 'કાર્ડ' પર નામાક્ષર લઇ ફરનારા સુધારાવાળા નામ દર્શાવવાની આ આર્યરીતિનું પરમ રહસ્યપ શી રીતે સમજી શકે ? અને ભોજનથી પુષ્ટપ થઇ બ્રાહ્મણો દેવોને પણ વશ કરવા શક્તિમાન થાય છે એ ચૈતન્યાવાદનો સિધ્ધાંીત બ્રાહ્મણોના ફૂલતા તુંદ વડે સંજ્ઞાશાસ્ત્રા નુસાર દ્રષ્ટિ થાય છે, તે ખ્રિસ્તીે ધર્મના જડવાદમાં પડેલા સુધારાવાળા-શી રીતે સમજાવી શકે? તેથી સુધારાવાળાઓએ જ આ વિસ્મૃરતિ કોઇ છલથી કરાવી છે એ વિના બીજું શું સિધ્ધ થાય છે કે થવું યોગ્યા છે ?' વિલંબ વિના બ્રહ્મભોજનની તૈયારીઓ થવા લાગી. બહુ દિવસથી મંદ પડી ગયેલો ઉત્સાહ ભદ્રંભદ્રમાં ઉત્તેજિત થઇ આવયો. તેમની મીંડા જેવી ગોળ અને નાની પણ ચંચળ આંખોમાં અપૂર્વ ઉલ્લાસનો પ્રકાશ ચળકવા લગ્યો . તેમની મુખમુદ્રા પર ઘડી ઘડી આવી જતી સ્મિતરેખાઓ છેક અંદરના ઉંડાણનો સંતોષ દર્શાવતી હતી અને હલનચલનમાં રાસભ કરતા અશ્વને વધારે મળતી આવતી તેમની ત્વરિત ગતિથી તેમનામાં ચમત્કારિક ફેરફાર થયેલો દેખાતો હતો.

ભોજનસમારંભમાં તેમને પોતાને કંઇ ખર્ચ કરવાનો નહોતો તેથી તેમનો હર્ષ કેવળ નિષ્કલંક અને શુધ્ધી હતો અને તે હર્ષને તેઓ પાણીની કાળાશ વિનાના જલશૂન્ય વાદળાની, રૂપિયાની કાળાશ વિનાની ખાલી કોથળાની તથા ખાંડની કાળાશ વિનાના મોળા દૂધની ઉપમાં આપતા હતાં. ભાષણનો નિષેધ હોવાથી તે વધારે બોલતા નહોતા તેથી બ્રહ્મભોજન પ્રતિ જે જે આર્યોચિત પ્રેર્મોમિઓ તેમના ચિત્તમાં ઉત્પન્ન થતી હતી; તે બધીનો આવિર્ભાવ થઇ શકતો હતો. તોપણ તેમણે પોતાની નોટબુકમાં આ પ્રસંગે લખી લીધેલી નોંધ ઉપરથી તેમના ચિત્તની ઉથલપાથલનો કાંઇક ખ્યાલ આવી શકે છેઃ 'બ્રહ્મભોજન-એમાંથી બ્ર-હ્મ-ભો-જ-ન એ પ્રત્યે ક અક્ષરની વેદોકતતા સિધ્ધિ કરવી-તે પ્રત્યે કનો શાસ્ત્રા ધાર સુધારાવાળાઓને દર્શાવવો પ્રત્યેક અક્ષર - જોડા અક્ષમાંનો પ્રત્યેતક અક્ષર - તેમાંના પ્રત્યેપક કાનામાત્ર - એ પ્રત્યોક વિશે મહાભારતથી પણ મોટો ગ્રંથ લખવાની આવશ્યયકતા - ભોજન બ્રહ્મમય બને છે - બ્રહ્મ ભોજનમય બને છે - બ્રહ્મભોજન તથા ભોજનબ્રહ્મનો સંજ્ઞાશાસ્ત્રાદ્રષ્ટિયએ ભુદ તથા ચૈતન્યાવાદદ્રષ્ટિ એ અભેદ - બ્રહ્મભોજનનું રહસ્યા - એ વિષયમાં સુધારાવાળાની ભૂલ - રહસ્યર મોદકમાં નથી પણ મોદકની મીઠાશમાં છે - એથી અર્થશાસ્ત્રશ ખરાં ઠરે છે - બ્રહ્મભોજનથી રહસ્યાજ્ઞાન થાય છે - ભોજન કરનાર બ્રાહ્મણો અદ્દભૂત શક્તિધારણ કરે છે - ભોજન કરવાની સર્વની ઇચ્છા- તૃપ્તજ કરી શકે છે - માત્ર પોતાની ભોજનેચ્છા તૃપ્ત કરી શકતા નથી - બ્રહ્મભોજન જમી ધરાયેલો બ્રાહ્મણ કલ્પવૃક્ષસમ છે - પ્રેતાત્માપને તે વૈકુંઠમાં મોકલી શકે છે - ચોપડા જોઇ ધર્મરાજાએ ગમે તેવી આજ્ઞા કરી હોય તોપણ જીવતા મનુષ્યોપને તે લક્ષાધિપતિ કરી શકે છે - પોતે ભિખારી રહે છે તોપણ - ભોજનના ખર્ચ ઓછા કરવાનો સુધારાવાળાનો દુરાગ્રહ અક્ષમ્ય - ધનપ્રાપ્તિતનું આ મૂળ તેમને વિદિત જ નથી - પાશ્ચાત્યા અર્થશાસ્ત્રમાં આર્યરહસ્યની આ કલ્પમના પણ જોવામાં આવતી નથી - અન્નચ દેવ છે - બ્રાહ્મણ દેવ છે - બે દેવોનો સંયોગ - બ્રાહ્મણ વધારે મહોટો દેવ છે - તેનાના દેનો ભક્ષ કરે છે. - બે મત્યબ્રનો મેળાપ થતાં મહોટો મત્યશા નાના મત્યબ્રને ગળે છે તેમ - દેવોનો આવો યોગ કરવાનું પરમ - પુણ્ય - તે નહિ જાણનારા જ બ્રહ્મભોજનની નિંદા કરે છે - બ્રહ્મા, વિષ્ણું, મહેશ્વરને ભોજન પ્રિય છે કેમ કે તે ભોજન નથી કરતા એવું કંઇ પ્રમાણ નથી, તો બ્રાહ્મણને ભોજન પ્રિય શા માટે ન હોય ?....' બ્રહ્મભોજનના પક્ષને મજબૂત કરવાની દલીલો ભદ્રંભદ્ર નિત્ય પોતાની નોટબુકમાં ઉમેર્યા જતા હતા અને ભોજનની ઘડી છેક પાસે આવી ત્યાં સુધી વધારો કર્યા ગયા. વધારે ઉદર વ્યાપારનો પ્રસંગ આવતાં લખવાનું તેમણે બંધ કર્યું.

૨૭. નાતનો જમણવાર

ભોજનનું સ્થળ શેરીમાં ખુદ ધરતીમાતા ઉપર હતું.માણસે બાંધેલાં મકાન પૃથ્વી જેટલાં પવિત્ર નથી હોતાં તે માટે રસ્તામાં જમવા બેસવાનું આર્યધર્મના શાસ્ત્રમાં લખ્યું છે એમ ભદ્રંભદ્રે ઘણી સભાઓમાં સાબિત કર્યું હતું. જડવાદી સુધારાવાળાની શંકાના ઉત્તરમાં તે એ પ્રમાણ આપતા હતા કે પૃથ્વી પર ગંગાદિ નદીઓ વહે છે અને ઘરમાં તેવી નદીઓ વહેતી નથી માટે પૃથ્વી વધારે પવિત્ર છે. આ આર્ય સિધ્ધાંતનો સાક્ષાત્કાર આ પ્રસંગે થઇ રહ્યો હતો.સામસામાં ઘરના ખાળકૂવામાંથી વહેતી અનેક ગંગાઓ ભોજનસ્થળને પવિત્ર કરી રહી હતી. ભૂદેવોની સગવડ ખાતર કેટલાક પ્રવાહ આડા લઇ જવામાં આવ્યા પણ તેથી તે સ્થળે વ્યાપી રહેલી પવિત્રતા જતી રહી નહિ. એ જળપ્રવાહમાં કેટલોક મેલ હતો ખરો, પણ સનાતન ધર્મના સિધ્ધાંત પ્રમાણે જલ સર્વને પવિત્ર કરે છે તેથી ભોજનસ્થળની શુધ્ધતા અકલંકિત હતી.સ્થળની રમણીયતામાં જે કંઇ ન્યૂનતા હતી તે પૂરી કરવા ભૂદેવોએ ત્યાં સ્નાનવિધિનો આરંભ કર્યો.આ સ્નાનવિધિ એક સ્થળે બેસીને કે ઉભા રહીને નહિ કરતાં ફરતાં ફરતાં કરવામાં આવતો હતો.ગ્રીસનો પ્રખ્યાત ફિલસૂફ એરિસ્ટોટલ શિષ્યોને ઉપદેશ કરતી વેળા આમતેમ પરિક્રમણ કરતો હતો અને તેથી તેની શાખાનું ઉપનામ 'પેરિપેટેટિક' પડ્યું. તે સર્વ હિંદુસ્તાનની પુરાતન પધ્ધતિઓનું અનુકરણ છે તેમ અમેરિકાના થીયોસોફીસ્ટોએ પોતે શોધી કહાડ્યુ છે અને જાતની ખાતરીથી એ વાત તેઓ પ્રસિધ્ધ કરે છે માટે તે સત્ય છે એમ વલ્લભરામના ગ્રંથોમાં વાંચેલું અને તેને આધારે ભદ્રંભદ્રે અનેક ભાષણોમાં પ્રતિપાદિત કરેલું, તેનું પ્રમાણ આ સ્નાનવિધિમાં પ્રત્યક્ષ જોવામાં આવ્યું. ભૂદેવોની પવિત્રતા જન્મથી અને જાતિથી સ્વતઃ સિધ્ધ છે, જલ તેમને વધારે પવિત્ર કરી શકતું નથી. માત્ર શાસ્ત્રવિધિનું અનુસરણ કરવા સારુ જલનો ત્વચાને સ્પર્શ થવો જોઇએ.આપોશન જેમ દેવોની આહારશક્તિના પ્રમાણમાં બહુ થોડું છતાં તેમનાં ઉદરનું પૂરણ કરે છે તેમ દૂંદાદિને લીધે બ્રાહ્મણોનાં શરીરનો વિસ્તાર ઘણો છતાં તથા તે ઉપર મેલ એકઠા થવાનાં કારણસર ખોબાપૂર પાણીથી તેમની સ્નાનક્રિયા પૂરી થાય છેઃ એ સિધ્ધાંતને અનુસરી ભદ્રંભદ્ર અને ઘણા ભૂદેવોએ એકેક લોટી ભરીને પોતાના આખા શરીરને પાણી ઘસી ઘસીને ભીનું કર્યું તથા સૂર્ય જેવું ઉજળું,અને ચળકતું કર્યું.જે અદભૂત કસર આર્યધર્મના અનુયાયીઓને જ આવડી શકે છે તેને બળે એક હાથ પનાનાં પંચિયાં પણ તેમણે આટલાં પાણીમાં ભીનાં દેખાતાં કર્યાં.પરંતુ કેટલાક જુવાનો પાણીના વધારે શોખીન હતા અને તેમણે ફરતાં ફરતાં ઘડા પોતાના શરીર પર ઠાલવ્યા. આથી ભોજનસ્થાનમાં નદીઓ સાથે સરોવર અને સાગરનો પણ દેખાવ થઇ રહ્યો.

સ્નાનવિધિ થઇ રહ્યા પછી આસનની તૈયારીઓ થઇ. પતરાળાં તરે એટલું જ્યાં પાણી હતું ત્યાં સહેજસાજ સ્વચ્છતાના ઉપાય લીધા પછી જગાની સગવડમાં કોઇ જાતની ખામી રહી નહિ.પરંતુ, માણસોની સગવડ એટલી સહેલાઇથી થઇ જાય તેમ નહોતું. ભોજનના મહાપ્રકરણ માટે ભૂદેવો ત્વરાથી ઠામ પસંદ કરવા લાગ્યા અને તે રોકી લેવા લાગ્યા.આ સ્પર્ધામાં વિરોધ થવા લાગ્યો અને કલહ વધતાં 'પતરાળી-પતિ' મહારાજાઓનાં 'ઠામ રાજ્યો'ના સીમાડાની તકરાર જંગી થઇ પડી. કલ્પવૃક્ષનાં પુષ્પ ઉછાળતો હોય તેમ પૃથ્વી પરના ભૂદેવો મુખમાંથી ટુંકારા અને અપશબ્દોની પરંપરા કાઢી ચારે તરફ ફેંકવા લાગ્યા અને નાતરૂપી આકાશગંગામાં જળક્રીડા કરતા હોય તેમ ઠામે બેઠેલા તથા ઊભેલાના હાથ,પગ તથા કેશ ખેંચવા લાગ્યા. જે ઠામે બેસી ગયા હતા અને ત્યાં ચોંટી રહેવા જેટલા સામર્થ્યવાળા હતા તેમને સ્થાનભ્રષ્ટ કરવા ભારે યુધ્ધ ઠેર ઠેર જામ્યાં. રણભૂમિમાં ઝૂલતા યોધ્ધાઓના નાદ તથા તેમને પાનો ચઢાવનાર ભાટચારણોના હોંકારાથી એવો શોરબકોર થઇ રહ્યો અને શેરીમાંથી દોડી આવેલાં કુતરાંના અવાજ સાથે તે એવો ભળી ગયો કે લડાઇ કોના કોના વચ્ચે થાય છે, ક્યાં ક્યાં બંધ પડી છે તે જાણવું અશક્ય થઇ પડ્યું.

આ ઝઘડામાં કંઇ પણ ભાગ ભદ્રંભદ્રે લીધો નહોતો અને તેમણે પોતાનો ઠામ બે શૌચકૂપની વચમાં આવેલા ખૂણામાં એવો પસંદ કર્યો હતો કે કોઇ જોડે સીમાડાની તકરાર થવાનો કે કોઇની ઈર્ષ્યા ઉત્પન્ન થવાનો સંભવ રહે નહિ.સ્નાન કરી ઠામે આવતાં કેટલાક અસ્નાત મનુષ્યોની છાયા શરીર પર પડવાથી ભદ્રંભદ્રને ફરી ફરી સ્નાન કરવું પડ્યું. આ રીતે પુનઃપુનઃ વિઘ્નોથી પ્રતિરોધ પામતા છતાં અંતે સર્વ પાર ઉતરી ઠામે આવી પહોંચતાં આસનને પાંચ સાત જલબિંદુના પ્રોક્ષણથી પરિપૂર્ણ શુધ્ધ કર્યું અને તે પર ઉપવિષ્ટ થયા. પરંતુ તે જ ક્ષણે પગ તળે સુતરનો કોરો તાંતણો આવેલો જોવામાં આવતાં તેમનાથી એકદમ સખેદ આશ્ચર્યનો ઉદગાર થઇ ગયો. સ્થાનેથી ઉઠી શોક કરવા ગયા અને હર્ષવાક્યો ઉચ્ચારતા શુધ્ધ થઇ પાછા આવ્યા. એક કલાકમાં સર્વ મળી અગિયાર સ્નાન કર્યા પછી ભદ્રંભદ્ર આસને સ્વસ્થ થઇ મુખ મલકાવતા બેઠા.આર્યોચિત સ્નાનશુધ્ધિના થયેલા વિજયથી અથવા ભોજનવેલાના સામીપ્યના વિચારથી અથવા એવા બીજા કોઇ કારણથી તેમનું ચિત્ત પ્રસન્ન થયું હશે, કારણકે આસપાસ મચી રહેલા જંગનો જે દેખાવ નજરે પડતો હતો તે સંતોષની વૃત્તિ ઉપજાવે તેવો નહોતો.આ જંગ વિશે પોતાનો અભિપ્રાય દર્શાવવાની તેમની ઇચ્છા જણાતી નહોતી.મેં ઘણા પ્રશ્ન કર્યા ત્યારે તે બોલ્યા,

'કેટલું ખાવું એ જ ખરેખરી ચિંતાનો વિષય છે,ક્યાં ખાવું એ વિશે સુજ્ઞો કદી ચિંતા કરતા નથી. ભોજન પેટમાં જાય છે.ભોજનનું સ્થાન પેટમાં જતું નથી. પેટને માત્ર ભોજનનો જ

ભાર ઉંચકવો પડે છે. માટે સુજ્ઞો તે ઉપર જ લક્ષ રાખે છે.અન્ન દેવ હોઇ દેશકાલના નિયમથી અતીત છે, માટે અન્નનું ભક્ષણ કરવામાં સુજ્ઞો દેશકાલની ગણના કરતા નથી. જ્યાં ભોજન મળે અને જ્યારે ભોજન મળે ત્યાં અને ત્યારે સુજ્ઞો આહાર કરી લે છે. સ્થાન નહિ પણ પાચન સિધ્ધ કરવામાં સુજ્ઞોની કુશલતા છે.'

મેં કહ્યું,'મહારાજ' આપને વચ્ચે અટકાવવા ઉચિત નથી પણ આ મહાન સિધ્ધાંત બરાબર સમજી લેવો જોઇએ.'સુજ્ઞો' એટલે સારું જાણનાર તેમ જ સારું ખાનાર એવો અર્થ આપ કરો છો?'

'જાણવું તે ખાવું છે અને ખાવું તે જાણવું છે. જાણ્યાથી જ ખાઇ શકાય છે અને ખાધાથી જ જાણી શકાય છે.માટે અન્ન કે ધન ખાઇ શકે તે સુજ્ઞ કહેવાય છે. એ કામ કઠણ છે, માટે શાસ્ત્રમાં માત્ર બ્રાહ્મણને જ જ્ઞાન અને ભોજનનો અધિકાર આપ્યો છે. તો અમુક સ્થાને જ ભોજન કરવું એવો આગ્રહ કરવાથી એ અધિકાર ઓછો થાય છે અને પૂરેપૂરો ભોગવી શકાતો નથી. શાસ્ત્રો સંસ્કૃતમાં હોવાથી એકલા વલ્લભરામ જ શાત્ર જાણે છે એમ તો તેની પેઠે હું છેક નથી કહેતો. પણ હું તથા વલ્લભરામ - અને બીજા કેટલાક - સિવાય શાસ્ત્ર જાણતા નથી એ તો સિધ્ધ છે. તેથી ગમે ત્યાં ભોજન કરવાના આ શાસ્ત્રોક્ત અધિકાર વિશે અજ્ઞાન હોવાથી સુધારાવાળા અને પાશ્ચાત્ય લોકો સ્વચ્છતા અને આરોગ્ય સાચવવાના નિયમને બહાને ભોજનસ્થાનક અમુક પ્રકારનાં હોવા વિશે ગમે તેટ્લો આગ્રહ કરે પણ આર્ય સ્વધર્મ છોડી કદી એવો પરધર્મ સ્વિકારશે નહિ. જે વિશે શાસ્ત્રોમાં આજ્ઞા નથી તેવા પાશ્ચાત્ય પદાર્થ વિજ્ઞાન તથા વૈદકના નિયમો આર્યો કદી પાળશે? કદી નહિ. આ ઊંડી દ્રષ્ટિએ પરીક્ષા કરતાં ઠામ માટે વિગ્રહ કરનારા આ આર્યો આર્યધર્મનું કેવું ઉલ્લંઘન કરનારા ઠરે છે? આર્યધર્મના અભ્યાસમાં કેવું વિઘ્ન કરનારા ઠરે છે!'

ભોજનના પદાર્થ આસન સમીપ આવી પહોંચતા જોઇ ભદ્રંભદ્ર બોલતા બંધ થઇ ગયા. આર્યોના ધર્મ સમજાવવાનું એકાએક અધૂરું મૂકી પીરસનારના ધર્મ બરાબર બજાવાય છે કે નહિ એ અવલોકન તરફ તેમણે લક્ષ પ્રેર્યું. પીરસનારના આગમનથી ભૂદેવોમાં સર્વત્ર શાંતિ ફેલાવા માંડી હતી અને વિગ્રહ કરતા વિપ્રો ઠામનાં સુખદુઃખ ભૂલી જઇ પરમાર્થ બુધ્ધિ ધરી ગમે તેમ કરી ભક્ષણવ્યવસ્થાને અનુકૂળ થવાય તેવી રચનામાં ગોઠવાઇ ગયા. પીરસનારને સર્વત્ર આવકાર મળ્યાથી ભદ્રંભદ્રનો વિશેષ સત્કાર કરવાનો ધર્મ તેમના ચિત્તમાં સ્કુર્યો નહિ. તે સ્કુરે તેવી આવશ્યકતા હતી,પરંતુ ભાષણ કરવામાં કાલક્ષેપ કરી મુખનું ભોજનબળ ઓછું કરવું એ અનિષ્ટ હતું, તેથી ભદ્રંભદ્ર આતુર આકૃતિથી જ ચિત્તમર્મ પ્રકટ કર્યા જતા હતા.

એક પીરસનાર અમારા ઠામ પાસે આવ્યા વિના ચાલ્યો જતો હતો તેથી અધીરો થઇને હું તેને બોલાવવા શબ્દોચ્ચાર કરતો હતો. પણ ભદ્રંભદ્રે મને અટકાવી કહ્યું:

'ઉચ્ચારેલો અર્થ તો પશુઓ પણ સમજે છે. પંડિતો વગર કહેલું કળી શકે છે,એ આર્યત્વરહસ્યનું તને કેમ વિસ્મરણ થાય છે?'

પીરસનારને પંડિત કહી શકાય કે નહિ એ વિશે મને શક હતો, પણ એવામાં ભોજનવ્યાપાર એકાએક શરૂ થઇ ગયો અને વાદવિવાદમાં ભદ્રંભદ્રનું મન ચહોંટે એમ નહોતું.વળી,પીરસનારે પશુબુધ્ધિ અગર પંડિતબુધ્ધિ વાપરી;ભદ્રંભદ્રના શબ્દ તેણે સાંભળ્યા,અને ઉચ્ચારેલું અગર નહિ ઉચ્ચારેલું તે સમજ્યો તથા અમારી ઇચ્છા તત્કાલ પૂર્ણ થઇ.

હર્ષપ્રાપ્તિનું પહેલું અંગ મૌન છે અને બીજું અંગ ઉત્ક્રોશ છે – એ કોઇ અંગ્રેજી લેખકનું વાક્ય પ્રસન્નમનશંકર અનેક વાર પોતાનું રચેલું કહી પ્રચલિત કરતા હતા અને ભદ્રંભદ્ર એ પ્રયોગમાં તેનું અનુકરણ કરતા હતા પણ એ વાક્યનું તાત્પર્ય મારા સમજવામાં આવતું નહોતું. આજ સાક્ષાત્કારથી મને તેનો અનુભવ થયો. ભોજનપર તૂટી પડતા વિપ્રો પ્રથમ તો નિઃશબ્દ બની ગયા અને થોડીક વાર સુધી સડકા અને સબડકા સિવાય બીજા અવાજો સંભળાતા નહોતા. કેટલીક વારે 'મૂકજો' 'મૂકજો'ના ઉચ્ચાર કંઇ કંઇ ઊઠવા લાગ્યા અને ધીમે ધીમે એ સર્વવ્યાપી થઇ ગયો. એન્જીનમાં નાખેલા કોયલા કેટલીક વાર રહ્યા પછી વરાળનો અવાજ જોરથી નીકળવા માંડે તે પ્રમાણે ભૂદેવોના પેટમાં મિષ્ટાન્નો કંઇક જમાવ થયેલી સર્વત્ર વાચાલતા પ્રસરી.'મૂકજો'ની સાથે વાનીઓનાં નામ દેવાવા લાગ્યાં. પીરસનારને નામ દઇને સંબંધોન થવા લાગ્યાં. પીરસનારા પ્રતિ સત્કારવચનો, સ્નેહવચનો ઉચ્ચારાવાં લાગ્યાં. પીરસનારા સમીપ આવતાં પ્રથમ અનુગ્રહ થવા માટે જમનારા વચ્ચે રકજક થવા લાગી.એકબીજાના હક સંબંધી જમનારા ભૂદેવોમાં તકરાર થવા લાગી.પીરસનારાઓએ કરેલા નીવેડા વિશે અસંતોષ ઉપાલંભ પ્રકટ થવા લાગ્યા. તુંકારા અને અપમાન વાક્યો ભૂદેવોમાં પરસ્પર પ્રવર્તિત થઇ અંતે પીરસનારા પ્રતિ ઉદ્દિષ્ટ થવા લાગ્યા. ગાલિપ્રદાન અને ગાલિગ્રહણ પ્રચલિત થઇ રહ્યાં.પીરસનારા કુપિત થઇ જમનારાને છાંટા ઊડે એવી રીતે પ્રવાહી પદાર્થો રેડવા લાગ્યા અને સર્વ પદાર્થો થોડા પત્રાળીમાં, થોડા કાદવમાં અને થોડા જમનારાના શરીર પર પડે તેમ ફેંકવા લાગ્યા.સ્પર્શનો પ્રતિશેધ હોવાથી જમનારા ભૂદેવો પીરસનારા પર માત્ર રોડાં ફેંકી પ્રહારની ઇચ્છા તૃપ્ત કરવા લાગ્યા.

પીરસનારાના માંહેમાંહેમાંના ઝઘડા,વર્ગાવર્ગીની તકરારો,વાનીઓ પીરસવાની પસંદગી અને અનુક્રમ વિશેના વાદવિવાદ, એકબીજાને અપાતા ઠપકાનાં વચનો,ચાલાકીની સ્પર્ધામાં કહેવાતાં તિરસ્કાર વાક્યો,વીજળીની તારની ગોઠવણો ન હોવાથી દૂર સંદેશા મોકલવા માટે પાડવામાં આવતી બૂમો, એ સર્વથી થતો ઘોંઘાટ વળી પૃથક હતો.સાગરમાં ઘણી તરફથી નદીઓ મળી આવે તેમ છૂટીછવાઇ લડાઇઓના અવાજ મહાન કોલાહલમાં આવી મળતા હતા. એક સ્થળે પીરસનારને કોઇએ 'મહારાજ' કહી સંબોધન કર્યાથી ઊઠેલું યુધ્ધ મચી રહ્યું હતું. એક સ્થળે જમનાર પર પીરસનારે પોતાને અડક્યાનો આરોપ કર્યાથી યુધ્ધ મચી રહ્યું હતું.એક સ્થળે જમનારના દાદાના મામાએ પચાસ વર્ષ પહેલાં જમાડેલી નાતમાં ઓછું ઘી વાપર્યાનો અરોપ બીજા જમનારે કર્યાથી તેમનું યુધ્ધ મચી રહ્યું હતું.

શેરીમાં આવવાનાં જ્યાં જ્યાં મથક હતાં ત્યાં ત્યાં ઢેડ, વાઘરી અને ભિખારીઓનાં ટોળાં ટમટમી રહ્યાં હતાં. કેટલેક નવેણમાંનાં બળતાં લાકડાં સામે ધરીને તેમને પાછા હઠાવવામાં આવતા હતા, કેટલેક ઠેકાણે છૂટી લાકડીઓ ફેંકી તેમના હુમલા પાછા હઠાવવામાં આવતા હતા અને કેટલેક ઠેકાણે માત્ર અતિશય બીભત્સ ગાલિપ્રદાનથી તેમને આવતા રોકવાનો પ્રયત્ન થતો હતો.

હું અને ભદ્રંભદ્ર આ સર્વ દેખાવ શાંત ચિત્તે જોતા હતા અને કોઇ પણ ખલેલ થવા દીધા વિના ભોજનનું કાર્ય ચલાવ્યા જતા હતા.કેટલાક કઠણ કોળિયા પૂરા કરવા જતાં વખત જતો, ત્યારે ભદ્રંભદ્ર કદી કદી ભોજનની સ્વદિષ્ટતા તથા આર્યધર્મની ઉત્તમતા વિશે ટુંકાં વ્યાખ્યાન કરતા હતા. આર્યત્વયુકત 'મહારાજ' પદ અપમાનજનક અને તેનો અર્થ 'રસોઇયો' અથવા 'ભિખારી' થાય છે એ સુધારાવાળાએ પ્રવર્તાવેલા 'મિસ્ટર' પદનું પરિણામ છે, – એ વિશે ભદ્રંભદ્ર આ રીતે કોળીયાના અંતરમાં વિવેચન કરતા હતા, એવામાં એક ઠેકાણે કનાત પાડી નાખી એક અધીરી થઇ રહેલી ગાય અંદર પેઠી અને નાતની વચ્ચે દોડવા લાગી.તેને હાંકી કાઢવા પડેલી બૂમોથી ગાય ભડકી અને પતરાળાં અને પતરાળાંના અધિપતિઓને ઉથલાવી પાડવા લાગી. જમવાનું મૂકીને નાસી જવાનો નિષેધ હોવાથી શબ્દોચ્ચાર સિવાય ભૂદેવોને રક્ષણોપાય રહ્યો નહિ. પીરસનારામાંના ઘણાખરા પાસેના ઓટલા પર ચઢી ગયા અને બાકીના ગાયને ભડકાવી તથા દોડાવી ગમ્મત કરવા લાગ્યા.

ગૌમાતાની આ રીતે અવગણના થાતી જોઇને ભદ્રંભદ્ર અપ્રસન્ન થયા. આર્યત્વનું દ્રષ્ટાંત આપવું આવશ્યક ધારી તે ગૌમાતાની વાટ જોતા બેઠા.ગૌમાતા સમીપ આવતાં ભદ્રંભદે ઠામેથી વાંકા વળી તેમનું પૂછડું ઝાલ્યું અને આંખ તથા કપાળ પર તેનો સ્પર્શ કરવા

પોતાનું ડોકું લાંબું કર્યું. પરંતુ આ કરતાં ભદ્રંભદ્ર સ્વસ્થાનેથી ખસી ગયા અને જમીન પર કાદવમાં ઢળી પડતા અટકવાનો પ્રયત્ન કરતાં પૂંછડે લટકી રહ્યા. પગ જમીનને અડકે નહિ તે સારુ ટુંટીયું વાળી તેમણે પગ ઊંચા લઇ લીધા અને એવી સ્થિતિમાં ગૌમાતા તેમને લઇને દોડવા લાગ્યાં. ભદ્રંભદ્રમાં ભરેલી આર્યતાના ભારથી ગૌમાતા ઉશ્કેરાઇ વધારે કુદવા લાગ્યાં અને ભદ્રંભદ્ર માણસો તેમ જ ઓટલા અને ભીંત સાથે અથડાવા-કુટાવા લાગ્યા. છોકરાઓ તેમના પર પત્રાળીમાંના વિવિધ પદાર્થો ફેંકવા લાગ્યા અને બીજા પૂછડું મૂકી દેવાની સલાહ ઘાંટા કાઢી આપવા લાગ્યા પણ ભદ્રંભદ્ર કશાથી ડગ્યા નહિ. પૂંછડે લટકતા તે આખી નાતમાં ફરી વળ્યા અને શહેરમાં બીજે પણ ફરવા નીકળી પડત, પરંતુ ગૌમાતા લાતપ્રહારથી તેમને નીચે નાખી દઇ ચાલ્યાં ગયાં. એકલા પડેલા ભદ્રંભદ્ર પાછા સ્વસ્થાને ગયા.

ગૌમાતા વિદાય થયા પછી ભૂદેવો પાછા ભોજનોન્મુખ થયા; પરંતુ ગરબડાટમાં જમનારા ઊભા થઇ ગયા હતા, તેથી એ પ્રશ્ન ઉઠ્યો કે સ્થાનેથી ઉઠ્યા પછી ફરી ભોજન કરવા બેસાય કે નહિ. ભોજન કરવાની ઇચ્છા સર્વની હતી, પણ રૂઢિ વિરુધ્ધ હતી તેથી ગુંચવણ લાગી. સભા ભરાય અને લાંબા વાદવિવાદ થાય એટલો વિલંબ સહન થઇ શકે તેમ હતું નહિ. તેથી તત્કાળ નિર્ણય થયો કે રૂઢિ પ્રતિકૂળ છતાં શાસ્ત્રમાં અનુજ્ઞા હોય તો ભોજન કરવું. શાસ્તર જોવાની પણ જરૂર રહી નહિ, કેમકે ભદ્રંભદ્રે ખાતરી કરી કે ‘શાસ્ત્ર પ્રતિકૂળ છે નહિ અને હોઇ શકે નહિ. અન્ન દેવ છે. તેના સમક્ષ ઊભા રહેવાનો નિષેધ નહિ પણ વિધિ હોવો જોઇએ. વળી શાસ્ત્ર તો કામધેનુ છે, જે અને જેવા આધારની ઇચ્છા હોય તે અને તેવા આધાર શાસ્ત્રમાંથી નીકળી શકે છે.’

સર્વના ચિત્તનું સમાધાન થયું અને ભોજનવ્યાપાર પાછો પ્રવર્તિત થયો. ધીમે ધીમે પ્રથમની સ્થિતિ પાછી વ્યાપી ગઇ.ભોજનપ્રસંગનો અંત જેમ નજીક આવતો ગયો તેમ પીરસનારાની ઉતાવળ અને જમનારની અધીરાઇ વધવા લાગ્યાં,દોડ્યા જતા પીરસનારને જમનાર ઘડી ઘડી પાછા બોલાવવા લાગ્યા અને પીરસનાર મિષ્ટ ભોજન પદાર્થો આપવાને બદલે ‘આટલું તો ખાઇ જા’નો કટુ ઉપદેશ આપવા લાગ્યા.ભોજન પૂરું થઇ જવાનો ભય હોવાથી જમનારા ભૂદેવો ઝઘડા ઓછા કરવા તત્પર થયા હતા અને હોલવાઇ જતા દીવાને ઉત્તેજન કરવાની ભલામણ ઉચ્ચારવા જેટલો પણ કાલક્ષેપ કરતા બંધ થયા હતા. ‘માબાપ હવે તો ઊઠજો,*કંઇ રહેવા દેજો,’ એવા ઢેડવાઘરીઓના પોકારો ઘડી ઘડી સંભળાતા હતા;ખાલી પાત્રો લઇ ફરતા પીરસનારાઓ વિધ વિધ વાનીઓ ‘જાય છે, જાય છે’ એવો ઘોષ કરતા હતા અને છેવટની વાનીઓ આવવાની છે એવાં આશાવચનો કહી સંભળાવતા હતા.*

પીરસનારા પોતાના ભોજનની ગોઠવણ વિશે અરસપરસ સલાહ પૂછવામાં અને આજ્ઞા કરવામાં ગૂંથાયા હતા. છેવટની વાનીઓએ કેટલેક ઠેકાણે પીરસાઇ હતી, કેટલેક ઠેકાણે પીરસાતી હતી અને કેટલેક ઠેકાણે પીરસાવા આવવાની બાકી હતી, એવામાં એકાએક ઢેડવાઘરી-ભીખારીઓ હલ્લો કરી અંદર ધસ્યા અને નાતમાં હૂલકું પડ્યું.જમી રહેલા અને બહુધા સંતોષ વળે એટલું જમી રહેલા ભૂદેવો ઉતાવળે હાથ ધોઇ ઊભા થઇ ગયા. અસંતુષ્ટ રહેલા 'બેસજો, બેસજો' એવી અરણ્યમાં કરેલ રુદન સમાન વ્યર્થ બૂમો પાડવા લાગ્યા. ધસી આવેલાઓ પત્રાળીઓ પર તરાપ મારવા લાગ્યા. ભૂદેવો તેમના પર પાણીના લોટા ઢોળવા લાગ્યા. પણ તેથી શત્રુઓ હઠ્યા નહિ. સ્પર્શ કરવાને અસમર્થ હોવાથી ભૂદેવો નિરુપાય થઇ ગયા અને નાસાનાસી ચાલી રહી. આખરે હું અને ભદ્રંભદ્ર પણ ઠામેથી ઉઠ્યા અને પાસેના ઓટલા પર ચડી ગયા.અમારી પત્રાળીમાંના અવશેષ બે વાઘરણો અને ત્રણ છોકરાં ઝડપથી ખાઇ જતાં હતાં તે હું વૈરાગ્ય ધરી ઉદાસીનતાથી જોઇ રહ્યો હતો.પરંતુ ભદ્રંભદ્ર ક્રોધથી ઉશ્કેરાયા અને બોલી ઉઠ્યા,

'શૂદ્રો!ચાંડાલો!અધમ જનો!આકાશમાં તપ કરતા તપસ્વી સ્વર્ગભ્રષ્ટ થઇ ખરતા તારારૂપે નીચે પડે છે ત્યારે જલ,સ્થલ,વાયુ,વ્યોમ,વૃક્ષ, પર્વત,પશુ,પક્ષી,મનુષ્ય સર્વ 'શિવ' 'શિવ' વચનો કહી શોકોદગાર કરે છે. પરંતુ આજે અહીં ભૂદેવો ભોજનભ્રષ્ટ થઇ પલાયન કરે છે,છતાં દુષ્ટો! તમે હર્ષથી પ્રફુલ્લ થાઓ છો તથા તેમના અધિકારનું અન્ન લૂંટી લ્યો છો તે પુનર્જન્મમાં તમારી શી વલે થશે? પુનર્જન્મમાં આ અન્ન તમારે ભૂદેવોને પાછું આપવું નહિ પડે? તો શું કામ હમણાં લઇ લ્યો છો અને વ્યાજ ચઢાવો છો? પેટ ભરાવાનો મિથ્યા સંતોષ લેવા કરતાં બ્રહ્મભોજનનું મહાપુણ્ય લેવાથી તમને શું વધારે લાભ નથી? તમે શું સુધારાવાળાના ઉપદેશથી દૂષિત થયા છો અને એમ માનો છો કે જ્ઞાતિભોજનથી વ્યર્થ ધનવ્યય થાય છે તથા ખરેખરો રુચિકર હર્ષોત્સવ થતો નથી? સુધારાવાળા અજ્ઞાન છે, પણ તમે શું સમજતા નથી કે રૂઢિઓ ધનરક્ષણ માટે અથવા સુખરક્ષણ માટે નથી, પણ જ્ઞાતિરક્ષણ માટે છે? તમે, શું પાશ્ચાત્ય દેશોના વતની છો અને જાણતા નથી કે જ્ઞાતિભોજનના પ્રસંગમાં આહાર કરવો, એ સમાન સુખ સ્વર્ગમાં પણ દુર્લભ છે? સ્વર્ગમાં ભોજન છે, પરંતુ ત્યાં જ્ઞાતિભોજન છે એવો શો પુરાવો છે? જ્ઞાતિભોજનની રૂઢિને અભાવે પાશ્ચાત્ય પ્રજાઓ ભોજનનો સ્વાદ પરિપૂર્ણ રીતે જાણતી નથી એ શું તમને અનુભવસિધ્ધ નથી? એવાં સતિ જ્ઞાતિભોજનસ્ય ખંડનુ કર્તુ મૂર્ખાઃ! મેં કયા શાસ્ત્રાધારે તત્પર થયા છો? જ્ઞાતિભોજન ગંગાજલ સમાન છે, ગમે તેટલી મલિનતા અંદરથી ભરી હોય તો પણ જ્ઞાતિભોજન અને ગંગાજલ અંદરથી પવિત્ર જ રહે છે, અમૃત તુલ્ય મિષ્ટ જ રહે છે. જ્ઞાતિભોજન અને ગંગાજલ વિના જીવન સાર્થક થતું નથી. એ આર્ય સિધ્ધાંત તમારા શ્રવણપથમાં આવ્યા જ નથી? જ્ઞાતિભોજન જમનારને જે ઉગારો થાય તેથી વધારે ખર્ચ

તેને પોતાની જ્ઞાતિ જમાડવી પડે છે ત્યારે થાય છે, – એ સુધારાવાળાની દલીલ શું તમે સબળ માની બેઠા છો? સુધારાવાળાની પેઠે તમે પણ શું શાસ્ત્રથી અનભિજ્ઞ છો અને અન્નનું મૂલ્ય ધન વડે કરો છો? પારકું અન્ન મફત મળે તો અમૂલ્ય છે, અને જ્ઞાતિ જમાડવા જે ધન ખરચવું પડે તે પેટમાં મફત પડેલા પારકા અન્ન આગળ કંઇ ગણનાને પાત્ર નથી. તેથી આર્યધર્મશાસ્ત્રને પ્રભાવે જ્ઞાતિભોજનના વિષયમાં પાશ્ચાત્ય અર્થશાસ્ત્રનું બળ ચાલતું નથી – એટલું પણ તમે આર્યો છતાં જાણતા નથી?'

આ સર્વ ઉપદેશનો અનાદર થતો જોઇ અને અન્ન અયોગ્ય મુખોમાં જતું જોઇ ભદ્રંભદ્ર ખિન્ન થયા, તેમનો ખેદ વધતો અટકાવવા હું તેમને ત્યાંથી લઇ ગયો.ચાંડાલોનો સ્પર્શ થવાની બીકથી અને માર્ગમાં પડેલા ઉચ્છિષ્ટ અન્નમાં પગ પડતા અટકાવવા સારુ અમારે કુદકા મારવા પડતા હતા. આ ક્રિયામાં ભદ્રંભદ્ર એક બે વખત ગબડી પડ્યા તથા લપસી પડ્યા, પરંતુ ત્યાં પડ્યા ન રહેતાં ધૈર્ય રાખીને પાછા ઊભા થઇ ગયા.તેમના મનમાં ઊંડું ચિંતન ઘોળાતું હતું. ગુલાંટ ખાવાના પ્રસંગો પૂરા થયા પછી ચાલતાં ચાલતાં તેમણે કેટલીક વારે કહ્યું,

'અમ્બારામ! વિયોગનું દુઃખ અસહ્ય કહેવાય છે તે સત્ય છે. પત્રાળી દેવીનો વિયોગ ખમવો કઠણ છે. એ દેવીનો મુખોચ્છશ્વાસગંધ અવશિષ્ટ રહેલા અન્નની સુગંધ રૂપે ભોજનસ્થાનની સમીપના ઘરવાળાને મળશે. આપણને તો એટલું આશ્વાસન પણ નહિ મળે. આમાં કોઇ સુધારાવાળાની ઉશ્કેરણી છે તેમાં સંશય નથી, પત્રાળી દેવીની પોતાની ઇચ્છા તો જૂદાં થવાની નહોતી જ. તેના આકર્ષણને લીધે જ મારે માર્ગમાં ઘડી ઘડી નમ્ર થવું પડતું હતું.'

ભદ્રંભદ્રના મુખમાંથી પ્રેમવચનો નીકળતાં પહેલી વાર જ સાંભળ્યાં. પણ મુદિત થવાનો આ પ્રસંગ નહોતો. તેમની વિરહવ્યથા દુઃખજનક હતી. માત્ર કાળે કરીને તેમનું ચિત્ત શાંત થયું.ખાધેલું અન્ન પચાવવાના પ્રયાસમાં દિવસો ચાલ્યા ગયા અને વાત વિસારે પડી.

૨૮. 'કેસ' ચૂક્યો

માજિસ્ટ્રેટ કોર્ટમાં અમારા કામનો ફેંસલો આપવાનો દિવસ આવ્યો. શુભ અને જયદાયી મુહૂર્તમાં અમે ઘેરથી કોર્ટ જવા નીકળ્યા. માર્ગમાં શુકનની વાટ જોતા અમે ઊભા રહ્યા. ભદ્રંભદ્રની સૂચનાને અનુસરી મિત્રો કોઈ ઓળખીતાના મરણની ખબર કાઢવા રાતના શહેરમાં નીકળી પડ્યા હતા. તેઓ ભલામણ વડે ગોઠવણ કરી એક મડદું સામું લેવડાવી આવ્યા એટલે એ ઇષ્ટ શુકન જોઈ અમે અગાડી ચાલ્યા. કપાળ ઉપર કુમકુમથી ઑંકાર લખી માંગલ્યની સિદ્ધિ અમે કરી લીધી હતી, અને સર્વવિઘ્નવિનાશન ગજાનનની આકૃતિ અમારા પેટ ઉપર ચીતરી હતી. આ પ્રમાણે સર્વ રીતે અમે ભયમુક્ત હતા. તે છતાં માર્ગમાં ભદ્રંભદ્ર ચિંતાતુર જણાતા હતા. તેમના બોલવાની કેટલીક વાર રાહ જોઈ મેં પૂછ્યું,

"મહારાજ, આપની શ્રદ્ધા વિશે શંકા અસ્થાને છે, પરંતુ, સર્વ આર્ય રીતિઓએ વિજય નિ:સંશય હોવા છતાં ચિંતાનું કાંઈ કારણ આપની અગાધ બુદ્ધિને જણાય છે?"

ભદ્રંભદ્ર નીચું જોઈ રહી બોલ્યા, 'એકલી "અગાધ" નહિ, "અપૂર્વ અને અગાધ." '

મહાપુરુષોની આજ્ઞા તત્કાળ સ્વીકારવી જોઈએ અને તે સ્વીકારી છે એમ દર્શાવવું જોઈએ, તેથી છેલ્લું વાક્ય હું સુધારીને ફરી બોલ્યો,

'ચિંતાનું કોઈ કારણ આપની અપૂર્વ અને અગાધ બુદ્ધિને જણાય છે?'

ભદ્રંભદ્રે હવે ઊંચું જોયું. મારા સામું ક્ષણવાર જોઈ રહી તે બોલ્યા,

'અમ્બારામ, ચિંતા માત્ર તારા વિશે છે. તારા કપાળ ઉપરના ઑંકારમાંના અનુસ્વારની આકૃતિ ખંડિત થયા પછી ફરીથી કરેલી છે. તે ઉપરથી તથા મેં જ્યોતિષની ગણતરી મનમાં કરી જોઈ તે ઉપરથી પરિણામ એવું જણાય છે કે જો કેદની શિક્ષા થશે તો આજ પાછા ઘેર નહિ જવાય. હું તો બ્રહ્મતેજ વડે સર્વત્ર ગમન કરી શકું છું, પણ તારે માટે ચિંતા થાય છે.'

'કેદની શિક્ષા થવાની જ નથી એમ જોષી કહે છે અને આપ કહો છો, પછી આપ સરખા મહાપુરુષના ભક્તે શા માટે ઉદ્વેગ કરવો?'

'યથાર્થ છે, પરંતુ સંકેતાર્થ ભવિષ્ય સત્ય નીવડે તો પરિણામ શું થાય તે વિમર્શન કરી જોવું તે ત્રિકાલજ્ઞાનીનું લક્ષણ છે. આપણે કંઈ સુધારાવાળા નથી કે ત્રિકાલજ્ઞાનિત્વનો દાવો મૂકી દઈએ. તેટલા માટે હું આ ચિંતા કરું છું.'

કોર્ટમાં જઈ અમે અને શત્રુઓનું ભૂંડું થાય તે માટે ભદ્રંભદ્ર અડધી ગાયત્રી સીધી અને બાકીની અડધી ઊંધી દર પગલે અને દર ક્ષણે ભણ્યા જતા હતા. ચિંતાનો ફેલાવ થતો અટકાવવા હું પણ તેમની પેઠે 'तत्सवितुवरिन्यम भर्गो देवस्य तयादचोप्र नः यो योधि हिमधि 'નો પાઠ કરતો હતો. પરંતુ બંને પક્ષવાળા ચિંતાગ્રસ્ત જણાતા હતા અને માજિસ્ટ્રેટ સાહેબની મુખાકૃતિ ઉગ્ર જણાતી હતી તેથી એમને સ્વસ્થતા રહેતી નહોતી. આવા સંશયમાં કેટલોક વખત વીત્યા પછી કોર્ટે હુકમ ફરમાવ્યો. ભદ્રંભદ્ર અને સોમેશ્વર પંડ્યાને દરેકને બે માસ કેદની શિક્ષા કરી, મને અને વિરુદ્ધ પક્ષના એક માણસને દોઢ માસ કેદની શિક્ષા કરી, કેટલાકને એથી ઓછી કેદની તથા દંડની શિક્ષા કરી તથા બાકીનાને છોડી મૂક્યા.

ભદ્રંભદ્ર પ્રથમ સ્તબ્ધ થયા, પછી ખિન્ન થયા, પછી વિહ્વલ થયા, પછી વ્યગ્ર થયા, પછી ક્રુદ્ધ થયા, પછી કૂદ્યા, પછી પાછા હઠ્યા અને પછી ઉદ્ગાર કર્યો,

'અબ્રહ્મણ્યં, અબ્રહ્મણ્યં, છલં, સુધારકાણાં છલં, આર્ય જ્યોતિષને, આર્ય શુકનને, આર્ય દેવોને, આર્ય સાધનાને ખોટાં પાડવા સુધારાવાળાએ કરેલી આ કપટમાયા યુક્તિ, જેવી ધ્વસ્તા થઈ છે મુક્ત, જેથી લુપ્તા થઈ છે ભુક્તિ-'

'લે જાઓ!' એવા મહોટે નાદે કોર્ટનો હુકમ થયાથી સિપાઈએ ભદ્રંભદ્રને હાથ ઝાલી ખેંચ્યા તેથી વાક્ય પૂરું કરવું તેમને યોગ્ય લાગ્યું નહિ.

અમે બહાર નીકળ્યા એટલે લોકોએ 'હે' અને 'હુરીઓ'ના હર્ષનાદે અમને વધાવી લેવા માંડયા. પણ સિપાઈઓએ કેટલાકને ધક્કા મારી આ પ્રશંસામોહમાંથી જાગ્રત કર્યા અને શાંત કર્યા. ભદ્રંભદ્ર લોકો તરફ ફરીને બોલ્યા,

'અજ્ઞાન મનુષ્યો! હર્ષના ઉચ્ચાર કરવાનો આ સમય નથી. પૂજ્ય મહાન આર્યવીરના સંકટની વેળા છે, તેથી ઉદગાર કરો કે શિવ! શિવ! શિવ! હર! હર!'

ટોળામાંથી કોઈ બોલ્યું, 'રામ બોલો!'

ભદ્રંભદ્ર કહે, 'તે પણ ઠીક છે. પણ હું હજી જીવવાની આશા રાખું છું. પરંતુ આ વિપત્તિને સમયે કોઈ બાધા રાખો, કોઈ વ્રત લ્યો, કોઈ તપ આચરો, કોઈ કષ્ટ સહો, કોઈ અપવાસ કરો, કોઈ સુખ વર્જો, કોઈ સંસાર તજો, કોઈ જપ કરો, કોઈ યજ્ઞ કરો.'

વળી કોઈ બોલ્યું, 'કોઈ કૂવામાં પડો.'

'તે પણ ઠીક છે.'

અમે કાચી જેલના બારણા આગળ જઈ પહોંચ્યા હતા તેથી, ભદ્રંભદ્રનું ભાષણ આગળ ચાલી શક્યું નહિ. કંઈ પણ ક્રિયા કે વિધિ વિના અમને કોટડીમાં હડસેલી દીધા. સંભાષણથી અમારા પહેરેગીરો અપ્રસન્ન થતા હતા તેથી અમે મૂંગા બેસી રહ્યા.

જેલના બીજા યાત્રાળુઓ આવી એકઠા થયા. બે ત્રણ કલાક પછી અમારું સરઘસ મ્હોટી જેલ તરફ જવાને તૈયાર થયું. કેટલાક જાત્રાળુઓ અનુભવી હતા. તેમણે ભથ્થાની માગણી કરી. પણ, સિપાઈઓએ ખબર આપી કે આજનું ભથ્થું કાચી જેલમાંથી નહિ મળે.

કાચી જેલમાંથી બહાર આવી મિત્રોને મળી લઈ અમે મ્હોટી જેલ તરફ રવાના થયા. દરેકને હાથે બેડી પહેરાવી હતી. તથા લોખંડના એક લાંબા સળિયામાં દરેકની બેડી ભરાયેલી હતી. હું અને ભદ્રંભદ્ર સળિયાની સામસામી બાજુએ જોડાજોડ હતા તેથી ધીમે વાત કરવાની અનુકૂળતા હતી, શહેરના વસ્તીવાળા ભાગથી દૂર ગયા એટલે મેં સિપાઈને પૂછ્યું,

'મજલ કેટલી લાંબી હશે?'

'હેંડ્યો જા ને મારા ભાઈ, કેદમાં જવું તે કંઈ સુખ હશે? અમે વગર સજાએ પગ ઘસીએ છીએ ને!'

ભદ્રંભદ્રે મારા કાન આગળ ધીમેથી કહ્યું, 'જોયો સુધારાવાળાનો અન્યાય! શિક્ષા આપણને થઈ તોપણ પગાર ખાઈ આપણી ચોકી કરનારા સિપાઈ પોતાને દુઃખ પડેલું કહે છે!'

મેં કહ્યું, 'સિપાઈ સુધારાવાળા છે એમ માનવાનું કારણ નથી.'

'જે જે નિંદાપાત્ર તે સર્વ સુધારાવાળા જ સમજી લેવા. આપણી સરખી આર્યધર્મ મૂર્તિઓને તુરંગમાં લઈ જાય તે શું નિંદાપાત્ર નથી? સુધારાવાળાઓએ બ્રાહ્મણોને હલકા પાડ્યા ન હોત તો કદી બ્રાહ્મણોને કેદની શિક્ષા થાત?'

થોડી વાર મૂંગા મૂંગા ચાલ્યા પછી ભદ્રંભદ્રે મને કહ્યું, 'સોમેશ્વરને બદલે તને બે માસની શિક્ષા થઈ હોત તો સારું થાત.'

હું એ વિચારથી પ્રસન્ન થઈ શક્યો નહિ તેથી કંઈ બોલ્યો નહિ તેથી મને સમજણ પાડવા ભદ્રંભદ્રે કહ્યું,

'તું કેદમાંથી છૂટીને ગયા પછી અડધો માસ મારી ચાકરી કરનાર કોઈ નહિ રહે અને તુંયે બહાર એકલો મૂંઝાઈશ. એ પંદર દિવસ આપણી નાતનો એકલો સોમેશ્વર જ મારી દ્રષ્ટિએ પડશે તો હું દુઃખી થઈશ. એ વૈકુંઠમાં એકઠો થવાનો હોય તો હું નરકમાં જવાનું પસંદ કરું, માટે મારી ચાકરી કરવા સારુ તું પંદર દિવસની વધારે શિક્ષા માગી લેજે.'

'મહારાજ, કેદમાં તો આપણે ચાકરી કરવી પડશે. આપણી ચાકરી કોઈથી નહિ થાય.'

'હું એ માની શકતો નથી. ગુરુશિષ્યનો આર્યશાસ્ત્રોક્ત સંબંધ કારાગૃહમાં પાળવા દેવો નહિ એટલે સુધી શું સુધારાવાળાની અરજીઓ સરકારમાં જય પામી છે?'

કેટલીક વાર પછી એક વિશાળ મકાન દેખાવા લાગ્યું. ચારે તરફ ઊંચો કોટ હતો. કોટ બહાર બે-ત્રણ નાના નાના છૂટક બંગલા હતા. તથા એક બાજુએ મોટો બાગ હતો. વધારે પાસે જતાં કોટના મહોટા દરવાજા પાસે સિપાઈઓ બંદૂક લઈ પહેરો ફરતા જણાયા. ભદ્રંભદ્ર ચકિત થઈ બોલ્યા,

'ઉજ્જડ ભૂમિમાં આ શો ચમત્કાર! કેવું ભવ્ય, કેવું વિશાળ, કેવું મહાન આ ભવન છે! શો એમાં પવન છે! નિઃસંશય અહીં કોઈ રાજાનો નિવાસ હશે!'

અમારા મંડળમાંનો એક બેડી-બંધુ બોલ્યો,

આપણા જેવા ઘણા રાજારજવાડાની છાવણી અંદર પડેલી છે. આપણને તો પરથમની આથમણા ખૂણાની કોટડી મળી જાય તો ઠીક, ત્યાં ચાર-પાંચ વખતથી ગોથી ગયેલું છે.'

ભદ્રંભદ્રે કુતૂહલથી પૂછ્યું, 'શું આપ રાજમંદિરમાં પ્રથમ કોઈની સેવામાં રહેલા છો?'

'આપણે આપણી સેવામાં. અંદર હેંડોને એટલે ભોમિયા થશો.'

પહેરેગીરે અરુચિ દર્શાવ્યાથી આ વાતચીત બંધ પડી. દરવાજા તરફ અમને લઈ ગયા તેથી મારી ખાતરી થઈ કે આ જેલ છે અને તે હકીકત મેં ભદ્રંભદ્રને કહી જણાવી. ઘણી આનાકાની પછી એ વાતની સત્યતા તેમણે કબૂલ રાખી.

અમારા આગમનની અંદર ખબર મોકલાવી. 'જેલર સાહેબ' આવતા સુધી અમને બહાર ઊભા રાખ્યા. તેમણે આવી પ્રથમ અમારાં 'વારંટ' તપાસ્યાં. અમે જેલમાં રહેવાને પૂરેપૂરા હકદાર છીએ એવી ખાતરી કરી અમને અંદર દાખલ કર્યા.

૨૯. ભદ્રંભદ્ર જેલમાં

જેલની અંદર અમારી બહુ સરભરા કરવામાં આવી. અમને તોળ્યા, અમને માપ્યા, અમારા શરીર પરનાં નિશાન તપાસ્યાં, એને લખી લીધાં, અમારાં લૂગડાં બદલાવ્યાં. નવાં વસ્ત્ર ધારણ કરવાની ભદ્રંભદ્રે કંઈક નાખુશી બતાવી પણ જેલર સાહેબે આગ્રહ કર્યો તેથી આખરે ના કહેવાઈ નહિ. જેલર સાહેબે અમને સર્વને ધીરજ આપી, અપીલ કરવાની સમજણ પાડી અને જેલમાં સારી રીતે વર્તવાની શિખામણ દીધી.

અન્તરાવાસમાં જતાં જેલવાસીઓના મહોટા સમુદાય સાથે અમારો મેળાપ થયો. દળવા, વણવા, ભરવા વગેરે જુદા જુદા વ્યાપારમાં તેઓ ગૂંથાયેલા હતા, પણ કોઈના મહોં પર ખેદ જણાતો નહોતો. અમારી સાથે આવનારમાંના જેમને જૂના ઓળખીતા હતા તેમણે બહુ હર્ષથી પરસ્પર 'રામ રામ' કર્યા – ભદ્રંભદ્રને એક ઘંટીએ દળવા બેસાડ્યા, પાસે બીજી ઘંટીએ મને બેસાડ્યો, ક્ષણ વાર પછી ભદ્રંભદ્રના સાથીએ તેમની દૂંદમાં એકાએક આંગળી ભોંકી કહ્યું, 'કેમ ભટ, લાડુ ખવડાવીશ કે ?'

ભદ્રંભદ્ર ક્ષોભથી ઊભા થઈ ગયા અને બોલવા જતા હતા, પણ, એક સિપાઈ આવી પહોંચ્યો તેણે ધપ્પો મારી બેસાડી દીધા. એમને ઘંટી ચાલતી રાખવાનો હુકમ કર્યો : સિપાઈ દૂર ગયો એટલે ભદ્રંભદ્રના સાથીએ કહ્યું, 'બચ્ચાજી, બૂમ પાડશે તો હું અને તું બે માર ખાઈશું. અહીં તો બોલવાની જ મનાઈ છે. અહીં કેદીઓનો કાયદો એવો છે કે નવો આવે તે મિજબાની ખવડાવે, સરકારનો કાયદો કોરાણે રહ્યો.'

એક કેદી આઘે નેતરની કંડીઓ ભરતો હતો તે ઊઠીને આવ્યો અને બોલ્યો, 'આ વખત તો લાડુનો વારો છે. કાલે જ બનાવવા પડશે.'

ભદ્રંભદ્રે કહ્યું, 'લાડુ ખાવા તો હું તત્પર છું. લાડુ ખાવા એ આર્યનો ધર્મ છે, ભોજનગૃહમાં આજ્ઞા મોકલો. મારી પાસે પૈસા નથી. પણ પૈસા આપવા એ કારાગૃહપાલનું કર્તવ્ય છે.'

'કાગપાલ કીયો !'

'નિયુક્તાધિકારી.'

'એ શું ? સમું બોલને બામણા !'

નેતર ભરનાર ભદ્રંભદ્રને ઠોંસો મારવા જતો હતો પણ એક સિપાઈને આવતો જોઈ તે પોતાને ઠેકાણે જઈ કંડીઓ ભરવા મંડી ગયો. સિપાઈના હાથમાં સોટીઓ હતી તેના પ્રહાર માટે તે વાંકો વળી તૈયાર થઈ જ રહ્યો હતો, તેથી વાંસા પર સોટી પડતાં છતાં નેતર ભરવામાં તેને બિલકુલ ખલેલ થઈ નહિ. ભદ્રંભદ્ર પર પ્રહાર થતાં તે જરા ચમ્,અક્યા. પણ, તેમના સાથીએ ઇશારત કર્યાથી ચૂપ રહ્યા અને ઘંટી ફેરવવી ચાલુ રાખી. સિપાઈ ગયા પછી થોડી વારે મેં ભદ્રંભદ્રના તરફ જોઈ તેમના સાથીને કહ્યું,

'એમનું કહેવું એમ છે કે જેલર સાહેબને કહેવડાવીએ કે રસોઈમાં લાડુ કરાવે.'

'બંને જણા ગમાર દેખાઓ છો. જેલર સાહેબ તે લાડુ કરાવે ? એ તો રોટલા ને દાળ જ ખવડાવે, બીજી રસોઈનો હુકમ નહિ. પણ તમારા પૈસા હોય તો રસોઈનો બંદોબસ્ત છાનોમાનો કરાઈએ.'

'અમારી પાસે તો કાંઈ પૈસા નથી. જે હતું તે અમારા લૂગડાંમાં રહ્યું.'

'પણ ઘેરથી આવવાના હશે ને ?'

ભદ્રંભદ્રે પૂછ્યું, 'ઘેરથી પૈસા આવવા દેશે ?'

'બધું સિપાઈના હાથમાં, થોડુંક કાઢી લે એટલું જ.'

'ત્યારે તો ઘરે કહેવડાવીએ.'

'કહેવા કોણ તારો બાપ જશે ? ઘરવાળા ગોઠવણ કરે તો થાય.'

ખોટું લાગ્યાથી ભદ્રંભદ્રે ઉત્તર દીધો નહિ, પણ થોડી વાર પછી મારી તરફ જોઈ કહ્યું,

'અમ્બારામ ! આર્યોનું અહીં અપમાન થાય છે એ વાત પ્રારબ્ધના જાણવામાં હોત તો પ્રારબ્ધ અહીં આપણને લાવત નહિ એવી મારી પ્રતીતિ છે, કેમ કે પ્રરબ્ધ આર્યપક્ષમાં છે, સુધારક નથી.'

મેં કહ્યું, 'પ્રારબ્ધ આર્યપક્ષમાં હોય તો આપણી આવી ગતિ કેમ થવા દે ?'

પ્રારબ્ધ પણ પોતાના પ્રારબ્ધને વશ છે, વળી આ કારાગૃહનું પ્રારબ્ધ બળવાન થયું હશે તે આપણને અહીં લાવ્યું. અહીં રોટલાદાળ પર આધાર ચલાવવો પડશે તે રોટલાદાળનું પ્રારબ્ધ બળવાન થયાનું પરિણામ. આપણું પ્રારબ્ધ તો આપણને મિષ્ટાન ભણી લઈ જવા પ્રયાસ કરતું હતું. સુધારાવાળાએ રોટલાદાળના પ્રારબ્ધને સહાયતા કરી, કારણ એ છે કે પૂર્વકાળમાં આપણા ઋષિમુનિઓ વાયુભક્ષણ કરી કાળ કહાડતા તે સુધારાવાળા માનતા નથી, પણ વૃક્ષવનસ્પતિ વાયુભક્ષણ કરે છે એ વાત પાશ્ચાત્ય જ્ઞાનને આધારે તેઓ માને છે, તો શું વૃક્ષવનસ્પતિ જેટલી પણ ઋષિમુનિઓની શક્તિ નહિ ? સુધારાવાળા કહે છે કે અન્નાદિ વિના શરીરની પુષ્ટિ થાય નહિ. તો બીજમાંથી છોડ થાય છે, છોડમાંથી વૃક્ષ થાય છે તેને અન્ન ખાવનું ક્યાંથી મળે છે ? પ્રત્યેક વૃક્ષના સમાન બીજું એક વાયુમય વૃક્ષ હોય છે, તેનો ભક્ષ ધીમે ધીમે કરી વૃક્ષ પુષ્ટ થાય છે. વાયુમય થડ ખાધાથી વૃક્ષને થડ થાય છે, વાયુમય અંકુર ખાધાથી વૃક્ષને અંકુર આવે છે, વાયુમય પાંદડાં ખાધાથી વૃક્ષને પાંદડાં આવે છે, વાયુમય ફળ ખાધાથી વૃક્ષને ફળ આવે છે.'

'સુધારાવાળા કહે છે કે વૃક્ષો વાયુમાંથી કેટલાક 'ગેસ' લે છે પણ માટીમાંથી અને પાણીમાંથી વૃક્ષોને ઘણુંખરું સત્ત્વ મળે છે.'

'એ સર્વ કપોળકલ્પના. માટીમાં કે પાણીમાં ક્યાં થડ, અંકુર, પાંદડાં કે ફળ હોય છે ? 'ગેસ'ની વાત આર્યશાસ્ત્રોમાં નથી માટે અસત્ય છે. વાયુમય વૃક્ષ એ જ વૃક્ષોનો ખોરાક છે. સુધારાવાળાને એ આર્યશાસ્ત્ર રહસ્યની ક્યાંથી માહિતી હોય ? એ રહસ્ય હમણાં જ અમેરિકામાં થિઓસોફિસ્ટોએ શોધી કહાડ્યું, અને એમ પણ શોધી કહાડ્યું છે કે એ રહસ્ય આપણા ઋષિમુનિઓના જાણવામાં હતું.'

'ત્યારે ઋષિમુનિઓ પણ વાયુમય મનુષ્યનો ભક્ષ કરી જીવતા હશે ?'

'એ વાત હજી અમેરિકાથી આવી નથી. પણ, ભક્ષ કરતા હશે તો ગમે તેવા વાયુમય મનુષ્યનો નહિ, પણ વાયુમય ઋષિમુનિઓનો જ ભક્ષ કરતા હશે.'

'પણ એમાં મનુષ્યભક્ષણનો દોષ રહે છે,'

'ઋષિમુનિઓ વિષે દોષની શંકા કરવી નહિ. એ તો જેનો ભક્ષ કરતા તેને પાછો સજીવન કરતા હતા.'

'ત્યારે તો પાછા ભૂખ્યા ને ભૂખ્યા રહેતા હશે ?'

'અમ્બારામ ! તું આ કારાગૃહમાં આવી નાસ્તિક થયો જણાય છે.'

'મહારાજ ! આપ જેવા સદ્ગુરુની સંગતિથી મારી શ્રદ્ધા અચલ રહો. મારા સુભાગ્યે જ આપ આ કારાગૃહમાં સાથે આવ્યા છો. પરંતુ, શંકાનું સમાધાન કરાવવું એ શિષ્યનો અધિકાર છે.'

પ્રશ્નમાં ઘણું ઊંડું શાસ્ત્રરહસ્ય સમાયેલું છે અને તેના ઉચ્ચારણ માટે આ સ્થળ અધિકારી નથી. શાસ્ત્રશ્રવણ સારુ જેમ મનુષ્યોમાં અધિકારી મંડળ હોય છે તેમ સ્થળોમાં પણ હોય છે.'

ભોજનવેળા થતાં અમારું કામ બંધ થયું. કારાગૃહમાંથી નીકળી પ્રાયશ્ચિત્ત કરવાનો નિશ્ચય હતો તેથી ક્ષુધા તૃપ્ત કરતાં અમારે સંકોચ રાખવાનું કોઈ કારણ નહોતું. માગ્યા છતાં વિશેષ મળતું નથી એ નિયમ જાણી અમે ખિન્ન થયા. જ્ઞાતિભોજનની આર્યરીત પ્રમાણે કેદીભોજન થવું જોઈએ એ સિદ્ધાંત મને ભદ્રંભદ્ર સમજાવતા હતા એવામાં એક કેદી આવીને ભદ્રંભદ્રના રોટલામાંથી અડધો કકડો લઈ ગયો અને ઝટ ખાઈ ગયો.

ભદ્રંભદ્રે ફરિયાદના પુકાર કર્યા તેથી તેમને પ્રહાર મળ્યો, ગયેલો રોટલો ન મળ્યો. કેદીઓએ સાક્ષી પૂરી કે રોટલો કોઈએ લઈ લીધો જ નથી.

જેલર સાહેબ આવી પહોંચ્યા. તેમને ભદ્રંભદ્રે કહ્યું, 'આ લોકો ચોર છે.'

'એ તો એ લોકો અહીં આવ્યા ત્યારનો જ હું જાણું છું. પણ તું તોફાની માણસ છે. હવે તું તોફાન કરીશ તો હું તને સજા કરીશ.'

એવામાં કેટલેક આઘે એક પઠાણ કેદીએ પાસે ઊભેલા સિપાઈને એકાએક જોરથી તમાચો માર્યો. જેલર સાહેબ તે તરફ દોડી પહોંચ્યા. કેદીને સિપાઈએ બાંધી લીધો. તેનો ત્યાં જ ઇન્સાફ થયો. 'હમકો બહોત હૈરાન કીયા' એ સિવાય બીજો કશો ખુલાસો પઠાણે આપ્યો નહિ. લાકડાની ઘોડી સાથે તેના હાથ બાંધી તેનો વાંસો ઉઘાડો કરી તેને બહુ સખત ફટકા માર્યા, તે તેણે શાંતપણે ખાઈ લીધા; ઘણા ફટકા પડ્યા ત્યારે 'યા અલ્લાહ,' એટલો તેણે ધીમેથી ઉદ્ગાર કર્યો તે સિવાય તે કશું બોલ્યો નહિ. વેદનાનું લેશમાત્ર ચિહ્ન તેના મુખ પર જણાયું નહિ. હાથ છોડ્યા પછી જાણે કંઈ બન્યું જ નહોય તેમ તે બીજા કામમાં લાગ્યો. પોતાના પગમાં ખખડતી બેડી તે જોતો કે સાંભળતો હોય એમ લાગતું નહોતું.

જેલર સાહેબે ભદ્રંભદ્ર પાસે આવી કહ્યું, 'જોઈ આ વલે ! એવું છતાં તને ખાધું નહિ પચે તો પેલા ઢગલામાંના ગોળા તારે ઉપાડવા પડશે અને અપવાસ કરવો પડશે.'

જેલર સાહેબ ચાલ્યા ગયા. તેમની પીઠ ભણી ભદ્રંભદ્રે તિરસ્કારભરી દૃષ્ટિ નાખી. શબ્દ કાને પડે નહિ એટલે દૂર ગયા પછી મારી તરફ જોઈ ભદ્રંભદ્ર બોલ્યા, 'આ કારાગૃહપાલ બુદ્ધિહીન જણાય છે. જ્યાં પેટ ભરી ખાવાનું નથી ત્યાં અપચાનો સંભવ નથી એ વાત તેના જાણવામાં નથી. વળી અપવાસનું આર્યરહસ્ય તેના સમજવામાં આવેલું જણાતું નથી. અપવાસ કર્યાથી વિષ્ણુપદ પ્રાપ્ત થાય છે અને આત્માના ઉદ્ધારના બીજા કશા ઉપાયની આવશ્યકતા રહેતી નથી એ સત્ય છે, પરંતુ અપવાસનો દિવસ પ્રથમથી જણાવેલો હોય, અપવાસના દિવસ પહેલાં જોઈએ તેટલું ખાઈ મૂકવાનું બની શકે તેમ હોય અને અપવાસના દિવસે મન માનતાં ફરાળ કરવાનાં સાધન હોય, ત્યારે જ અપવાસનું ફળ મળે. આ જ કારણથી અપવાસના દિવસ આપણા શાસ્ત્રકારોએ નક્કી કર્યા છે. આ કારાગૃહમાં એવી કંઈ વ્યવસ્થા નથી અને માત્ર ભૂખ્યા રાખવા સારુ અપવાસ કરાવ્યાથી કંઈ પણ પુણ્ય થશે નહિ. એક વેળા અગિયારશને દિવસે ઠાકોરજી મંદિરમાં એકાંતમાં હતા તે વેળા તેમને પેટ પંપાળતા જોઈ મેં કારણ પૂછ્યું, ત્યારે તેમણે કહ્યું કે, 'વિષ્ણુપદ કાયમ રહેવા માટે અમારે પણ અપવાસ કરવો પડે છે, પરંતુ અપવાસના દિવસે ખાધામાં ઊણા રહેવું એ શાસ્ત્રવિરુદ્ધ છે, તેથી બે ટંકનો ખોરાક એક ટંકે પેટમાં સમાવવાનો અભ્યાસ પાડવો પડે છે. અમારા નામ પ્રમાણે આહાર ધરાવવામાં આવે છે, પણ અમારાં પેટ છેક નાનાં ઘડવામાં આવે છે એ માણસોની કંઈક ભૂલ છે.' શ્રદ્ધાહીન સુધારાવાળાઓ આ રહસ્ય વિષે અંધકારમાં જ છે.'

અંધારું થયા પહેલાં સૂવાની કોટડીમાં અમને પૂરી દીધા. હું અને ભદ્રંભદ્ર જે કોટડીમાં પુરાયા તેમાં બીજા ત્રણ જેલવાસીઓ હતા. પણ તે કોટડીને તાળું દેવાતું સાંભળી ભદ્રંભદ્રને કેટલીક વાર સુધી એવી વ્યાકુલતા રહી કે તેમની દષ્ટિ સર્વ દિશામાં અસ્થિરપણે ભ્રમણા કરતી અટકી નહિ અને સહવાસીઓ પર તેમની નજર પડી નહિ. કંઈક શાંત થયા પછી ભદ્રંભદ્ર વિચારાગ્રસ્ત થયા. થોડી વાર મનન કરી તે બોલ્યા,

‘અમ્બારામ, તાળું દેનાર મૂર્ખ જણાય છે. આપણે સારુ ખાટલાગોદડાં અંદર લાવતી વેળા તાળું ઉઘાડ્યા વિના છૂટકો નથી, તો પછી હમણાંથી તાળું દેવાનો શ્રમ વૃથા છે.’

મેં નિશ્વાસ મૂકી કહ્યું, ‘મહારાજ, આપ તો ઉદાર ચિત્તવાળા છો. પરંતુ કહે છે કે તુરંગમાં કેદીઓને ખાટલા કે ગોદડાં કંઈ પણ આપતા નથી. ફક્ત આ કામળા પર સૂઈ રહેવાનું છે.’

‘તારી બુદ્ધિ ખરેખર ક્ષીણ થઈ છે. કેદીઓને રહેવા માટે આવડું મોટું મંદિર બંધાવેલું છે તો તેના પ્રમાણમાં સુખસાધન હોય નહિ એમ બને ?’

‘બુદ્ધિનો વિકાસ થાય એવું આ સ્થળ જ નથી, પરંતુ મકાન મોટું છતાં અહીંનો ખોરાક અને અહીંની મજૂરી ઊલટા જ પ્રમાણમાં છે, તો શયનની સામગ્રી પણ એવા ઊલટા જ પ્રમાણમાં હોવાનો વધારે સંભવ શું નથી ?’

અમારા સહવાસીઓમાંથી એક જણ બોલી ઊઠ્યો, ‘આપ પ્રમાણના નિયમ વધારે સારી રીતે જાણો છો. સમીચીન અને વિપરીત એવાં બે પ્રકારનાં પ્રમાણ છે તેનો ભેદ પારખવો જોઈએ એમ ન્યાયશાસ્ત્રમાં કહેલું છે.’

ભદ્રંભદ્રે આશ્ચર્ય પામી પૂછ્યું, ‘આપે ન્યાયશાસ્ત્રનું અધ્યયન કરેલું છે ?’

‘સકલશાસ્ત્ર પારંગત છીએ. ન્યાય અને વેદાન્તની પરસ્પર તુલના કરવા સારુ એક દુકાનેથી હું ત્રાજવાં લૈઇ ગયો. દુકાનદાર શાસ્ત્રરહસ્યનો અધિકારી નહિ તેથી તેને ખબર આપેલી નહિ. મારે ઘેરથી ત્રાજવાં શોધી કાઢી પોલીસે મારા પર તે ચોરી ગયાનો આરોપ મૂક્યો. એ મૂર્ખ લોકો શાસ્ત્રીય તુલનાનો હેતુ સમજી શક્યા નહિ અને હેત્વાભાસથી ભ્રમિત થયા. ‘જેનો સદ્ભાવ છે તેનું ચૌર્ય થઈ શકે નહિ – ચૌર્ય અભાવરૂપ છે તસ્માત,’ એ મારી દલીલ તેઓએ

ગ્રહણ કરી નહિ અને મને કેદમાં મોકલ્યો. મૅજિસ્ટ્રેટોને કાયદા શીખવવામાં આવે છે, પણ શાસ્ત્ર શીખવવામાં આવતાં નથી એ શોચનીય છે.'

'આપનું કહેવું અક્ષરશઃ સત્ય છે. આપની આર્યવૃત્તિ પૂજનીય છે. અમે પણ એવા સુધારાના પ્રબલને લીધે આ સ્થળમાં આવી પડ્યા છીએ, આપ જેવા શાસ્ત્રજ્ઞ સત્પુરુષના સમાગમથી અહીં કાળ આનંદમાં જશે.'

'આનંદના વિવિધ પ્રકાર છે અને જે પ્રકારનું આનંદનું કારણ તે પ્રકારનો આનંદ હોય એવો નિયમ છે.'

આ માણસ પ્રથમ જોયેલો અને બોલતો સાંભળેલો હોય એમ મને લાગવા માંડ્યું. થોડી વાર તેની સામું જોઈ રહી મેં પૂછ્યું,

'આપનો પ્રથમ સમાગમ થયો હોય એવો આભાસ થાય છે.'

'તેણે પોતાની સાથેના બીજા એક કેદી ભણી નયનનો પલકારો કરી ઉત્તર દીધો, 'જગતમાં બધો આભાસ જ છે. અહીં વાત કરવાની મનાઈ છે તે સંભાળજો.'

ઘાંટો ધીમો પાડી દઈ મેં કહ્યું, 'આપના જેવી જ આકૃતિના અને આપની પેઠે ન્યાયની વાતો કરનાર પ્રથમ કોઈ મળેલા.'

તે બોલ્યા, 'ગજાનન પ્રસન્ન.'

ભદ્રંભદ્ર બોલી ઊઠ્યા, 'કોણ હરજીવન !'

'આપની ચરણરજ સેવક આપ કોણ તે બરાબર ઓળખ્યામાં ના આવ્યું, - હા ઓળખ્યા. આપ તો શ્રીમત્ આર્યધર્મધુરંધર પંડિતશિરોમણિ વેદમૂર્તિ ભદ્રંભદ્ર !કેવું અમારું નસીબ ! જેલમાં પણ અમારું કલ્યાણ કરતા આપ આવી મળ્યા. આ અનાર્યોચિત પોશાકને લીધે આપનું પુણ્યસ્વરૂપ યથાર્થ પ્રકટ થતું નથી.'

'એ પણ સુધારાવાળાની યુક્તિ છે. આર્યો પરસ્પરને ઓળખી શકે નહિ અને સુધારા વિરુદ્ધ્ અરજી સારુ એકત્ર થઈ શકે નહિ, એ હેતુથી આર્યોને ભ્રાન્તિમાં નાખવા સારુ આ અપુણ્ય વસ્ત્ર કારાગૃહમાં ધારણ કરવાની યોજના સુધારાવાળાઓએ સરકારને અરજી કરી કરાવી છે.'

હરજીવનની સાથેનો માણસ શિવભક્ત છે એમ લાગતાં હું ચહેરાનું નિરીક્ષણ કરતો હતો, તે જોઈ શિવભક્તે મારી સામે ઘૂરકવાની ચેષ્ટા કરી, પરંતુ, હરજીવને સ્વસ્થ આકૃતિ ધરી વગર માગ્યે ખુલાસો કરી દીધો,

'તુલના કાર્યમાં મને મદદ કરવા સારુ શિવભક્ત તે દુકાનેથી કાટલાં લઈ આવેલા તેથી તેમને મારા સહવાસી થવું પડ્યું છે. મુંબઈમાં આપણે જુદા પડ્યા ત્યારથી અમારા બેનું સાથે ફરવું જ થયું છે. તે દિવસે આપની પેઠે અમે પણ ભાંગથી બેભાન થઈ ગયેલા અને મગન તથા મોતી નામે કોઈ બે લુચ્ચાઓ જેમ આપને બાંધી ગયા તેમ અમને પણ ઉપાડી લઈ અમારા ઘરને ઓટલે મૂકી ગયેલા. અમારા ગજવામાંથી તેમણે હજાર રૂપિયાની નોટો કાઢી લીધી. વીશીવાળાને પણ તેમણે કોઈ વિચિત્ર પ્રકારે છેતર્યા. પ્રથમ કોઈક વાર છેતરાયેલા નહિ તેથી માનભંગ થવાથી અમે શરમના માર્યા ઘર બહાર નીકળી શક્યા નહિ અને આપને મળી શક્યા નહિ.'

ભદ્રંભદ્ર સંતુષ્ટ થઈ બોલ્યા, 'હવે અમને પરિપૂર્ણ શાંતિ થઈ. આપની સદ્વૃત્તિ વિશે મને તો પ્રતીતિ જ છે અને હું તે દિવસનું વૃતાંત કોઈના જાદુને લીધે થયેલું માન્તો હતો. પણ આ મારો અનુયાયી આપના પ્રમાણિકપણા વિષે શંકા કરતો હતો. એ શંકાનું સમાધાન થતાં જાદુનું ઉદાહરણ નષ્ટ્ થાય છે એટલો જ ખેદ થાય છે.'

'મને તો હજાર રૂપિયાની નોટો ગઈ તે વિશે ખેદ થાય છે. મગન ને મોતી કોણ હતા તેનો પત્તો મળતો નથી અને મળે તોપણ તે જ લઈ ગયા એમ શી રીતે કહી શકાય ? નોટો ગઈ ત્યારે તો હું ને શિવભક્ત પણ બેભાન હતા. અંબારામ ! તમારા કોઈના હાથમાં તો એ નોટો નથી આવી ?'

મેં ગુસ્સે થઈ કહ્યું, 'શું મેં ચોરી કરી ? અમે લૂંટાઈ ગયા તેનું તો પૂછતા નથી.'

'તમે લૂંટાઈ ગયા તે કંઈ અમે જોયું છે તે જાણીએ કે પૂછીએ ? તમે નોટો લીધી હોય તે ભાંગના કેફના બેભાનમાં શુદ્ધ બુદ્ધિથી લીધી હોય એમ હું કહું છું.'

સમાધાન કરવા ભદ્રંભદ્ર બોલ્યા, 'આપ તો માત્રજિજ્ઞાસાથી પૂછો, પરંતુ મારો અનુયાયી કેવળ નિર્દોષ છે. ઓરડીમાં અમે જાગ્યા ત્યારે અમને ખાટલા સાથે બાંધેલા હતા અને વીશીવાળાને આપવા જેટલા પૈસા પણ અમારી પાસે નહોતા. પ્રસન્નમનશંકરે આવી અમારી વતીના આપ્યા ત્યાં સુધી સ્વાર્થી વીશીવાળો અમને જવા દેતો નહોતો. અમારા આથિત્યમાં આપને ધનહાનિ થઈ એથી હું ખિન્ન થાઉં છું. પ્રસંગ આવે યથાશક્તિ ઉપાય હું લઈશ.'

પહેરો ભરનારનાં પગલાં સાંભળી થોડી વાર અમે શાંત રહ્યા. તે દૂર ગયા પછી અમારી કોટડીમાંના માણસે હરજીવન ભણી જોઈ કહ્યું,

'અહીં હું આપને તો નહિ પણ ભદ્રંભદ્રને ઓળખું છું, કામથી ને નામથી, પિછાનથી નહિ. એમની ધમધોકાર ધર્મનિષ્ઠા માટે મને માન્યવૃત્તિ છે, તદસ્તુ. પરંતુ આપે એમને 'પંડિતશિરોમણિ' કહ્યા તે અથાક અજૂગતું છે. એ પદ માટે હું અને પ્રસન્નમનશંકર એ બે અધિક પંડિતોનો જ અધિકાર છે. ધિક્કરપાત્ર છે બીજા પૂજાતા પંડિતો. આપ અહીં વખાના માર્યા વખાણની વખાર ઉઘાડો અને ઘાડો સંબંધ દેખાડો તો તો એ ખાડો છે પડવાનો.'

વિવિધ વૃત્તિઓથી ચકિત થઈ ભદ્રંભદ્રે પૂછ્યું, 'આપને કોઈ સભાએ, કોઈ પ્રસિદ્ધ વિદ્વાને, કોઈ અધિકારીએ 'પંડિતશિરોમણિ'ની પદવી આપી છે ?'

'સભા મળેલી હતી સારી, મારી અમે પ્રસન્નમનશંકરની. બીજાને બોલાવ્યા નહોતા અને આવ્યા નહોતા. અમે બંને પ્રસિદ્ધ વિદ્વાન. મેં એમને 'પંડિતશિરોમણિ'ની પદવી આપી, એમણે મને 'પંડિતશિરોમણિ'ની પદવી આપી, તથા તેથી અમે અધિકારી ધરાયા અને ઠએલે ચિત્ત ઠરાવ કર્યો કે એ પદવી પ્રતિ બીજા કોઈનો હક નથી. ઇતર જનો ભલે "મિસ્ટર" કહેવાય.'

'વલ્લભરામે "પ્રસિદ્ધસાક્ષરજીવનમાલા" થોડા સમય પર, બહાર પાડી હતી તેમાં આપનું એકેનું નામ નહોતું'

'તેથી જ આમ કરવાની આવશ્યકતા આવી, વલ્લભરામ આર્યપક્ષના છતાં વિદ્વત્તાના ગુમાનમાં ગૂંથાયા રહે છે. પ્રસન્નમનશંકરને આશ્રિતપણે શ્રીવાળા છતાં તેમેને સાક્ષર ન કહ્યા તો મને તો શાના જ કહે ? મેં અને પ્રસન્નમનશંકરે અજય્ય નિશ્ચિય કર્યો છે કે જે જે ગ્રંથ પ્રસિદ્ધ કરવા તેમાં કર્તાના નામમાં પોતાની મેળે "પંડિતશિરોમણિ" લખવું. વર્તમાનપત્રોમાં લેખ લખીએ છીએ તે પણ અધિપતિ સાથે શરત કરીને કે "લેખક પંડિતશિરોમણિ" એનું મથાળું કરીને અમારું નામ લખવું. પુસ્તકોનાં હેન્ડબિલોમાં, જાહેર ખબરોમાં, જાહેરસભાના હેવાલમાં, કાગળો પરનાં સરનામામાં, મિલકતના દસ્તાવેજોમાં બધે બંદોબસ્ત બાંધી અમારું આ ઉપપદ વિના ખલેલ કરાવીએ છીએ. વસ્તીપત્રકને વિચિત્ર સમયે પણ નામ લખનારને દામ આપી પત્રકમાં આ પદ લખાવ્યું છે. "પંડિતશિરોમણિ ચંપકલાલ" એમ બોલવાનો લોકોનો અભ્યાસ પડી જશે એટલે પછી એ પદ અમારા નામનો એક ભાગ થઈ જશે. હું ખરેખરો પંડિત છું એ તો આપે વિના તાપે મારી સંસ્કૃત અલંકૃત વાણી પરથી જાણી લીધું હશે.'

'આપની વાણી ઝડઝમકના અલંકારથી પૂર્ણ તો છે જ, પરંતુ, આપ પંડિતોની પંક્તિમાં હોવાનો દાવો કરો છો તે એવી વાણી માટે કે શાસ્ત્રજ્ઞાન માટે ?'

'શાસ્ત્રજ્ઞાનમાં તથા તેના ભાનમાં તો હું સંપૂર્ણ છું. એ વિશે કોઈ દિવસે મને પોતાને લેશ્ માત્ર સંશય નથી. પરંતુ સારા લેખ લખનાર હાલના સમયમાં સાક્ષર કહેવાય છે. શાસ્ત્ર જાણનાર માત્ર શાસ્ત્રી કહેવાય છે. એ કારણથી વલ્લભરામે સાક્ષરોની ગણનામાં અમારાં નામ મૂકી દીધાં. અને કેટલાક સુધારકોનાં નામ ગણાવ્યાં તેથી મને અને પ્રસન્નમનશંકરને મહામાનભંગનો સંગ થયો છે. આ માટે અમારે અલંકૃત વાણી તાણીને વાપરવાની પરવા રાખવી પડે છે. સાક્ષરતાના ખરતા તારા જેવા માનમાં ભાન ભૂલેલાઓ ભલે અમારો દોષ કાઢે કે વિચારની શિષ્ટતા વિનાની કૃત્રિમ વાણીથી સાક્ષરની પંક્તિ મળતી નથી. પરંતુ અમારા "પંડિતશિરોમણિ" પદના ઘોષના જોશમાં વાગતાં ઢોલનગારાંના અવાજમાં એ નિંદાવાક્ય સાંભળતા ન હોય એવી અમે આકૃતિ ધરીએ છીએ. અમારી અંતરની વેદના અમે બહાર પડવા દેતા નથી.'

'શાસ્ત્રીની મહાન પદવીને ગૌણ ગણવાથી થયેલી એ શિક્ષા છે. શાસ્ત્રી હોવું એ જ માત્ર વિદ્વાનનું આર્યોચિત પરમ ભૂષણ છે. અન્ય પ્રકારની સાક્ષરતાની વાંછામાં શાસ્ત્રોનો અનાદર થાય છે.'

આ સંભાષણથી હરજીવનને અધીરાઈ થઈ હતી. ભદ્રંભદ્ર બોલી રહ્યા એટલે તેણે પૂછ્યું, 'તમે તો ચંપકલાલ ચટ્ટુ કે ની ?'

ચંપકલાલે કંઈક રોષિત થઈ તથા માનભંગ પામી જવાબ દીધો, 'મારા પિતાનું નામ તુળજારામ છે, અને વણિક જ્ઞાતિમાં વંશપરંપરાથી ચાલતા આવેલા સંપ્રદાય પ્રમાણે તેઓ પોતાના નામના પ્રથમાક્ષરનો ઉચ્ચાર 'ટુ' કરે છે. આથી કેટલાક મૂર્ખ જનો મારા આખા નામના પ્રથમાક્ષરોનો ઉચ્ચાર 'ચટ્ટુ' કરી વૃથા ઉપહાસ કરવા પ્રયત્ન કરે છે.'

શિવભક્ત બોલી ઊઠ્યા, 'અમે તો એટલું જાણીએ કે ચંપકલાલ ચટ્ટુ, નહિ ઘોડા નહિ ટટ્ટુ' એવું કહેવાય છે. પોતાને વિદ્વાન લેખક કહેવડાવવાનાં ફાંફાં મારતાં સાધારણ માણસની સમજણ પણ ખોઈ બેઠા છો અને નથી ઘોડામાં કે નથી ટટ્ટુમાં.'

'તમારી મૂર્ખતા મુકાવવા કાવો પાવો પડશે અક્કલનો. મારા નૈપુણ્યમાં ચણા જેટલી પણ મણા નથી તે ઘણા અજ્ઞાનમાં અટવાયેલા અનક્ષર લોકો ક્યાંથી જાણે ? હું અને પ્રસન્નમનશંકર દુનિયામાં સહુથી ડાહ્યા છીએ એ વિશે મારી એકલાની જ ખાતરી છે એમ નહિ પણ પ્રસન્નમનશંકરની પણ ખાતરી છે ! તમારા જેવા દમ વિનાના દગાબાજ દુષ્ટો -'

શિવભક્તે ચંપકલાલના વાંસામાં મુક્કો લગાવ્યો તેના ધબકારામાં ખબર પડી નહિ કે ચંપકલાલ બાકીનું વાક્ય ધીમેથી બોલ્યા કે, સમૂળગું બોલ્યા નહિ.

સિપાઈએ બહારથી બારણાં ઠોક્યાં તેથી સૌ શાંત થઈ ગયા. થોડી વાર પછી હરજીવને ચંપકલાલને પૂછ્યું, 'એટલા બધા હુશિયાર છતાં શી ભૂલથી કેદમાં આવ્યા ?'

'ભૂલ તો ધૂળ જેટલી હું કદાપિ કરું નહિ; કદાચ કરનારની કસૂરથી મારે તુરંગમાં તણાવું પડ્યું છે. સાક્ષરોને ડરાવી તેમની પંક્તિમાં મને દાખલ કરવાની ફરજ પાડવા મેં તેમના પર ટીકાને વિષે હુમલા કરવા માંડ્યા. વિરોધીઓને વ્યથા થવાની આશાએ પ્રસન્નમનશંકર પ્રસન્ન થયા અને વળી અંદરખાનેથી તેમને મારી કલમના કંટકનો ભય તેમને હતો જ; તેથી ધનસાધનાથી તેમણે મને સ્વાધીન કર્યો. અમારી એ મૈત્રીનું મહાપરિણામ તો મેં હમણાં તમને કહ્યું. બીજું પરિણામ એ થયું કે કહેવાતા સાક્ષરો ઉપર હુમલા કરવા હું ઉત્તેજિત થયો પરંતુ મારી અનેક ટીકાઓ પ્રસિદ્ધ થવા છતાં તેમને કંઈ પણ અસ્વસ્થતા થઈ નહિ અને તેમણે કંઈ પણ ઉત્તર આપ્યા નહિ. આ અવગણનાથી હું નિરાશ થયો. પરોક્ષ રીતે મેં

કેટલાક સાક્ષરોને મારી જોડે વિવાદમાં ઊતરવાની સૂચનાઓ મોકલાવી. પણ "ન્હાનાં જંતુઓને દૂર કાઢવા દારૂગોળો વાપરવાની જરૂર નથી." એવાં વચનો તેમને મોઢે નીકળતાં સાંભળી હું ક્રુદ્ધ થયો. બીજો ઉપાય ન રહ્યાથી મેં આખરે વ્યક્તિગત આક્ષેપ કરવા માંડ્યા. મારો હેતુ માત્ર વિદ્વાનોની જાત સંબંધી ચર્ચા ઉત્પન્ન કરી તે ચર્ચાના યોજક તરીકે પ્રસિદ્ધિ પામી વિદ્વદ્ મંડળમાં દાખલ થઈ જવાનો હતો. પરંતુ, આવી ચર્ચાને પાશ્ચાત્ય કાયદામાં "લાઈબલ" કહે છે એમ માલમ પડ્યું. "લાઈબલ" શબ્દ સામે મારો ઝાઝો વાંધો નથી. પણ "લાઈબલ" માટે શિક્ષા કરવી એ કાયદો તો કેવળ અજ્ઞાનમય છે. દુ:ખીઓને શસ્ત્રહીન કરવાનો એ માર્ગ અન્યાયમય તથા નિર્દય છે. પાશ્ચાત્યો ગટરમાંથી દુર્ગન્ધ નીકળી જવા ભૂંગળાં મૂકે છે, તો એવા જડ પદાર્થોને જે ઇન્સાફ મળે છે તે આશાભંગ પામેલાં હૃદયોને "લાઈબલ"ની છૂટ રૂપે ન આપવો ? સુધારાના મોહમાં જડ ચૈતન્યનો વિવેક છેક થતો નથી તેનું આ સકલ કુફળ છે. એ મોહને લીધે સીધે જવાનું મૂકી દ્વેષીઓએ દોષમાં દબાઈને મને આ મહેલસમ પણ ફેલ ભરેલ જેલમાં મોકલેલ છે. વિરુદ્ધ ટીકા કરનારને દ્રવ્યથી સંતોષ પમાડી શાંત કરવાનો માર્ગ સર્વત્ર પ્રવર્તાવવાના પંડિતશિરોમણી પ્રસન્નમનશંકરના ઉદાર પ્રયાસ સફળ થાઓ કે ટીકા કરનારને કરાવી શાંત કરી દેશ્રી દુર્દશાના દિવસ દાખવાનું દૂર થાય.'

સવાર થયે અમને પાછા અપમાનકારી મજૂરીમાં જોડ્યા. ચંપકલાલ ચટ્ટુને આસનકેદની સજા હતી તેથી તેમને જેલનું કંઈ કામ કરવાનું નહોતું. પરંતુ, તે કંઈ લખવામાં ગૂંથાઈ ગયા અને પૂછતાં માલમ પડ્યું કે જેલમાં જેટલો કાળ જાય તેટલામાં સાક્ષરતાની શરતમાં પાછળ પડી ન જવાય અને બીજા સાક્ષરોનાં લખાણનો ઢગલો તેમના ઢગલાથી વધી ના જાય માટે આખો દિવસ તે લખ્યા કરતા હતા., અને રાત્રે જેલ તરફથી દીવો અપાતો ન હોવાથી રાતના ભાગનું લખાણ તેમને દિવસે કરવું પડતું હતું. 'પૂજાતા પંડિતોના પવનનું પોલાણ', 'સુધારાના ધારામાં ધરાતી ધરપત', 'ચારુતાથી ચણેલી ચતુરાઈની ચર્ચા', ઇત્યાદિ પાંચ સાત 'દળદાર' પુસ્તકો તો તેમણે જેલમાં આવ્યા પછી થોડી મુદ્દતમાં લખી નાખ્યાં હતાં, અને બીજાં અનેક રચવાનું સાંચાકામ ઝપાટાબંધ ચાલતું હતું.

નવરાશ મેળવવાનો લાગ આવતો ત્યારે ભદ્રંભદ્ર ચંપકલાલનાં પુસ્તકો વાંચતા અને 'ઠીક લખ્યું છે' એમ કહી ઉપકાર ભરેલી પ્રશંસા કરતા. ભદ્રંભદ્રનું મહાપુરુષત્વ ચંપકલાલ સ્પષ્ટ રીતે સ્વીકારતા નહોતા. કેમ કે તે સ્વીકારતાં પોતાનું મહાપુરુષત્વ સ્થાપિત થતાં પ્રતિબંધ થાય એમ તે માનતા, તેથી બે વચ્ચે કંઈક અંતર રહેતું. પરંતુ, ચંપકલાલના ગ્રંથોમાં

સુધારા વિરુદ્ધ સખત આક્ષેપ હતા અને એથી પણ વધારે સખત આક્ષેપ સુધારાવાળા વિરુદ્ધ હતા તેથી ભદ્રંભદ્ર ઈર્ષ્યાનું વિસ્મરણ કરવા પ્રયાસ કરતા.

રવિવાર આવ્યો ત્યારે જેલમાં સર્વને વિશ્રાન્તિ મળી અને ચંપકલાલ ચટ્ટુનાં પુસ્તક વિશે વાદવિવાદ કરવાનો ભદ્રંભદ્રને અવકાશ મળ્યો. 'વિધવાઓના વાળના વધારાનો વધ' એ ગ્રન્થમાં ચંપકલાલે લખ્યું હતું કે,

'કેશવપન એ ખોટું કામ છે એવો વિલક્ષણ વિચાર સુધારાવાળાના મતિહીન મગજમાં શી રીતે સમાયો તે સમજાતું નથી. શું ક્ષિતિમાં ચાલતા ક્ષૌરકર્મની અનાદિસિદ્ધ વિશ્વનિયમાનુસાર વ્યવસ્થા તેમના જાણવામાં નથી ? પશુપક્ષીઓ અને જળચરો, વનચરો અને વનસ્પતિઓ ક્ષૌરકર્મ બિલકુલ કરાવતાં નથી. ઢેડ-ભંગિયા મહિનામાં એક વાર ક્ષૌરકર્મનો ક્રમ લે છે. કણબી, સુતાર-પખવાડિયે એક વારના ધારનો આધાર સાર ગણે છે. મધ્યમ વર્ગના જનો અઠવાડિયે એક વાર શિર ઉપર ક્ષુરના મશહૂર નૂરની ધુર પ્રગટાવવાની જરૂર જુએ છે. ઉત્તમ પંક્તિના મનુષ્યો અઠવાડિયામાં બે ત્રણ વખત શ્રમ લઈ તખતથી પણ ઊતરી એ અખતરો અનુભવે છે એ ઉત્તરોઉત્તર ક્રમ શું દર્શાવે છે ? એ જ કે જેમ મનુષ્ય ઉત્તમ તેમ તેમ કેશવપન વિશેષ ! તો વિધવાઓને દુ:ખના દીન દિવસમાં ઉત્તમ મનુષ્યત્વનો આવો અપૂર્વ અધિકાર આપણા બાપદાદાઓએ સંપૂર્ણ સામગ્રીથી સોંપ્યો છે એ કેવું ધન્ય છે, કેવું ધીર છે !!!'

વાંચતાં વાંચતાં શંકાકુલ થઈ ભદ્રંભદ્રે ચંપકલાલને પૂછ્યું, 'યવનો નિત્ય ક્ષૌરકર્મ કરે છે તે શું ડહાપણમાં આપણા પૂર્વજોની સમાન ?'

'નહિ જ. હજાર વાર ભાર મૂકી ઉચ્ચાર કરી કહું છું કે નહિ જ. યવનો હાથે ક્ષૌરકર્મ કરે છે તેથી પારકાંનાં શસ્ત્ર સહન કરવાનું વીરત્વ તેઓ દાખવી શકતા નથી અને તે માટે ઉપલો સિદ્ધાંત તેમને લાગુ પડતો નથી. આગળ વાંચો, વધારે ખૂબીની ખાણ છે.'

'બોડાવાથી બદશિકલ બને છે એ ખ્યાલ ખરેખર ખોટો છે. શાસ્ત્રમાં તે માટે આધાર નથી અને સૂર્ય, ચંદ્ર, તારા, નદી, સરોવર, પુષ્પ વગેરે ખૂબસૂરત પદાર્થો ખલકમાં છે, તેમને કેશ લેશમાત્ર નથી. તે છતાં કેશની ક્ષતિથી બદસૂરતી થતી હોય તો રતી જેટલો પણ વિધવાઓનો શો હક છે કે તેમને બદસૂરત કરવાની પુરુષોની ઇચ્છાને વ્યર્થ કરવા તેઓ સમર્થ થાય ? સ્ત્રીઓ પુરુષોની સમાન છે એ ગુમાનભર્યા પણ માનની કમાન વિનાના

વિચારની તમા ન રાખવી ઘટે છે, કારણ કે તે વિશ્વનિયમથી વિશેષ કરી વિરુદ્ધ છે. વિશ્વમાં પહેલો પુરુષ થયો છે, પછી સ્ત્રી થઈ છે. વિશ્વમાં વ્યાકરણ એવું છે કે 'સ્ત્રી' કરતાં 'પુરુષ' શબ્દમાં અક્ષર વધારે છે, વિશ્વમાં વસતી એવી છે કે સ્ત્રી કરતાં પુરુષની સંખ્યા વધારે છે.'

ભદ્રંભદ્રે પૂછ્યું, 'શું આપ પાશ્ચાત્યોનાં મોહમય વસ્તીપત્રકને ખરાં માનો છો ? જેમાં યક્ષ, કિન્નર, ગન્ધર્વ, રાક્ષસની તથા વહેંતિયાં માણસની ગણતરી આવતી નથી. જેમાં ખરા કામરુ દેશની વસ્તીની ગણતરી આવતી નથી, જેમાં લંકાની વસ્તીની કલ્પિત ગણતરી આવે છે અને લંકા હાલ સમુદ્રમાં લુપ્ત થયેલી છે એ શાસ્ત્રપ્રમાણનો અનાદર થાય છે, એ ભ્રમમય વસ્તીપત્રકને આપ આધારરૂપ ગણો છો ? વસ્તીપત્રક શાસ્ત્રમાં વિહિત નથી અને ત્રિકાળજ્ઞાની ઋષિમુનિઓએ વસ્તીપત્રકની આજ્ઞા કરી નથી તેથી સનાતન આર્યધર્મનું પાશ્ચાત્ય ધર્મ કરતાં શ્રેષ્ઠત્વ સિદ્ધ થાય છે એ આર્યપક્ષોનો શું આપ ત્યાગ ઇચ્છો છો ?'

'શત્રુના શાસ્ત્રની શક્તિ ક્ષીણ કરવા તેમના પ્રમાણની પ્રણાલી પર પર્યટન કરવું જોઈએ એ સિદ્ધાંત પંડિતશિરોમણીયુગ્મ સિવાય બીજાને ક્યાંથી વિદિત હોય ? સ્થૂલબુદ્ધિઓ સ્થળે સ્થળે સ્થિર હોય પણ તીક્ષ્ણબુદ્ધિઓ તિમિરમાં તિરોહિત રહે છે એ જડ જગતમાં લગત રહેતી અગત છે, તેથી તેઓ જ્યારે જ્યારે પ્રકાશમાં નીકળી આવે ત્યારે તેમનાં વિરલ વચનને વિના વિવાદે વધાવી લેવાં વિહિત છે.'

'તીક્ષ્ણબુદ્ધિ કોણ છે અને કોનાં વચન વધાવી લેવાં વિહિત છે તે આર્યપક્ષમાં ક્યારનું નક્કી થઈ ચૂક્યું છે, તે વિના અમુક ગૃહસ્થ આર્યપક્ષના અગ્રણી અને નાયક નિમાત નહિ. તમે સ્થૂલબુદ્ધિ છો એમાં તો સંદેહ નથી. તે વિના મહાપુરુષનો આવો તિરસ્કાર કરો નહિ તથા નિર્માલ્ય લેખ માટે આવો ગર્વ કરો નહિ.'

'મૂર્ખો મહાપુરુષ માનશે તો ગણતરી વિનાનાં ગજબનાં ગોથાં ખાવા પડશે. તમને અગ્રણી અને નાયક નીમ્યાનું પંડિતો જાણતા નથી. છતાં, તમારાં પૂછડાં તમારો તેવો તડાકો મારતાં હોય તો જેવાં પશુ તેવાં પૂછડાં એમાં અરે આશ્ચર્ય શું છે ? પ્રવીણ પંડિતોના પુસ્તકને નિર્માલ્ય કહેનાર બેવકૂફની બુદ્ધિને બાળી મૂકવી જોઈએ !'

'બળદ જેવો બુડથલ અને ઢોલ જેવો પોલો.'

'દુષ્ટ ! આ વચનો શું તું મારે વિશે કહે છે ?'

'તારા જેવા મિથ્યા ગર્વથી ફૂલેલા દેડકા ઠેર ઠેર બૂમો પાડે તેથી શું સિંહવર્ગ ભય પામશે ?'

'શિયાળ જેટલી તો તારામાં શક્તિ નથી. અને સિંહનું નામ શું કામ બદનામ કરે છે ?'

'તારી મરઘી જેવી આંખો ઊંચીનીચી થાય છે તેથી શી તારી મુખશોભા વધે છે ?'

'ઓ ભૂંડ ! તારી દૂંદ કાપી કુંડ જેવો ખાડો પાડીશ તે વિના તારી ઘેલછા ઘટવાની નથી.'

ગડદાપાટુ થવાની તૈયારી હતી. ચંપકલાલે ભદ્રંભદ્ર તરફ ધસારો કરવો શરૂ કર્યો હતો અને ભદ્રંભદ્ર યુદ્ધ માટે સજ્જ થવા બને તેટલી ત્વરા કરતા હતા, એવામાં જેલમાંથી કોઈ કેદી નાઠાની બૂમ પડી. ખળભળાટ થઈ રહ્યો. સિપાઈઓ બધી તરફ ફરી વળ્યા. એ કેદીઓનાં નામ પુકારી હાજરી લેવા માંડી. પોકારાતાં નામમાં 'પ્રાજ્ઞ નખોદીઓ' તથા 'પ્રાજ્ઞ ઘોરખોદીઓ' એ નામ સાંભળી અમે એ ગૃહસ્થોને ખોળી કહાડ્યા. માધવબાગ સભાને પ્રસંગે મુંબઈ જતાં આગગાડીમાં અને પછીથી મુંબઈમાં ચાલતા સંપ્રદાય પ્રમાણે ભદ્રંભદ્રે આગમનકારણ પૂછ્યું. રામશંકરે કહ્યું,

'અમે ગુનોહ તો કાંઈ કર્યો જ નહોતો. પણ કોઈ 'પોલિટિક્સ' કારણસર ખૂન કરવું પડેલું અને તેઓ આબરૂદાર હોવાથી તેમની પ્રતિષ્ઠા સાચવવા સારુ અમે બેએ 'પોલિટિકલ' રીતે તે કૃત્ય અમારે માથે વહોરી લીધું. 'આત્મા હણતો પણ નથી અને હણાતો પણ નથી,' એ વેદાન્તજ્ઞાન તે ગૃહસ્થને મુખેથી ઘણીવાર સાંભળેલું તે કોર્ટને સમજાવવા અમે બહુ પ્રયત્ન કર્યો પણ જડવાદથી બનેલી કોર્ટના ગળામાં તે ઊતર્યું નહિ. તે ગૃહસ્થે કરેલી ધનવ્યયની વિશાલ યોજનાને લીધે ઇરાદો કરી ખૂન કર્યાનો ગુનોહ અમારા પર સાબિત થયો નહિ. નાનો ગુનોહ સાબિત થયો અને થોડાં વર્ષ કેદમાં કહાડવાનાં છે તે સહેજે નીકળી જશે. ધન કમાવાની અમારે હવે ચિંતા રહી નથી.'

'આપના નામની પૂર્વે કંઈ વધારો થયેલો જણાય છે.'

'દુનિયામાં નામ પામવા સારુ કંઈ ઉપાય તો લેવા જોઈએ જ અને "આપ સમાન બળ નહિ," તેથી અમે પોતપોતાને "પ્રાજ્ઞ" કહેવડાવવાનું શરૂ કર્યું કે દુનિયા પણ અમને "પ્રાજ્ઞ" કહેતાં શીખે અને અમે પ્રાજ્ઞ છીએ એવી અંતે સર્વને પ્રતીતિ થઈ જાય. અમને પોલીસે પકડ્યા ત્યારે પણ અમારાં નામ "પ્રાજ્ઞ નખોદીઓ" તથા 'પ્રાજ્ઞ ઘોરખોદીઓ' લખાયાં. એ અજ્ઞાન

લોકોએ એમ ધાર્યું કે અમારાં બંનેનાં નામ પણ પ્રાજ્ઞ છે અને નખોદીઓ તથા ઘોરખોદીઓ એ બાપનાં નામ છે. “પ્રાજ્ઞ” પદ જળવાઈ રહેવા માટે અમે એ ભૂલ ચાલવા દીધી. પરિણામે જેલમાં પણ અમારાં એ જ નામ લખાયાં અને અહીં પણ અમને સહુ કોઈ “પ્રાજ્ઞ” કહી બોલાવે છે. આગ્રહ અને ઉદ્યોગનાં પરિણામ આવાં મ્હોટાં ઊપજે છે. અમે પ્રાજ્ઞ છીએ તે તો હવે નિર્વિવાદ રીતે સ્વીકારાઈ ગયું છે.’

‘આપની વિચક્ષણતાને ધન્ય છે. પણ ઉપનામને સ્થાને આપનાં મુખ્ય નામ રાખ્યા હોત તો “પ્રાજ્ઞ” પદ સાથે તે વધારે શોભત.’

‘એ ઉપનામ પાડવાની અમારા જન્મ પહેલાં માબાપે બાધા રાખેલી તેથી છૂટકો નથી. મુખ્ય નામ તો પાછળથી શોખ માટે તથા કોઈ કોઈ વખત વાપરવા માટે પાડ્યાં છે.’

‘ત્યારે તો એ ઉપનામમાં આર્યત્વનું ઊંચું તત્ત્વ સમાયેલું છે ! બાધાઓમાં વચન લઈ આર્ય દેવદેવીઓ સર્વ પ્રકારનાં વરદાન આપે છે અને તેના સાટામાં દેવદેવીઓને જોઈતી વસ્તુ સહેજ મળી જાય છે; તેલના તરસ્યા હનુમાનને તેલ મળે છે, નવાં વસ્ત્ર મળેથી માતાઓને ચૂંદડીઓ અને કસુંબલ સાડીઓ મળે છે, નિશદિન મિષ્ટાન્નની ઝંખના કરતા ઠાકોરજીને જાતજાતના ભોગ મળે છે, દૂંદમાં મોદક ગોઠવવાના તરંગ બાંધતા ગણપતિને જોઈએ તેટલા મોદક મળે છે, સર્વ દેવદેવીઓને અલંકાર, આભૂષણ, વાહન, છત્ર, ચામર, રમકડાં, પારણાં વગેરે સકળ ઇષ્ટ પદાર્થો ઇચ્છાનુસાર મળે છે. જન્મ, જશ, મરણ, વ્યાધિના નિયમોની વ્યવસ્થા મનુષ્યના હાથમાં નથી અને દેવદેવીઓને સ્વાધીન છે તેથી તે વિષયમાં મનુષ્યોની ઇચ્છા દેવદેવીઓ તૃપ્ત કરે છે; તથા ખાનપાન, વસ્ત્ર અને ભોગની પ્રાપ્તિની વ્યવસ્થા દેવદેવીના હાથમાં નથી અને મનુષ્યોને સ્વાધીન છે તેથી તે વિષયમાં દેવદેવીઓની ઇચ્છા મનુષ્યો તૃપ્ત કરે છે. જડવાદનાં ગોથાં ખાતા પાશ્ચાત્ય દેશના અર્થશાસ્ત્રીઓને આ લોકોત્તર વિનિમયનું જ્ઞાન ક્યાંથી હોય ? મારા પાડોશીને છોકરો થતો નહોતો તેથી તેણે ભૂતનાથ મહાદેવની બાધા રાખી કે છોકરો થશે તો તેને આખે શરીરે મેશ તથા તેલ ચોપડી માથે શિંગડાં બાંધી તથા પીઠે પૂંછડું બાંધી હંમેશ ભૂત જેવો ફેરવીશ અને મહાદેવની સેવામાં મૂકીશ. છોકરો થયો તે થોડાંક વર્ષ તો આ વેષે ફર્યો પણ ઇંગ્રેજી ભણ્યા પછી મનુષ્ય સિવાય બીજી આકૃતિ ધારણ કરવાની ના પાડે છે અને અનાર્યોચિત “સ્વતંત્રતા”ની વાતો કરે છે, તથા માબાપની રુચિ કરતાં પોતાની રુચિ વધારે મહત્વની ગણે છે. તેના બાપને મહાદેવ તરફથી નિત્ય સંદેશા આવે છે કે છોકરાને પ્રતિજ્ઞા મુજબ

ભૂતસ્વરૂપ બનાવો, નહિ તો મહાદેવ અપ્રસન્ન થઈ આખા કુટુંબનું નિકંદન કરી નાખશે. સુધારાના મોહમાં પડેલા તે સનાતન આર્યધર્મનું રહસ્ય શું સમજે !'

ભદ્રંભદ્ર અને ચંપકલાલ વચ્ચેનો કલહ પ્રસિદ્ધ થઈ જવાથી અમારી કોટડી બદલી. બંને પ્રાજ્ઞનો સહવાસ અમને વધારે થયો. તેમના સુખ માટે 'પોલિટિકલ' ગૃહસ્થ તરફથી અનેક ગુપ્ત યુક્તિઓ થતી હતી તેનો લાભ અમને પણ મળવા લાગ્યો, વિવિધ આહારની પોટલીઓ કોટ બહારથી અને છાપરા પર પડતી હતી તેમાંથી અમારો ભાગ પડવા લાગ્યો તથા જેલનું દુ:ખ ઓછું જણાવા લાગ્યું. એ અવસરમાં અમે કરેલી અપીલનો ફેંસલો થયો. અમારી સજા ઓછી થઈ અને અમને બંનેને જેલમાંથી છોડી મૂક્યા.

૩૦. જેલમાંથી નીકળ્યા અને ખેલમાં ગયા

અમને જેલમાંથી મુક્ત કર્યાની ખબર અમારા મિત્રોને મોડી પડી, તેથી અમને સામા તેડવા આવતાં વાજાંવાળા તથા વાવટાવાળાને રસ્તેથી પાછા વાળવા પડ્યા. અને જેલથી ભદ્રંભદ્રના ઘર સુધીના રસ્તા ઉપર બાંધવા માંડેલા તોરણ પૂરાં બંધાઈ રહ્યા પહેલાં છોડી નાંખવાં પડ્યાં.

માન પામવાની તક આ રીતે નકામી ગઈ તેથી ભદ્રંભદ્ર નિરાશ થયા નહિ. માન પામ્યા વિના રહેવું નહિ એવો તેમણે સંકલ્પ કર્યો અને શંકરને સાક્ષી રાખ્યા.

આ સંબંધે ગોઠવણ કરી આપવાની ભદ્રંભદ્રે સંયોગીરાજને અનેક વાર વિનંતી કરી પણ તે પોતાને માન આપવાની ગોઠવણમાં પડેલા હતા, તથા ભદ્રંભદ્ર છૂટ્યા તેથી આર્યપક્ષનો જય થયો છે એ વાત તેમણે ઘણી વખત કહ્યા છતાં તેના મહત્વ વિશે તેમણે એકે વચન ઉચ્ચાર્યું નહિ. છેલ્લા નિષ્ફળ પ્રયત્ન પછી તેમને ઘેરથી પાછા આવતાં રસ્તામાં ભદ્રંભદ્રે ખિન્ન થઈ કહ્યું.

'સંયોગીરાજને આર્યપક્ષ માટે કે આર્યધર્મ માટે અંતરની ગણના હોય એ જ શંકાભરેલું છે. તેમની સ્વેચ્છાના પ્રાબલ્યમાં હું સહાયભૂત ન થાઉં માટે શું હું આર્યપક્ષનો અગ્રણી ટળી ગયો ? સુધારાવાળા તેમના ઉદ્યમ નિષ્ફળ કરતા હશે તે સુધારાના સિદ્ધાંતને અનુસરીને કરતા હશે, પણ મારે એવા કોઈ સિદ્ધાંત લક્ષમાં નથી. આર્યપક્ષનો અગ્રેસર હોઈ હું સંયોગીરાજથી વધારે માનપાત્ર છું અને તેથી જ તેમના ઉદ્યમમાં સહાય થઈ શકતો નથી. મારી માનયોગ્યતાની તો તેઓ કે તેમના પાર્શ્વચરો કોઈ કાળે ના પાડી શકતા નથી.'

મેં કહ્યું, 'પાર્શ્વચરો કહે છે કે "દોસ્તીકી દોસ્તી મુબારક હવે તો દોસ્તીકી મસ્તી ભી મુબારક હયે." અને સુધારાવાળા કહે છે કે "દોસ્તની મસ્તી મુબારક ન હોય તો દોસ્તની દોસ્તી પણ મુબારક ન હોવી જોઈએ."

'સુધારાવાળાનો સિદ્ધાંત આર્યપક્ષને કેવળ અમાન્ય છે. શ્રીકૃષ્ણ આપણને પ્રિય લાગે છે તો શું તેમની ગોપીક્રિડા આપણને પ્રિય નથી ? પાંડવો આપણને અભિમત છે તો દ્રૌપદીનું પંચસ્વામિત્વ આપણને અભિમત નથી ? કાલિકા આપણને પૂજ્ય છે તો શું તેનું રુધિરપાન આપણને પૂજ્ય નથી ? વર્તન પરથી પુરુષો પ્રશંસનીય થતા નથી, પુરુષ પરથી વર્તન

પ્રશંસનીય થાય છે. તેં મલેચ્છ ભાષાના શબ્દો વાપર્યા છે માટે ઘેર જઈ તારી જીભ અને મારા કાન છાનમાટીથી ધોઈ નાખજે.'

માટી ખોટી નથી લાગતી, પણ છાણ કંઈક બેસ્વાદ છે એ વાત ચિત્ત આગળ આવ્યાથી મેં કહ્યું,

'સાબુથી વધારે સુદ્ધિ થાય છે અને વધારે સુખ થાય છે એમ સુધારાવાળા કહે છે.'

'રે મૂર્ખ ! સુધારાવાળા કહે છે પણ હું કહું છું ? સુધારાવાળા કહે તે કંઈ પ્રમાણ ગણાય ? સુખનો પ્રશ્ન તો છોડવો નહિ, કેમ કે સુખ એ આર્ય પ્રજાને ગણનામાં લેવા યોગ્ય નહિ. આર્ય પ્રજાનું જીવન સુખ માટે ચાલતું નથી. પણ શાસ્ત્ર તથા રૂઢિ માટે ચાલે છે અને સાબુ જે જાતે અશુદ્ધ છે તે વડે શુદ્ધિ થઈ જ કેમ શકે ? સાબુ વાપરનાર રૌરવ નરકમાં જાય છે અને છાણમાટીથી સ્નાન કરનાર સારુ મરણકાળે વિમાન આવે છે એ તે મારાં ભાષણોમાં ઘણી વાર સાંભળ્યું નથી ?'

'મહારાજ ! હું શંકાનું માત્ર નિવારણ કરું છું કે વિવાદ કરવાનું બળ પ્રાપ્ત કરી શકું, સુધારાવાળા તો કહે છે કે "શરીરની શુદ્ધિ જડ પદાર્થના નિયમોને આધીન છે તેથી સાબુની ભાવનાકલ્પિત અશુદ્ધિથી શરીરની શુદ્ધિ થવાને પ્રતિબંધ થતો નથી."

'નિર્બુદ્ધિ !એ મલિન તર્કની વાત વધારે લંબાવ નહિ. શરીરને સાબુનો સ્પર્શ થવાની કલ્પના નયન સમક્ષ આવતાં મને કંપારો છૂટે છે તથા મારી વૃદ્ધિ ક્રુધ થાય છે. સાબુની સુગંધ તથા કોમલતાથી જેઓ લોભાય છે તેમને જ્ઞાન નથી કે છાણમાટીની શાસ્ત્રોક્ત ઉત્તમત્તાના આગળ એ સર્વ વ્યર્થ છે. સાબુમાં સ્વચ્છતા કરવાનો ગુણ છે એમ સુધારાવાળા કહેતા હોય તો તેઓ જાણતા નથી કે આર્યના શરીર તો જાતે જ એવાં શુદ્ધ છે કે તેમને સાબુ સરખા પદાર્થની અગત્ય પડતી નથી. તેમનાં શરીર સ્વચ્છ કરવાને પ્રકૃત્તિએ છાણમાટી જ નિર્મિત કરેલાં છે. જેવી વસ્તુ તેવું શુદ્ધિસાધન. વળી આર્યભૂમિમાં કરેલી શુદ્ધિ ગમે તેટલી જૂજ હોય તોપણ અમૂલ્ય છે. તે જ માટે, મરણ પાસે આવે છે ત્યારે આર્ય મનુષ્યોને ત્વરાથી નવડાવી લેવામાં આવે છે કે આર્યભૂમિ છોડ્યા પહેલાં સ્નાન થઈ જાય અને આર્યભૂમિમાં કરેલા એક આધિક સ્નાનનો તેમને લાભ મળી જાય. આવાં સ્નાન કરાવ્યાથી કદી મરણ જલદી થાય છે અને મરનારના શરીરને તથા મનને દુઃખ થાય છે એમ કહેનાર સુધારાવાળા આ અનુપમ લાભની સિદ્ધિનું ગૂઢ લક્ષ્ય ક્યાંથી સમજે ! એ લાભ છટકી ન જાય માટે મડદાને

તત્કાળ કસી કસીને બાંધી લેવામાં આવે છે તે તેઓ ક્યાંથી જાણે ! સર્વથા સાબુનો ઉપયોગ કેવળ ભ્રાન્તિમય છે તથા એ પણ સિદ્ધ થાય છે કે જેઓ આ દેશમાં સાબુનાં કારખાનાં કહાડે છે અને સાબુ બનાવે છે તેઓ વિદેશીય અનુકરણના અપરાધી થાય છે. આર્યધર્મને અમાન્ય વસ્તુઓ સાબુમાં ન મૂકવાનો તેમનો બચાવ અપ્રસ્તુત છે કારણ કે સાબુ વાપરવાનું શાસ્ત્રોમાં વિધાન જ નથી. તે છતાં પ્રાચીન શાસ્ત્રોની અવગણના કરી પ્રાશ્ચાત્યોના અનુસરણમાં પડી સાબુનો ઉપયોગ પ્રચલિત કરવાથી પુરાતન પૂર્વજોના ડહાપણમાં ખામી કહાડવાનો તથા તેમનાં ત્રિકાલજ્ઞાનિત્વને ધોકો પહોંચાડવાનો મહાઘોરતર અપરાધ થાય છે. સાબુની આવશ્યકતા હોય તો ત્રિકાળજ્ઞાનીઓથી તે અજાણી રહેત નહિ અને તેઓ લખી જાત કે કલિયુગમાં સાબુ નામે વસ્તુ થશે તે વાપરવી.'

'આપણા જૂના પૂર્વજો સાબુ બનાવતા હતા, એવી એમેરિકાના થિઓસોફિસ્ટોને તિબેટના મહાત્માઓ તરફથી ખબર મળે તે પછી આવી તકરાર કરવી કે નહિ ?'

'ત્યારે તો એમ કહેવું કે "સાબુ બનાવવા જેવી ક્રિયા આપણા સર્વજ્ઞ પૂર્વજોને આવડતી નહોતી તે સંભવિત જ નહોતું અને આ નવી શોધથી આપણા પૂર્વજોની કિર્તિ વધે છે." પણ અત્યારે એ પ્રશ્ન પ્રસ્તુત નથી. સાબુ વાપરવામાં અને બનાવવામાં અનાર્યતા છે. એ આર્યપક્ષનો વર્તમાન સિદ્ધાંત છે.'

'આ દેશમાં સાબુ બનાવવાથી વેપાર વધે છે અને લાભ થાય છે એવા અનેક ખોટા બચાવ સુધારાવાળા કરે છે.'

'શાસ્ત્રમાં જે સ્પષ્ટ વિહિત ન હોય તેથી વેપારનો કોઈ પણ લાભ આર્યોને થઈ શકે જ નહિ, અને થઈ શકે છે એવો આભાસ કલિયુગને લીધે થતો હોય તોપણ સનાતન આર્યધર્મતા સચવાય અને માન પામે તે માટે એ લાભ મૂકી દેવો જોઈએ. એ કષ્ટકર કથા જ તું બંધ કર.'

ઘેર જઈ ભ્રષ્ટ થયેલા અંગની શાસ્ત્રોક્ત રીતિએ અમે શુદ્ધિ સંપાદન કરી. એ રીતે આર્યતા ઘસાઈને ઉજ્જવલ થયાથી જેલમાંથી મુક્ત થવાનો વિજય પ્રકટિત કરી સન્માન મેળવવાની યુક્તિઓ ભદ્રંભદ્રને સૂઝી આવી. તે સર્વના ગુણદોષનું વિવેચન ચાલતું હતું તેવામાં રસ્તામાં ઘોંઘાટ સંભળાયો, બારીએ જઈ જોતાં એક ગાડી આવતી જણાઈ. ગાડીમાં એક કાનફોડિયું વાજું વાગતું હતું અને ગાડી પાછળ ઘણાં માણસો લાંબા હાથ કરી 'માસ્તર

આપજો'ની બૂમો પાડતાં દોડતાં હતાં. ગાડીમાં બેઠેલો 'માસ્તર' દોડતા ટોળાની ઉત્સુકતા વિશે તદ્દન બેદરકાર રહી રંગબેરંગી કાગળો થોડે થોડે અંતરે બહાર ફેંકતો હતો અને સોનારૂપાનાં ફૂલ લૂંટતાં હોય એવી આતુરતાથી લોકો તે કાગળ ઝીલી લેતાં હતાં અને એકબીજાના હાથમાંથી ખેંચતાં હતાં. દેખાવ જોઈ ભદ્રંભદ્ર સાનંદ આશ્ચર્ય પામી બોલ્યા,

'ધન્ય ભાગ્ય છે વાહનમાં બેઠેલા એ પુરુષનું. એના યશની વાર્તા આ પ્રતાપી વાદ્યથી દશ દિશામાં પ્રસરી રહી છે. આ કીર્તિલેખ તે વહેંચે છે તે દ્વારા ઘેરઘેર આબાલવૃદ્ધ સકલ જનો તેના ગુણનો પાઠ કરશે. સન્માનપ્રાપ્તિનો આથી વધારે વિજયવંત બીજો કયો માર્ગ હોઈ શકે ! કેવી એની મુખમુદ્રા ભણી સકલની દૃષ્ટિ દોરાઈ રહી છે ? કેવા એણે આપએલા પત્ર લઈ મનુષ્યો હરખાતા જણાય છે ! કેવું એની કૃપા માટે જગત અભિલાષી છે !'

ચાકર રસ્તામાં જઈ આમાંનો એક કાગળ લઈ આવ્યો તે વાંચીને મેં કહ્યું.

'મહારાજ, આ કીર્તિલેખ નથી, એ માત્ર જાહેર ખબર છે !'

વિસ્મય અને આનંદના સ્વપ્નમાંથી ચમકી ભદ્રંભદ્રે કહ્યું, 'સુધારાવાળાનું કંઈ છલ હોવું જોઈએ. આ બધી સામગ્રી શાની છે !'

'ચકડોળ, વાજિંત્ર, સોરટી, જાદુ વગેરે જાતજાતના તમાશા કરનાર મંડળી શહેરમાં આવેલી છે, તેના ખેલ આજે રાત્રે થનાર છે, તેની આ જાહેર ખબર છે.'

ઉલ્લાસનો ભંગ થવાથી ભદ્રંભદ્ર કેટલીક ક્ષણ સુધી ખિન્ન રહ્યા પરંતુ થોડી વારે નવી ઊર્મિ અને ઉત્સાહના આવેશથી ઉશ્કેરાઈને બોલ્યા,

'એ જ યોગ્ય સ્થાન છે, એ જ યોગ્ય અવસર છે. ત્યાં સર્વ સિદ્ધિ થશે.'

'મહારાજ ! શાની સિદ્ધિ ?'

'એક જ સિદ્ધિ હાલ જગતની ચિંતાનો વિષય છે, મારા યથાપ્રકાશની સિદ્ધિ એ ખેલના સ્થાનમાં યથેચ્છ રીતે થઈ શકશે.'

'ખેલ કરનાર વિદેશી યવનો છે. તેમના મંડપમાં આપણને શી સહાયતા મળશે ?'

'સર્વ યોજના મારા મનમાં રમી રહી છે. અતિશય પ્રશ્ન પૂછવા એ સુધારાવાળાની વૃત્તિ છે. આર્યોને કુચેષ્ટા ઘટિત નથી. રાત્રે એ સ્થળે જવા ત્વરાથી સજ્જ થઈ રહેજે.'

સજ્જ થવામાં ઘણી મહેનત કરવાની હતી નહિ. રાકળ યાવની પહેરવેશ અમારે વર્જ્ય હતો તેથી ઉનાળામાં ધોતિયાં, શિયાળામાં મૃગચર્મ અને ચોમાસામાં ધાબળી, તથા બારેમાસ પાઘડી એ સિવાય બીજું કાંઈ વસ્ત્ર અમારા શરીરને સ્પર્શ કરી શકતું નહોતું. ચામડાં આર્યોના અંગને અશુદ્ધિકર હોવાથી ઈશ્વરે આપેલી ત્વચા અને ઋષિઓને ગમી ગયેલા મૃગચર્મ સિવાય સર્વ ચર્મમય પદાર્થ અમારે ત્યાજ્ય હતા અને તેથી પગના રક્ષણ માતે પણ પાવડીઓ સિવાય બીજું કંઈ પણ અમે પહેરતા નહોતા. ભદ્રંભદ્રની વેશસંહિતામાં એટલા જ અધ્યાય હોવાથી સજ્જ થવામાં અમારે વિશેષ કાલક્ષેપ કરવો પડ્યો નહિ અને રાત્રે આઠ વાગે અમે ખેલને મંડપે ગયા.

મંડપની આસપાસ બધી બાજુએ લોકોનો જમાવ થયેલો હતો. પૈસા ખરચી ખેલ જોવા મંડપની અંદર જનાર કરતાં વગર પૈસે બહારથી બને તેટલો ખેલ જોવા આવનારની સંખ્યા ઘણી વધારે હતી અને તેમાં ગરીબ માણસો જ નહોતા. ઉદિષ્ટ પ્રયોજન સારુ ભદ્રંભદ્રને મંડપની અંદર જવાની જરૂર હતી તેથી આસપાસ ચાર પાંચ ચક્કર ફરીને મંડપમાં વગર પૂછ્યે દાખલ થઈ જવાનો માર્ગ નથી એવી ખાતરી કરી અમે મંડપના દરવાજા તરફ ગયા.

દરવાજા આગળ કાકડાના બે મોટા દીવા હતા અને તેથી પ્રકાશથી અંદરના ચકડોળની કેટલીક રચના દેખાઈ હતી. દરવાજાને બહારની તરફથી બારણું હતું ત્યાંથી ટિકિટ લઈ પેઠા પછી અંદર પેસવાનું બીજું બારણું હતું ત્યાં ટિકિટ જોઈ અંદર જવા દેતા હતા. બહારના બારણા પાસે ટેબલ-ખુરશી નાખી એક યુરોપીયન ટિકિટો આપવા બેઠો હતો. તેના કરચોળીવાળા તથા ખાડા પડેલા ગાલ, આંખમાંથી આગળ પડતા ખુલ્લા ડોળા, છૂટા ઊડતા વાળ અને પહોળાં તથા ઢીલાં લૂગડાં પરથી તે બહુ સન્માન યોગ્ય જણાતો નહોતો પરંતુ તે વિદેશી હતો અને તેની પાસે જાડી લાકડી હતી તેથી અવગણના કરવા લાયક કોઈને લાગતો નહોતો. તેની જોડે ટેબલથી કંઈક આઘે ખુરશી પર એક મરેઠો બેઠો હતો. તેનો બટનની બે હારવાળો ટૂંકો કોટ, ઘૂંટીથી અડધો વેંત ઊંચું પહેરેલું પાટલૂન, મોજાં વગર પહેરેલા લોઢાના બકલવાળા 'હોલ બુટ' એ સહુ ઊતરેલાં લૂગડાંની દુકાનમાંથી ખરીદ કરેલાં જણાતાં હતાં. મહુડીની વાસ નીકળી ચારે તરફ ફેલાતી હતી પરંતુ તે સાહેબનો

વિશ્વાસુ સલાહકાર હતો. તેથી તે પણ ટોળા મળેલા લોકો તરફથી માન પામતો હતો. 'સકારામ ! હીડર દેખો,' એમ કહી સાહેબે તેને બોલાવી તેનો મત પૂછતા ત્યારે લોકો વિસ્મય અને કુતૂહલથી એ દેખાવ તરફ જોઈ રહેતા અને સખારામ ગર્વભરી દૃષ્ટિ ચારે તરફ ફેરવતો. એવો પ્રસંગ આવી ગયાને કંઈ વખત ગયો હોય અને લોકોનો ઉત્સાહ શિથિલ થતો જણાતો હોય ત્યારે સખારામ પોતાના હાથમાંની ટૂંકા ડંડાવાળી ચાબુકની લાંબી સેર હવામાં જોરથી ફટકારતો હતો અને લોકોને દૂર કહાડવાને બહાને તેમની પાસે જઈ અનેક મિષે તેમને હસાવતો હતો તથા રૉફ દેખાડી ખુશ કરતો હતો.

ટિકિટના પૈસા સાથે લાવવાનું રહી ગયાનું યાદ આવતાં હું એકદમ અટક્યો અને મુશ્કેલીની વાત ભદ્રંભદ્રને કરી. તેમણે કહ્યું,

"આટલી બધી ધામધૂમ સાથે વાહન મોકલી આપણે ઘેર નોતરું મોકલેલું છે તેથી આપણે મૂલ્યપત્રિકાને ક્રય કરવાની આવશ્યકતા નથી તું નિશ્ચિંત રહી મારી સાથે ચાલ.'

દરવાજા તરફ ભદ્રંભદ્ર સપાટામાં ચાલ્યા અને હું પણ તેમની પાછળ ધડકતે હૃદયે ચાલ્યો. ટેબલથી અગાડી અગાડી અમે વધ્યા એટલે સાહેબે કંઈક ઘાંટો કાઢી કહ્યું,

'ટિકિટ લેઓ.'

ભદ્રંભદ્ર અચકીને ઊભા. હું પણ તેમની પાછળ ઊભો. ભદ્રંભદ્રે મારા તરફ જોયું, સાહેબ તરફ જોયું, સખારામ તરફ જોયું અને પછી મંડપના અંદરના ભાગ તરફ ડોકિયું કર્યું. લોકોના ટોળા તરફ જોઈ સખારામ બોલ્યો,

'ગાંડો છ્યે.'

લોકો ખડખડાટ હસી પડ્યા. ભદ્રંભદ્ર કાંઈક નારાજ થયા પણ કંઈ ન બોલતાં તેમણે અગાડી પગ ઉપાડવાનો પ્રયત્ન કર્યો. સાહેબે વધારે ઘાંટો કાઢી કહ્યું,

'ટિકિટ લેઓ.'

ભદ્રંભદ્ર કંઈ બોલ્યા નહિ તેથી સાહેબે સખારામ તરફ ફરી કહ્યું,

'સકારામ, હીડર દેખો. ટિકિટ લેઓ બોઓલો.'

સખારામે ભદ્રંભદ્ર ભણી જોઈ કહ્યું,

'અરે ! તૂ ટિકિટ લ્હયે.'

ભદ્રંભદ્રે કહ્યું, 'નિમંત્રણથી જેમનું આગમન છે તેમને મૂલ્યપત્રિકાની આવશ્યકતા નથી'

ભદ્રંભદ્રે અંદરના ભાગ તરફ ફરી ડોકિયું કર્યું.

સાહેબ અધીરા થઈ ઊભા થયા અને સખારામ તરફ જોઈ ભાર મૂકી બોલ્યા,

'સકારામ, હીડર દેખો. કોઓન કલાસ ?'

સખારામ ઊઠીને અમારી પાસે આવ્યો અને ભદ્રંભદ્રની ભણી જોઈ બોલ્યો. 'તૂને કોણત્યા કલાસ જોઈસ્યે ?'

'નિમંત્રણ છે.'

'કુરચી કે બાંક ?'

'એ પ્રશ્ન જ અપ્રસ્તુત છે. પ્રથમ નિમંત્રણ કરવું અને તદનંતર મહાપુરુષોનું આવું માનભંગ કરવું એ કેવળ અનુચિત છે.'

'મોઠો દગડ ચ્છયે,' એટલું કહી સખારામે હાસ્યવૃત્તિ ધરી લોકો તરફ જોયું એટલે લોકો ખડખડાટ હસી પડ્યા. પાછું ભદ્રંભદ્ર તરફ જોઈ તે બોલ્યો.

'અરે તૂ સું ક્યેચ્છ્યે ? હા ઠિકાણે ટિકિસ વિક્ત મિલછ્ચ્યે. તૂને જોયે ?'

'મૂર્ખ તું કોને તું તાં કરે છે ?'

'ઓહો ! બાજીરાવ રાગવલે !! તૂં કોણ ચ્છ્યેરે ?'

'શું ? આર્ય પક્ષના પરમ પૂજ્ય સર્વોપરી મુખ્ય અધ્યક્ષને તું હજી ઓળખતો નથી ? શું વેદધર્મ એટલો બધો વિસારે પડ્યો છે ? શું શાસ્ત્રગ્રંથો નિત્ય પાઠ-કોણ પ્રસન્નમનશંકરભાઈ કે ?'

છેલ્લું વાક્ય ભદ્રંભદ્ર ઊંચા થઈ મંડપના દ્વારમાં વધારે ઊંડું ડોકિયું કરી એકાએક મોટે નાદે બોલી ઊઠ્યા.

'હા પધારો, પધારો, ભદ્રં -'

ઘાંટો પ્રસન્નમનશંકરનો હતો અને મંડપ અંદરથી સંભળાયો પણ, તેઓ ચકડોળમાં બેઠેલા હોવાથી ચકડોળના ચક્કર સાથે અગાડી ચાલ્યા ગયા અને બીજું વધારે શું બોલ્યા તે સંભળાયું નહિ.

ઘાંટાઘાંટ અને ગરબડથી સાહેબ ગુસ્સે થઈ ગયા. ટેબલ અને ખુરશીના વચ્ચેથી બહાર આવી ઉશ્કેરાઈને બોલ્યા,

'સકારમા, હીડર દેખો. હટાઓ, નિકાલો.'

સખારામ ભદ્રંભદ્રની છેક પાસે આવ્યો અને ચાબુક થોડી ઊંચી કરી બોલ્યો,

'બાહેર નિકલ ભામટા ! નહિતર ધકા મારસ્યે.'

ચાબુકના દાંડાની પિત્તળની ખોલીનો હથોડી-આકારનો છેડો ('હજારફંદો') ભદ્રંભદ્રના નાકની બહુ પાસે આવ્યો હતો તેથી તે વાગે નહિ તે માટે પાછા હટી ભદ્રંભદ્ર બોલ્યા,

'હે અજ્ઞાતનામા યવન ! તથા હે સખારામનામા અનાર્ય થયેલા આર્ય ! જે સનાતન ધર્મના જગદાનન્દકન્દ ઉદ્ધાર માટે હું દેશદેશ પર્યટન કરું છું તેના સુરાસર વિસ્મયાવહ રહસ્યની તમને અણુતમાથી અણુતમા કલ્પના હોય તો આ ક્ષણે તમે આવા હતભાગ્ય થાઓ નહિ. એતત્ સત્ય કે યવનો સમુદ્રગમન કરી આ દેશમાં પ્રવેશ કરે છે અને સમુદ્રગમનના

શાસ્ત્રોક્ત અતિ ઘોર પાપથી તેમની દૃષ્ટિ અન્ધપ્રાયા થઈ સૂક્ષ્મતમ રહસ્યનું નિરીક્ષણ કરવા અસમર્થા થાય છે. પરંતુ તું જે -'

સાહેબ લાકડી ઉગામી આગળ ધસ્યો અને પગ ઠોકી બોલ્યો,

'સકારામ હીડર ડેખો, પોલીસ ! પોલીસ !'

સખારામ એકદમ 'પોલીસ પોલીસ'ની ગર્જના કરવા મંડી ગયો અને પ્રથમ ચાબુક હવામાં સારી પેઠે ફટકાવી લઈ અમને બંનેને વારાફરતી ધક્કા મારી તેણે પાછા હઠાવવા માંડ્યા. લોકો આસપાસ ભરાઈ ગયા. તેમની વચ્ચેથી લોકોની પાઘડીઓ પાડતો અને લોકોને અડબડિયાં ખવડાવતો પોલીસનો સિપાઈ નીકળી આવ્યો. તેણે ભદ્રંભદ્ર તરફ નજર કરી પૂછ્યું.

'ક્યા તકરાર હયે ?'

'વિવાદ થયો જ નથી, મતભેદ સમુદ્રગમનના શાસ્ત્રાધાર વિષયે છે. પ્રતિપક્ષીઓ પ્રમાણ દર્શાવવા અસમર્થ છે. સમુદ્રગમન એટલું મહોટું પાપ છે કે ગમે તેવા પ્રાયશ્ચિત્ત કે સંસ્કારથી તે ધોવાતું નથી એ શાસ્ત્ર પ્રતિપક્ષીઓ ગ્રહણ કરી શકતા નથી, તેમ જ સમુદ્રગમન કરી આ દેશમાં આવ્યાથી યવનોની દુર્દશા થઈ છે એ પ્રત્યક્ષ પ્રમાણ પણ તેઓ સમજી શકતા નથી. સમુદ્રગમનથી કેળવણી, કળા, વ્યાપાર, રાજ્યવ્યવસ્થા ઇત્યાદિ વિષયમાં દેશકલ્યાણ થાય છે એવો સુધારાવાળા જેઓ જડવાદી પક્ષ તેઓ કરતા હોય તોપણ તે કેવળ ભ્રાન્તિ છે કેમ કે ત્રિકાલજ્ઞાન પૂર્ણ શાસ્ત્રમાં જે નિષિદ્ધ હોય તેથી લાભ હોઈ શકે જ નહિ અને હોય તો તે લાભ આર્યોને ત્યાજ્ય છે. આર્યોના શરીરની અન્તર્ઘટનાને સમુદ્રનું વાતાવરણ પ્રતિકૂળ છે. તથા આર્યોના પ્રાણવાયુને સમુદ્રના પ્રાણવાયુ સાથે પૂર્વજન્મની શત્રુતા છે તે લક્ષમાં લઈ ઋષિઓએ સમુદ્રગમનનો નિષેધ કર્યો છે; તેથી, પરદેશમાં જઈ દેહશુદ્ધિ સાચવનારને સમુદ્રગમનની છૂટ મળવાની અશાસ્ત્રજ્ઞ જનો જે માગણી કરે છે તે અસ્થાને છે. વળી, પૃથ્વીમાં ભારતભૂમિ જ શુદ્ધ છે અને બીજા સર્વ દેશ હતભાગ્ય અશુદ્ધ અને મલેચ્છ છે તેથી કોઈ પરદેશના લોકોના સંસર્ગથી આર્યોનું હિત થઈ શકે નહિ તથા શુદ્ધિ ટકી શકે નહિ. વળી આપણા દેશમાં નાતજાત છે, જમણવાર છે, વરઘોડા છે, શું નથી તે પરદેશમાં જવું પડે ?'

'તુમ ક્યા કહેતા હયે વો હમ નહિ સમજતા. લેકિન ખેલ નહિ દેખના હો તો નિકલ જાઓ.'

'ખેલ અવશ્ય દૃષ્ટવ્ય છે. પરંતુ સમુદ્રગમનના પ્રશ્ન સંબંધે પરાજય થવાનો વિરોધીઓ અંગીકાર કરે છે.'

સખારામ તરફ જોઈ પોલીસના સિપાઈએ પૂછ્યું. 'યે આદમી કોન હયે ?'

'કોઈ દંગાખોર ચ્છ્યે. ટંટા કરવા તૈયાર ચ્છ્યે. બાહેર કાઢવો લાગે ચ્છ્યે.'

પોલીસના સિપાઈએ ઝાઝી સભ્યતા વિના ભદ્રંભદ્રને બહાર કાઢવા માંડ્યા અને અમારે બહાર જવું પડત, પણ મંડપની અંદરથી પ્રસન્નમનશંકર અને વલ્લભરામ આવી પહોંચ્યા. તેમણે બધી તકરારનો અંત આણ્યો અને અમારી ટિકિટ ખરીદ કરી અમને તેઓ અંદર લઈ ગયા.

મંડપમાં ચકડોળ હતું તે ઉપર અમે બેઠા. પ્રસન્નમનશંકર અને વલ્લભરામ ચકડોળ ઉપરની ખુરશી પર બેઠા. એક પાટલી પર હું બેઠો અને ઘોડાના આકારની છૂટી બેઠક હતી તે પર ભદ્રંભદ્ર બેઠા. ચકડોળ ચાલવા માંડ્યું એટલે વલ્લભરામે ભદ્રંભદ્રને પૂછ્યું,

'કેમ મહારાજ ! બહાર આપની પૂજા થઈ કે શું ?'

'પૂજ્યજનોની પૂજા કરવાનું કર્તવ્ય સર્વ સમજતા હોય તો મહાપુરુષોને પ્રયાસ પડે જ નહિ. મહાવિજય નિમિત્તે પૂજાનો પ્રસંગ રચાવવા જ હું અત્રે આવ્યો છું, પરંતુ હું હજી બહાર રોકાયેલો હતો તેથી પૂજાવિધિનો આરંભ થવાનાં ચિહ્ન હજી જણાતાં નથી.'

'ચિહ્ન માત્ર ચિત્તભ્રમનાં જણાય છે. ચકડોળના ભ્રમણને લીધે સર્વ ભ્રમણ કરતું જણાય છે. પરંતુ કયો મહાવિજય ? વિરોધીઓના પરાજય વિશે આપ બહાર કંઈ કહેતા હતા પણ બરાબર સમજાયું નહિ.'

'એ પરાજય તો માત્ર સમુદ્રગમનના શાસ્ત્રાર્થ સંબંધે હતો. આકાશથી પાતાળ સુધી વિખ્યાત થઈ રહેલા મહાવિજયના ઉત્સવનું એ માત્ર મંગળાચરણ હતું !'

'વ્યાવહારિક વૃત્તાન્તોથી હું અણમાહિતગાર છું. બ્રહ્મચિંતન અને યોગાભ્યાસમાં કાળ જરા હદપાર રોકાઈ જાય છે. તેથી ગફલત કબૂલ કરું છું કે આપના મહાવિજય વિશે હજી સાંભળ્યું નથી.'

'અમે કારાગૃહમાંથી મુક્ત થયા તેનો ડંકો જગતમાં વાગ્યો તેના રણકા આપને કાને નથી આવ્યા ?'

'કાને કંઈ વ્યથા થાય છે ખરી, પણ બરોબર સમજાયેલું નહિ. આપ છૂટ્યા તે જાણું છું, તે વિજય ગણાશે એવી કલ્પના થઈ નહોતી. કોનો વિજય કહેવાય ?'

'સકલ આર્યપક્ષના નાયકનો. વસ્તુ જાણવી સહેલી છે, પણ વસ્તુનું સત્ય જાણવું અઘરું છે.'

'તેથી જ આવું પરિણામ થાય છે. જોજો, મહારાજ ! સંભાળજો. એ ઘોડો તોફાની છે.'

સંભાષણના આવેશમાં ભદ્રંભદ્ર ઘોડા પરથી વાંકા વળી ગયા હતા તેથી વલ્લભરામે આ છેલ્લી સૂચના કરી, ભદ્રંભદ્રને તે કંઈક મશ્કરી જેવી લાગી તેથી વલ્લભરામ સાથે વાત કરવાનું મૂકી દઈ પ્રસન્નમનશંકર તરફ જોઈ તેમણે કહ્યું,

'આપ અહીં પધાર્યા છો એ જાણવામાં નહોતું.'

'તસ્માદેવ દર્શનાર્થે આવ્યા નહિ હો ઇતિ કલ્પના ઉદ્ભૂતા હતી.'

'કાંઈ કાર્ય પ્રસંગ હશે.'

'કાર્યે પ્રસંગો કાચિત્ ન્યૂનતા છે ? જ્ઞાન અને વ્યવસાય ઉભયની પ્રવૃત્તિ જ્યાં સતત ચાલી રહી છે ત્યાં પ્રયાસ તો નિરંતર છે જ પરોપકારાર્થમિદં શરીરમ્ । મારી નિઃસ્પૃહા તો આપ જાણો છો જ. કોઈને મંત્ર, કોઈને ઉપદેશ, કોઈને પદવી, કોઈને પ્રતિષ્ઠા, કોઈને સત્તા, એમ અનેકને અનેક ઇષ્ટ વસ્તુ અપાવવા પ્રયત્ન ચાલ્યા જાય છે, પણ તે સર્વ બીજાને માટે. રાજાઓને રાજ્ય અપાવ્યાં હશે, પણ પંડને કોઈ દિવસ તૃણની પણ પ્રાપ્તિ કરાવવા પ્રયાસ કર્યો નથી. આ મંડપમાં થયેલું આગમન પણ ઇત્થંભૂત છે. આત્મવિનોદાર્થ કદી આ સદશ સ્થાને મારું આવવું થાય નહિ. મિત્રમંડળે પ્રાર્થના કરી કે જગતના અને અમારા ગુરુ છો તો

ખેલ સ્થલમાં અમારા નેતા, શાસિતા, ઉપદેષ્ટા થાઓ. યાચના સયુક્તિકા હતી, અને આ ભણી ઘણા કાળ પછી આવવું થયું છે તેથી અનેકને દર્શનનો લાભ આપવાનો પ્રસંગ હતો અતઃ આગમનમ્.'

'મહાવિજયપ્રકોશનમાં આપ સહાય થઈ શકશો.'

'મારા મિત્રો આપને સર્વ પ્રકારે સહાયતા કરશે. પંડિત શિરોમણિપદ ધારણ કરતી વેળા મિત્રોએ પ્રતિજ્ઞા લેવડાવી છે કે મારે અન્ય કોઈનો મોહોટો કરવો નહિ. એ પદ ધારણથી વર્તન વિરોધ ન થાય, માટે ન છૂટકે પ્રતિજ્ઞા લેવી પડે છે. આપની યોજના કેવા પ્રકારની છે ?'

'વાદ્ય, સંગીત અને દીપમાળાની રચના તો અહીં યથેચ્છ છે. મનુષ્યનો સમૂહ પણ વિશાળ છે. પતાકાઓ મંગાવી શકાશે. સર્વ મળી સતપાક તથા સનૃત્ય આ મહાશયનો ઉત્સવ કરે અને યશઃપ્રાપ્ત કરનાર મહાપુરુષના ગુણનો ઉચ્ચાર કરે તથા તેમની યથાયોગ્ય અર્ચના કરે એટલું જ બાકી છે. પુષ્પ કુંકુમ સહેલાઈથી મળી શકશે.'

'યોજના ઉત્તમા કલ્પિતા છે. પરંતુ અત્રે સંમલિત સર્વે જન પ્રથમ એ વિષયે નિવેદિતવ્ય તથા સજ્જીકર્તવ્ય છે.'

'ઊભો થઈ ભાષણ કરવા હું તત્પર છું.'

'આ ભ્રમણ કરતા કષ્ટમય અશ્વ પર ઊર્ધ્વસ્થિતિ થવામાં અધઃપતનનો સંભવ છે એ વિસ્મરણ કરવા યોગ્ય નથી. વળી સર્વે એકચિત્ત નથી તે વૃત્તાન્ત લક્ષમાં ન લેવો એ હાનિકારક છે. તથા ભ્રમણ અટક્યા વિના અને શાંતિ થયા વિના કિંચિત્ સાધ્ય નથી. એ વાસ્તવિક સ્થિતિ અનાદરીયા નથી. પરંતુ આ કોલાહલ શો ?'

સો દહોડસો તમાશગીરોનું ટોળું એકાએક ઘાંતા પાડતું, હર્ષનાદ કરતું, સિસોટીઓ વગાડતું અને તાળીઓ પાડતું મંડપમાં પેઠું હતું. તરત માલમ પડ્યું કે સર્વ સંયોગીરાજનું પાર્શ્વચરમંડળ હતું. ત્રણ પાર્શ્વચરોના ખભા ઉપર એક મોટી મૂછોવાળો, કાળા ચહેરાવાળો અને ફૂલતોરા ખોસેલા ધોળા ફેંટાવાળો, વિચારમુક્ત પણ આનંદી આકૃતિવાળો માણસ બેઠો હતો. તેની આગળ સંયોગીરાજ, અમારા પ્રથમ ઓળખાણના નંદીરૂપ ત્રવાડી અને બે ત્રણ

મુખ્ય પાર્શ્વચરો લાકડીઓ ઝાલી ચાલતા હતા. બધું મંડળ મંડપમાં દાખલ થઈ રહ્યું એટલે 'બં-બે-રા-વ-કી-જે' પુકારવામાં આવી અને ખભા ઉપર બેઠેલા માણસને, તેને વાગે છે કે નહિ તેની ઝાઝી દરકાર વિના, એકાએક નીચે ઉતાર્યો. તે જ બંબેરાવ હતો. અને તંદ્રાચંદ્રને ઠેકાણે સંયોગીરાજના મંડળને હાસ્ય માટે મળી ગયેલો કોઈ દક્ષણી હતો એમ માલમ પડ્યું. તેનું મૂળ નામ કંઈ જુદું જ હતું.

ચકડોળ ઊભું રહ્યું. સંયોગીરાજનું સકલ મંડળ તે ઉપર ચઢી ગોઠવાઈ ગયું અને ચકડોળ ચાલવા માંડ્યું કે તરત ફરી 'બં-બે-રા-વ-કી-જે' બોલાઈ, જે બોલવામાં સંયોગીરાજથી માંડીને બંબેરાવ સુધી તમામ મંડળ સામીલ હોવાથી અને ઉલ્લાસભર્યા સ્વર બહુ લંબાવેલા હોવાથી આખો મંડપ ગાજી રહ્યો. ચકડોળમાં બીજો એક ઘોડો ભદ્રંભદ્રની સામી બાજુએ હતો તે પર બંબેરાવ બેઠા. આ સંજોગ જોઈ કેટલાક પાર્શ્વચરો 'બે ઘોડા પર બે ગદ્ધા' એવું વાક્ય બોલવા લાગ્યા અને ભદ્રંભદ્રને કાને તે પડવા લાગ્યું. સંયોગીરાજને આ વાતની જાણ થતાં ગુનેગારોને ધપ્પા મારવાનો તેમણે હુકમ મોકલ્યો. તેનો અમલ બહુ છૂતથી થયો અને નિંદાવાક્ય બોલાતું બંધ થયું.

વલ્લભરામે ફરી સંભાષણ કર્યું. ભદ્રંભદ્ર તરફ જોઈ તેમણે કહ્યું,

'આ પ્રકારનો વિનયમહોત્સવ આપને માટે પણ થઈ શકે. ઇચ્છા હોય તો હું સંયોગીરાજને વિનંતી કરું કે પાર્શ્વચરોને આજ્ઞા કરો.'

'ધર્મધુરંધરોને સારુ એટલો જ ઉત્સવ ઉચિત છે એમ આપ ધારો છો ?'

'ધર્મધુરંધરો તો વિરલ છે, મહારાજ ! ધર્મ એટલે શું, ધર્મની ધુરા એટલે શું, એ ધર્મ ગાઢ મનન અને ગંભીર આચરણના વિષય છે; ઘડી ઘડી મુખોચ્ચાર કરવાના વિષય નથી આપને ક્યાં અજાણ્યું છે ?'

'મને અજાણ્યું નથી જ અને મહાન કાર્યમાં થયેલા સ્વાનુભૂતિથી જ એ પદ હું વાપરું છું. મોટા કે નાના કોઈપણ વિષયમાં ધર્મની ધુરા નીચી નમવા ન દેવી એ ધર્મધુરંધરનું પ્રથમ કર્તવ્ય છે એમ હું સમજું છું. આર્યધર્મને તોડવા નીકળેલા સુધારાવાળા બાળલગ્ન સંબંધે જે ઉદ્‌ઘોષ કરે છે તેને કેટલાક આર્યપક્ષવાદીઓ ટેકો આપે છે તથા બાળલગ્ન શાસ્ત્રવિરુદ્ધ છે

એમ કહે છે પરંતુ એથી પણ આર્યધર્મની ધુરા નીચી નમે છે તે તેઓ લક્ષમાં લેતા નથી, બાળલગ્ન સંબંધે આપની પણ કંઈક એવી વૃત્તિ છે.'

'એ વિષયમાં સુધારાવાળાનું કહેવું ખરું છે કે સુધારાવાળાના પ્રયાસ યોગ્ય છે એમ તો કોઈ દિવસે મેં કહ્યું નથી અને કહું પણ નહિ. પરંતુ બાળલગ્ન શાસ્ત્રવિરુદ્ધ ન હોય તોપણ મહોટી વયના લગ્નની શાસ્ત્રમાં છૂટ છે. એમ આપ નહિ સ્વીકારો ? અને મહોટી વયના લગ્નથી લાભ છે તથા તેના ઉપદેશથી લોકમાં ઝાઝી અપ્રીતિ થતી નથી એ આપ કબૂલ નહિ કરો ?'

'હાલ ચાલે છે તે બધું બરોબર છે એમ કહેવાથી જેવી લોકપ્રીતિ થાય છે તેવી કશાથી થતી નથી. એમ આપે પોતે જ ઘણી વાર કહેલું છે અને લાભ માટે આર્ય રૂઢિઓ ફેરવી શકાતી હોય તો આર્યધર્મની સનાતનતા ક્યાં રહી ? વળી આર્ય પ્રજાએ કદી શાસ્ત્રોનું ઉલ્લંઘન કર્યું નથી તેથી બાળલગ્નની રૂઢિ જ સિદ્ધ કરે છે કે શાસ્ત્રોમાં બાળલગ્ન વિના બીજાં લગ્નનો આધાર જ નથી અને લાભ જોતા હો તો બાળલગ્નથી શી હાનિ છે અને મહોટી વયના લગ્નથી શો લાભ છે ? બાલકોને નાનપણથી ખાનપાન કરાવવામાં આવે છે, નાનપણથી બોલતાં ચાલતાં કરવામાં આવે છે, તો નાનપણથી તેમનાં લગ્ન શા માટે કરવાં નહિ ? આખા જીવનમાં એક અપવાદ શા માટે કરવો ?'

'શરીરસંપત્તિને હાનિ થાય છે એ આપ ના પાડો છો ?'

'આ સુધારાવાળા જેવાં વચન બોલો છો. રૂઢિ કરતાં શરીરસંપત્તિ શું વધારે માનનીય છે ? અને શરીરસંપત્તિ બાળલગ્નથી ક્ષીણ થાય છે એમ કહેવાનો શો આધાર છે ? બાળવયનાં માતા પિતાનાં બાળક નિર્બળ હોય છે એમ સુધારાવાળા કહે છે તે તો ભ્રાન્તિ જ છે, કેમ કે જન્મકાળે તો સર્વ બાલક મહોટા હોતાં નથી અને જન્મ પછીથી શરીરવૃદ્ધિ તો ભોજન, વ્યાયામ, ઇત્યાદિ પુષ્ટિ-સાધનને અનુસરીને થાય છે. બાળલગ્ન સામેનો પોકાર પાશ્ચાત્ય પ્રજાના અનુસરનની લાલસાથી જ સમજ્યા વિના ભૂલમાં ઉઠાવેલો છે અને તેથી આર્યત્વને હાનિ થાય છે. માટે આર્યોએ તેને લેશ માત્ર ઉત્તેજન આપવું જોઈએ નહિ.'

'પ્રવર્તમાન રૂઢિ તરફથી પૂજ્ય બિદ્ધિથી આપ આમ કહો છો તે મારે માન્ય છે. હું જગત આગળ રૂઢિનો સમર્થક છું અને આપણી રૂઢિઓ ઉત્તમ હોઈ શકે છે. અને શાસ્ત્રોમાં મહોટી

મ્હોટી વયના લગ્નનો પ્રકાર પણ વર્ણવેલો છે એમ અંગીકાર કરવાથી શાસ્ત્રોને કે રૂઢિને આપણે નીચાં પાડતાં નથી, બધાનું મન જળવાય છે.'

'ગર્ભાધાનની વય શાસ્ત્રમાં ઘણી નાની દર્શાવી છે અને તે અતિ યોગ્ય છે એમ આપે જ પ્રતિપાદન કર્યું છે, તો પછી મ્હોટી વયના લગ્નનો શાસ્ત્રાધાર ક્યાં રહ્યો ? ગર્ભાધાનની વય વહી જતાં પાપ લાગે ત્યાં તે વય પછી લગ્ન કરવાનું કેમ કહી શકશો ?'

'એમાં જ આર્યપક્ષની ખૂબી છે. ગર્ભાધાનની વયનો કાયદો સુધારાવાળાને કહેવાથી થાય એ અટકાવવું એ જ જ્યાં મુખ્ય પ્રયોજન હતું ત્યાં બાળલગ્ન સંબંધી બધો શાસ્ત્રાધાર જોવાને આપણે બંધાયેલા નહોતા. વળી કાયદો થતો અતકાવવો એથી જ જ્યાં ધર્મરક્ષણ થવાનું હતું ત્યાં તે માટે હરકોઈ ઉપયોગ લેવીની છૂટ હતી, કેમ કે હેતુ ઉત્તમ હતો. પરંતુ તે સમયે દર્શાવેલા શાસ્ત્રાધાર પ્રમાણે બાળલગ્નના વિષયમાં વર્તવાની આપણી ફરજ છે એવો કોઈ શાસ્ત્રમાં પણ આધાર નહિ જડે. આર્યધર્મ સંરક્ષણ માટે અને દસ વર્ષ પછીના ગર્ભાધાનનું અનાચરણીય પાપ અટકાવવા માટે શાસ્ત્રનો ઝંડો ધરનાર એક આર્યવીરે તે પછી સોળ વર્ષની વયે પોતાના કુટુંબમાં કન્યાનું લગ્ન કર્યું એ આપના જાણવામાં પણ નહિ હોય !'

'હે શંભુ ! હે શંકર !'

'આ જ માટે મારું આપને કહેવું છે કે ધર્મધુરંધરની પદવીને બહુ છેડવી ઘટતી નથી, એમાં સંકટ છે તથા સાહસ છે. રાજકીય પ્રયાસનાં ધોરણો લક્ષમાં રાખવા સારુ ઇંગ્રેજી સાહિત્યના અવલોકનની આવશ્યકતા છે. લોકોને રાજકીય પ્રવાસમાં એકમતે સામિલ રાખવા સારુ તેમની કોઈ રૂઢિઓ નિંદવી નહિ, એ જેમ સંસારસુધારા વિરુદ્ધ રાજકીય દૃષ્ટિગત કારણ છે તેમ, 'અમારામાં સુધારાની જરૂર ન છતાં જરૂર પડે ત્યાં અમે પોતાને સુધારવા સમર્થ છીએ.' એમ દર્શાવવાની આવશ્યકતા હોવાથી સંસાર સુધારાનો આ અલ્પ વિષયમાં કાંઈક બાહ્ય આડંબર કરવાનું કારણ છે.'

પ્રસન્નમનશંકર આ વિદાદ સાંભળી રહ્યા હતા તે બોલ્યા,

'વલ્લભરામ, અતિસિદ્ધાંતકથન એ સદૈવ અનુરુધ્ય નથી, વિશેષ કરી આ પ્રસંગમાં અતિ સર્વત્ર વર્જયેત, પ્રૌઢ જનોને પૃચ્છીને વિવાદ કરવો વિહિત છે. બાળલગ્નનો નિષેધ કરવાની અનુજ્ઞા સુધારાવાળાના સુધારા માતે નહિ પણ આર્યધર્મની કીર્તિ માટે આપવી એ ચર્ચા

ચિંતન કરવા યોગ્ય છે અને તે પણ જ્યાં કોઈની ઇચ્છા હોય, શાસ્ત્રાધાર હોય, ગુરુ અને આચાર્ય અનુકૂલ હોય તથા કોઈ અપ્રસન્ન થતું ન હોય ત્યાં જ એટલું કહ્યું હોય તો પર્યાપ્ત હતું.'

હજુ પણ ભદ્રંભદ્ર પ્રસન્ન થયા નહીં. પ્રસન્નમનશંકર તરફ નમ્ર વૃત્તિ કરી તેમણી કહ્યું,

'બાળવયે લગ્ન થાય તો જ પિતા, પ્રપિતામહ, માતા, માતામહી, પિતામહી, સર્વ વડીલો બાલકનાં લગ્ન જોઈ આનંદ પ્રાપ્ત કરી શકે છે અને વડીલોની પ્રસન્નતા, વડીલોનો આનંદ; એથી અધિક આર્યબાળને શો ઉદ્દેશ હોય ? મ્હોટી વયના લગ્નથી લગ્ન કરનારને લાભ હોય તોપણ તે લાભ સારુ વડીલોનો આનંદ લઈ લેવો એવો આર્ય ગુરુભક્તિવિધ્વંસી સિદ્ધાંત શું કોઈ પણ આર્યપક્ષવાદી પ્રવર્તાવશે ? બીજી બધી વાત મૂકી દેતાં આ જ પ્રશ્ન પર બાળલગ્ન વિરુદ્ધના પ્રયાસ તૂટી પડી નિર્મૂળ થાય છે.'

પ્રસન્નમનશંકરે કહ્યું, 'મ્હોટી વયે લગ્ન કર્યાથી પ્રેમભાવના યથાર્થ ઉલ્લાસ પામતી નથી. ન્હાની વયમાં વૃક્ષના અંકુર સમ મન બંધાય છે અને તે જ શુભ વેલાએ તેમાં પ્રેમ પ્રતિ વલણ થવું જોઈએ અને તે બાળલગ્નથી જ થઈ શકે એમ તો મારું પણ માનવું છે.'

વલ્લભરામે એકદમ ઉત્તર દીધો, 'પ્રેમની સામાન્ય ભાવના કેળવવા માટે તો માતાપિતા, બંધુભગિની તરફના પ્રેમમાં બાળકનું મન વાળવું જોઈએ. પતિપત્નીનો પ્રેમ એ વિશેષ રૂપની ભાવના ગ્રહણ કરવાનો સમય આવે તે પહેલાં તેના સ્વતંત્ર ઉલ્લાસનો અવકાશ અટકાવી દેવાથી તે કુંઠિત થાય છે.'

ભદ્રંભદ્રે નારાજ થઈ કહ્યું, 'એ પાછી સુધારાવાળાની કોટિ છે અને તે આર્ય પક્ષને ઉચિત નથી. ગમે તેવી વ્યક્તિ સાથે નાની વયે લગ્નમાં જોડાયા પછી આર્ય સંસારના બંધારનની પ્રતિષ્ઠા જાળવવા માટે મનની ઊર્મિઓનો ભંગ કરી તથા સુખની ઇચ્છાઓ દૂર કરી સ્વાર્થત્યાગનું પરમ દૃષ્ટાંત આપવું એ જ આર્યતાને ઉચિત છે. સંસારસુખમાં ગાળવાની સ્પૃહા રાખવી એ આર્યશાસ્ત્રમાં ઇષ્ટ ગણ્યું જ નથી.'

વલ્લભરામે કહ્યું, 'અલબત, વૈરાગ્ય એ જ અંતની વૃત્તિ છે. પણ તે સુખ ભોગવ્યા પછી જીવનને અંતે ગ્રહણ કરવાની છે અને અદ્વૈતમતે સુખ વેરાગ્યથી વિરોધી નથી. આપ જે ઉત્સવ કરવા ઇચ્છો છો તે સ્વાર્થત્યાગ કે નિઃસ્પૃહાનું રૂપ તો ન જ કહેવાય.'

'તે સર્વ આર્યધર્મ માટે છે, અમુક વ્યક્તિ માટે નથી. વળી, મહાપુરુષો માટે માર્ગ અન્ય જ છે. પણ મહાપુરુષોની ગણના જ ક્યાં છે ? બંબેરાવને માન આપનારાઓ મારા ભણી દૃષ્ટિ પણ કરતા નથી.'

ચકડોળ જરા એકાએક ઊભું રહ્યું તેથી અને તે જ વખતે કોઈ પાર્શ્વચરે અડપલું કર્યાથી બંબેરાવ એકદમ ઘોડા પરથી ઊથલી પડ્યા, તાળીઓ અને હર્ષના પોકાર પ્રસરી રહ્યા. બંબેરાવે મરાઠીમાં વીસ પચીસ ગાળો દીધી તેથી હર્ષપૂર વધ્યું. કંઈક રકઝક પછી બંબેરાવને ઊંચકીને પાછા ઘોડા પર બેસાડ્યા અને ફરી પડી ન જાય તે માટે ઘોડા સાથે ખેશ વતી બાંધી લીધા. બંધન મજબૂત છે કે નહિ તે નક્કી કરવા સારુ તેમને ધક્કા અને લાતોથી હલાવવામાં આવ્યા પણ તે ડગ્યા નહિ. તેમની આ દઢતા માટે પાર્શ્વચરોમાં ધન્યવાદ ફેલાઈ રહ્યો અને ફરી વાર 'બં-બે-રા-વ-કી જે' બોલાઈ.

આ વખત ગરબડ ઘણી વધારે થયાથી સાહેબ સખારામને લઈને અંદર આવ્યા. સર્વ શાંત થઈ ગયા એટલે સખારામને ચકડોળ તરફ મોં કરી ઊભો રાખી સાહેબે કહ્યુ,

'સકારામ, હિડર ડેખો. ચૂપ બેઠો.'

સખારામે મ્હોટો ઘાંટો કહાડી કહ્યું,

'સાહેબ કહ્યચ્છ્યે કે ધાંધલ નહિ કરવા.'

એક પાર્શ્વચર બોલી ઊઠ્યો,

જા! રે ! સાહેબવાળી ! સાહેબ તો આ બેઠો.' એમ કહી બંબેરાવ તરફ આંગળી કરી.

'સાહેબે પૂછ્યું, સખારામ, હીડર ડેકો. ક્યા બોઓલા ?'

'ઓ મેન સાહેબ ઐસા કહેતા.'

'સકારામ, હીડર ડેખો, હમ ફિકર નહિ. નિકાલો.'

સખારામે પાર્શ્વચરો તરફ જોઈ કહ્યું,

'સાહેબ કહ્યેચ્છ્યે કે કેવા ભી સાહેબ હસ્યે તો નિકાલસ્યે.'

આ ધમકી આપી સાહેબ અને સખારામ ચાલ્યા ગયા. પાર્શ્વચરોમાં ધીમું ધીમું હાસ્ય અને ધીમી ધીમી વાતચીત ચાલી રહી. ચકડોળ પાછું ચાલવાને વાર હતી અને બીજા કેટલાક ખેલ થતા હતા તે ચકડોળ પર બેઠા બેઠા જોવા લાગ્યા. બંબેરાવને પીવા સારુ પાર્શ્વચરો બહારથી ગ્લાસમાં સોડાવોટર કે લેમોનેડ કે એવું કંઈ લઈ આવ્યા, ભદ્રંભદ્ર આ જોઈ ચકિત થઈ બોલ્યા,

'સંયોગીરાજ ધર્મનિષ્ઠ છતાં પોતાના મંડળમાં આવો અનાચાર થવા દે છે ? પાણી સ્પર્શથી ભ્રષ્ટ અને પાત્ર વિદેશીય !'

વલ્લભરામે કહ્યું, 'પાણી સંબંધનો વાંધો ખરો છે. પાણી પવિત્ર હોઈ પાવન કરે છે તે પારકાને, પોતાને નહિ. પોતે તો પારકાથી ભ્રષ્ટ થાય છે. પરંતુ, પાત્ર સામે વાંધો તેની વિદેશિતામાં છે કે સ્પર્શની થયેલી ભ્રષ્ટતામાં છે ?

'બંનેમાં ભેદ એટલો છે કે, – વિદેશમાં કાચ કે માટીનાં બનાવેલાં પાત્ર દૂષિત હોય છે કેમ કે બનાવતી વેળાનાં જલબિન્દુ તેમાં વળગી રહેલાં હોય છે અને મ્લેચ્છતામાં રહેલી ચિકાશને લીધે પાત્ર ગમે તેટલાં ધોયાં કે સૂકવ્યાં પછી પણ પાત્રોમાંથી એ મલેચ્છ જલબિન્દુ જતાં નથી અને એ પાત્ર મ્હોડે અડકારનાર મ્લેચ્છજળનાં એ બિન્દુનું પાન કરી અધોગતી પામે છે; પરંતુ વિદેશમાં બનેલાં ધાતુનાં વાસણોમાં એ દોષ રહેતો નથી. કેમ કે આ દેશનાં ધાતુનાં વાસણ સાથે તે મળી જઈ શકે છે અને એ સંસર્ગથી આ દેશનાં વાસણની શુદ્ધિ તે પાત્ર પ્રાપ્ત કરી શકે છે. સ્પર્શથી થયેલી ભ્રષ્ટતા તો વિદેશના તેમ જ આ દેશના પાત્રમાં શાશ્વત ટકી રહે છે. વાસણ બનતી વખતના સ્પર્શ અને વાસણ બન્યા પછીના સ્પર્શમાં એતલો ફેર રહે છે. કારણ એ છે કે વાસણ બન્યા પછી તેમાં કંઈ જડતા, દઢતા અને આગ્રહ આવે છે, તેથી, લીધેલી ભ્રષ્ટતા કોઈ રીતે છૂટતી નથી. આ જ કારણથી મેં સરકારમાં ઘણી અરજીઓ કરી માગણી કરી છે કે જે દારૂના પીઠામાં હિન્દુઓ જતા હોય ત્યાં બ્રાહ્મણ, વાણિયા વગેરે નાતવાર જુદાં જુદાં ધાતુનાં પવાલાં રાખવાં જોઈએ કે દારૂની મલિનતા ઉપરાંત વિદેશિતાની અને સ્પર્શણી મલિનતા પાત્રો દ્વારા પીનારમાં ન પેસે. હજી સુધી અરજીઓના જવાબ મળ્યા નથી.'

'મળે ત્યારે વંચાવજો.'

એ વાક્ય બોલનાર ત્રવાડી હતા, તે વલ્લભરામની પાસે આવીને બેઠા હતા. ભદ્રંભદ્ર બોલી રહ્યા પછી તેમણે વલ્લભરામના કાનમાં કંઈ કહ્યું. વલ્લભરામ ઊઠીને તેમની સાથે સંયોગીરાજ પાસે ગયા. મસલત કર્યા પછી સંયોગીરાજ ભદ્રંભદ્ર પાસે આવ્યા અને કહ્યું,

'જોઈતું માન તો પૂરેપૂરું આપને આપવું બની શકે એમ નથી. પણ મરજી હોય તો મારા પાર્શ્વચરોને હુકમ કરું કે મનમાનતી ધામધૂમ મચાવે ફાંકડો ઓચ્છવ થઈ જશે : હું ધારું છું તે કરી શકું છું.'

'યોગ્ય સત્કાર યથાર્થ રીતે થતો હોય તો મારી સંમતિ છે.'

બંબેરાવની નજીક ગરબડ થતી સંભળાઈ. તેને પીવા આપેલા ગ્લાસમાં પાર્શ્વચરોએ કંઈ કડવો પદાર્થ નાંખેલો હોવાથી તેણે ગ્લાસ ફેંકી દઈ ફોડી નાખ્યું હતું. તેનાથી હઠાય તેમ નહોતું પણ મુઠ્ઠીઓ વાળી તે બે હાથ જોરથી ફેરવતો હતો અને કોઈને પાસે આવવા દેતો નહોતો. સંયોગીરાજના હુકમથી તેના હાથ બાંધી લેવામાં આવ્યા. તેમની આજ્ઞાનુસાર એક પાર્શ્વચરે ગાલિપ્રદાન સાથે 'ચૂપ' શબ્દ મહોટેથી ઉચ્ચાર્યો કે તરત સર્વ મંડળ શાંત અને સ્વસ્થ થઈ ગયું. પાંચ મિનિટમાં બધે સૂચનાઓ ફરી વળી. તે પછી સંયોગીરાજે પોતાની પાઘડી કાઢીને લાકડી ઉપર ટેકવી ઊંચી કરી એટલે સર્વ પાર્શ્વચરોએ તેમ કર્યું. એક પાર્શ્વચર બંબેરાવના ખભા ઉપર ચઢીને બે પગ મૂકીને ઘોડા પાસેના સળિયાને અઢેલીને ઊભો રહ્યો. એના એક હાથમાં બે લાકડીઓ પર પાઘડીઓ હતી અને બીજા હાથમાં બે લાકડીઓ પર ખાસડાં હતાં.

'બં-બે-રા-વ-કી પીઈ ઈ.' 'પીટ-પીટ-હુરીઓ.'

એ નાદ સર્વત્ર વ્યાપી રહ્યો. તે બંધ પડ્યા પછી સંયોગીરાજે ચકડોળની એક ખુરશી ઉપર ઊભા થઈ કહ્યું,

'સાંભળો ! આપણા ભાઈબંધે પણ બંબેરાવને છૂંદ્યો છે તે પ્રમાણે આ ભદ્રંભદ્ર માહારાજે સૌધારાને છૂંદ્યો છે, એ વાત તમે સહુ જાણતા હશો. કેમ કે ભદ્રંભદ્ર પોતે તે છાની રાખે તેવા નથી. અને છાની શા માટે રાખે ? પોતાની આબરૂ માણસ પોતે જેવી વધારી શકે છે તેવું

બીજું કાંઈ કોઈ વધારી શકતું નથી એમ પંડિતો કહે છે, તો પોતે પોતાના વખાણ કરવાં એના જેવો પોતાની આબરૂ વધારવાનો બીજો કયો સરસ માર્ગ છે ! તે માટે એ મહારાજ પોતે કરી શકે તેટલું તો આપણાથી નહિ થાય, પણ તેમની આબરૂ વધારવામાં થોડી મદદ આપણે કરવી જોઈએ. સુધારા જોડે આપણે કાંઈ લેવાદેવા નથી. સુધારાવાળા કહે છે કે નાચરંગ કરશો નહિ. મારી ખાતરી છે કે તમારામાં કોઈ પણ એવો નથી કે જે આ સલાહને ધિક્કારી કાઢશે નહિ. મોજમજાહ વિના જીવતર નકામું છે તે તમે સહુ સમજો છો. તમારા જેવા ઇશ્કીઓને વધારે કહેવું પડે તેમ નથી. ભદ્રંભદ્ર મહારજની પ્રદક્ષિણા કરો.'

પરેડ શરૂ થઈ ગઈ. ભદ્રંભદ્ર ચકડોળના ઘોડા પર હતા તેથી એકલા ભદ્રંભદ્રની નહિ પણ આખા ચકડોળની આસપાસ પાર્શ્વચરો પગ ઠોકતા અને લાકડીઓ પરની પાઘડીઓ ઉછાળતા ફરવા લાગ્યા.

હર્ષના આવેશમાં આવી જઈ ભદ્રંભદ્ર ઘોડા ઉપર ઊભા થઈ જઈ બોલ્યા,

'આર્યો ! સનાતન આર્યધર્મના ભક્તો ! મહાપુરુષના વિજયનો ઉત્સવ તમે કરો છો તેની એકલાની જ નહિ પણ તમારી પોતાની કીર્તિ પણ આજે તમે અચલ કરો છો. સુધારાનું ખંડન કરવાનો મારો પણ મહાન ઉદ્યોગ આજ વિજયવંત થયો છે. વેશ્યાના નાચ સામેનો સુધારાવાલાનો વાંધો કેવો ધિક્કારપાત્ર છે તે તમારા પ્રમુખે હમણાં જ કહ્યું. એ રૂઢિ આપણે બંધ કરીએ તો આપણી શ્રેષ્ઠ સંસારવ્યવસ્થામાં ખામી હતી એવો લજ્જાભર્યો સ્વીકાર કરેલો કહેવાય અને તે પાશ્ચાત્ય પ્રજાઓના જાનવામાં આવે ત્યારે તેથી આપણે નીચા પડી જઈએ એ નક્કી છે. સુધારાવાળા કહે છે કે વેશ્યાના નાચની શાસ્ત્રમાં આજ્ઞા નથી, પરંતુ, શાસ્ત્રમાં હોળીના ઉત્સવની આજ્ઞા છે ; અને હોળી કરતાં એ નાચ વધારે અશ્લીલ કે અસભ્ય છે એમ સુધારાવાળા પણ કહેતા નથી. હોળી શાસ્ત્રવિહીન છે તેથી તે વિશે કંઈ કહેવાનું રહેતું નથી. જે વચનો કે ગીતાને સુધારાવાળા અમર્યાદ કહે છે તેથી આજ સુધી આપણે બગડ્યા નહિ તો હવે પછી કેમ બગડીશું ? વળી વિનોદ, તથા મનોરંજનના ઉપાયોથી મનની અધોગતિ થાય એ સુધારાવાળાના મૂર્ખતાભર્યા મસ્તિષ્ક વિના અન્યત્ર ખરું મનાતું નથી.'

બંબેરાવના ખભા ઉપર ઊભા રહેનારે વધારે ભાર મૂકી તથા કૂદાકૂદ કરી પીડા કર્યાથી બંબેરાવે તેને બચકું ભર્યું અને તે નીચે ગબડી પડ્યો તેથી કોલાહલ થઈ રહ્યો. કેટલીક રસાકસી, તકરારો અને લડાઈઓ પછી બીજા પાર્શ્વચરને એ કામ પર ચઢાવવામાં આવ્યો. ગરબડ થવાથી સાહેબ સખારામને લઈને અંદર આવ્યા, પણ તરત પાછા ચાલ્યા ગયા

અને ઘણાને જોવામાં આવ્યા નહિ. શાન્તિ થયા પછી સંયોગીરાજે પાઘડી માથે પહેરી લીધી અને તત્કાળ સર્વ પાર્શ્વચરોએ તેમ કર્યું. ત્રવાડી પલાળેલા કંકુથી ભરેલું એક કૂંડું લઈ આવ્યા અને તે સંયોગીરાજની પાસે મૂક્યું. સંયોગીરાજે પોતાની લાકડીનો છેડો તેમાં બોળી ભદ્રંભદ્ર પાસે જઈ તેમના કપાળમાં લાકડીના છેડાથી ચાંલ્લો કર્યો. પાર્શ્વચરો એક પછી એક તે પ્રમાણે કરી જઈ પ્રદક્ષિણા કરવા લાગ્યા. ચાંલ્લા માતે જરૂર હોય તે કરતાં વધારે જોરથી કોઈ કોઈ લાકડીનો સ્પર્શ ભદ્રંભદ્રના કપાળમાં થતો હતો પણ તે વિશે ફરિયાદ કરવી એ ઘટિત નહોતું. અને ભદ્રંભદ્રને ખોટું લાગતું પણ નહોતું. ભદ્રંભદ્ર ઊભેલા હતા તેને લીધે કોઈ કોઈને લાકડી ઊંચી કરવી પડતી હતી તેથી ચાંલ્લો કરનારનો જ વાંક હતો એમ હતું નહિ. ઉલ્લાસ પામી ભદ્રંભદ્રે ભાષણ શરૂ કર્યું,

'ધન્ય પૂજકો ! આપ ભિન્ન ભિન્ન જ્ઞાતિના છતાં એકત્ર થઈ આર્યજનના ઉત્કર્ષણનું આ ઉત્તમ કાર્ય કરો છો એ મહા આનંદનું કારણ છે. પણ એક આખી જ્ઞાતિ તરફથી આવાં કાર્ય થતાં નથી એ ખેદની વાત છે, જ્ઞાતિ શુભ કાર્ય માટે જ એકત્ર થઈ શકતી નથી અને અનિષ્ટ કાર્ય તથા ઈર્ષ્યા પ્રવૃત્તિ માટે જ એકત્ર થઈ શકે છે, એ સુધારાવાળાનો વાદ આપણે અંગીકાર કરતા નથી, કેમ કે જ્ઞાતિથી જ આ દેશની આધુનિક ઉત્તમ સ્થિતિ થઈ છે અને જળવાઈ રહી છે; એ આર્યપક્ષનો સિદ્ધાંત છે અને જ્ઞાતિની વ્યવસ્થાને લીધે જ સુધારાવાળાના એક એક પ્રયત્નને આપણે નિષ્ફળ કરી શક્યા છીએ અને કરી શકીશું. મારો કહેવાનો ઉદ્દેશ ભિન્ન જ છે. મારી જ્ઞાતિના જનો મારો ઉત્કર્ષ તથા વિજય સ્વીકારે નહિ તેથી સ્વજ્ઞાતિમાં મારી પદવી ઊતરતી છે એમ આપે માનવું નહિ; અમુક જ્ઞાતિજનોના દ્વેષનું જ એ પરિણામ છે અને એ દ્વેષીઓનો સમુદાય જ્ઞાતિમાં બહુ મહોટો છે એટલું જ અનુમાન કરવું. જ્ઞાતિપદવી ઉચ્ચ હોવા વિના મનુષ્ય સન્માનયોગ્ય હોઈ શકતો નથી તેથી આમ કહેવાની અગત્ય પડે છે. મ્લેચ્છો આપણા સન્માનને યોગ્ય થઈ શકતા નથી તેનું કારણ એટલું જ છે કે તેમનામાં જ્ઞાતિ ન હોવાથી તેમને જ્ઞાતિપદવી હોતી નથી. રાજકીય ઉન્નતિ પ્રવર્તાવવા વિષે જે સુધારાવાળા ઇંગ્લેંડ જઈ જ્ઞાતિપદવી ખોઈ બેસનાર અને જ્ઞાતિના સંસર્ગથી દૂર થનારને જ્ઞાતિ જ પોતામાંનો ન માને તો તે દેશનો પ્રતિનિધિ કેમ ગણાય ? જ્ઞાતિપદવી વિનાનો મનુષ્ય દેશને કામનો નથી, તેથી મારી ઉચ્ચ જ્ઞાતિપદવી સ્થાપન કરવા હું ઉત્સુક છું. મારે, જ્ઞાતિના મનુષ્યોના અનેક શ્રમ લેવા પડ્યા, જ્ઞાતિની સભાઓ મેળવવી પડી, માર ખાવો પડ્યો, કારાગૃહમાં જવું પડ્યું; એ સર્વ ઐતિહાસિક વૃત્તાંત લક્ષમાં લેશો તો અનાયાસે સમજાશે કે જ્ઞાતિમાં મારું મહત્વ કેટલું છે અને તેને લીધે દેશમાં મારું મહત્વ કેટલું છે. જ્ઞાતિના કલહને લીધે મારે કારાગૃહમાં જવું પડ્યું; એને સુધારાવાળા લજ્જાકર કહેતા હોય તો તેમના વચન પર વિશ્વાસ કરવો નહિ; કેમ કે તેઓ તો સીમંત સરખી ભવ્ય, સુંદર, ગંભીર, તત્ત્વચિંતનભરી તથા શાસ્ત્રાનુસાર રૂઢિને પણ લજ્જાકર કહે છે. તથા સીમંતનો

વાઘ ખરેખરા વાઘથી તેમ જ તાબૂતના વાઘથી વધારે ભયંકર હોય છે અને તાબૂતના વાઘની પેઠે સીમંતના વાઘને પણ પૂછડીથી પકડી રાખવામાં આવતો ન હોય તો તે સુધારાવાળાનું નિકંદન કરી નાખે એટલું પણ તેઓ જાણતા નથી.'

'આ રીતે જ્ઞાતિમાં અને જ્ઞાતિ બહાર મારું મહત્વ એકસરખું સિદ્ધ થાય છે, તો એટલું જ બાકી રહે છે કે આ પ્રસંગનો લાભ લઈ તમારે વિશાળ બ્રહ્મભોજન કરવું જોઈએ. એથી ભોજન કરનાર ભૂદેવોને થવાના જૂજ લાભ ઉપરાંત તમને મહાપુણ્યની પ્રાપ્તિ થશે. વળી મહોટું ટાણું આવે ત્યારે ભારે ખરચ ન કરવો એ સુધારાવાળાના વાદનું ખંડન કરી મારા તથા આર્ય પક્ષના જયપ્રસંગમાં એક વધારો કરી શકશો. ખરચ ન કરવો એ મત કેવો હાસ્યપાત્ર તે તમારા સરખા સુજ્ઞોને વિસ્તારથી કહી બતાવવું ઉચિત નથી. ખરચ કર્યા વિના જ્ઞાતિજનોને સંતોષ શી રીતે થાય, ખરચ કર્યા વિના ખ્યાતિ શી રીતે થાય, લગ્નમરણને પ્રસંગે નહિ તો ક્યારે ખરચ થાય, એ સર્વ વિચાર જ જેમના ચિત્તમાં ઉત્પન્ન થઈ શકતા નથી, તેમના તર્ક અને પ્રમાણ વિશે શું કહેવું છે ! ખરચની રૂઢિ થવાથી નિર્ધન જ્ઞાતિઓને મહાહાનિ થાય છે, ધંધાદારીઓ તથા કારીગરો પાસે મૂડી રહેતી નથી, ગરીબ કુટુંબો વંશપરંપરા દેવામાં રહે છે, એવી એવી વેદવિરોધી તથા શાસ્ત્રવિમુખ યુક્તિઓ લાવનાર નિર્બુદ્ધિઓને એ જ ઉત્તર ઘટે છે કે અમારા બાપદાદા એ બધું સમજતા હતા તે છતાં તેમણે એ રૂઢિઓ બાંધી છે અને એવાં પરિણામ થતાં તે જોતા હતા તે છતાં, તેમણે આ રૂઢિઓ બદલી નથી. નાણાંની તાણ એ કાંઈ ખરચ ઓછા કરવાનું કારણ નથી. કેમ કે નાણાં ઘટાડવા માટે જ ખરચ કરવામાં આવે છે. ભારે ખરચથી જે પ્રતિષ્ઠા મળે છે તે નાણાં ઘટાડવાના કારણથી જ મળે છે. વળી, ધન વધારી જ્ઞાતિમાં મળતી પ્રતિષ્ઠા ઓછી કરવી એવિપરીત મત આર્યપક્ષને માન્ય નથી. જ્ઞાતિમાં મળતી પ્રતિષ્ઠા વધારી ધન ઓછું કરવું એ જ આર્યપક્ષને માન્ય છે. માટે સુધારાવાલાના પાખંડવાદની અવગણના કરી સર્વ એ મહાન પ્રયાસમાં પ્રવૃત્ત થાઓ, અને તેથી નિશ્ચિત તમારું શ્રેય થશે એમ હું મારા બ્રહ્મતેજ વડે કહી શકું છું. કુંકુમની અર્ચા બંધ કરી હવે પુષ્પની અર્ચાનો આરંભ કરો અને એ લાકડાથી નહિ પણ હાથથી કરજો કેમ કે તેમાં વિશેષ પુણ્ય છે. આ નાળિયેર આણ્યાં જણાય છે. તે વડે હવે પૂજા કરવાની હોય તો તે મારા પર ફેંકવા કરતાં મને હાથોહાથ આપવાની હું તમને ભલામણ કરું છું. નાળિયેર સરખી વસ્તુઓ ફેંક્યાથી અખંડતા ખંડિત થવાનો સંભવ રહે છે, અને અખંડતાની ખંડ -'

સાહેબ દસ-પંદર પોલીસના સિપાઈઓને લઈને મંડપમાં દાખલ થયા અને તેમણે ચકડોળ ઝાલીને હલાવ્યું તેથી ભદ્રંભદ્ર એકાએક અશ્વભ્રષ્ટ થઈ અષ્ટાંગ સાથે ભૂમિના સંસર્ગમાં આવી

ગયા. બંબેરાવના ખભા ઉપર ઊભેલા પાર્શ્વચરની પણ એ જ ગતિ થઈ. બંબેરાવ નિશ્ચળ રહ્યા. માત્ર તે પાર્શ્વચરના પગનો તથા હાથમાંની વસ્તુઓનો તેને વિશેષ સ્પર્શ થયો.

અમે બધા થાકેલા તો હતા જ, અને પોલીસવાળાના વિશેષ આગ્રહથી તરત ઘેર ગયા એ સિવાય બીજું કંઈ જાણવા જોગ આ પછી તે રાત્રે બન્યું નહિ.

*

ભદ્રંભદ્રના જીવનનું વૃત્તાન્ત હવે વર્તમાન સમયની પાસે આવ્યું છે. લોકોના સ્મરણમાં તાજી રહેલી હકીકતથી કંઈક અંતરે દૂર રહેવું જોઈએ એ ઇતિહાસકારોના નિયમોને અનુસરી આ કથા અહીંથી બંધ કરવી એ ઉચિત છે. ભવિષ્યકાલમાં કોઈ પ્રસંગે આ મહાપુરુષની જીવનકથાનો બાકીનો ભાગ પ્રસિદ્ધ થઈ શકશે એવી તેમના ભક્તને આશા છે.

****

Made in the USA
Middletown, DE
29 September 2019